ಚಿಕ್ಕಬಳ್ಳಾಪುರ ಜಿಲ್ಲೆಯ ಚಿಂತಾಮಣಿಯವರಾದ ಬಿ.ಆರ್. ಲಕ್ಷ್ಮಣರಾವ್ ಎಂ.ಎ., ಬಿ.ಎಡ್. ಪದವೀಧರರಾಗಿದ್ದು 2010ರ ವರೆಗೆ ತಮ್ಮೂರಲ್ಲೇ ಒಂದು ಖಾಸಗಿ ಶಿಕ್ಷಣ ಸಂಸ್ಥೆ ನಡೆಸುತ್ತಿದ್ದರು. ಈಗ ವಿಶ್ರಾಂತರಾಗಿ ಬೆಂಗಳೂರಿನಲ್ಲಿ ನೆಲೆಸಿದ್ದಾರೆ. 'ಗೋಪಿ ಮತ್ತು ಗಾಂಡಲೀನ' (1971)ದಿಂದ ಮೊದಲುಗೊಂಡು ಈವರೆಗೆ ಇವರ ಎಂಟು ಕವನ ಸಂಕಲನಗಳು, ಎರಡು ಕಥಾಸಂಗ್ರಹಗಳು, ಒಂದು ಕಾದಂಬರಿ, ಮೂರು ನಾಟಕಗಳು, ಒಂದು ಲೇಖನಗಳ ಸಂಕಲನ ಹಾಗೂ ಒಂದು ಅನುವಾದ ಕೃತಿ ಪ್ರಕಟವಾಗಿವೆ. ಜೊತೆಗೆ ಇವರು ಹನಿಗವನಗಳ ಹಾಗೂ ಭಾವಗೀತೆಗಳ ಪ್ರತ್ಯೇಕ ಸಂಕಲನಗಳನ್ನೂ ಹೊರತಂದಿದ್ದಾರೆ. ಇವರ ಸಮಗ್ರ ಕಾವ್ಯ ಸಂಪುಟ 'ಜೀವಜಲ' 2011ರಲ್ಲಿ ಹೊರಬಂದಿದೆ.

ಲಕ್ಷ್ಮಣರಾವ್ ತಮ್ಮ ಕಾವ್ಯಕ್ಕಾಗಿ ಕರ್ನಾಟಕ ಸಾಹಿತ್ಯ ಅಕಾಡೆಮಿ ಬಹುಮಾನ (1981), ಗೊರೂರು ಸಾಹಿತ್ಯ ಪ್ರಶಸ್ತಿ (1998), ಚುಟುಕರತ್ನ ಪ್ರಶಸ್ತಿ (1998), ವಿಶ್ವೇಶ್ವರಯ್ಯ ಸಾಹಿತ್ಯ ಪ್ರಶಸ್ತಿ (2000), ಡಾ. ಪುತಿನ ಕಾವ್ಯ ಪುರಸ್ಕಾರ (2004), ಕರ್ನಾಟಕ ರಾಜ್ಯೋತ್ಸವ ಪ್ರಶಸ್ತಿ (2010) ಹಾಗೂ ಡಾ. ಮಾಸ್ತಿ ಪ್ರಶಸ್ತಿ (2014)ಯನ್ನು ಪಡೆದಿದ್ದಾರೆ.

'ಹಿನ್ನೋಟದ ಕನ್ನಡಿ' ಎಚ್.ಎಸ್. ವೆಂಕಟೇಶಮೂರ್ತಿ ಅವರು ಸಂಪಾದಿಸಿರುವ ಲಕ್ಷ್ಮಣರಾವ್ ಅವರ ಆಯ್ದ ಎಪ್ಪತ್ತು ಕವನಗಳ ಸಂಕಲನ, ಪ್ರವೇಶಿಕೆಗಳೊಂದಿಗೆ.

ಅಂಕಿತ ಪುಸ್ತಕದ 677ನೆಯ ಪ್ರಕಟಣೆ

ಬಿ.ಆರ್. ಲಕ್ಷ್ಮಣರಾವ್

ಹಿನ್ನೋಟದ ಕನ್ನಡಿ

ಪ್ರವೇಶಿಕೆಗಳೊಂದಿಗೆ, 70 ಕವಿತೆಗಳು

ಸಂಪಾದನೆ

ಎಚ್.ಎಸ್. ವೆಂಕಟೇಶಮೂರ್ತಿ

ಅಂಕಿತ ಪುಸ್ತಕ

(ಪ್ರಕಾಶಕರು ಮತ್ತು ಪುಸ್ತಕ ಮಾರಾಟಗಾರರು)
53, ಶ್ಯಾಮ್‌ಸಿಂಗ್ ಕಾಂಪ್ಲೆಕ್ಸ್, ಗಾಂಧಿಬಜಾರ್ ಮುಖ್ಯರಸ್ತೆ
ಬಸವನಗುಡಿ, ಬೆಂಗಳೂರು – 560 004
☎ 080 – 2661 7100 / 2661 7755

HINNOTADA KANNADI — Selected poems of B.R. Lakshman Rao with introductory notes, Edited by Dr. H.S. Venkatesha Murthy, Published by Ankita Pustaka, 53, Gandhi Bazar Main Road, Basavanagudi, Bangalore - 560 004.
☎ 080 - 2661 7100 / 2661 7755

Size : Demy 1/8 Pages: 312

Paper Used: 70 GSM N.S. Maplitho

© ಶ್ರೀಮತಿ ಗಿರಿಜಾರಾವ್

ಮೊದಲ ಮುದ್ರಣ : 2016
ಎರಡನೇ ಮುದ್ರಣ : 2020

ಬೆಲೆ : ರೂ. 295/–

ಮುಖಪುಟ : ಅಪಾರ

ಪ್ರಕಾಶಕರು
ಅಂಕಿತ ಪುಸ್ತಕ
53, ಶ್ಯಾಮ್‌ಸಿಂಗ್ ಕಾಂಪ್ಲೆಕ್ಸ್
ಗಾಂಧಿಬಜಾರ್ ಮುಖ್ಯರಸ್ತೆ
ಬಸವನಗುಡಿ, ಬೆಂಗಳೂರು – 560 004
☎ 080 – 2661 7100 / 2661 7755

ಸ್ವಾನ್ ಪ್ರಿಂಟರ್ಸ್
svanprint@gmail.com
☎ 080-26742233

ಪ್ರಸ್ತಾವನೆ

ನಾಲಕ್ಕು ದಶಕಗಳಿಂದ ನಾನು ಬಿ.ಆರ್. ಲಕ್ಷ್ಮಣರಾವ್ ಅವರ ಕವಿತೆಗಳನ್ನು ಓದುತ್ತಾ ಬಂದಿದ್ದೇನೆ. ಜೊತೆಗೆ ಅವರ ನಿಕಟವಾದ ಸ್ನೇಹ ಸಂಪರ್ಕವೂ ನನಗೆ ಉಂಟು. ಅವರ ಬದುಕು ಮತ್ತು ಬರಹ ಹೇಗೆ ಒಂದನ್ನೊಂದು ಅಭೇದವಾಗಿ ಸಂಬಂಧಿಸಿವೆ ಎಂಬುದನ್ನು ಗ್ರಹಿಸುವ ಸುಯೋಗ ಹೀಗಾಗಿ ನನಗೆ ತಾನಾಗಿಯೇ ಒದಗಿಬಂದಿದೆ. "ತೆರೆದ ಬಾಗಿಲು ನಾನು ಸರ್ವಋತು ಬಂದರು" ಎನ್ನುವ ಕೆ.ಎಸ್. ನರಸಿಂಹಸ್ವಾಮಿ ಅವರ ಉಕ್ತಿಯನ್ನು ಬಿ.ಆರ್.ಎಲ್. ಅವರ ಕಾವ್ಯ ಮತ್ತು ಬದುಕು ನನ್ನ ಅರಿವಿಗೆ ತಂದಿವೆ. ರಾಮಾಯಣದಲ್ಲಿ ರಾಮನ ಒಂದೊಂದು ಮಾತನ್ನೂ ತದ್ವತ್ತಾಗಿ ಅನುರಣಿಸುವ ಪ್ರಸ್ರವಣ ಪರ್ವತದ ವರ್ಣನೆ ಬರುತ್ತದೆ. ಬಿಆರೆಲ್ ಕಾವ್ಯ ಅವರ ಬದುಕಿಗೆ ಎದುರೊಡ್ಡಿದ ಪ್ರಸ್ರವಣ ಪರ್ವತವಾಗಿದೆ.

ಹೊರಗೊಂದು, ಒಳಗೊಂದು ಎಂಬುದು ಬಿಆರೆಲ್ ಅವರ ಬದುಕಿನಲ್ಲಿ ಇಲ್ಲ. ಅದು ತೆರೆದಿಟ್ಟ ಪುಸ್ತಕದ ಹಾಗಿದೆ. ಅವರ ಕಾವ್ಯ ನಿಗೂಢವಾಗಿ ಇದ್ದರೆ ಅದು ಕಾವ್ಯದ ಅನಿವಾರ್ಯ ಸ್ವಭಾವದ ಕಾರಣವಾಗಿ. ಕಾವ್ಯದ ಭಾಷೆಯು ಒಂದರ ಹಿಂದೆ ಮತ್ತೊಂದನ್ನು ಅಡಗಿಸಿ ಇಡುತ್ತದೆ. ಬಿಆರೆಲ್ ಒಳ್ಳೆಯ ಕಸಬುಗಾರ ಕವಿಯಾದುದರಿಂದ ಅವರ ಕಾವ್ಯದಲ್ಲಿ ಕಲೆಗಾರಿಕೆಗೆ ಯಾವತ್ತೂ ಲೋಪ ಬರಲಾರದು. ಉಸಿರಿಗೆ ತಕ್ಕ ಏರಿಳಿತವುಳ್ಳ ಅಕೃತ್ರಿಮ ಲಯ, ಕ್ಲೀಷೆಗೆ ನಾಚುವ ಭಾಷೆಯ ಗರಿಮುರಿ ಬಳಕೆ, ಒಟ್ಟಾರೆ ಕಾವ್ಯಶಿಲ್ಪದ ಬಗ್ಗೆ ರಾಜಿಯಾಗದ ಕಾಳಜಿ, ಹೊಚ್ಚ ಹೊಸ ರೂಪಕಗಳನ್ನು ಓದುಗರು ಬೆರಗಾಗುವಂತೆ ಕಾಣುವ ಕಾಣಿಸುವ ಪರಿಣತಿ ಮತ್ತು ಪ್ರತಿಭೆ, ತನ್ನದೇ ಸ್ವಯಾರ್ಜಿತ ಜೀವನ ನೋಟ– ಇವೆಲ್ಲವೂ ಬಿಆರೆಲ್ ಅವರಿಗೆ ಉಂಟು. ಅದಕ್ಕೇ ಲಯಹೀನ ಗಪದ್ಯಗಳನ್ನು ಅವರು ಎಷ್ಟು ಮಾತ್ರಕ್ಕೂ ಸಹಿಸಲಾರರು. ಚೌಕಾಶಿ ಎಂಬುದು ಅವರಲ್ಲಿ ಇಲ್ಲವೇ ಇಲ್ಲ. ಈತನನ್ನು ನಾನು ಕವಿಯೆಂದು ಎಷ್ಟು ಮಾತ್ರಕ್ಕೂ ಒಪ್ಪಲಾರೆ; ಈ ಬರಹವನ್ನು

ಕವಿತೆಯೆಂದು ನಾನು ಎಷ್ಟು ಮಾತ್ರಕ್ಕೂ ಮಾನ್ಯಮಾಡಲಾರೆ...ಹೀಗೆ ಬಿಆರೆಲ್ ಅದೆಷ್ಟು ಕವಿಗಳ ಬಗ್ಗೆ, ಅದೆಷ್ಟು ಕಾವ್ಯನಾಮೀ ರಚನೆಗಳ ಬಗ್ಗೆ ಆಡಿದ್ದಾರೋ! ಮುಲಾಜಿಗೆ ಅವರು ಯಾವತ್ತೂ ಮಣೆ ಹಾಕಲಾರರು!

ಸ್ವತಃ ತಮ್ಮ ಕವಿತೆಗಳ ಬಗ್ಗೆಯೂ ಅವರು ಇಂಥದೇ ನಿಷ್ಠುರ ನಿಲುವುಳ್ಳವರು. ಅವರ ಕವಿತೆಗಳು ಕಾಲಕಾಲಕ್ಕೆ ಪಡೆದ ಪರಿವರ್ತನೆಯ ಭವಾವಳಿಯ ಕಥೆ ತನ್ನಷ್ಟಕ್ಕೇ ರೋಚಕವಾದದ್ದು. ಅವರ 'ದಯವಿಟ್ಟು' ಎಂಬ ಕವಿತೆಯಲ್ಲಿ ತಮ್ಮ ಕಾವ್ಯದ ಬಗ್ಗೆ ತಾವೇ ಮಾಡಿಕೊಳ್ಳುವ ವ್ಯಾಖ್ಯೆಯೊಂದಿದೆ. ಅವರ ಕವಿತೆ ಏಕಮುಖಿಯಾದ ಹೊಳೆಯಲ್ಲ ಎಂಬುದು ಅದರಿಂದ ಸ್ಪಷ್ಟವಾಗುತ್ತದೆ.

ಈಗ ನನಗೂ ಮದುವೆಯಾಗಿದೆ.
ಆದ್ದರಿಂದ ಅವರೆಲ್ಲಾ ಸುಖವಾಗಿರಲಿ.
ಆದರೆ ಬೆಳಕಿನ ಬಹಿರಂಗದಲ್ಲಿ
ನನ್ನೆದುರು
ಅದರಲ್ಲೂ ನನ್ನ ಧರ್ಮಪತ್ನಿಯ ಎದುರು
ಸುಳಿಯದಿದ್ದರೆ
ಅವಳ ಅಗಾಥಾಕ್ರಿಷ್ಟೀ ಗಮನ ಸೆಳೆಯದಿದ್ದರೆ
ಸಾಕು.
ಬರಲಿ ಬೇಕಾದರೆ
ಸಂಜೆಗೆ
ನನ್ನ ಹೃದಯದ ತಮ್ಮ ತಮ್ಮ ಗೂಡುಗಳಿಗೆ
ಅಂತರಂಗದ ಖಾಸಗಿ ಕತ್ತಲೆಗೆ
ನಿರ್ಭಿಡೆಯ ನಿರಾತಂಕ ಬೆತ್ತಲೆಗೆ
ನಾನು ಗೊಮ್ಮಟನಾಗುವ
ನನ್ನ ಕಾವ್ಯ ಕಮ್ಮಟಕ್ಕೆ

ಇದೊಂದು ನಿಗೂಢ ಪ್ರತೀಕ. ಧರ್ಮಪತ್ನಿ ಎಂಬುದು ಕಾವ್ಯದ ಸ್ಥಾಯೀಭಾವ. ಎಲ್ಲರೂ ಕೈವಾರಿಸುವ ಸ್ಥಾಯಿಗಿಂತ ಸ್ಥಾಯಿಯನ್ನು ವಿಕಂಪಿತಗೊಳಿಸುವ ವ್ಯಭಿಚಾರೀ ಭಾವಗಳು ಒಂದು ಕಾವ್ಯದ ನಗ್ನೀಕರಣ ಮತ್ತು ಸಾಂದ್ರತೆಗೆ ಕಾರಣವಾಗುತ್ತವೆ. ಹಗಲಿನಲ್ಲಿ ಮರೆಮಾಚಿದ್ದೆಲ್ಲಾ ಇರುಳ ಖಾಸಗಿ ಕತ್ತಲಲ್ಲಿ ತಮ್ಮ ಸ್ವಂತಗೂಡಿಗೆ ಹಿಂದಿರುಗುತ್ತವೆ. ಪಾತ್ರಧಾರಿಗಳು ನೇಪಥ್ಯದಲ್ಲಿ ಸ್ವಂತ ನೆಲೆಗೆ ಹಿಂದಿರುಗುವಂತೆ

ಇರುಳು ಹಗಲಿನ ನೈಜ ಪುನರ್ಧ್ವನಿಯಾಗುತ್ತದೆ. ಬದುಕು ಮತ್ತು ಕಾವ್ಯ ಸಂಬಂಧಿಸಿಕೊಳ್ಳುವುದು ಹೀಗೆ. ಗೊಮ್ಮಟ ಮತ್ತು ಕಮ್ಮಟ ಎಂಬ ಎರಡು ಪದಗಳು ಇಲ್ಲಿ ಮುಖ್ಯವಾಗಿವೆ. ಸಹಜ ಕವಿ ತನ್ನ ಕಮ್ಮಟದಲ್ಲಿ ಬೆತ್ತಲ ಗೊಮ್ಮಟನನ್ನು ಕಡೆಯದೆ ನಿರ್ವಾಹವೇ ಇಲ್ಲ. ನಗ್ನತೆಯೆಂಬುದು ಧುತ್ತೆಂದು ದಕ್ಕುವ ಪೇಟೆ ಮಾಲಲ್ಲ. ಅದೊಂದು ಪರಮ ನೋವಿನ, ಕೆತ್ತಿ ಕಡೆದೇ ಪಡೆಯುವ ಆತ್ಮಶೋಧದ ಕೆಲಸ. ಬೆಳಗೊಳದ ಗೊಮ್ಮಟ ದಿವ್ಯವಾಗಿರುವುದು ಆ ಶಿಲ್ಪದ ಹಿಂದಿರುವ ಕಮ್ಮಟದ ತಪಸ್ಸಿಂದ. ಕಲೆಯಾಗದ ನಗ್ನತೆಯ ಕುರೂಪವನ್ನು ಸಹಿಸಲಿಕ್ಕೇ ಸಾಧ್ಯವಿಲ್ಲ.

ಮೇಲ್ನೋಟಕ್ಕೆ ಪೋಲಿ ಕವಿತೆಯೆಂಬಂತೆ ತೋರುವ ಗೋಪಿ ಮತ್ತು ಗಾಂಡಲೀನ ಕಾಮ ಚೋದಕವಾಗಿಲ್ಲ. ಗಾಂಡಲೀನಳ ನೃತ್ಯ ಮತ್ತು ಬೆತ್ತಲಾಗುವಿಕೆಯು ಆಧುನಿಕತೆ ಮತ್ತು ಸಂಪ್ರದಾಯಕ್ಷೇಮದ ಜಗ್ಗಾಟವನ್ನೇ ಮಥಿಸುತ್ತಾ ಆಳದ ವಿಷಾದವನ್ನು ಮೇಲಕ್ಕೆತ್ತುತ್ತಾ ಇದೆ. ಯಾವತ್ತಿನಂತೆ ಇಲ್ಲಿಯೂ ಲೈಂಗಿಕ ಗೀಳು ಆತ್ಮವನ್ನು ದೇಹದಿಂದ ಬೇರ್ಪಡಿಸಿಕೊಂಡು ನೋಡುವ ಹತಾರವಾಗಿಯೇ ಸಿದ್ಧಿಸುತ್ತದೆ. ಅಧ್ಯಾತ್ಮದ ಅತೀಂದ್ರಿಯ ಸೆಳೆತವನ್ನು ಪೃಥಕ್ಕರಿಸುವ ಲಿಲ್ಲಿಪುಟ್ಟಿಯ ಹಂಬಲದಲ್ಲೂ ನಿಬಿಡವಾಗಿ ಮೈಮಸೆಯುವುದು ಲೈಂಗಿಕ ಪ್ರತಿಮೆಗಳೇ.

ಬಿಆರೆಲ್ ಅವರನ್ನು ಹತ್ತಿರದಿಂದ ಬಲ್ಲವರಷ್ಟೇ ಬಲ್ಲರು. ಚಾಟಿಯನ್ನು ಮೈತುಂಬ ಸುತ್ತಿಕೊಂಡ ಬುಗುರಿ, ಚಾಟಿಯನ್ನು ಯಾವ ಕ್ಷಣದಲ್ಲೋ ಕಳಚಿ ತನ್ನ ಸ್ವಕೇಂದ್ರದಲ್ಲಿ ತಾನೇ ಮಗ್ನಗೊಳ್ಳುವ ಹಾಗೆ ಅವರು ಯಾವ ಕ್ಷಣದಲ್ಲೂ ಏಕಾಂಗಿಯೂ, ಆತ್ಮಮುಖಿಯೂ ಆಗಿ ನಿಲ್ಲಬಲ್ಲರು. ಅವರ ಸ್ವಾಭಿಮಾನ ಮತ್ತು ಆತ್ಮದ ನಚ್ಚು ಆತ್ಮಕೇಂದ್ರಿತ ಮಗ್ನತೆಯ ಫಲವೇ ಆಗಿವೆ. ಕಾರಿನಲ್ಲಿ ಅವರೊಂದಿಗೆ ಹೋಗುವಾಗಲೂ ಕಾರಿನ ದಿಕ್ಕನ್ನು–ಗೆಳೆಯರೆಲ್ಲ ಜೊತೆಯಲ್ಲಿ ಬಾಧ್ಯಸ್ತರಾಗಿದ್ದೂ–ಅವರೊಬ್ಬರೇ ನಿರ್ಣಯಿಸುವರು. ಅವರ ಆಯ್ಕೆಗಳು ಖಚಿತ. ಗುರಿ ನಿರ್ದಿಷ್ಟ. ಆಯುಷ್ಯದ ಪ್ರತಿಕ್ಷಣವನ್ನೂ ತೀವ್ರತೆ, ವೇಗೋದ್ವಿಗ್ನತೆ ಮತ್ತು ತನ್ಮಯತೆಯಿಂದ ಗಬಗಬ ಭುಂಜಿಸುವ ತುರ್ತು ಅವರದ್ದು. ಯಾವುದನ್ನೂ ಗರಿಷ್ಠ ಪ್ರಮಾಣದಲ್ಲಿ ಒಳಗೊಳ್ಳುವ ಮೂಲಕ ಅನುಭವವನ್ನು ಬಾಚಿತಬ್ಬಿಕೊಳ್ಳುವ ಅಪಾರವಾದ ಪ್ಯಾಷನೇಟ್ ಹಸಿವೆ ಅವರದ್ದು.

ಯೇಟ್ಸ್ ಕವಿಯ ಕೆಲವು ಸಾಲುಗಳು ನೆನಪಾಗುತ್ತಿವೆ:

> How can I, that girl standing there,
> My attention fix
> On Roman or on Russian

Or on Spanish politics,
Yet here's a traveled man that knows
What he talks about,
And there's a politician
That has both read and thought,
And maybe what they say is true
Of war and war's alarms,
But O that I were young again
And held her in my arms.

ಹೀಗೇ ಬಿಆರೆಲ್ 70ರಲ್ಲೂ ಇಪ್ಪತ್ತನ್ನು ಧ್ಯಾನಿಸುತ್ತಾರೆ. ಹಾಗೆ ಧ್ಯಾನಿಸುವಲ್ಲಿ ಲೋಕಭೀತಿಯ ವೇಷಗಾರಿಕೆಯಿರುವುದಿಲ್ಲ. ದಾಟುವುದೇ ಅವರ ಕಾವ್ಯ ಮತ್ತು ಬದುಕು ಒಪ್ಪಿಕೊಂಡ ಧರ್ಮವಾದುದರಿಂದ ದಾಟಕೂಡದೆನ್ನುವ 'ನಾತಿಚರಾಮಿ' ತತ್ವವನ್ನು ಅವರು ಸಲೀಸಾಗಿ ಉಲ್ಲಂಘಿಸಬಲ್ಲರು. ಇದು ಗಂಡು ಹೆಣ್ಣಿನ ಸಂಬಂಧದಲ್ಲಿ ಮಾತ್ರ ಎಂದು ತಿಳಿಯುವ ಕಾರಣವಿಲ್ಲ. ಜಾತಿಧರ್ಮದ ಅಡ್ಡ ಬೇಲಿಯನ್ನು ಈ ಕವಿ ಮಾನ್ಯ ಮಾಡರು. ಎಡಬಲದ ಅಡ್ಡ ಗೆರೆಗಳನ್ನು ಅವರು ಒತ್ತರಿಸಿ ನುಗ್ಗಬಲ್ಲರು. ಸ್ನೇಹ ಮತ್ತು ಪ್ರೀತಿಗಾಗಿ ಹಾವಿನ ಜೋಲು ಹಗ್ಗ ಹಿಡಿದು ಅವರು ಒಲುಮೆಯ ಅಂತಃಪುರದ ಕತ್ತಲಿಗೆ ನಿರ್ಭಯದಿಂದ ದಾಟಿಕೊಳ್ಳಬಲ್ಲರು. ಸಿಂದಾಬಾದನಂತೆ ಇವರೂ ಸಹ ಹೆಗಲೇರಿದ ಮುದುಕನನ್ನು ಯಾವತ್ತೂ ಸಹಿಸಲಾರರು. ತಮ್ಮ ಕಾವ್ಯದಲ್ಲಿ ಯಾರ ಪರವಾಗಿಯೂ ಮಾತಾಡಲಾರರು. ಅವರು ಆಡುವುದು ಅವರ ಮಾತನ್ನು ಮಾತ್ರ. ಆ ಮಾತು ಅಪ್ಪಟ ಪ್ರಾಮಾಣಿಕತೆಯ ಅಗ್ನಿದಿವ್ಯದಲ್ಲಿ ಸಾಗುವಂಥದ್ದು. ಏಕೆ ಈ ಮಾತಿಗೆ ನಕ್ಷತ್ರಲೋಕದ ಮಹಾ ಉಡ್ಡಯಣದ ಆಸೆಯಿಲ್ಲ ಎಂದರೆ ಕವಿ ಹೇಳುತ್ತಾರೆ. ನಾನು ಹಾರುವಷ್ಟು ಎತ್ತರಕ್ಕೆ ನನ್ನ ಹಕ್ಕಿಯೂ ಹಾರುವುದು. ಯಾವುದೇ ಹುಸಿ ತೋರಿಕೆಯೆಂದರೆ ಅವರಿಗೆ ಆಕ್ರೋಶ...ಅಸಹ್ಯ. ಹೆಣ್ಣಿನ ಪರವಾಗಿ ಮಾತಾಡು, ಶೋಷಿತರ ಪರವಾಗಿ ಮಾತಾಡು, ಅಖಂಡ ಸಮಾಜದ ಪರವಾಗಿ ಮಾತಾಡು.....ನೀನು ಜಗತ್ತಿನ ಧ್ವನಿಯಾಗಯ್ಯಾ ಎನ್ನುವ ಲೋಕ ನಿರೀಕ್ಷೆಗೆ ಲಕ್ಷ್ಮಣರಾವ್ ಅವರ ಕಾವ್ಯ ಸ್ಥಿರವಾದ ಧ್ವನಿಯಲ್ಲಿ ಉತ್ತರಿಸುತ್ತದೆ: "ನಾನು ಆಡುವುದು ನನ್ನ ಮಾತನ್ನು ಮಾತ್ರ! ಅದೂ ಕೇವಲ ನನ್ನದೇ ಮಟ್ಟಿನಲ್ಲಿ! ನನ್ನದೇ ಇತಿ, ಮಿತಿ ಮತ್ತು ಧೃತಿಯಲ್ಲಿ."

* * *

ಬಿಆರೆಲ್ ಅವರಿಗೆ ಈಗ 70. ತನ್ನ ಬದುಕಿನುದ್ದಕ್ಕೂ ಕಾವ್ಯ ಕಟ್ಟುವ ಕೆಲಸ ಮಾಡುತ್ತಾ ತನ್ನ ಆತ್ಮಾನುಭವವನ್ನು ನೆರೆಯೊಂದಿಗೆ ಹಂಚಿಕೊಂಡ ಕವಿಗೆ ನಾವು ಈ ಸಂಧ್ಯಾಸಮಯದಲ್ಲಿ ತೋರಬಹುದಾದ ಪ್ರೀತಿಯ ಸ್ವರೂಪ ಹೇಗಿರಬೇಕು? ಅವರ ಗೆಳೆಯರು ಮತ್ತು ಕಾವ್ಯಪ್ರೇಮಿಗಳು ಈ ಪ್ರಶ್ನೆಗೆ ಕಂಡುಕೊಂಡ ಉತ್ತರ "ಹಿನ್ನೋಟದ ಕನ್ನಡಿ" ಎಂಬ ಈ ಪುಸ್ತಕ. ಬಿಆರೆಲ್ ಅವರ ಆಯ್ದ 70 ಕವನಗಳನ್ನು ಸಮಕಾಲೀನ ಸಂದರ್ಭದ ಮುಖ್ಯ ಕವಿ ವಿಮರ್ಶಕ ಮಿತ್ರರ ಪ್ರವೇಶಿಕೆಗಳೊಂದಿಗೆ ಇಲ್ಲಿ ಸಂಗ್ರಹಿಸಿ ಕೊಡಲಾಗಿದೆ. ನನ್ನ ಇನ್ನೊಬ್ಬ ಆಪ್ತ ಮಿತ್ರರಾದ ಪ್ರೊ. ಕೆ.ವಿ. ತಿರುಮಲೇಶ್ ನಮ್ಮ ಕೋರಿಕೆ ಮನ್ನಿಸಿ ಈ ಕೃತಿಗೆ ಮುನ್ನುಡಿಯ ಮಾತು ಬರೆದಿದ್ದಾರೆ. ಬಹು ಬೇಗ ನಮ್ಮ ಕವಿ–ವಿಮರ್ಶಕ ಮಿತ್ರರು ಪ್ರವೇಶಿಕೆಗಳನ್ನು ಬರೆದುಕೊಟ್ಟಿದ್ದಾರೆ. ಅನೇಕ ಗಹನ ಒಳನೋಟಗಳುಳ್ಳ ಈ ಬರಹಗಳು ಬಿಆರೆಲ್ ಅವರಲ್ಲಿ ಧನ್ಯತಾಭಾವವನ್ನು ಉಕ್ಕಿಸುತ್ತವೆ ಎಂಬುದು ನನ್ನ ದೃಢವಿಶ್ವಾಸ. ಅಂಕಿತದ ಪ್ರಕಾಶ್ ಕಂಬತ್ತಳ್ಳಿ ಪುಸ್ತಕದ ಪ್ರಕಟಣೆಯ ಹೊಣೆ ಹೊತ್ತಿದ್ದಾರೆ.

ನಾನು ಈ ಸಂದರ್ಭದಲ್ಲಿ ಹೇಳುವುದು ಇಷ್ಟೇ: ಪ್ರಿಯ ಗೆಳೆಯಾ...ಮುಂದೆಯೂ ನಿಮ್ಮ ಮನಸ್ಸಿನ ಹಸಿರು ಹೀಗೇ ಉಳಿಯಲಿ. ಕಳಕಳಿಸುವ ಕವಿತೆಗಳು ನಿಮ್ಮಿಂದ ಬರುತ್ತಲೇ ಇರಲಿ! ನಿಮ್ಮ ಇಲ್ಲದ ದೇವರ ಅನುಗ್ರಹ ನಿಮ್ಮ ಮೇಲೆ ಯಾವತ್ತೂ ಇರಲಿ!"

ಮಸ್ತು ಶುಭಮಸ್ತು.

–ಎಚ್.ಎಸ್. ವೆಂಕಟೇಶಮೂರ್ತಿ

ಹಿನ್ನೋಟದ ಕನ್ನಡಿ: ಒಂದು ನೋಟ

1970ರಲ್ಲಿ ಪಿ. ಲಂಕೇಶ್ ಸಂಪಾದಿಸಿ ಅಕ್ಷರ ಪ್ರಕಾಶನ ಪ್ರಕಟಿಸಿದ "ಅಕ್ಷರ ಹೊಸ ಕಾವ್ಯ"ದ ಚಿಮ್ಮು ಹಲಗೆಯಿಂದ ಪುಟಿದೆದ್ದ ಹಲವು ಹೊಸ ಕವಿಗಳಲ್ಲಿ ಬಿ.ಆರ್. ಲಕ್ಷ್ಮಣರಾವ್ ಒಬ್ಬರು. "ಅಕ್ಷರ ಹೊಸ ಕಾವ್ಯ"ಕ್ಕೆ ಈಗ ಅರ್ಧ ಶತಮಾನದ ಹತ್ತಿರ ಹತ್ತಿರ, ಹಾಗೂ ಬಿ.ಆರ್.ಎಲ್.ಗೆ ಈ ಸೆಪ್ಟೆಂಬರ್ ಒಂಬತ್ತಕ್ಕೆ 70 ವರ್ಷ. ಬಿ.ಆರ್.ಎಲ್. ಮಟ್ಟಿಗೆ ಈ ವಯಸ್ಸಿನ ಸಂಖ್ಯೆ ನಂಬಲು ಕಷ್ಟವಾದುದು, ಯಾಕೆಂದರೆ ಕನ್ನಡ ಜನತೆಯ ಕಲ್ಪನೆಯಲ್ಲಿ ಅವರಿನ್ನೂ 'ಯುವ ಕವಿ'. ಇದು ಅವರ ಕವಿತೆಗಳ ಚೈತನ್ಯಕ್ಕೆ ಸಾಕ್ಷಿ. ಈ ಇಳಿವಯಸ್ಸಿನಲ್ಲೂ ಅವರು ಇಳಿವಯಸ್ಕರಂತೆ ಬರೆಯುವುದಿಲ್ಲ, ಬದುಕುವುದೂ ಇಲ್ಲ. ಕಾಲವನ್ನು ಒದ್ದು ಜಾಡಿಸಿದವರಂತೆ ಇದ್ದಾರೆ ಮತ್ತು ಬರೆಯುತ್ತಾರೆ.

> What shall I do with this absurdity—
> O heart, O troubled heart—this caricature,
> Decrepit age that has been tied to me
> As to a dog's tail?
> (W.B. Yeats, "The Tower")

ಎಂದು ಯೇಟ್ಸ್ ತನ್ನ ಅರುವತ್ತರ ಹರೆಯಕ್ಕೇ ಕೇಳಿದಂತೆ ಬಿ.ಆರ್.ಎಲ್. ಕೇಳಿದವರಲ್ಲ–ಅವರಿಗೆ ಪ್ಲೇಟೋ ಆಗಲಿ ಪ್ಲೋಟಿನಸ್ ಆಗಲಿ ಯಾವ ವಯಸ್ಸಿಗೂ ಅಗತ್ಯವಿಲ್ಲ. ಜೀವನ ವೈರಾಗ್ಯ ದೂರದ ಮಾತು. ಸಮಕಾಲೀನ ಕವಿಗಳು ಭಕ್ತಿ ಪಂಥ, ಶಕ್ತಿ ಪಂಥ, ಅಧ್ಯಾತ್ಮ ಎಂದು ವಯಸ್ಸಿಗೆ ಮೊದಲೇ ಮುದುಕರಾದರೆ, ಬಿ.ಆರ್.ಎಲ್. ಅದನ್ನೆಲ್ಲ ಧಿಕ್ಕರಿಸಿ ಈ ಜಗತ್ತಿನೊಂದಿಗಿರುವ ತನ್ನ ಪ್ರೀತಿ ಮತ್ತು ಲಡಾಯಿ ಇನ್ನೂ ಮುಗಿದಿಲ್ಲ ಎಂಬಂತೆ ಹುಮ್ಮಸ್ಸಿನಲ್ಲೇ ಈಗಲೂ ಇದ್ದಾರೆ. ಅದೇ ಅವರ ಶಕ್ತಿಯ ರಹಸ್ಯ. ಚಿಮ್ಮು ಹಲಗೆಯಿಂದ ಮೇಲಕ್ಕೆ ನೆಗೆದ ಅನೇಕ ಕವಿಗಳು ಈಜುಕೊಳಕ್ಕೆ

ಬಿದ್ದು ಸುಸ್ತಾಗಿ ದಂಡೆಯಲ್ಲಿ ಕುಳಿತು ವಿಶ್ರಾಂತಿ ತೆಗೆದುಕೊಳ್ಳುತ್ತಿದ್ದರೆ ಈ ಕವಿ ಮಾತ್ರ ಇನ್ನೂ ಹವೆಯಲ್ಲಿ ಪಲ್ಟಿ ತೆಗೆಯುತ್ತಲೇ ಇದ್ದಾರೆ. ಯಾಕೆಂದರೆ ಡೆಡಾಲಸ್ ತನ್ನ ಮಗನಿಗೆ ಹೇಳಿದ ಮಾತು ಇವರಿಗೆ ನೆನಪಿದೆ: ಅತಿ ಎತ್ತರಕ್ಕೆ ಹೋಗಬೇಡ, ಸೂರ್ಯನ ಶಾಖಕ್ಕೆ ಸುಟ್ಟು ಕರಕಲಾಗುವಿ; ಅತಿ ಕೆಳಗೂ ಹಾರಬೇಡ, ಸಮುದ್ರಕ್ಕೆ ಬಿದ್ದು ಮುಳುಗುವಿ. ಬಿ.ಆರ್.ಎಲ್.ರದು ನಡುವಣ ಮಾರ್ಗ. 'ಮಧ್ಯಸ್ಥ' ಎಂಬ ಅವರ ಚಿಕ್ಕದೊಂದು ಕವಿತೆಯಿದೆ: ಅದರಲ್ಲಿ ಅವರು ತಾನು ಎಡವೂ ಅಲ್ಲ, ಬಲವೂ ಅಲ್ಲ, ತನಗೆ ಎಡದಿಂದಲೂ ಬಲದಿಂದಲೂ ಸಮಾನವಾದ ಆಧಾರವಿದ್ದು ಮಧ್ಯಸ್ಥನಾಗಿದ್ದೇನೆ ಎನ್ನುತ್ತಾರೆ.

ಈ ಮಧ್ಯಸ್ಥಿಕೆ ಒಂದು ವ್ಯಂಗ್ಯ ಸ್ಥಿತಿ, ಕವಿ ತಾನಾಗಿ ಆಯ್ದುಕೊಂಡುದು ಎಂಬಂತಿಲ್ಲ. ಇದರ ಪ್ರಸ್ತಾಪ ಇನ್ನೊಂದು ಕವಿತೆಯಲ್ಲೂ ಬರುತ್ತದೆ. ಅದರಲ್ಲಿ ಕವಿ ಬಸ್ಸಿನಲ್ಲಿ ಕುಳಿತು ಪ್ರಯಾಣಿಸುವ ಚಿತ್ರಣವಿದೆ. ಕವಿಯ ಆಚೀಚೆ ಇಬ್ಬರು ಕೂತಿದ್ದಾರೆ. ಅವರ ವಜನ ಅವನ ಮೇಲೆ ಒತ್ತಡ ಹಾಕುತ್ತಿದೆ; ಆದ್ದರಿಂದ ಕವಿ ನಿಸ್ಸಹಾಯಕನಾಗಿ ತಟಸ್ಥವಾಗಿ ಇದ್ದಾನೆ. ಇದೂ ಒಂದು ಅಸಹಾಯಕತೆ. ಆಯ್ಕೆ ಮಾಡದೆ ಒದಗುವ ಇಕ್ಕಟ್ಟಿನ ಈ ಅವಸ್ಥೆ ಹೀಗೆ ಹಲವು ಕವಿತೆಗಳಲ್ಲಿ ಕಾಣಿಸಿಕೊಳ್ಳುತ್ತದೆ, ಹಾಗೂ ಇಂಥ ಸಂದರ್ಭದಲ್ಲಿ ತಾನು ಮಧ್ಯಸ್ಥನೆಂದು ಕವಿ ಹೇಳಿಕೊಳ್ಳುವುದರಲ್ಲೊಂದು ವ್ಯಂಗ್ಯವಿದೆ. ಯಾಕೆಂದರೆ ಈ ಎಡ ಬಲ ಎಂಬಿತ್ಯಾದಿ ಪರಿಭಾಷೆ ಕವಿಯದು ಅಲ್ಲವೇ ಅಲ್ಲ; ಬದಲು ಆತ ಇತರರ ದೃಷ್ಟಿಕೋನದಲ್ಲಿ ತನ್ನನ್ನು ತಾನು ಕಾಣುವ ಬಗೆ. ಬಿ.ಆರ್.ಎಲ್.ರ 'ನವ್ಯತೆ'ಯಿರುವುದು ಇಂಥ ಸೂಕ್ಷ್ಮ ವಿಚಾರಗಳಲ್ಲಿ. ಆಧುನಿಕ ಕನ್ನಡ ಕವಿಗಳಲ್ಲಿ ಬಹುಶಃ ರಾಮಚಂದ್ರ ಶರ್ಮರೊಬ್ಬರೇ ಇಂಥ ಸೂಕ್ಷ್ಮಗಳನ್ನು ಸಾಧಿಸಿದ ಇನ್ನೊಬ್ಬ ಕವಿ.

ಈ ಅರ್ಧ ಶತಮಾನದಲ್ಲಿ ಬಿ.ಆರ್.ಎಲ್. ಬಹಳಷ್ಟು ಕವಿತೆಗಳನ್ನು ಬರೆದಿದ್ದಾರೆ. ಇವರಷ್ಟು ವಿಪುಲವಾಗಿ ಬರೆದ ಡಬ್ಲ್ಯೂ.ಎಚ್. ಆಡೆನ್‌ನ ನೆನಪಾಗುತ್ತದೆ. ಆಡೆನ್ ತಾನು ಬರೆದ ಕೆಲವು ಕವಿತೆಗಳನ್ನು ಹರಿದುಹಾಕಿದ–ಅವು 'ಪ್ರಾಮಾಣಿಕ'ವಾಗಿಲ್ಲ ಎಂಬ ಕಾರಣಕ್ಕೆ. ಕವಿತೆಯಲ್ಲಿ ಪ್ರಾಮಾಣಿಕತೆ ಎಂದರೇನು? ಕವಿತೆಯ ಸ್ವರೂಪವೇ ಬಳಸಿನದು. ಪ್ರಾಮಾಣಿಕತೆ ಭಾವನೆಗೆ ಸಂಬಂಧಿಸಿದ ವಿಷಯ. ತಾನು ಬರೆದುದು ಕವಿಯ ಹೃದಯಕ್ಕೆ ಹತ್ತಿರವಾಗಿರಬೇಕು. ಕವಿ ಕವಿತೆಯನ್ನು ಬದುಕಬೇಕು. ಬಿ.ಆರ್.ಎಲ್. ಮಟ್ಟಿಗೆ ಇದು ಸತ್ಯ. "ನಾನು ವ್ಯಕ್ತಿಯಾಗಿ ಮತ್ತು ಕವಿಯಾಗಿ ಬೇರೆಬೇರೆಯಲ್ಲ. ನಾನೇನೋ ನನ್ನ ಕಾವ್ಯವೂ ಅದೇ. ನನ್ನಲ್ಲಿ ಪ್ರೀತಿ, ಸ್ನೇಹ, ವಿಷಾದ, ಹಾಸ್ಯ ಮತ್ತು ಖುಷಿ ಸಹಜವಾಗಿ ಇರುವುದರಿಂದಲೇ ನನ್ನಿಂದ ಪ್ರೇಮಕವಿತೆ, ಹಾಸ್ಯಕವಿತೆ, ಹನಿಗವಿತೆ ಇತ್ಯಾದಿಗಳು ಮೂಡಿಬಂದಿವೆಯೆಂದು ಭಾವಿಸುತ್ತೇನೆ. ಹಾಗೆಯೇ ನನ್ನಲ್ಲಿ ಗಂಭೀರ ಕಾಳಜಿಗಳೂ

ಇರುವುದರಿಂದ ಗಂಭೀರವಾದ ಕವಿತೆಗಳನ್ನೂ ಬರದಿದ್ದೇನೆ" ಎನ್ನುತ್ತಾರೆ ಅವರು. ("ಕ್ಯಾಮರಾ ಕಣ್ಣು" ಸಮಗ್ರ ಕಾವ್ಯಕ್ಕೆ ಬರೆದ 'ನನ್ನ ಮಾತು'). ಆಡೆನ್, ಸ್ಟೀವನ್ಸ್, ಎಲಿಯೆಟ್ ಎಲ್ಲರೂ ಗಂಭೀರ ಕವಿತೆಗಳ ಜತೆ ಜತೆಗೇ ಲಘು ಕವಿತೆಗಳನ್ನೂ ಬರೆದಿದ್ದಾರೆ ಎನ್ನುವುದನ್ನು ಮರೆಯಬಾರದು. ಕವಿಯೊಬ್ಬ ಏಕೋಭಾವಿಯಾಗಿ ಇರಬೇಕಾಗಿಲ್ಲ; ಅವನಿಗೆ ನೂರು ಮುಖಗಳಿರಬಹುದು–ಒಂದೊಂದೂ ಇನ್ನೊಂದರಷ್ಟೇ ಯಥಾರ್ಥವಾಗಿ. ಬಿ.ಆರ್.ಎಲ್. ಅಂಥ ಬಹುಳತ್ವವನ್ನು ಒಳಗೊಂಡವರು. ಇದು ಅಪಾರವಾದ ಜೀವನ ಪ್ರೀತಿಯಿಂದ ಮಾತ್ರವೇ ಸಾಧ್ಯ. ಇಡೀ ಕನ್ನಡ ಸಾಹಿತ್ಯದಲ್ಲಿ, ಬಹುಶಃ ವಿಶ್ವ ಸಾಹಿತ್ಯದಲ್ಲಿ, ಕ್ರಿಕಟಿಗನೊಬ್ಬನ ಬಗ್ಗೆ (ಗುಂಡಪ್ಪ ವಿಶ್ವನಾಥ್) ಬಹಳ ಆತ್ಮೀಯವಾದ ಕವಿತೆಯೊಂದನ್ನು ಬರೆದವರು ಬಿ.ಆರ್.ಎಲ್. ಅಷ್ಟೇ ಉತ್ಸಾಹದಲ್ಲಿ ನೈಟ್ ಕ್ಲಬ್‌ನ ಬಗ್ಗೆ ಕೂಡ! "ಅಕ್ಷರ ಹೊಸ ಕಾವ್ಯ"ದ ಕವಿ ಪರಿಚಯದಲ್ಲಿ ಅವರು ಕವಿತೆ ಬರೆಯಲು ಕಾರಣ 'ಸಾವು ಮತ್ತು ಬಾಳಿನ ನಿರರ್ಥಕತೆಯ ಬಗ್ಗೆ ತೀವ್ರ ಭಯ' ಎನ್ನುವ ಹೇಳಿಕೆಯಿದೆ. ಇದೊಂದು ಅಸ್ತಿತ್ವವಾದಿ ಮಾತು. ಬಿ.ಆರ್.ಎಲ್. ಕುರಿತಾದ ಸಾರ್ವಜನಿಕ 'ಇಮೇಜ್'ನೊಂದಿಗೆ ಇದನ್ನು ಹೊಂದಿಸಿಕೊಳ್ಳುವುದು ಕಷ್ಟವಾಗುತ್ತದೆ. ಆದರೂ ತನ್ನೊಳಗಿನ ಈ ವಿಷಮಗಳನ್ನು ಮೀರಲೆಂದೇ ಕವಿ ಇಂಥ ಲವಲವಿಕೆಯ ಕವಿತೆಗಳನ್ನು ಬರೆದರೇ–ಈಗಲೂ? ಅಥವಾ ಆ ಕಾಲದಲ್ಲಿ ಪ್ರಬಲವಾಗಿದ್ದ ಅಸ್ತಿತ್ವವಾದ ಅವರನ್ನು ಆತ್ಮಾವಲೋಕನ ಮಾಡಲು ಪ್ರೇರೇಪಿಸಿರಬಹುದೇ?

ಇದೇನೇ ಇದ್ದರೂ ನಮ್ಮ ಕಣ್ಣ ಮುಂದಿರುವುದು ಅವರ ಕವಿತೆಗಳು ಮಾತ್ರ. "ಅಕ್ಷರ ಹೊಸ ಕಾವ್ಯ"ದಲ್ಲೇ ಅವರ ಅದೆಷ್ಟು ಹೊಸತಾದ ಕವಿತೆಗಳಿವೆ! 'ಫೋಟೋಗ್ರಾಫರ್', 'ಗೋಪಿ ಮತ್ತು ಗಾಂಡಲೀನಾ', 'ಟುವಟಾರ'. ಒಂದು ಇನ್ನೊಂದನ್ನು ಮೀರಿಸುವಂಥದು. ಹಾಗೂ ಅವರ ಮುಂದಿನ ಕಾವ್ಯಜೀವನಕ್ಕೆ ಕನ್ನಡಿಯಂತೆ ಇರುವಂಥವು–ವಸ್ತುವಿನಲ್ಲಿ ಮತ್ತು ರೀತಿಯಲ್ಲಿ. 'ಫೋಟೋಗ್ರಾಫರ್' ಆ ಕಾಲಕ್ಕೂ ಈ ಕಾಲಕ್ಕೂ ನವ್ಯವಾಗಿರುವ ವಸ್ತು, ರೂಪಕಗಳನ್ನು ಒಳಗೊಂಡಂಥದು. ಕವಿಯ ತಂದೆ ವೃತ್ತಿಯಲ್ಲಿ ಚಿತ್ರಗ್ರಾಹಕರಾಗಿದ್ದರು ಎನ್ನುವುದು ಇಲ್ಲಿ ಪ್ರಸ್ತುತ; ಆದ್ದರಿಂದ ಕವಿ ಇಲ್ಲಿ ವರ್ಣಿಸುವ ವಿಷಯವೂ ಸ್ವಾನುಭವದಿಂದ ಕೂಡಿದ್ದು ಎಂದು ಊಹಿಸಬಹುದು. ಇಲ್ಲಿ 'ಕ್ಯಾಮರಾಕಣ್ಣಿನ' ರೂಪಕ ಬರುತ್ತದೆ. ಮದುವೆ ಮನೆಯೊಂದರಲ್ಲಿ ಫೋಟೋ ಹಿಡಿಯಲು ನಿಯುಕ್ತನಾದ ಫೋಟೋಗ್ರಾಫರನ ಅನುಭವವನ್ನು ಚಿತ್ರಿಸುವ ಕವಿತೆ ಇದು:

ತಲೆಯೆತ್ತಿದರೆ,
ಮಹಡಿಕಟ್ಟೆಗೆ ಬೆನ್ನೊರಗಿ,

ಮೈಮರೆತು,
ಕಾಲೆತ್ತಿದ ಯುವತಿಯ ಬೆತ್ತಲೆ
ಬಿಳಿ ಮೀನಖಂಡದವರೆಗೆ
ಏರಿ,
ಎಲ್ಲೋ ಝಲ್ಲೆನಿಸಿ
ನಿಲ್ಲುತ್ತದೆ
ನನ್ನ ಕ್ಯಾಮೆರಾಕಣ್ಣು.
('ಫೋಟೋಗ್ರಾಫರ್')

ಎಲ್ಲರೂ ಊರಿಗೆ ಹೊರಟು ಹೋದ ಮೇಲೆ, ಫೋಟೋಗ್ರಾಫರನಲ್ಲಿ ಉಳಿಯುವುದು ಮಾಸುವ ನೆನಪಿನ ನೆಗೆಟಿವ್ಸ್ ಮಾತ್ರ ಎಂಬ ಅತ್ಯಂತ ಸೊಗಸಾದ ಇಮೇಜಿನೊಂದಿಗೆ ಕವಿತೆ ಕೊನೆಯಾಗುತ್ತದೆ. 'ಕ್ಯಾಮರಾಕಣ್ಣು' ಕವಿಯ ಮುಂದಿನ ಸಮಗ್ರ ಕಾವ್ಯದ ಹೆಸರಾಗುತ್ತದೆ. ಅಲ್ಲದೆ, ಫೋಟೋ ಪ್ರಿಂಟ್ ಎನ್ನುವುದು ಮನುಷ್ಯನ ನಶ್ವರತೆಯನ್ನು ಮೀರುವ ಒಂದು ಮಾಧ್ಯಮವೂ ಹೌದು! 'ಗೋಪಿ ಮತ್ತು ಗಾಂಡಲೀನಾ' ಈ ಕವಿಯ ಅತ್ಯಂತ ಜನಪ್ರಿಯ ಕವಿತೆ. ಇಲ್ಲಿ ಗೋಪಿ ಒಬ್ಬಾಕೆ ಬಾರ್ ನರ್ತಕಿಗೆ ಪರವಶನಾಗಿ ಇನ್ನೇನು ಅವಳಿಗೆ ಶರಣಾಗಬೇಕು ಎನ್ನುವಷ್ಟರಲ್ಲಿ ಮನೆಯಲ್ಲಿ ಕಾಯುವ ಹೆಂಡತಿಯ ನೆನಪಾಗಿ ನರ್ತಕಿಯ ಕಾಲಿಗೆ ಬೀಳುವ ಚಿತ್ರವಿದೆ.

ಕಟ್ಟಕಡೆಯ, ತುಟ್ಟತುದಿಯ
ಸ್ತಬ್ಧ ಶಿಖರನೋಟದಲ್ಲಿ,
ಅವಳ ಮಾನ
ನಡುವಿನ ಗಡಿಯನ್ನೂ ಮೀರಿ, ಜಾರಿ–
ದಂತಾದಾಗ,
ಗೋಪಿ ಕಿಟಾರನೆ ಚೀರಿ,
'ಹಾ ವೆಂಕಟಲಕ್ಷೀ...' ಎಂದು
ಧರ್ಮಪತ್ನಿಯ ನೆನೆದು, ನೊಂದು,
ನೆಂದು,
ಪರನಾರೀ ಸಹೋದರ,
ಗಾಂಡಲೀನಳ ಪಾದಪದ್ಮಂಗಳಿಗೆ
ಧಡಾರನೆ ಅಡ್ಡಬಿದ್ದ–
ನೋ ಅಥವ ಜಾರಿಬಿದ್ದನೋ?
('ಗೋಪಿ ಮತ್ತು ಗಾಂಡಲೀನ')

ಈ ಕವಿತೆಯ ವ್ಯಂಗ್ಯ, ವಿಷಾದ, ಗೇಲಿತನ, ಪೋಲಿತನ ಹೇಳಿದಷ್ಟೂ ಕಡಿಮೆಯೇ. ಇಂಥ ಕವಿತೆಗಳು ಬಿ.ಆರ್.ಎಲ್.ಗೆ ಒಂದು ಕಾಲದಲ್ಲಿ 'ಹಿಪ್ಪಿ ಕವಿ' ಎಂಬ ಬಿರುದು ತಂದುಕೊಟ್ಟಿತ್ತು. ಅದರೆ ಮೇಲಿಂದ ಮೇಲೆ ತಮಾಷೆಯಾಗಿ ಕಾಣುವ ಈ ಕವಿತೆಯಲ್ಲೂ ಸಾಂಸ್ಕೃತಿಕವಾದ ಒಂದು ಮಹತ್ವವಿದೆ ಎಂದು ನನ್ನ ಅನಿಸಿಕೆ. ಗೋಪಿಯ ಉಲ್ಲಂಘನೆಗೆ ಮಿತಿಯಿದೆ; ಅವನು ಎಂದೂ ಬಾದಿಲೇರ್ ಆಗಲಾರ. ಆಳವಾದ ಪಾಪಬೋಧೆಯೊಂದು ಅವನನ್ನು ಕಾಡುತ್ತದೆ. ಆದರೂ ಅವನು ಕ್ಷಮಾಯಾಚನೆಗೆ ಗಾಂಡಲೀನಳ ಕಾಲಿಗೆ ('ಪಾದಪದ್ಮಂಗಳಿಗೆ' ಎಂಬಲ್ಲಿನ ಅರ್ಥವ್ಯಾಪ್ತಿಯನ್ನು ಗಮನಿಸಿ!) ಅಡ್ಡಬಿದ್ದನೋ ಅಥವಾ ಜಾರಿಬಿದ್ದನೋ ಎಂಬ ಸಂದಿಗ್ಧತೆ ಹಾಗೇ ಉಳಿಯುತ್ತದೆ. ನನಗೆ ಪ್ರತ್ಯೇಕವಾಗಿ ಇಷ್ಟವಾಗುವ ಕವಿತೆ 'ಟುವಟಾರ'. ಈ ಕವಿತೆಯಲ್ಲೇ ನಮ್ಮಲ್ಲಿ ಹಲವರು ಟುವಟಾರ ಎಂಬ ಪದವನ್ನು ಪ್ರಥಮ ಬಾರಿ ಕೇಳಿದ್ದು. ಟುವಟಾರ ಎಂದರೇನು, ಏನದರ ಸಮಸ್ಯೆ ಎನ್ನುವುದೆಲ್ಲ ಕವಿತೆಯಲ್ಲೇ ಇದೆ. ಅದೊಂದು ನ್ಯೂಜಿಲೆಂಡ್‌ನಲ್ಲಿನ ದೇಸೀ ಸರೀಸೃಪ, ಅತ್ಯಂತ ಪುರಾತನದ್ದು, ಅಲ್ಲಿನ ಆದಿವಾಸಿಗಳ ಕತೆ ದಂತಕತೆಗಳ ಒಂದು ಭಾಗ. ಇದರ ಸಂತತಿ ನಿರ್ನಾಮವಾಗುತ್ತಿರುವುದನ್ನು ಗಮನಿಸಿ ಅದನ್ನು ರಕ್ಷಿಸಲು ನ್ಯೂಜಿಲೆಂಡ್ ಸರಕಾರ ಅನೇಕ ಕಟ್ಟಾಜ್ಞೆಗಳನ್ನು ಹೊರಡಿಸಿದೆ ಎನ್ನುತ್ತದೆ ಕವಿತೆ. ಇದರಲ್ಲೇನು ವಿಶೇಷ ಎಂದು ಕೇಳಬಹುದು. ವಿಶೇಷವಿರುವುದು ಕವಿತೆಯ ಕೊನೆಯಲ್ಲಿ ಬರುವ 'ಜೈ ಹಿಂದ್' ಎಂಬ ಘೋಷದಲ್ಲಿ.

ಅದರಂತೆ ಇಂದು ಟುವಟಾರವನ್ನು
ಕೆಣಕುವುದಾಗಲೀ,
ಕಾಡುವುದಾಗಲೀ,
ಕೊಲ್ಲುವುದಾಗಲೀ
ಮಹಾಪರಾಧ.
ಜೈ ಹಿಂದ್.
('ಟುವಟಾರ')

ಕೊನೆಯಲ್ಲಿ ಅನಿರೀಕ್ಷಿತವಾಗಿ ಬರುವ 'ಜೈ ಹಿಂದ್' ನಮ್ಮನ್ನು ಚಕಿತಗೊಳಿಸುವಂತಿದೆ. ಯಾಕೆ ಈ ಅಸಂಗತ ಪದ ಇಲ್ಲಿ? ನ್ಯೂಜಿಲೆಂಡಿನ ಸರಕಾರದ ಕ್ರಮಕ್ಕೂ 'ಜೈ ಹಿಂದ್'ಗೂ ಏನು ಸಂಬಂಧ? ಕವಿತೆ ಇದನ್ನು ಹೇಳುವುದಿಲ್ಲ--ಹೇಳಿದರೆ ಕವಿತೆ ಮಾಯವಾಗುತ್ತದೆ; ವಾಸ್ತವದಲ್ಲಿ ಈ ರಚನೆಗೆ ಕವಿತೆಯ ಗುಣವನ್ನು ಕೊಡುವುದೇ ಈ 'ಜೈ ಹಿಂದ್'. ಆದರೆ ಏನದರ ಪ್ರಸ್ತುತತೆ ಎನ್ನುವುದನ್ನು ಕವಿ ಓದುಗರಿಗೆ ಬಿಟ್ಟಿದ್ದಾರೆ. ನಮಗೆಲ್ಲರಿಗೂ ತಿಳಿದಂತೆ, 'ಜೈ ಹಿಂದ್' ಎಂಬ ಮಾತು ಸಾಮಾನ್ಯವಾಗಿ ಶಾಲಾ ಭಾಷಣಗಳಲ್ಲಿ, ಸರಕಾರಿ ಕಾರ್ಯಕ್ರಮಗಳಲ್ಲಿ, ರಾಜಕೀಯ ಸಂದರ್ಭದಲ್ಲಿ, ಧ್ವಜವಂದನೆ

ಯಲ್ಲಿ, ರಾಷ್ಟ್ರೀಯ ಅಥವಾ ರಾಷ್ಟ್ರಭಕ್ತಿಯ ಮಾತುಗಳ ಕೊನೆಯಲ್ಲಿ ಬರುವಂಥದು. 'ಟುವಟಾರ' ಇದರೊಂದಿಗೆ ಬರುವುದರಿಂದ ಕವಿತೆಯ ಸನ್ನಿವೇಶ ನ್ಯೂಜಿಲೆಂಡಿನಿಂದ ಥಟ್ಟನೆ ಭಾರತಕ್ಕೆ ಬದಲಾಗುತ್ತದೆ, ನೇರ ನಮ್ಮ ಹತ್ತಿರಕ್ಕೆ ಬರುತ್ತದೆ. ಹೀಗೆ ಬದಲಾದಾಗ ನಾವು ನಮ್ಮ ಟುವಟಾರವನ್ನು ಹುಡುಕಬೇಕಾಗುತ್ತದೆ. ಹಾಗೂ ನಮ್ಮ ಸಾರ್ವಜನಿಕ ಭಾಷಣಗಳ ಹುಸಿಯೂ ನಮಗೆ ಎದುರಾಗುತ್ತದೆ.

ಬಿ.ಆರ್.ಎಲ್.ಗೆ ಈ ಸೆಪ್ಟೆಂಬರ್ 9ಕ್ಕೆ 70 ವರ್ಷಗಳು ತುಂಬುತ್ತವೆ. ಈ ಸಂದರ್ಭದಲ್ಲಿ ಅವರ ಗೆಳೆಯರು ಒಂದು ಪುಸ್ತಕ ತರುವ ಯೋಜನೆಯನ್ನು ಹಾಕಿಕೊಂಡಿದ್ದಾರೆ: ಕವಿಯ ಆಯ್ದ 70 ಕವಿತೆಗಳನ್ನು ಪ್ರವೇಶಿಕೆ ಸಮೇತ ಪ್ರಕಟಿಸುವುದು. ಪ್ರವೇಶಿಕೆಗಳನ್ನು ಗಣ್ಯ ವಿಮರ್ಶಕರು ಬರೆಯುತ್ತಾರೆ. ಇದೊಂದು ಅಪೂರ್ವವಾದ ಯೋಜನೆಯೆಂಬುದರಲ್ಲಿ ಸಂದೇಹವಿಲ್ಲ. ಈ ಕವಿತೆಗಳ ಕುರಿತು ಯಾರೇನು ಹೇಳುತ್ತಾರೆ ಎನ್ನುವ ಬಗ್ಗೆ ನನಗೂ ಕುತೂಹಲವಿದೆ. ಪ್ರತಿಯೊಬ್ಬರ ಓದೂ ಒಂದೊಂದು ರೀತಿ ಇರುತ್ತದೆ. ಅದು ಆಯಾ ವಿಮರ್ಶಕರ ಒಳನೋಟಗಳನ್ನು, ವಿದ್ವತ್ತನ್ನು, ದೃಷ್ಟಿಕೋನವನ್ನು ಹೊಂದಿಕೊಂಡಿರುತ್ತದೆ. ನಾವು ಅವುಗಳನ್ನು ಯಥಾವತ್ತಾಗಿ ಸ್ವೀಕರಿಸಬೇಕೆಂದೇನೂ ಇಲ್ಲ; ನಮ್ಮನ್ನು ನಮ್ಮದೇ ಚಿಂತನೆಗೆ ಹಚ್ಚಿದರೂ ಸಾಕು. ಪ್ರತಿಯೊಂದು ಒಳ್ಳೆಯ ಓದೂ ಒಂದು ಸಂವಾದವೇ ಅಲ್ಲವೇ? ಕವಿತೆಯ ಕುರಿತಾದ ಕಥನಗಳು ಕಡಿಮೆಯಾಗುತ್ತಿರುವ ಈ ಕಾಲದಲ್ಲಿ ನಾವು ಇಂಥ ಹೊಸ ಪ್ರಯೋಗವನ್ನು ಸ್ವಾಗತಿಸಬೇಕು. ಕವಿಯೊಬ್ಬರ ಹುಟ್ಟುಹಬ್ಬವನ್ನು ಇದಕ್ಕಿಂತ ಚೆನ್ನಾಗಿ ಆಚರಿಸುವುದು ಸಾಧ್ಯವಿಲ್ಲ.

ಈ 70 ಕವಿತೆಗಳ ಸಂಗ್ರಹದ ಹೆಸರು "ಹಿನ್ನೋಟದ ಕನ್ನಡಿ" ಎಂದು. ಇದೊಂದು ಸಿಂಹಾವಲೋಕನದ ಅರ್ಥವನ್ನು ಕೊಟ್ಟರೆ ಆಶ್ಚರ್ಯವಿಲ್ಲ. ಆದರೆ ಇದೇ ಶೀರ್ಷಿಕೆಯ ಒಂದು ಕವಿತೆಯೂ ಇದರಲ್ಲಿದೆ. ಒಂದು ವರ್ಷದ ಹಿಂದೆಯಷ್ಟೆ ಬರೆದ ಈ ಕವಿತೆ ಇನ್ನೂ ಯಾವ ಸಂಕಲನದಲ್ಲೂ ಸೇರಿಲ್ಲ. ಈ ಕವಿತೆಯಲ್ಲಾದರೆ, 'ಹಿನ್ನೋಟದ ಕನ್ನಡಿ' ಸೂಚಿಸುವುದು ವಾಹನಗಳಿಗೆ ಜೋಡಿಸಿದ ರೀಯರ್ ಮಿರರ್. ಹಿಂದಿನಿಂದ ಬರುವ, ಓವರ್‌ಟೇಕ್ ಮಾಡಲು ಬಯಸುವ ವಾಹನಗಳ ಮೇಲೆ ಕಣ್ಣಿರಿಸುವ ದೃಷ್ಟಿಯಿಂದ. ಧಾವಂತದ ಇಂದಿನ ಯುಗದಲ್ಲಿ ಇದು ಅವಶ್ಯ; ಇಲ್ಲದಿದ್ದರೆ ಅಪಘಾತವಾಗುವ ಸಾಧ್ಯತೆಯಿದೆ. ಇಲ್ಲಿ ಕವಿ ವಿವರಿಸುವುದು ತನ್ನ ಕವಿತೆಯ ವಿಧಾನವನ್ನು. ಅದೊಂದು ಸ್ಪರ್ಧೆ ರಹಿತವಾದ, ಗುರಿಯನ್ನು ಸೇರುವ ಧಾವಂತವಿಲ್ಲದ ವಾಹನ ಚಾಲನೆ. ಒಂದು ಕಾಲದಲ್ಲಿ ತನಗೂ ಅಂಥ ತರಾತುರಿ ಇದ್ದಿರಬಹುದು, ಆದರೆ ಈಗಿಲ್ಲ ಎನ್ನುತ್ತಾರೆ ಬಿ.ಆರ್.ಎಲ್.

ಈಗ ನನ್ನ ಚಾಲನೆ
ಕೇವಲ ಖುಷಿಗಾಗಿ:

ಯಾರೊಂದಿಗೂ ಸ್ಪರ್ಧೆಯಿಲ್ಲ
ಯಾವುದೇ ಧಾವಂತವಿಲ್ಲ
ಸಂಗೀತ ಆಲಿಸುತ್ತ,
ಸುತ್ತಮುತ್ತಲಿನ ನೋಟ
ಸುಮ್ಮನೆ ಅವಲೋಕಿಸುತ್ತ
ನನ್ನದೇ ಗತಿಯಲ್ಲಿ ಮುಂದೆ
ಸಾಗಿದ್ದೇ ಗುರಿಯಾಗಿ
ಸಾಗುವ ಸಲುವಾಗಿ.
('ಹಿನ್ನೋಟದ ಕನ್ನಡಿ')

ಬಿ.ಆರ್.ಎಲ್. ಪೂರ್ವ ಯೋಜನೆಯಿರಿಸಿ ಬರೆಯುವವರೇ ಅಲ್ಲ. ಸಮಯ ಸ್ಫೂರ್ತಿಯಿಂದ ಬರೆಯುವವರು. ಆದ್ದರಿಂದಲೇ ಅವರ ಕವಿತೆಗಳಲ್ಲೊಂದು ತಾಜಾತನ ವಿದೆ. ಸುದೀರ್ಘ ಕವಿತಾ ಸರಣಿಯನ್ನೋ, ಕಾವ್ಯವನ್ನೋ ಅವರು ಇದುವರೆಗೆ ಬರೆದಿಲ್ಲ. ಫ್ರೆಂಚ್ ಪ್ರಬಂಧಕಾರ ಮೊಂಟೈನ್ ಅವರಿಗೆ ಇಷ್ಟವಾಗಬಹುದು. ಈ ನಿರಾಳತೆಯನ್ನು ನಾವು ಅವರ ವಸ್ತುವಿಷಯಗಳ ಆಯ್ಕೆಯಲ್ಲೂ ಶೈಲಿಯ ಸಂಯೋಜನೆ ಯಲ್ಲೂ ಕಾಣುತ್ತೇವೆ. ನವಿಲು, ಹುಳಹುಪ್ಪಟೆ, ಹಂದಿ ಎಲ್ಲವೂ ಬಿ.ಆರ್.ಎಲ್.ಗೆ ಕವಿತೆಗೆ ತರಲು ಯೋಗ್ಯ ವಸ್ತುಗಳೇ. ಇವು ಅತಿವೇಗದಲ್ಲಿ ವಾಹನ ಚಲಾಯಿಸುವವರಿಗೆ ಕಾಣಿಸುವ ವಸ್ತುಗಳಲ್ಲ, ನಿಧಾನ ಗತಿಯಲ್ಲೇ ದೃಷ್ಟಿಗೆ ಬರುವಂಥವು. ಹಲವರಲ್ಲಿ ಕಂಡು ಬರುವ ಹೈ ಸೀರಿಯಸ್‌ನೆಸ್ ಆಗಲಿ, ಹೈಬ್ರೋ ಆಗಲಿ ಈ ಕವಿಯಲ್ಲಿ ಇಲ್ಲ.

ಶುದ್ಧ 'ಅರ್ಬೇನ್' ಸಂವೇದನೆ ಅವರದು. ಭಾಷೆಯ ಸಮಸ್ಯೆಯಿಲ್ಲ. ದ್ವಂದ್ವ ಗಳಿದ್ದರೂ ವಿಕ್ಷಿಪ್ತತೆಯಿಲ್ಲ. ಚಂದವಾಗಿದ್ದರೂ ಆಲಂಕಾರಿಕವಾಗಿಲ್ಲ. ಕಾಳಜಿಯಿದ್ದರೂ ಕ್ರೌರ್ಯವಿಲ್ಲ. ಮಾತುಗಳಿದ್ದರೂ ಆರ್ಭಟವಿಲ್ಲ. ವಿರೋಧವಿದ್ದರೂ ವೈರವಿಲ್ಲ. ಒಟ್ಟಾರೆಯಾಗಿ ಒಂದು ತರದ ಪಾರದರ್ಶಕತೆ ಇಲ್ಲಿ ಕಾಣಿಸುತ್ತದೆ. ಹೀಗೆ ಹೇಳಿದರೆ ಹೆಚ್ಚು ತಿಳುವಾಗಬಹುದೇ, ಆದ್ದರಿಂದ ಸ್ವಲ್ಪ ಕಾಠಿಣ್ಯವನ್ನು ತರೋಣ ಎನ್ನುವ ಗಾಬರಿಯಿಲ್ಲ. ಎಲಿಯೆಟ್ ಇಂಗ್ಲಿಷನ್ನು ಬಳಸುವ ಲಾಲಿತ್ಯದಲ್ಲಿ ಬಿ.ಆರ್.ಎಲ್. ಕನ್ನಡವನ್ನು ಬಳಸುತ್ತಾರೆ. ಈ ಪಾರದರ್ಶಕತೆಯೂ ಅವರ ಅರ್ಬೇನಿಟಿಯ ಒಂದು ಗುಣ. ವ್ಯಕ್ತಿ ಮತ್ತು ಕವಿ ಒಬ್ಬನೇ ಆಗುವ ಪಾರದರ್ಶಕತೆ ಇದು. ಕವಿ ಪ್ರಾಮಾಣಿಕ ನಾಗುವುದು ಈ ಪಾರದರ್ಶಕತೆಯಿಂದಲೇ. ಕವಿತೆಯ ದೃಷ್ಟಿಯಿಂದ ಇದೊಂದು ದೊಡ್ಡ ಸಾಧನೆಯೇ ಸರಿ. ಬಿ.ಆರ್.ಎಲ್. ಅವರದೇ ಗತಿಯಲ್ಲಿ ಇನ್ನಷ್ಟು ದೂರ ಸಾಗಲಿ ಎನ್ನುವುದು ಎಲ್ಲರ ಹಾರೈಕೆ.

–ಕೆ.ವಿ. ತಿರುಮಲೇಶ್

ಕವಿಯ ಮಾತು

ಇದು ನನ್ನ ಎಪ್ಪತ್ತರ ಹುಟ್ಟುಹಬ್ಬಕ್ಕೆ ನನಗೆ ಕನ್ನಡ ಸಾರಸ್ವತ ಲೋಕದಿಂದ ದೊರೆತ ಅತ್ಯುತ್ಕೃಷ್ಟ, ಅವಿಸ್ಮರಣೀಯ ಉಡುಗೊರೆ. ಇದನ್ನು ಅತ್ಯಂತ ಧನ್ಯತೆಯಿಂದ, ವಿನೀತನಾಗಿ ನಾನು ಸ್ವೀಕರಿಸುತ್ತಿದ್ದೇನೆ.

ಇದರ ಸಂಪಾದಕತ್ವ ವಹಿಸಿದ ನನ್ನ ಜೀವದ ಗೆಳೆಯ, ಕವಿ ಎಚ್.ಎಸ್. ವೆಂಕಟೇಶಮೂರ್ತಿ ಅವರಿಗೆ–

ಮೌಲಿಕ ಮುನ್ನುಡಿಗಾಗಿ ಆತ್ಮೀಯ ಮಿತ್ರ, ಹಿರಿಯ ಕವಿ ಕೆ.ವಿ. ತಿರುಮಲೇಶರಿಗೆ–

ಕವನಗಳಿಗೆ ಸೂಕ್ತ ಪ್ರವೇಶಿಕೆಗಳನ್ನು ಬರೆದು ಸಹಕರಿಸಿದ ಪ್ರತಿಷ್ಠಿತ ಕವಿ, ವಿಮರ್ಶಕರಿಗೆ–

ಪ್ರಕಾಶಕ ದಂಪತಿ 'ಅಂಕಿತ ಪುಸ್ತಕ'ದ ಪ್ರಭಾ ಮತ್ತು ಪ್ರಕಾಶ್ ಕಂಬತ್ತಳ್ಳಿ ಅವರಿಗೆ–

ಮುಖಪುಟ ವಿನ್ಯಾಸಕ್ಕಾಗಿ ಯುವ ಸಾಹಿತಿ, ಕಲಾವಿದ ಅಪಾರ ಅವರಿಗೆ–

ನನ್ನ ಕುಟುಂಬ ವರ್ಗ, ಮಿತ್ರವೃಂದ, ಬಂಧುಬಾಂಧವರಿಗೆ–

ಕಾವ್ಯಾಭಿಮಾನಿಗಳಿಗೆ–

ನನ್ನ ಪ್ರೀತಿಯ ಕೃತಜ್ಞತೆಗಳು.

ಬಿ.ಆರ್. ಲಕ್ಷ್ಮಣರಾವ್

17/6, 'ಚಿಂತಾಮಣಿ', 5ನೇ ಕ್ರಾಸ್, 16ನೇ ಮೈನ್
ಬಾಲಾಜಿ ಲೇಔಟ್, ಪದ್ಮನಾಭ ನಗರ
ಬೆಂಗಳೂರು – 560 070
ಮೊ: 9845693614
email: lakshmanaraobr@gmail.com

ಪರಿವಿಡಿ

ಗೋಪಿ ಮತ್ತು ಗಾಂಡಲೀನ

ರಿಪೋಲಿಯ ನಿಶೆಯಲ್ಲಿ ಕೂತು
ಪೋಲಿ ಗೆಳೆಯರೆಲ್ಲಾ ಗೋಪೀನ
ಗೇಲಿ ಮಾಡ್ತಾರೆ,
ಪಾಪ!
'ಬೇರರ್, ಗೋಪಿಗೆ ಕುರಿಕಾಲಿನ ಸೂಪು,
ಕೋಳೀ ಬಿರಿಯಾನಿ' ಅಂದ್ರೆ,
'ನಕ್ಕೋಜಿ, ನಂಗೊಂದ್ಲೋಟ ಥಂಡಾ ಪಾನೀ' ಅಂತಾನೆ.
'ಗುಂಡು ಹಾಕೋ, ಗೋಪಿ' ಅಂದ್ರೆ,
'ನಂಗೆ ಸಾಕಪ್ಪ ಕಾಫಿ' ಅಂತಾನೆ.
ಗುಂಡಾಮೃತ ಬಂದ ಕೂಡಲೇ
ಹಿಂದಾ ನೋಡದೆ ಓಡುತ್ತಾನೆ
ಒಂದಾ ಮಾಡಲೆಂದು
ಬಾತ್ರೂಮಿಗೆ
ಜನಿವಾರದ ಲೋಲಾಕು ಧರಿಸಿ.

ಹೀಗಿರುವಲ್ಲಿ
ಜಾಸ್ ಗಾನದ ತೊರೆಯ ಮೇಲೆ,
ಬಾಂಗೋತಾನದ ತೆರೆಯ ಮೇಲೆ
ತೇಲಿ ಬಂದಳು ಗಾಂಡಲೀನ
ಮಧುಭಾಂಡದ ಹಾಗೆ.
ನೋಡಿದ ಗೋಪಿ,
ಅಲ್ಲಾಡದ ಹಾಗೆ.

ಗುಂಡು ಗುಂಡು ಗಾಂಡಲೀನ
ಕ್ಯಾಬರಿಸುತ್ತಾ,
ತನ್ನ ಅಂಗೋಪಾಂಗಗಳನ್ನು
ತಾನೇ ನೇವರಿಸುತ್ತಾ,

ನಿಧನಿಧಾನವಾಗಿ, ವಿಧವಿಧಾನವಾಗಿ
ಲಯಬದ್ಧವಾಗಿ,
ಬತ್ತಲಾಗುತ್ತಿದ್ದ ಹಾಗೇ,
ಕಕ್ಕಾವಿಕ್ಕಿ ಹಕ್ಕಿಯಂತೆ,
ಚಡಪಡಿಸಿದ ಗೋಪಿ,
ನಿಷ್ಪಾಪಿ!

ಗಾಂಡಲೀನಳ ಬಾಂಡಲಿ ಕಣ್ಣುಗಳಲ್ಲಿ,
ಹಳ್ಳದಿಣ್ಣೆಗಳಲ್ಲಿ,
ಕೊತ ಕೊತ ಕುದಿಯುವ ಕಾಮದ ಎಣ್ಣೆಬೆಣ್ಣೆಗಳಲ್ಲಿ,
ಬುರಬುರ ಊದಿ,
ಗಿರಗಿರ ತಿರುಗುವ
ಬೋಂಡವಾದ ಗೋಪಿ.

ಅವಳ ಮಾದಕ ನಗೆಯ ಮಿಠಾಯಿ
ಅವನ ಹೊಟ್ಟೆ ಕಡಾಯಿಯ ಹಸಿವನ್ನೆಲ್ಲಾ
ಉಡಾಯಿಸಿತು.

ಆ ಕ್ಯಾಬರಿ, ಅರೆ ದಿಗಂಬರಿ,
ಅವನ ಬಳಿಗೇ ಸರಿದು,
ಅವನ ಹಂಡೆಹೊಟ್ಟೆಯ ಸುತ್ತುವರಿದು,
ಅವನ ಚೊಂಬುಕೆನ್ನೆಯ ಮೇಲೆ
ತನ್ನ ತೊಂಡೆತುಟಿಗಳನ್ನು ಬಿಂಬಿಸಿದಾಗ,
ಜುಮ್ಮೆನಿಸಿ, ಗೋಪಿ
ಅವಳು ಜಗಿದು ಹೀರುತ್ತಿದ್ದ
ಚ್ಯೂಯಿಂಗ್ ಗಮ್ಮಾದ.

ಕಟ್ಟಕಡೆಯ, ತುಟ್ಟತುದಿಯ
ಸ್ತಬ್ಧ ಶಿಖರನೋಟದಲ್ಲಿ,

ಅವಳ ಮಾನ
ನಡುವಿನ ಗಡಿಯನ್ನೂ ಮೀರಿ, ಜಾರಿ-
ದಂತಾದಾಗ,
ಗೋಪಿ ಕಿಟಾರನೆ ಚೀರಿ,
'ಹಾ ವೆಂಕಟಲಕ್ಷ್ಮೀ...' ಎಂದು
ಧರ್ಮಪತ್ನಿಯ ನೆನೆದು, ನೊಂದು,
ನೆಂದು,
ಪರನಾರೀ ಸಹೋದರ,
ಗಾಂಡಲೀನಳ ಪಾದಪದ್ಮಂಗಳಿಗೆ
ಧಡಾರನೆ ಅಡ್ಡಬಿದ್ದ-
ನೋ ಅಥವಾ ಜಾರಿಬಿದ್ದನೋ?

ಗೋಪಿ ಮತ್ತು ಗಾಂಡಲೀನ

ಬಿ.ಆರ್. ಲಕ್ಷ್ಮಣರಾವ್ ಅವರ 'ಗೋಪಿ ಮತ್ತು ಗಾಂಡಲೀನ' ಕವಿತೆ ನನಗೆ ಇಷ್ಟವಾದದ್ದು ಅದು ಅಂತ್ಯಗೊಳ್ಳುವ ಬಗೆಗೆ. ಒಂದು ಬಾರ್ ಮತ್ತು ಕ್ಯಾಬರೆ ಕ್ಲಬ್ಬಿನ ಹಿನ್ನೆಲೆಯಲ್ಲಿ ಲಘುವಾಗಿ ಸಾಗುವ ಕವಿತೆ ಕೊನೆಯಲ್ಲಿ ಒಂದು ತರ್ಕವನ್ನು ನಮ್ಮ ಮುಂದಿಡುತ್ತದೆ. ಸ್ನೇಹಿತರೊಂದಿಗೆ ಬಾರ್‌ಗೆ ಹೋಗುವ ಗೋಪಿ ಅಲ್ಲೊಬ್ಬ ಮಡಿಜೀವಿ. ಅಲ್ಲಿ ಸಲ್ಲುವವನಲ್ಲ. ಮದ್ಯ ಮತ್ತು ಮಾಂಸಾಹಾರಗಳಿಗೆ ಮಾರು ದೂರ ಓಡುವವ, ಓಡಿ ತಪ್ಪಿಸಿಕೊಂಡವ, ಆದರೆ ಗಾಂಡಲೀನ ಎನ್ನುವ ಕ್ಯಾಬರೆ ನರ್ತಕಿಯ ಪಾಶದಿಂದ ತಪ್ಪಿಸಿಕೊಳ್ಳುವುದು ಅಸಾಧ್ಯವಾಗಿ ಪರದಾಡಿಬಿಡುತ್ತಾನೆ.

ಕವಿತೆಯ ವಿಶೇಷವಿರುವುದು ಅದು ಗೋಪಿಯನ್ನು ಅಪಹಾಸ್ಯ ಮಾಡುತ್ತಲೇ, ಅವನ ಮುಖಾಂತರ ದೇಹ ಗೆಲ್ಲಲಾಗದ ಮನುಷ್ಯನ ಮಿತಿಯನ್ನೂ ತೋರಿಸುವುದು. ಯುದ್ಧರಂಗವನ್ನು ಹೊಕ್ಕಂತೆ ಬಾರ್ ಹೊಕ್ಕ ಗೋಪಿ ಸ್ನೇಹಿತರ ಪೀಡೆಯನ್ನು ಎದುರಿಸುತ್ತಲೇ ತನ್ನ ಸಂಯಮವನ್ನು ಉಳಿಸಿಕೊಳ್ಳುತ್ತಿರುತ್ತಾನೆ. ಮದ್ಯ ಮತ್ತು ಆಹಾರಗಳಲ್ಲಿ ಕಠೋರವಾಗಿ ಸ್ತಿಮಿತವನ್ನು ಸಾಧಿಸಿದವನು ಕೊನೆಗೆ ಅಂತಿಮ ಪರೀಕ್ಷೆ ಎನ್ನುವಂತೆ ಕಾಮವಾಂಛೆಯನ್ನು ಎದುರಿಸಬೇಕಾಗುತ್ತದೆ. ಗೋಪಿ ಗೆದ್ದನೇ? ಸೋತನೇ? ಕವಿತೆ ಆ ಗುಟ್ಟನ್ನು ಬಿಟ್ಟುಕೊಡುವುದಿಲ್ಲ. ಮನಸ್ಸಿನ ಸಂಘರ್ಷ ತಾರಕಕ್ಕೇರಿ ಮತ್ತೇನು ಮಾಡಲು ತೋಚದವನಂತೆ ಗಾಂಡಲೀನಳ ಕಾಲುಗಳ ಬಳಿ ಕುಸಿಯುವ ಗೋಪಿ ಹೆಂಡತಿ ವೆಂಕಟಲಕ್ಷ್ಮಿಯನ್ನು ಆ ಕ್ಷಣದಲ್ಲಿ ನೆನೆಯುತ್ತಾನೆ. ಮೌಲ್ಯ-ಅಪಮೌಲ್ಯ, ಪವಿತ್ರ-ಅಪವಿತ್ರಗಳೆಂಬ ನಮ್ಮದೇ ನಂಬಿಕೆಗಳ ನಡುವೆ ನಡೆಯುವ ಸಂಘರ್ಷವನ್ನು ಚಿಕ್ಕದಾಗಿ ಮತ್ತು ಪರಿಣಾಮಕಾರಿಯಾಗಿ ತನ್ನದೇ ವಿಕಟರೀತಿಯಲ್ಲಿ ಹೇಳುವ ಕವಿತೆ ಗೋಪಿಯು 'ಗಾಂಡಲೀನಳ ಪಾದಪದ್ಮಂಗಳಿಗೆ ಧಡಾರನೆ ಅಡ್ಡಬಿದ್ದನೋ ಅಥವಾ ಜಾರಿಬಿದ್ದನೋ?' ಎಂದು ಉತ್ತರವಿಲ್ಲದ ಪ್ರಶ್ನೆಯನ್ನು ಮುಂದಿಟ್ಟು ಮನಸ್ಸು ಮತ್ತು ದೇಹಗಳ ಸಂಘರ್ಷಕ್ಕೆ ಕೊನೆಯಿಲ್ಲ ಎನ್ನುವ ಸಂದೇಶವನ್ನು ಕೊಟ್ಟು ಬಿಡುತ್ತದೆ.

–ಎಂ.ಆರ್. ದತ್ತಾತ್ರಿ

ಫೋಟೋಗ್ರಾಫರ್

ಮದುವೆಯ ಫೋಟೋ ತೆಗೆಯಲು ಹೋಗುತ್ತೇನೆ
ದುಡ್ಡಿಗಾಗಿ, ಖುಷಿಗಾಗಿ;
ಮದುವೆ ಮನೆ ಗದ್ದಲ, ಸಂಭ್ರಮ, ಸಡಗರ;
ಸೀರೆ ಸರಭರ; ಡೋಲು ಢಮಢಮ;
ತಿಂಡಿ ಕಾಫಿ ಸರಬರಾಯಿ
ನನ್ನನ್ನು ತಿಂಡಿ ಕಾಫಿಗೆ
ಯಾರೂ ಕರೆಯುವುದಿಲ್ಲ.
ಒಂದು ಮೂಲೆಯ ಖಾಲಿ ಕುರ್ಚಿಯಲ್ಲಿ ಕೂಡುತ್ತೇನೆ
ನೋಡುತ್ತಾ;
ಬಾಗು ಮುದುಕರ ಒಣ ಹರಟೆ;
ಮೊಲೆತ ಯುವತಿಯರ ಚಿಲಿಪಿಲಿ ಧಿಮಾಕು;
ಗಂಡಸರ ಆತಂಕ.

ಕಾಶೀಯಾತ್ರೆ, ಜೀರಿಗೆ ಬೆಲ್ಲ, ಧಾರೆ, ಮಾಂಗಲ್ಯ ಧಾರಣೆ ಇತ್ಯಾದಿ
ಮುಗಿಯುವ ಹೊತ್ತಿಗೆ
ಹಲವು ಲಲನಾಮಣಿಯರ ವದನಾರವಿಂದಗಳು,
ನೋಟ, ನಗೆ, ನಾಟಕಗಳು,
ನಾಮಧೇಯಗಳು,
ಪರಿಚಿತವಾಗುತ್ತವೆ.

ನನ್ನ ಸೈಡ್ ವಿಸ್ಕರ್ಸ್, ಗಾಗಲ್ಸ್, ರೇಷ್ಮೆ ಜುಬ್ಬ,
ಬಿಗಿ ಪ್ಯಾಂಟ್ಸ್, ಮೊನಚು ಶೂಸ್
ಟೋನಿ ಕರ್ಟಿಸ್ ನಗೆ
ಹಲವು ತರುಣಿಯರ ಕುತೂಹಲ, ಮೆಚ್ಚಿಗೆಗೆ,
ತರುಣರ ಗುಮಾನಿ ಉರಿಗೆ
ಗುರಿಯಾಗುತ್ತವೆ.

ತಲೆಯೆತ್ತಿದರೆ,
ಮಹಡಿ ಕಟ್ಟೆಗೆ ಬೆನ್ನೊರಗಿ,
ಮೈಮರೆತು,
ಕಾಲೆತ್ತಿದ ಯುವತಿಯ ಬೆತ್ತಲೆ
ಬಿಳಿ ಮೀನಖಂಡದವರೆಗೆ
ಏರಿ,
ಎಲ್ಲೋ ಝಲ್ಲೆನಿಸಿ
ನಿಲ್ಲುತ್ತದೆ
ನನ್ನ ಕ್ಯಾಮೆರಾ ಕಣ್ಣು.

ಊಟಕ್ಕೆ ಕರೆದಾಗ ಸಭ್ಯತೆಗೆ
ಒಲ್ಲೆನೆನ್ನುತ್ತೇನೆ.

ಸಂಜೆ,
ಆರತಕ್ಷತೆ ದೊಂಬಿಯಲ್ಲಿ,
ಗಾನಕೂಟದ ಕೋಲಾಹಲದಲ್ಲಿ,
ಸುತ್ತ ನೆರೆಯುತ್ತಾರೆ,
ಲಲ್ಲೆಗರೆಯುತ್ತಾರೆ,
ಬಯಕೆ ಉರಿಯುತ್ತಾರೆ,
ಬೆಡಗು ಮೆರೆಯುತ್ತಾರೆ.
ಪರಿಚಯದ ಸಿಹಿ ನಕ್ಕು,
ಕುಡಿ ನೋಟದ ಹುಡಿ ಹಾರಿಸಿ,
ಜೀವನ ಸಾರ್ಥಕವೆನಿಸುತ್ತಾರೆ
ರೂಪಸಿ ರಜಸ್ವಲೆಯರು.

ಅವರ ಅಂಚು ಅಂಚಿಗೂ
ಮಿಂಚು ಹಾರಿಸಿ,
ಅವರ ರೂಪ ಹೀರುತ್ತೇನೆ
ಕ್ಯಾಮೆರಾದೊಳಕ್ಕೆ.

ರಾತ್ರಿ, ನಿದ್ರೆಗೆ ಮುಂಚೆ,
ಅವರೆಲ್ಲರ ಚಹರೆಗಳನ್ನೂ
ಒಂದೊಂದಾಗಿ ಮೆಲುಕಾಡಿಸಿ,
ರಾಧಾ.... ಪದ್ಮಾ.... ಪಂಕಜಾ....
ಮಾಲಾ.... ವಿಶಾಲಾ....
ಸುನೀತಾ....

ಕನಸ ಕರೆಯುತ್ತೇನೆ;
ವ್ಯರ್ಥ! ವ್ಯರ್ಥ!!

ಕೊನೆಗೆ,
ಮಾರನೆ ಸಂಜೆ,
ಅವರವರ ಫೋಟೋಗಳನ್ನು ಅವರವರಿಗೆ
ಒಪ್ಪಿಸಿ,
ಮೆಚ್ಚಿಗೆಯ ಕಣ್ಣಾಡಿ ಪರಸ್ಪರ,
ಬಿಕ್ಕಿ, ನಕ್ಕು,
ಅವರವರ ಊರುಗಳಿಗೆ ಅವರೆಲ್ಲಾ ಹೊರಟು
ಬಿಟ್ಟ ಮೇಲೆ,
ನನ್ನ ಬಳಿ ಉಳಿಯುವುದು
ಅವರೆಲ್ಲರ ಮಾಸುವ ನೆನಪು,
ನೆಗೆಟಿವ್‌ಗಳು
ಮಾತ್ರ

ಫೋಟೋಗ್ರಾಫರ್

ಇಲ್ಲೊಬ್ಬ ವೃತ್ತಿನಿರತ ಫೋಟೋಗ್ರಾಫರ್ ಒಂದು ಮದುವೆಮನೆಯ ಜೀವ ಜಾತ್ರೆಯನ್ನು ಸೆರೆಹಿಡಿಯುತ್ತಿದ್ದಾನೆ, ತನ್ನ ಕ್ಯಾಮೆರಾದಲ್ಲಿ ಮತ್ತು ತನ್ನ ಮನಸ್ಸಿನಲ್ಲಿ. ಅವನಿನ್ನೂ ತರುಣ. ಸಹಜವಾಗಿ ಅವನ ಕ್ಯಾಮೆರಾ ಕಣ್ಣಿನ ನೋಟಗಳು ಹಿಡಿಯುವುದು ಸಂಭ್ರಮದಲ್ಲಿ ತರುಣಿಯರ ಚಿತ್ರಗಳನ್ನು. ಇಲ್ಲಿ ಅವನ ಉಪಕರಣ ಕ್ಯಾಮೆರಾ ಜೀವರಹಿತವಲ್ಲ. ಅದಕ್ಕೆ ರಸಿಕತನದಿಂದ ಚಿತ್ರಗಳನ್ನು ಸನ್ನಿವೇಶದಿಂದ ಸನ್ನಿವೇಶಕ್ಕೆ ಬದಲಿಸುವುದು ತಿಳಿದಿದೆ. ಮುದುಕರ ಒಣಹರಟೆ, ಮದುವೆಯ ನಗೆ ನೋಟ ನಾಟಕಗಳನ್ನು ವೃತ್ತಿಪರ ನಿಲುವಿನಿಂದ ಹಿಡಿಯುವ ಕ್ಯಾಮೆರಾ ಕಣ್ಣು 'ಮಹಡಿಕಟ್ಟೆಗೆ ಬೆನ್ನೊರಗಿ ಮೈಮರೆತು ತನ್ನ ಸುಂದರ ಬಿಳಿ ಮೀನಖಂಡವನ್ನು' ತೋರಿದ ಹುಡುಗಿಯ ಚಿತ್ರವನ್ನು ಹಿಡಿಯಬೇಕಾದರೆ ಹದಿಹರಯದ ತುಂಟ ಹುಡುಗನದಾಗಿಬಿಡುತ್ತದೆ. ಹಿಡಿದ ಚಿತ್ರಗಳು ಬರೀ ಒಣಚಿತ್ರಗಳಾಗಿ ಉಳಿಯದೆ ಹುಡುಗನಲ್ಲಿ ಜೀವ ಪ್ರಚೋದಕ ವಸ್ತುಗಳಾಗುತ್ತವೆ.

ಆದರೆ ಕ್ಯಾಮೆರಾ ಕಣ್ಣಿನ ಹುಡುಗನಿಗೆ ಕೊನೆಯಲ್ಲಿ ಉಳಿಯುವುದೇನು? ಕ್ಯಾಮೆರಾ ಹೀರಿದ ಚಿತ್ರಗಳು ರಾತ್ರಿಯ ಕನಸಾಗಿ ಕಾಡುತ್ತವೆ. ಚಿತ್ರದ ಚಹರೆಗಳು, ಭಂಗಿಗಳು, ನೋಟಗಳ ಮಿಂಚು, ಕೆಣಕುವ ಮಧುರ ಹೆಸರುಗಳು ಎಲ್ಲವೂ ಕನಸಾಗಿ ಮತ್ತು ಬಯಕೆಗಳಾಗಿ ಕಾಡುತ್ತವೆ. ಆದರೆ ಅವಷ್ಟೇ ಕ್ಯಾಮೆರಾ ಕಣ್ಣಿನ ಹುಡುಗನಿಗೆ ಉಳಿಯುವುದು. ಅವರವರ ಫೋಟೋಗಳನ್ನು ಅವರವರಿಗೆ ವಿಲೇವಾರಿ ಮಾಡಿದ ಮೇಲೆ ಫೋಟೋಗ್ರಾಫರನ ಬಳಿ ಬರೀ ನೆಗೆಟಿವ್ ಉಳಿದಂತೆ ಹುಡುಗನ ಮನಸ್ಸಿನಲ್ಲಿ ಉಳಿಯುವುದು ನೆನಪುಗಳೆಂಬ ನೆಗೆಟಿವ್ ಮಾತ್ರ. ಫೋಟೋಗ್ರಾಫರ್ ಹುಡುಗನ ದೆಸೆಯಲ್ಲಿ ಕವಿತೆಯು, ಜೀವಜಾತ್ರೆಯಲ್ಲಿ ನಮಗೆ ಉಳಿಯುವುದು ನೆನಪುಗಳಷ್ಟೆ ಎನ್ನುವುದನ್ನು ಹೇಳುತ್ತದೆ. ಹರಯದ ಹುಡುಗನ ರಸಿಕ ನಿಲುವಿನ ಪದ್ಯ ಕೊನೆಯಲ್ಲಿ ಹುಡುಗನ ಮನೋವಿಸ್ತಾರವನ್ನು ದಾಟಿ ದೊಡ್ಡ ಸಂದೇಶವನ್ನು ಕೊಡುತ್ತದೆ.

–ಎಂ.ಆರ್. ದತ್ತಾತ್ರಿ

ಶಶಿಯ ಮೊರೆ

"ಲೇ ಶಶೀ,
ಬರೀ ಐಸ್‌ಕ್ರೀಂನಲ್ಲೇನಿದೆಯೆ ಖುಷಿ?
ಹಸಿ ಹೆಣ್ಣೆ, ಹಿಡಿ.
ಈ ಅಮೆರಿಕದ ಕಾಕ್‌ಟೇಲ್ ಕುಡಿ;
ಸುಡಲಿ ನಿನ್ನ ಮಡಿ"

"ಥೂ, ಬಿಡೀಪ್ಪ,
ನನಗೊತ್ತಿಲ್ವೆ ನಿಮ್ಮ ಮಾತಿನ ಮೋಡಿ;
ಮೆತ್ತಗೆ ಮತ್ತೇರಿಸಿ,
ನನ್ನ ಹಳ್ಳ ತಿಟ್ಟುಗಳಲ್ಲೆಲ್ಲಾ ನಿಮ್ಮ ಆಸೆಗ್ಯೆ
ಜೀಪು ಹರಿದಾಡಿಸಿ
ಸಡಿಲಿಸಿ ನನ್ನ ಕನ್ಯತ್ವದ ಲಾಡಿ,
ಆ ಮೇಲೆ ನನ್ನ ಮೈಮೇಲೆಲ್ಲಾ ನಿಮ್ಮ ರಂಪ ರಾಡಿ;

ದಯವಿಟ್ಟು,
ನನ್ನ ಕ್ಷೇತ್ರದಲ್ಲೂ ನಿಮ್ಮ ಧ್ವಜ ನೆಟ್ಟು,
ನನ್ನ ಬಸಿರಲ್ಲೂ ಒಂದು ವಿಯಟ್ನಾಂ ಬಿತ್ತಬೇಡಿ."

ಶಶಿಯ ಮೊರೆ

ಲಕ್ಷ್ಮಣರಾಯರ 'ಶಶಿಯ ಮೊರೆ' ಕವಿತೆ ಭಿನ್ನ ವಸ್ತುವಿನದು. ಅಮೆರಿಕನ್ನರು ಚಂದ್ರನ ನೆಲದ ಮೇಲೆ ಮೊದಲು ಹೆಜ್ಜೆಯೂರಿದ ಸಂದರ್ಭವನ್ನು ನೆಪವಾಗಿರಿಸಿ ಅಂದಿನ ವಿಶ್ವರಾಜಕೀಯ ಮತ್ತು ವಿಯೆಟ್ನಾಂನಲ್ಲಿ ಅಮೆರಿಕ ನಡೆಸಿತೆನ್ನಲಾದ ಮಿಲಿಟರಿ ದಬ್ಬಾಳಿಕೆಯನ್ನು ವಿಡಂಬಿಸುವ ಕವಿತೆ. ಇಲ್ಲಿ ಚಂದ್ರ ನಮ್ಮ ಅನುದಿನದ ಕ್ಲೀಷೆಯಂತೆ 'ಚಂದಮಾಮ'ನಲ್ಲ, ಬದಲಾಗಿ ಕೂಡಿಕೆಗೆ ಸಿದ್ಧಳಾದ ಹೆಣ್ಣು. ಅಮೆರಿಕನ್ನರ ಪ್ರವೇಶ ಆಕೆಯ ಕನ್ಯತ್ವ ಮತ್ತು ಮಡಿಯನ್ನು ಮುರಿಯುವ ಉದ್ದೇಶದ ಕಾರ್ಯ.

ಆದರೆ ಶಶಿ ಮೊರೆಯಿಡುತ್ತಾಳೆ; ನನ್ನನ್ನು ಮತ್ತೊಂದು ವಿಯೆಟ್ನಾಂ ಮಾಡಬೇಡಿ ಎಂದು. ಬೆಟ್ಟಗುಡ್ಡಗಳನ್ನು ನೆಲಸಮ ಮಾಡುವ ಕಾರ್ಪೆಟ್ ಬಾಂಬ್‌ಗಳನ್ನು ಅಮೆರಿಕ ನೇತೃತ್ವದ ನೆಟೊ ಯುದ್ಧ ವಿಮಾನಗಳು ಆಫಘಾನಿಸ್ತಾನದಲ್ಲಿ ಬಳಸಿದ್ದನ್ನು ನೆನೆದರೆ ಶಶಿಯ ಮೊರೆ, ಮಾಡಬೇಡಿ ನನ್ನ 'ಮೈಮೆಲೆಲ್ಲಾ ನಿಮ್ಮ ರಂಪ ರಾಡಿ' ಹೆಚ್ಚು ಅರ್ಥವಾಗುತ್ತದೆ ಮತ್ತು ಇಂದಿಗೂ ಪ್ರಸ್ತುತವಾಗುತ್ತದೆ.

ಎಲ್ಲಿಯತನಕ ಭೂಮಿಯ ಮೇಲೇ ನಾವು ಜವಾಬ್ದಾರಿಯುತ ನಾಗರೀಕರಾಗುವುದಿಲ್ಲವೋ, ಅಲ್ಲಿಯತನಕ ಚಂದ್ರನ ಮೇಲೂ ಅಷ್ಟೆ ಮಂಗಳನ ಮೇಲೂ ಅಷ್ಟೆ. ದೂರದ ಕಾಯಗಳೊಂದಿಗಿನ ನಮ್ಮ ಅನುಬಂಧ ಸೃಷ್ಟಿಸುವುದು ತಂತ್ರಜ್ಞಾನದ ಸಾಧನೆ ಮತ್ತು ವಿಯೆಟ್ನಾಂನಂತಹ ಕೆಟ್ಟ ಸೃಷ್ಟಿಯನ್ನಷ್ಟೆ ಎನ್ನುವುದನ್ನು ಈ ಪುಟ್ಟ ಕವಿತೆ ಚೆನ್ನಾಗಿ ಮನದಟ್ಟು ಮಾಡುತ್ತದೆ. ಅಮೆರಿಕನ್ನರಂತೆಯೇ, ಚಂದ್ರನ ನೆಲವನ್ನು ಮುಟ್ಟ ಬಯಸುವ ಭಾರತೀಯರಿಗೂ ಈ ಕವಿತೆ ಒಂದು ಒಳ್ಳೆಯ ಪಾಠ. ಹಾಲಿವುಡ್ ಕೂಡ ಈ ಬಗೆಯ ಪಾಠವನ್ನು ಗಮನಿಸುತ್ತದೆ. ಇತ್ತೀಚೆಗೆ ಬಂದ ದ ಮಾರ್ಷಿಯನ್ ಸಿನಿಮಾದಲ್ಲಿ ಅನಿವಾರ್ಯವಾಗಿ ಮಂಗಳನಲ್ಲಿ ಉಳಿದ ಮಾನವನೊಬ್ಬ ಕೃತಕ ಪರಿಸರವನ್ನು ಸೃಷ್ಟಿಸಿ ಹಸಿರನ್ನು ಬೆಳೆಯುತ್ತಾನೆ. ಭೂಮಿತಾಯಿಯನ್ನು ಪ್ರೀತಿಸಿದಂತೆ ಮಂಗಳೆಯನ್ನೂ ಪ್ರೀತಿಸುತ್ತಾನೆ.

ತಂತ್ರಜ್ಞಾನ ಬೆಳೆಯುವ ವೇಗಕ್ಕೆ ಸಮನಾಗಿ ನಾವು ಮಾನವರೂ ಆಗಬೇಕು ಎನ್ನುವ ಸಂದೇಶವು ರಸಿಕ ಮಾತುಗಳ ಈ ಪುಟ್ಟ ಕವಿತೆಯಲ್ಲಿದೆ.

–ಎಂ.ಆರ್. ದತ್ತಾತ್ರಿ

ಹಸಿರು ಹಾವು

ಮೊನ್ನೆ ಮುಂಜಾನೆ,
ಅಮ್ಮ,
ನನ್ನ ಚಿಕ್ಕ ತಮ್ಮ,
'ನಮ್ಮನೇ ಹಿತ್ತಲಲ್ಲಿ ಹಾವು ಕಂಡೆ ಅಂತಾನೆ
ನೋಡಿ ಬನ್ರೋ........' ಎಂದು ಹೊಯ್ಕೊಂಡಾಗ
ಹಿತ್ತಲಲ್ಲಿ ದೊಡ್ಡ ಜಾತ್ರೆ.

ಹಾವು ಅಪರೂಪದ ನಾಗರಿಕ ಮಂದಿ;
ಯಾವ ಹಾವಾದರೂ ತತ್ತರಿಸುವ ಮಂದಿ.

ಕಲ್ಲು ಚಪ್ಪಡಿ ಕೆಳಗೆ,
ಸಂಧಿಯಲ್ಲಿ,
ಪಿಳಪಿಳ ಕಣ್ಣು ಬಿಡುತ್ತಾ,
ಫಳ ಫಳ ಸೀಳು ನಾಲಿಗೆ ಮಿಂಚುತ್ತಾ,
ಕಪ್ಪೆ ನುಂಗಿದ ಹೊಟ್ಟೆ
ದಪ್ಪಗಾಗಿ,
ತೆಪ್ಪಗೆ, ಆರಾಮಾಗಿ ಬಿದ್ದಿತ್ತು
ಎರಡು ಗೇಣುದ್ದ, ಮುಗ್ಧ ಮರಿ ಹಾವು,
ಹಸಿರು ಹಾವು.

'ಪಾಪ, ಹಸಿರು ಹಾವು, ಅದರಲ್ಲೂ ಮರಿ,
ಏನು ಮಾಡುತ್ತೆ ಬಿಡಿ' ಎಂದೆ.
ಅದಕ್ಕೆ ನನ್ನ ತಂದೆ,
'ಯಾವ ಹಾವಾದರೂ ಹಾವು ಹಾವೇ' ಎಂದರು.

ಅಮ್ಮ, 'ಮನೆ ಮಂದಿಯೆಲ್ಲಾ ಓಡಾಡೋ ಜಾಗ,
ಯಾಕ್ಬೇಕು, ಕೊಂದ್ಬಿಡಿ ಬೇಗ' ಎಂದಳು.

'ನನ್ನ ಕೈಯ್ಯಾರೆ
ನಾ ಕೊಲ್ಲಲಾರೆ' ಎಂದೆ.

ಅಪ್ಪ, ತಾವೇ ಅದನ್ನು ಕಟ್ಟಿಗೆಯಿಂದ ಹೆಟ್ಟಿ,
ಹೊರಗಟ್ಟಿ,
ಅಪ್ಪಳಿಸಿ ಕೊಂದುಬಿಟ್ಟರೂ ಅನ್ನಿ.

ಅಲ್ಲ, ಯಾಕೆ ಹೇಳ್ಲಿಕ್ಕೆ ಬಂದೇಂದ್ರೆ,
ನನ್ನ ಆಪ್ತ ಗೆಳೆಯ,
ನಮ್ಮನೆಗೆ ಹತ್ತಾರು ವರ್ಷಗಳ ಹಳೆಯ,
ಅಮ್ಮನಿಂದ ಹಿಡಿದು ಚಿಳ್ಳೆಪಿಳ್ಳೆಗಳವರೆಗೆ,
ಅವನಿಗೆ ಭಾರೀ ಸಲಿಗೆ,
ಚಿನ್ನದಂಥ ಪೆದ್ದ;
ಅಂಥವನನ್ನ
ಅಪ್ಪ, 'ಇನ್ಮೇಲೆ ಮನೇ ಒಳಗೆಲ್ಲಾ ಸೇರಿಸ್ಬೇಡ' ಅನ್ನೋದೆ?
'ಯಾಕೆ?' ಕೇಳಿದೆ.
'ಬೆಳೆದ ಹುಡುಗಿಯರಿರೋ ಮನೆ,
ಕಂಡವರ ಬಾಯಿ ಸುಮ್ಮನೆ ಇರುತ್ಯೆ?
ಹುಡುಗ ಎಷ್ಟೇ ಒಳ್ಳೆಯೋನಾದರೂ
ಈ ಅನಿಷ್ಟ ಸಮಾಜದ ದೃಷ್ಟೀ...............' ಎಂದು
ಇನ್ನೂ ಏನೇನೋ ಸಂದೇಶ
ಕೊರೆದರು.

ಹಸಿರುಹಾವು

ಯುರೋಬೋರೊಸ್(Ouroboros)– ಎಂಬೊಂದು ಪುರಾತನ ಕಲ್ಪನೆಯಿದೆ. ಕಾಳಸರ್ಪವೊಂದು ತನ್ನ ಬಾಲಕ್ಕೆ ತಾನೇ ಬಾಯಿಕ್ಕಿ ನುಂಗ ಹವಣುತ್ತಿರುವ ಚಿತ್ರ ಅದು; 'ಕೇತುಭಕ್ಷ್ಯ' ಎಂಬುದು ಇದರ ಇಂಡಿಯನ್ ಅವತರಣಿಕೆ. ಈ ಜಗತ್ತಿನ ಕ್ರಿಸ್ತಪೂರ್ವದ ನಾಗರಿಕತೆಗಳಲ್ಲಿ ಸದರಿ ಯುರೋಬೊರೊಸ್ಸಿನ ಚಿತ್ರ ಹೇರಳವಾಗಿ ಪ್ರಚಲಿತವಿತ್ತು. ಪುರಾತನ ಗ್ರೀಸು, ಈಜಿಪ್ಟುಗಳಲ್ಲೂ ಇದರ ಮೋಟಿಫುಗಳಿದ್ದವು. ಚೀನಾದೇಶದಲ್ಲಿನ ಪುರಾತತ್ತ್ವಶಿಲ್ಪಗಳಲ್ಲಿ– ಸರ್ಪದಬದಲಿಗೆ, ಡ್ರ್ಯಾಗನ್ನು ತನ್ನ ಬಾಲಕ್ಕೆ ತಾನೇ ಬಾಯಿಕ್ಕುವ ದೃಷ್ಟಾಂತವಿದೆ. ಕೊಳವೆ ಮೈಯುಳ್ಳ ಹಾವೊಂದು ತನ್ನನ್ನು ತಾನೇ ಹಿಂದಿನ ತುದಿಯಿಂದ ನುಂಗುವುದೆಂದರೆ, ತನ್ನೊಳಗೆ ತಾನೇ ಆಗಿಬಿಡುವ ಅರ್ಥವಷ್ಟೆ?

ಯಾಕೋ ಕಾಣೆ, ಲಕ್ಷ್ಮಣರಾಯರ 'ಹಸಿರುಹಾವು' ಪದ್ಯ ಓದುವಾಗ, ಯುರೋಬೊರೊಸ್ಸಿನ ಈ ಕಲ್ಪನೆ ನೆನಪಾಯಿತು.

ಮೊನ್ನೆಮುಂಜಾನೆ, ಅಮ್ಮ, ನನ್ನ ಚಿಕ್ಕತಮ್ಮ, 'ನಮ್ಮನೇ ಹಿತ್ತಲಲ್ಲಿ ಹಾವು ಕಂಡೆ ಅಂತಾನೆ, ನೋಡಿಬನ್ರೋ?' ಎಂದು ಹೊಯ್ಕೊಂಡಾಗ ಹಿತ್ತಲಲ್ಲಿ ದೊಡ್ಡಜಾತ್ರೆ– ಹೀಗೆ ಪದ್ಯ ಸುರುಗೊಳ್ಳುತ್ತದೆ. ಹಾವು ಅಪರೂಪದ ನಾಗರಿಕ ಮಂದಿ; ಯಾವ ಹಾವಾದರೂ ತತ್ತರಿಸುವ ಮಂದಿ, ಎಂಬ 'ಹೇಳಿಕೆ'ಯೊಡನೆ ಮುಂದುವರೆಯುತ್ತದೆ. ಮನೆಮಂದಿಯೆಲ್ಲ ನೆರೆದು, ಕಲ್ಲುಚಪ್ಪಡಿಯ ಕೆಳಸಂದಿನಲ್ಲಿ ಪಿಳಪಿಳ ಕಣ್ಣುಬಿಡುತ್ತಾ, ಫಳಫಳ ನಾಲಿಗೆ ಮಿಂಚುತ್ತಾ– ಇದ್ದ ಹಸಿರುಹಾವನ್ನು ನೋಡುತ್ತಾರೆ. ಪಾಪ, ಹಸಿರುಹಾವು, ಅದರಲ್ಲೂ ಮರಿ, ಏನು ಮಾಡುತ್ತೆ ಬಿಡಿ–ಎಂದುದ್ಗರಿಸಿದ ನಿರೂಪಕ(ಕವಿ)ನನ್ನು ಅಲ್ಲಗಳೆದ ತಂದೆ, ಹಾವುಹಾವೇ ಅಂತಂದರೆ, ಅಮ್ಮ, ಕೊಂದ್ಬಿಡಿ ಬೇಗ– ಎಂದು ಕಳವಳಿಸುತ್ತಾಳೆ. ಕಡೆಗೆ ಹಸಿರುಹಾವನ್ನು ಕಟ್ಟಿಗೆಯಿಂದ ಹೆಟ್ಟಿ ಹೊರಗಟ್ಟಿ, ಅಪ್ಪಳಿಸಿ ಕೊಲ್ಲಲಾಗುತ್ತದೆ.

ಇವೊತ್ತಿಗೂ ಚಾಲ್ತಿಯಲ್ಲಿರುವ ವಿದ್ಯಮಾನವೇ ಇದು. ಹಾವೆಂಬ ಹಾವು ಮನುಷ್ಯಗಣ್ಣಿಗೆ ತೋರಿಬರಕೂಡದು. ಕಂಡರೆ, ಕಂಡಲ್ಲಿ ಮಂಡೆ ಮಟ್ಟಿಸಿಕೊಂಡು ಸಾಯುತ್ತದೆ! ಅದು ಹಸಿರುಹಾವಾಗಿದ್ದರೂ ಸರಿಯೇ! ಕಾಣಿಸಿದ್ದೇ ಸಾಕು, ಮನಸ್ಸಿನೊಳಗೆ ಪೂರ್ವಗ್ರಹದ ಹಾವು ಹರಿದಾಡುತ್ತದೆ; ಮತ್ತು ಹೊರಹಾವನ್ನು ಕೊಲ್ಲಹೇಳುತ್ತದೆ!

ಇಷ್ಟೇಯಾ ಪದ್ಯ ಅಂದುಕೊಳ್ಳುವುದು ಬೇಡ. ಪದ್ಯ ಜರುಗುವುದೇ 'ಹಾವನ್ನು ಸಾಯಿಸಿದ ಬಳಿಕ'!!

ಅಲ್ಲ, ಯಾಕೆ ಹೇಳ್ಲಕ್ಕೆ ಬಂದೇಂದ್ರೆ,
ನನ್ನ ಆಪ್ತಗೆಳೆಯ,
ನಮ್ಮನೆಗೆ ಹತ್ತಾರು ವರ್ಷಗಳ ಹಳೆಯ,
ಅಮ್ಮನಿಂದ ಹಿಡಿದು ಚಿಳ್ಳೆಪಿಳ್ಳೆಗಳವರೆಗೆ,
ಅವನಿಗೆ ಭಾರೀ ಸಲಿಗೆ.
ಅಂಥವನ್ನ
ಅಪ್ಪ, 'ಇನ್ಮೇಲೆ ಮನೆ ಒಳಗೆಲ್ಲಾ ಸೇರಿಸ್ಬೇಡ' ಅನ್ನೋದೆ?

–ಹೀಗಿನ್ನೊಂದು ವಿದ್ಯಮಾನದತ್ತ ಹೊರಳುವ ಪದ್ಯ, 'ಬೆಳೆದ ಹುಡುಗಿಯರಿರೋ ಮನೆ, ಕಂಡವರ ಬಾಯಿ ಸುಮ್ಮನಿರುತ್ಯೆ? ಅವನೆಷ್ಟೇ ಒಳ್ಳೆಯೋನಾದರೂ ಅನಿಷ್ಟ ಸಮಾಜ?' ಎಂಬ ಸಮಜಾಯಿಷಿಯೊಡನೆ, ಇನ್ನೂ ಏನೇನೋ ಸಂದೇಶ ಕೊರೆಯುವ ಅಪ್ಪನ ಮಾತಿನೊಡನೆ ಮುಗಿಯುತ್ತದೆ. ಮುಗಿಯುತ್ತದೆಲ್ಲಿ, ಪದ್ಯವಾಗಿ ಹುಟ್ಟುತ್ತದೆ!

ಹಸಿರುಹಾವನ್ನು ಮಟ್ಟಹಾಕಿದ ಘಟನೆಯೊಡನೆ ತಾಳೆಯಿಕ್ಕಿಕೊಂಡು ಆಪ್ತಗೆಳೆಯ ನನ್ನು ಹೊರಗಿಕ್ಕಬೇಕೆನ್ನುವ ಈ ಸನ್ನಿವೇಶವು ರಾಚಿಬರುತ್ತದೆ. ಅಸಲಿನಲ್ಲಿ, 'ಇಲ್ಲಿ' ಪದ್ಯ ಘಟಿಸುತ್ತದೆ.

ಗಮನಿಸಿ: ಇಲ್ಲಿ ಎರಡು ಕತೆಗಳಿವೆ. ಪ್ರತಿಕತೆಯೂ ಒಂದನ್ನೊಂದು ಪೂರೈಸುವ 'ಪ್ರತೀಕತೆ'ಯೆನಿಸುತ್ತದೆ.

ಇನ್ನೊಂದೂ ನೆನಪಾಗುತ್ತದೆ. ರಾಮಾನುಜನ್ನರದೊಂದು ಪದ್ಯವಿದೆ: ಮೈಉರಿಯುವ ಕೋಪದಲ್ಲಿ ಮನೆಗೆ ಬಂದೆ. ಹೊರಗೆ ತೋಟ. ಕೆಂಡಸಂಪಿಗೆಮರ ಹೂಬಿಟ್ಟು ನಿಂತಿತ್ತು. (!!!) (ಇಲ್ಲಿರುವ 'ಎಕ್ಸ್ಕ್ಲಮೇಶನ್ನು' ನನ್ನದು; ಲಕ್ಷ್ಮಣರಾಯರ 'ಹಸಿರುಹಾವು' ಓದಿದಾಗಲೂ ಹೀಗೇ ಅನಿಸಿ ಬಂದಿದ್ದು!)

ಪೂರ್ವಗ್ರಹವೆಂಬ ನಿರಾಕಾರೀ ಒಳಹಾವು ಸಜೀವ-ಸಾಕಾರದ ಹೊರಹಾವನ್ನು ಕೊಂದಿತು ಅಂದೆನಲ್ಲ, ಇದನ್ನು ತನ್ನ ತಾನೇ ತಿನ್ನುವ ಯುರೋಬೊರೊಸ್ಸಿನೊಡನೆ ಹೋಲಿಸಿ ಕಾಣಿ; ಇನ್ನೊಂದಿಷ್ಟು ಹೊಳೆದಾವು! ಹಾವಿನ 'ನುಂಗು'ಬಾಯಿ ನಮ್ಮೊಳಗಿನ ಸಂಶಯವಿದ್ದ ಹಾಗೆ. ಪಾಪದ (ಅಂದರೆ ನಿಷ್ಕ್ರೂರಿಯಾದ) ಬಾಲವನ್ನೇ, ಆ ಮೂಲಕ 'ತನ್ನ ತಾನೇ' ಕಬಳಿಸಿಬಿಟ್ಟೀತು! ನಮ್ಮ ಪೂರ್ವಗ್ರಹಗಳು ನೆಚ್ಚಿನ ಆಪ್ತೇಷ್ಟರನ್ನೂ ಸಂಶಯಿಸುವುದಿದ್ದೇ ಇದೆಯಷ್ಟೆ? ಇದೂನೂ ಒನ್ನಮೂನೆ, ನಮ್ಮ ನಾವೇ ಕಬಳಿಸುವುದೇ ಆಗಿದೆ!

ಸ್ವಯಂಸ್ವ-ಸ್ವಾಹಾ!!

–ನಾಗರಾಜ ವಸ್ತಾರೆ

ಮನವಿ

ಈ ದಟ್ಟ ಕಾಡಿ
ನೊಳಗೊಂದು ಬೋಡಿ
ಮರದೊಳಗೊಂದು ಗೂಡಿ
ನೊಳಗೊಂದು ಹಕ್ಕಿ
ಯ ಹೊಟ್ಟೆ
ಯೊಳಗೊಂದು ಮೊಟ್ಟೆ
ಯೊಳಗೊಂದು ಮೊಳ
ಕೆ ಮರಿ
ಯ ಮನ
ದೊಳಗೊಂದು ತಡಕು
ವ ದುಡುಕು
ಆಸೆ ಕುಡಿ;
ನಾ ಮರಿಯಾಗಿ, ಗಿರಿಯಾಗಿ, ಧರೆಯಾಗಿ, ಹರಿಯಾಗಿ,
ಈ ಇಡೀ
ಬ್ರಹ್ಮಾಂಡದ ಮೇಲೆ ಕಾವು ಕೂತು
ಮೊಟ್ಟೆ ಒಡೆದರೆ...........
ದರೆ.............
ಎಂಥ ಮರಿ
ಹೊರ ಬರುವುದೋ
ನೋಡಬೇಕೆಂದು.

ದಯವಿಟ್ಟು
ಕುಡಿಯಲ್ಲೇ ಚಿವುಟಬೇಡಿ.

ಮನವಿ

'ಮನವಿ'ಯೊಂದು ಸರಳ ಸುಂದರ ಪುಟ್ಟ ಪದ್ಯ. ಸಣ್ಣದಿದ್ದೇ 'ದೊಡ್ಡ'ದನ್ನು ಹೇಳುವ ಪದ್ಯ.

ಈ ದಟ್ಟ ಕಾಡಿ
ನೊಳಗೊಂದು ಬೋಡಿ
ಮರದೊಳಗೊಂದು ಗೂಡಿ
ನೊಳಗೊಂದು ಹಕ್ಕಿ
ಯ ಹೊಟ್ಟೆ
ಯೊಳಗೊಂದು ಮೊಟ್ಟೆ
ಯೊಳಗೊಂದು ಮೊಳ
ಕೆ ಮರಿ
ಯ ಮನ
ದೊಳಗೊಂದು ತಡಕು
ವ ದುಡುಕು
ಆಸೆ ಕುಡಿ

– ಎಂದು 'ಪ್ರಾಸ' ಬಿಟ್ಟೂ ಬಿಡದೆ ಕಟ್ಟಿಕೊಂಡು ಸುರುಹಚ್ಚುತ್ತದೆ. ಒಂದರೊಳಗೆ ಇನ್ನೊಂದಿರುವ ಹಾಗೆ, ಕಥೆಯೊಳಗೆ (ಉಪ)ಕಥೆಯಿರುವ ಹಾಗೆ, ಮಹಾಭಾರತ ದೊಳಗೆ ರಾಮಾಯಣವಿರುವ ಹಾಗೆ– ಕಾಡಿನಿಡಿಯಿಂದ ಮೊದಲಾಗಿ, ಇನ್ನೂ ಮರಿಯಾಗದ ಮೊಟ್ಟೆಯೊಳಗಿನ ಮರಿಯ ಮನಸ್ಸಿನವರೆಗೂ ಹಬ್ಬಿ, ಒಳಮನದ ದುಡುಕಿನಲ್ಲಿರುವ ಆಸೆಯ ಕುಡಿಯವರೆಗೂ ಬೆಳೆಯುತ್ತದೆ. ಆಕಾರದೊಳಗಿರುವ ನಿರಾಕಾರವಿದು; ಆಕಾಶವೂ ಆಗಬಹುದು. ಹಾಗೇ, ಬ್ರಹ್ಮಾಂಡವೆಂಬ 'ನಿರಾಕಾಶ'ವೂ ಆಗಬಹುದು. ಈ ಆಸೆಯಾದರೂ ಎಂಥದ್ದು? ತಾನು ಮರಿಯಾಗಿ, ಗಿರಿಯಾಗಿ, ಧರೆಯಾಗಿ, ಹರಿಯಾಗಿ– ಇಡೀ ಬ್ರಹ್ಮಾಂಡದ ಮೇಲೆ ಕಾವು ಕೂರುವಂಥದ್ದು! ಬ್ರಹ್ಮಾಂಡವನ್ನೇ ಕಾಯುವಂಥದ್ದು! ಹಾಗೆ ನೋಡಿದರೆ ಬ್ರಹ್ಮಾಂಡವೂ ಒಂದು ಮೊಟ್ಟೆಯೇ. ಅದನ್ನು ಕಾಯಿಸಿ ಒಡೆದರೆ ಎಂಥ ಮರಿ ಮೂಡಬಹುದು? ಎಂಥ ಹರಿಯಾಗಬಹುದು? ಇದನ್ನು ನೋಡುವ ಆಸೆ ಆ ಮರಿಯೊಳಗಿನ ಮನಸ್ಸಿಗೆ! ಅಂತಿಂತಲ್ಲದ ಆಸೆ! ಮಹತ್ವಾಕಾಂಕ್ಷೆ!!

ಅಲ್ಲಲ್ಲ... ಆಸೆಯ ಕುಡಿ ಅದು. ಕಾಡಿನಿಡಿಯಿಂದ ಕುಡಿಯೊಡೆದ ಆಸೆ. ತಡುಕುವ ದುಡುಕು.

ಕಡೆಯಲ್ಲಿ ಮನವಿಯಿಷ್ಟೆ: ದಯವಿಟ್ಟು ಕುಡಿ ಚಿವುಟಬೇಡಿ!

–ನಾಗರಾಜ ವಸ್ತಾರೆ

ವಿಹ್ವಲ

ನಮ್ಮನೆಯ ಕಾಡು ಹಿತ್ತಲಲ್ಲಿ
ಅರಳುತ್ತವೆ;
ಗುಲಾಬಿ, ಡೇಲಿಯ, ಮೊಲ್ಲೆ, ಲಿಲ್ಲಿ,
ಕಾಕಡ, ಕನಕಾಂಬರ, ಕರ್ಣಕುಂಡಲ, ಸ್ಫಟಿಕ
ಹೃದಯ,
ಸಂಜೆಮಲ್ಲಿಗೆ, ಸೂಜಿಮಲ್ಲಿಗೆ,
ಹಸಿರು ಮುಡಿಯ ಪೊದೆಗೆ ಕುಕ್ಕೆ ಚಿಕ್ಕೆ ಜಾಜಿ.

ಝೇಂಕರಿಸಿ ಭೃಂಗ ಅಂಗೋಪಾಂಗ
ಭ್ರಮಿಸುತ್ತವೆ ರಂಗು ರಂಗಿನ ಪಟ್ಟೆ
ಯ ಮನಸ್ಸು ಚಿಟ್ಟೆ.

ತೆಂಗು, ಮಾವು, ಹಲಸುಗಳ ಧಮನಿ ಧಮನಿಗಳಲ್ಲಿ
ಹರಿಯುತ್ತಿದೆ
ಹಳಸದ ಪರಂಪರೆ
ಯ ಹಸಿರು ರಕ್ತ.

ನಿಂಬೆಯ ಪಾತಿಯಲ್ಲಿ ತಂಗಿಯ ಪ್ರೀತಿ
ಪಾತ್ರ ನಾಯಿ
ಯ ಗೋರಿ
ಬೊಗಳುತ್ತದೆ.

ನುಣುಪು ಬುಡದ ತೊಡೆ ಸವರುವ
ಆಸೆ ಕುಂಬಳ ಬೆರಳು
ಬೆಳಕ ತಂತಿ ಮಿಡಿಯುತ್ತದೆ;
ಅದರ ಶೃತಿಗೆ
ಮರಮರದ ಗೆಲ್ಲುಗೆಲ್ಲುಗಳಲ್ಲೂ

ನೂರೆಂಟು ಹಕ್ಕಿ ಹೈಕಳ ಗುಲ್ಲು;
ಹೊರಳುತ್ತಿದೆ ಗಿಡುಗ ನೆರಳು;

ಪಟ್ಟನೆ ಬಿರಿದ ದಾಳಿಂಬೆ ಕನಸಲ್ಲಿ
ಮಣಿ ಮಣಿ ಮಿನುಗುತ್ತಿದೆ ಹಸಿ ಕೆಂಪು ಗಾಯ,

ಸತ್ತ ಕರು ಹೆತ್ತ ಹಸು
ಮತ್ತೆ ಕೊಟ್ಟಿಗೆಯಲ್ಲಿ
ನಿರ್ವಿಕಾರ ಚಿತ್ತದಿಂದ ಮೇಯುತ್ತಿದೆ.

ಗೊನೆ ಕೊನರದ ಚಂದ್ರ
ಬಾಳೆ ಜೋಲುತ್ತಿದೆ;

ಮೇಲೆ
ಅನಂತ ಆಕಾಶದಸ್ಪಷ್ಟದಲ್ಲಿ
ಹೊಗೆಯುಗುಳಿ
ಗೋಜಲು ಸಂಕೇತಗಳ
ಚಿತ್ರಿಸುತ್ತಿದೆ
ಒಂದು ಜೆಟ್ ವಿಮಾನ.

ವಿಹ್ವಲ

ಬಿ.ಆರ್. ಲಕ್ಷ್ಮಣರಾಯರ 'ವಿಹ್ವಲ' ಪದ್ಯ, ಅಡಿಗಾನಂತರದ (ಅಥವಾ ಅಡಿಗ-ಸಾಂದರ್ಭಿಕ) ಜಾಯಮಾನವನ್ನು ಹೊಂದಿದೆ ಮತ್ತು 'ಹೇಳು'ವುದನ್ನೇ ಹೆಚ್ಚಾಗಿ ನೆಚ್ಚಿದೆ ಅಂತನಿಸುತ್ತದೆ. ಬೇಂದ್ರೆ-ಕುವೆಂಪು-ಪುತಿನ-ಬಳಿಕದ ಸ್ಥಿತಿಯೊಂದನ್ನು, ತಾನುಂಟಾದ ಕಾಲಘಟ್ಟದ ಮುಖೇನ, ಅಷ್ಟೇ ತನ್ನ ಮಾಟದ ಮುಖೇನ ಸೂಚಿಸುತ್ತದೆ. ಇಲ್ಲಿನ ಹೇಳಿಕೆಗಳಲ್ಲಿ ರೊಮ್ಯಾಂಟಿಕಾದುದು ಕಡಿಮೆ; ಮತ್ತು ರಮ್ಯಭಂಜನೆಯೇ ಹೆಚ್ಚು.

ನಮ್ಮನೆಯ ಕಾಡು-ಹಿತ್ತಲಲ್ಲಿ ಅರಳುತ್ತವೆ? ಎಂದು, ಗುಲಾಬಿ ಡೇಲಿಯಾ ಮೊಲ್ಲೆ ಲಿಲ್ಲಿ... ಹೂವುಗಳನ್ನು ಪಟ್ಟಿ ಮಾಡುವುದರೊಂದಿಗೆ ಅಥವಾ ಅರಳುವ ಹೂವುಗಳ ಪಟ್ಟಿ 'ಹೇಳು'ವುದರೊಂದಿಗೆ- ಪದ್ಯ ಸುರುಗೊಳ್ಳುತ್ತದೆ. ಝೇಂಕರಿಸಿ ಭೃಂಗ ಅಂಗೋಪಾಂಗ; ಭ್ರಮಿಸುತ್ತವೆ ರಂಗು ರಂಗಿನ ಪಟ್ಟೆಯ ಮನಸ್ಸು ಚಿಟ್ಟೆ... -ಎಂದು ಇನ್ನೊಂದು ಹೇಳಿಕೆಯತ್ತ ಹೊರಳುತ್ತದೆ. ಗೊತ್ತಿರುವ ವಿಷಯವನ್ನೇ, ತನಗೂ ಹಿಂದಿನವರು ಮಾಡುತ್ತಿದ್ದ ಹಾಗೆ ಹೆಚ್ಚೇನೂ 'ರೊಮ್ಯಾಂಟಿಸಿಸದೆ' ಹೇಳುತ್ತಿದೆ ಅಷ್ಟೆ. ಅಥವಾ, ಇದ್ದದ್ದಿದ್ದ ಹಾಗೇ ಆಡುತ್ತಿದೆ. ಹೀಗಿರುವ ಪದ್ಯ, ಮುಂದಿನ ಸಾಲಿನಲ್ಲಿ, ತನ್ನ 'ಸಾಧಾರಣ'ತ್ವವನ್ನು ಭಂಗಿಸಿ, ಹೊಸತೇ ಆಯಾಮದಲ್ಲಿ ಜೀಕತೊಡಗುತ್ತದೆ.

ತೆಂಗು ಮಾವು ಹಲಸುಗಳ ಧಮನಿಧಮನಿಗಳಲ್ಲಿ ಹರಿಯುತ್ತಿದೆ ಹಳಸದ ಪರಂಪರೆಯ ಹಸಿರು ರಕ್ತ!

ಈ ರಚನೆಯನ್ನು ಗಮನಿಸಿ: ತೆಂಗು ಮಾವು ಹಲಸುಗಳು, ಅವುಗಳ ಧಮನಿಗಳು, ಹಳಸದ ಪರಂಪರೆ ಮತ್ತು ಹಸಿರು ರಕ್ತ!! ಎಲ್ಲಿಯದೆಲ್ಲಿಯ ಬಂಧ? ಏನು ಸಂಬಂಧ?

ನಿಂಬೆಯ ಪಾತಿಯಲ್ಲಿ ತಂಗಿಯ ಪ್ರೀತಿಪಾತ್ರ ನಾಯಿಯ ಗೋರಿ ಬೊಗಳುತ್ತದೆ!

ಆಹಾ! ನಿಂಬೆಯ ಪಾತಿ, ತಂಗಿಯ ಪ್ರೀತಿಪಾತ್ರ ನಾಯಿ, ಅದರ ಗೋರಿ ಮತ್ತು ಗೋರಿಯ ಬೊಗಳಾಟ!! ಏನನ್ನುವುದು ಇದನ್ನು? ಒಂದನ್ನಿನ್ನೊಂದರೊಡನೆ ಹೇಗೆ ತಳುಕು ತೆಗೆಯುವುದು? ಎದುರಿರುವುದರೊಡನೆ ಇಲ್ಲದ್ದನ್ನೂ, ಕಂಡಿದ್ದರೊಡನೆ ಕಾಣದ್ದನ್ನೂ, ಸಾಮಾನ್ಯದ್ದರೊಡನೆ ಅಸಂಭವನೀಯವನ್ನೂ ಎರೆದು- ಇನ್ನೇನನ್ನೋ ಸೂಚಿಸುವುದು!

ಇಷ್ಟಾಗಿ, ಹಸಿರು ರಕ್ತ ಅಂತಂದರೇನು? (ನಾಯಿಯ) ಗೋರಿ ಬೊಗಳುವುದು ಅಂದರೇನು?

ಅಜೀಬನಿಸುತ್ತದೆ. ಪಿಕಾಸೋ ಬಳಕದ ಚಿತ್ರಗಾರಿಕೆಯಲ್ಲಷ್ಟೇ ಮೂಡಬಲ್ಲದ್ದು ಸಾರಾಸಗಟಾಗಿ ಪದ್ಯಕ್ಕೆ ದಾಟಿವೆಯೆ ಅನಿಸುತ್ತದೆ.

ಪಟ್ಟನೆ ಬಿರಿದ ದಾಳಂಬೆ ಕನಸಲ್ಲಿ
ಮಣಿ ಮಣಿ ಮಿನುಗುತ್ತಿದೆ ಹಸಿ ಕೆಂಪು ಗಾಯ

ಸತ್ತ ಕರು ಹೆತ್ತ ಹಸು
ಮತ್ತೆ ಕೊಟ್ಟಿಗೆಯಲ್ಲಿ
ನಿರ್ವಿಕಾರ ಚಿತ್ತದಿಂದ ಮೇಯುತ್ತಿದೆ

ಗೊನೆ ಕೊನರದ ಚಂದ್ರ
ಬಾಳೆ ಜೋಲುತ್ತಿದೆ

ಈ ಬಗೆಯ ಚಿತ್ರಿಕೆಗಳ ಬಗ್ಗೆ ಏನು ಹೇಳುವುದು? ಮಾಡರ್ನಾರ್ಟಿನ ಕ್ಯಾನ್ವಾಸುಗಳಲ್ಲಿಯಷ್ಟೇ ತೂಗಬಹುದಾದ ಕಲೆ-ಕಲರಿನ ಕಲೆ-ಕಲಸುಗಳನ್ನು ಹೇಗೆ ಅರ್ಥೈಸಿಕೊಳ್ಳುವುದು? ಈ ಪರಿ ಇಮೇಜುಗಳ ಅಜೀಬುತನವನ್ನು ಹೇಗೆ ವಾಸ್ತವಕ್ಕೆ ತರುವುದು? ಇದೇನು 'ರಿಯಲೇ' ಅಲ್ಲದ, ಆಗಲೊಲ್ಲದ'ಸರಿಯಲೆ'? ಕಂಡಿದ್ದು ಕಂಡಂತೆ ಸರಿಯನಿಸದ ಇನ್ನೊಂದೆ? ಇದ್ದಿರಬಹುದು. ಎದುರು 'ಕಂಡಿದ್ದನ್ನು ಕಂಡಂತೆ' ಹೇಳದೆ, ಅದರೊಳಕ್ಕೆ (ತಂಗಿಯ ಪ್ರೀತಿಪಾತ್ರ ನಾಯಿಯ) ನೆನಪು ಹಚ್ಚಿ, ಹಳಸದ ಪರಂಪರೆಯ ಕುರಿತಾಡಿ ಯಾರಿಗೂ 'ಕಂಡಿರದ' ಮೋಡಿ ಮಾಡುವುದೆ? ಇಷ್ಟಾಗಿ, ಕಾಣದ್ದು ಕಾಣಿಸುವುದೇ ಪದ್ಯ ತಾನೆ? ಪದ್ಯದ ಮೋಡಿ ತಾನೆ?

ಇಷ್ಟಿದ್ದೂ ಇಲ್ಲಿನ ಅಜೀಬುತನವನ್ನು ಅರ್ಥೈಸುವುದು ತ್ರಾಸೇ. ಹೂ-ಪಟ್ಟಿಯ ಹೇಳಿಕೆಯೊಂದಿಗೆ ಸುರುವಾಗಿ, ಇದ್ದಕ್ಕಿದ್ದಂತೆ ಜಾಡು ತಪ್ಪಿ, ಓದಿನಾಯಾಮವನ್ನೂ ತಪ್ಪಿಸಿ- 'ಮ್ಯುಟೇಟಿತ'ವಾಯಿತೆ ಹೇಗೆ? (ಅಂದರೆ ಮ್ಯುಟೇಟ್ ಆಯಿತೆ?) ಕನಸೊಂದು ಕನಸುವುದ ಮೀರಿ ಕಲಕಿಹೋಯಿತೆ? ಏನಿದರ ಅರ್ಥ? ಅನರ್ಥ? ಅಥವಾ ನಿರರ್ಥ?!

ಪದ್ಯವೇ ಉತ್ತರಿಸುತ್ತದೆ: ಮೇಲೆ ಆಕಾಶದಲ್ಲಸ್ಪಷ್ಟದಲ್ಲಿ ಹೊಗೆಯುಗುಳಿ ಗೋಜಲು ಸಂಕೇತಗಳ ಚಿತ್ರಿಸುತ್ತಿದೆ ಒಂದು ಜೆಟ್ ವಿಮಾನ!

ಬರೆದಿಟ್ಟುಕೊಳ್ಳಿ: ಗೋಜಲು ಸಂಕೇತ! ಹೌದು, ಗೋಜಲು ಗೋಜಲಾದ ಸಂಕೇತ!

ಈ ಪಾಟಿ ಅಬದ್ಧ ಅಸಂಬದ್ಧ ಸಂಕೇತಗಳ ಗೋಜಲೇ ನಮ್ಮೆದುರೊಂದು 'ವಿಹ್ವಲ'ಪ್ರಜ್ಞೆಯನ್ನು ತೆರೆಯುತ್ತದೆ. ದಕ್ಕಿದ್ದನ್ನು ಹೇಳಬಲ್ಲ 'ಅರ್ಥ'ವಾಗಿ ಒಳಗಿಳಿಸಿಕೊಳ್ಳಲಿಕ್ಕಾಗದೆ ಕಂಗಾಲಾಗಿದ್ದೇನೆ. ವಿಹ್ವಲಗೊಂಡಿದ್ದೇನೆ. ಈ ಬಗೆಯ 'ನಿರರ್ಥ'ದಲ್ಲೇ ಪದ್ಯ ಸಾರ್ಥಯಿಸಿದೆ. ಮಾತ ಮಾಡುತ್ತಿದೆ!

–ನಾಗರಾಜ ವಸ್ತಾರೆ

ಟುವಟಾರ

ಟುವಟಾರ
ನ್ಯೂಜಿಲೆಂಡಿನ ಕೆಲವು ದ್ವೀಪಗಳಲ್ಲಿರುವ
ಒಂದು ಸರೀಸೃಪ.
ಇದು ಡೈನೊಸಾರ್‌ಗಿಂತ ಹಿಂದಿನದೆಂದು
ಹಲವು ಜೀವಶಾಸ್ತ್ರಜ್ಞರ ಅಂದಾಜು.
ಕೋಟ್ಯಂತರ ವರ್ಷಗಳ ಜೀವವಿಕಾಸದ
ಈ ತಟಸ್ಥ ವೀಕ್ಷಕ
ಬದಲಾವಣೆಯ ಕಡು ವಿರೋಧಿ.

ಮೊದಲ ನೋಟಕ್ಕೆ ಟುವಟಾರ
ಒಂದು ದೊಡ್ಡ ಓತಿಕ್ಯಾತನಂತೆ ಕಂಡರೂ
ಇದು ಓತಿಯಲ್ಲ;
ಇದರದೇ ಒಂದು ವಿಶಿಷ್ಟ ಜಾತಿ.

ಈ ಕನಸುಗಣ್ಣಿನ ಮಂದಗಾಮಿಗೆ
ದಿವ್ಯದೃಷ್ಟಿಯ ಮುಚ್ಚಿದ ಮೂರನೆಯ ಕಣ್ಣೊಂದಿದೆ;
ಮಾಸಲು ಕೆಂಪು ಮೈಮೇಲೆ ಅಲ್ಲಲ್ಲಿ
ಹಳದಿ ಚಿಕ್ಕೆಗಳು,
ಒಂದಕ್ಕೊಂದು ಅಂಟಿಕೊಂಡು ಒಂದೇ ಎಂಬಂತಿರುವ
ಹಲ್ಲುಗಳು,
ಬೆನ್ನ ಮೇಲೆ ಈ ಉದ್ದಾವುದ್ದಕ್ಕೂ ಗರಗಸದಂತಹ
ದೊಡ್ಡ ದೊಡ್ಡ ಶಲ್ಯಗಳು,
ಕಾಲುಗಳಲ್ಲಿ ಮೊನಚಾದ ಉಗುರುಗಳು
ಇವೆ.

ಟುವಟಾರ ಸಾಧುವಾದರೂ
ಕೆಣಕಿದರೆ ಕಚ್ಚುತ್ತದೆ,

ಪರಚುತ್ತದೆ,
ಕೈ ಸಾಗದಿದ್ದರೆ ಅರಚುತ್ತದೆ,
ಇದರ ಕೂಗು ನಮ್ಮ ಕಪ್ಪೆಗಳ ವಟವಟದ ಹಾಗೆ.

ಈ ಪ್ರಾಣಿ ಎಂಥ ಸೋಮಾರಿಯೆಂದರೆ
ಇದಕ್ಕೆ ಸ್ವಂತ ತಾವಿಲ್ಲ;
ಪೆಟ್ರೆಲ್ ಹಕ್ಕಿಗಳು ತೋಡಿದ ಬಿಲದಲ್ಲಿ
ಹಗಲೆಲ್ಲ ಅಡಗಿ ಕೂಡುತ್ತದೆ;
ರಾತ್ರಿಯ ಕುರುಡು ಕತ್ತಲೆಯಲ್ಲಿ ಕೂಳಿನ ಬೇಟೆಗೆ
ಹೊರಡುತ್ತದೆ.

ತಾನು ಸಾಗುವ ಹಾದಿಯಲ್ಲಿ ಸಣ್ಣ ಕಲ್ಲು
ಅಡ್ಡವಾದರೂ
ಅದನ್ನು ಸುತ್ತೀ ಬಳಸೀ ಸಾಗುವುದೇ ವಿನಹ
ಎಂದಿಗೂ
ಅದನ್ನು ದಾಟಿ ಹೋಗುವ ಧಾರ್ಷ್ಟ್ಯ
ಟುವಟಾರಕ್ಕಿಲ್ಲ.

ಇದರ ಸ್ವಭಾವಕ್ಕೆ ತಕ್ಕಂತೆ ಜೀವನಕ್ರಮವೂ
ಅತಿ ನಿಧಾನ:
ಚಳಿಗಾಲದಲ್ಲಿ ಐದು ತಿಂಗಳ ನೀಳ ನಿದ್ದೆ;
ಏಳು ಸೆಕೆಂಡಿಗೊಮ್ಮೆ ಉಸಿರಾಟ;
ಇಟ್ಟ ಮೊಟ್ಟೆಯೊಡೆದು ಮರಿ ಹೊರ ಬರಲು
ಮುವ್ವತ್ತು ತಿಂಗಳು;
ಪ್ರಾಯದ ಸೊಕ್ಕೇರಲು ಐವತ್ತು ವರ್ಷಗಳು;
ಆಯಸ್ಸು ತೀರುವುದು ಐನೂರು ವರ್ಷಗಳಿಗೆ.

ನ್ಯೂಜಿಲೆಂಡಿನ ಆದಿವಾಸಿಗಳ ಪುರಾಣದಂತೆ
ಟುವಟಾರ ಒಬ್ಬ ಅಗ್ನಿದೇವತೆ;

ತನ್ನ ವಿರುದ್ಧ ಬಂಡೆದ್ದ ತನ್ನ ಮೊಮ್ಮಗನನ್ನು,
ತಾನೇ ಕತ್ತರಿಸಿ ಕೊಂದು,
ಪ್ರಪಂಚದಲ್ಲಿ ಮೊದಲ ಬಾರಿಗೆ ಸಾವನ್ನು ತಂದಳಂತೆ.
ಸಾವಿನ ಸಂಕೇತವಾದ ಇದರ ಗೊಡವೆಗೆ
ಅವರು ಬರುವುದಿಲ್ಲ.

ನ್ಯೂಜಿಲೆಂಡಿಗೆ ಬಿಳಿಯರು ಆಗಮಿಸುವ ತನಕ
ಟುವಟಾರದ ಜೀವನ
ಸರಾಗವಾಗಿ ನಿರಾತಂಕವಾಗಿ
ಸಾಗಿತ್ತು;
ಆ ನಂತರ ಈ ಬಡಪಾಯಿ
ಬಿಳಿಯರಿಗೆ
ಅವರ ಮಿಶ್ರತಳಿಯ ನಾಯಿಗಳಿಗೆ
ಆಟದ ಬೇಟೆಯಾಗಿ
ನಿರ್ವಂಶವಾಗುವ ಸ್ಥಿತಿಗೆ ಬಂತು.

ತನ್ನ ಒಂದು ಸನಾತನ ವಿಲಕ್ಷಣ ಪ್ರಾಣಿವರ್ಗವೇ ಹೀಗೆ
ನಶಿಸಿ ಹೋಗುತ್ತಿದ್ದುದನ್ನು ಕಂಡು,
ಮನ ನೊಂದು,
ನ್ಯೂಜಿಲೆಂಡ್ ಸರ್ಕಾರ
ಟುವಟಾರದ ರಕ್ಷಣೆಗೆ ನಿಂತು
ಕೆಲವು ಕಟ್ಟಾಜ್ಞೆಗಳನ್ನು ಜಾರಿಗೆ ತಂತು.

ಅದರಂತೆ, ಇಂದು ಟುವಟಾರವನ್ನು
ಕೆಣಕುವುದಾಗಲೀ,
ಕಾಡುವುದಾಗಲೀ
ಕೊಲ್ಲುವುದಾಗಲೀ
ಮಹಾಪರಾಧ.

ಜೈ ಹಿಂದ್.

ಟುವಟಾರ

ಬಿ.ಆರ್.ಎಲ್ ಬರೆದ ಹಲವು ಅಪೂರ್ವ ಕವಿತೆಗಳಲ್ಲಿ 'ಟುವಟಾರ' ಒಂದು. ಈ ಕವಿತೆಯು ಪೂರ್ವ-ಪಶ್ಚಿಮ; ಭೂತ-ವರ್ತಮಾನ; ಅಂದು-ಇಂದು; ಸ್ಥಾವರ-ಜಂಗಮ ಇವುಗಳ ನಡುವಣ ಕರ್ಷಣಗಳನ್ನು ಕುರಿತು ಚಿಂತಿಸುತ್ತದೆ. 'ಟುವಟಾರ' ಎಂಬ ರೂಪಕವನ್ನು ಇಟ್ಟುಕೊಂಡು ಕವಿ ಸ್ಥಗಿತ ಮತ್ತು ಚಲನೆಗಳ ಹಿಂದಿರುವ ತಾತ್ತ್ವಿಕತೆಯ ಹುಡುಕಾಟಕ್ಕೆ ಇಲ್ಲಿ ಯತ್ನಿಸಿದ್ದಾನೆ. ಆದರೆ, ಪ್ರಧಾನವಾಗಿ ಪೂರ್ವ-ಪಶ್ಚಿಮದ ಸಾಂಸ್ಕೃತಿಕ ತಾಕಲಾಟವನ್ನು ಹೇಳುವಂತಿದೆ.

ಕವಿತೆ ಪ್ರಾರಂಭವಾಗುವುದೇ ಭೂತದ ಅಥವ ಸ್ಥಗಿತಕ್ರಮಗಳ ಅನ್ವೇಷಣೆಯಿಂದ. 'ಟುವಟಾರ' ನ್ಯೂಜಿಲ್ಯಾಂಡಿನ ಕೆಲವು ದ್ವೀಪಗಳಲ್ಲಿ ವಾಸಿಸುವ ಸರೀಸೃಪ. ಈ ಸರೀಸೃಪವು ಕೋಟ್ಯಂತರ ವರ್ಷಗಳಂದ ಬದುಕಿದೆ. ಇದು ಜೀವವಿಕಾಸದ ಹಾದಿಯಲ್ಲಿ ತಟಸ್ಥ ವೀಕ್ಷಕನಾಗಿದೆ. ಆದರೆ, ಇದು ಜೀವವಿಕಾಸದ ಬದಲಾವಣೆಗೆ ಕಡು ವಿರೋಧಿಯಾಗಿದೆ. ಇದು ಓತಿಕ್ಯಾತದಂತಿರುವ ವಿಶಿಷ್ಟಜಾತಿ. ಇಂಥ ಜೀವಿಯು ನಶಿಸಿಹೋಗುತ್ತಿರುವುದನ್ನು ಕಂಡ ನ್ಯೂಜಿಲ್ಯಾಂಡ್ ಸರ್ಕಾರ ಕೆಲವು ಕಟ್ಟಾಜ್ಞೆಗಳನ್ನು ಮಾಡಿದೆ. ಇದನ್ನು ಕೆಣಕುವುದಕ್ಕಾಗಲಿ ಕಾಡುವುದಕ್ಕಾಗಲಿ ಕೊಲ್ಲುವುದಕ್ಕಾಗಲಿ ಪ್ರಯತ್ನಿಸುವುದು ಅಪರಾಧ. ಇದು ಸ್ಥೂಲವಾಗಿ ಕವಿತೆಯ ಆಶಯ!

ಈ ಕವಿತೆಯು 'ಟುವಟಾರ' ಎಂಬ 'ಸರೀಸೃಪ'ದ ಪ್ರತಿಮೆಯ ಮೂಲಕ ಹಲವು ಜೀವವಿನ್ಯಾಸಗಳನ್ನು ನಿರೂಪಿಸುತ್ತದೆ! ಈ ವಿನ್ಯಾಸವು ಸಾಮಾಜಿಕವೂ ಹೌದು; ಸಾಂಸ್ಕೃತಿಕವೂ ಹೌದು! ಸ್ಥಗಿತಸಂಸ್ಕೃತಿ ಮತ್ತು ಚಲನಶೀಲ ಸಂಸ್ಕೃತಿ ಇವುಗಳ ನಡುವಣ ಕರ್ಷಣವನ್ನು 'ಟುವಟಾರ'ದ ಮೂಲಕ ಕವಿಯು ಅನ್ವೇಷಿಸುತ್ತಿದ್ದಾನೆ. ಮಾನವ ಜಗತ್ತಿನಲ್ಲಿ ಬದಲಾವಣೆ ಅನಿವಾರ್ಯ ಮತ್ತು ಅಗತ್ಯ. ನಮ್ಮ ವೇಷ-ಭೂಷಣ, ಆಹಾರ-ಪಾನೀಯ, ಮಾತು-ಕತೆ ಮುಂತಾದುವುಗಳಲ್ಲಿ ಜೀವನಕ್ರಮದ ವಿಶಿಷ್ಟತೆಗಳು ಸಾಕಷ್ಟು ಬದಲಾವಣೆಗೊಂಡಿವೆ. ಸ್ಥಗಿತ ಸಂಸ್ಕೃತಿಯ ಆಲೋಚಕರು ಇದನ್ನು ವಿರೋಧಿಸುತ್ತಾರೆ. ಇವರು ಬದಲಾವಣೆಯ ವಿರೋಧಿಗಳು! ಅದರೆ, ಜಗಚ್ಚಕ್ರವು ಬದಲಾವಣೆಯನ್ನು ಬಯಸುತ್ತದೆ. ಸಂಸ್ಕೃತಿಯ ಇತಿಹಾಸದಲ್ಲಿ ಕೆಲವು ಕಟ್ಟಾಜ್ಞೆಗಳನ್ನು ಹೊರಡಿಸಿದ್ದರೂ ಅದನ್ನು ಮುರಿದು ಮುಂದೆ ಹೋದವರು ಅದೆಷ್ಟೋ ಮಂದಿ. 'ನಿಂತ ನೀರು ಮಲೆಯುತ್ತದೆ; ಹರಿಯುವ ನೀರು ನಿರ್ಮಲವಾಗಿರುತ್ತದೆ, ಎಂಬ ಮಾತು ಸಾರ್ವಕಾಲಿಕವಾದುದೇ. ಕವಿಯು ಇಲ್ಲಿ 'ಜೀವವಿಕಾಸ'ದ

ಮಾತನ್ನು ಎತ್ತಿದ್ದಾನೆ. ಮಂಗನಿಂದ ಮಾನವ ಎಂಬುದು ಜೀವಶಾಸ್ತ್ರಜ್ಞರ ನಿರ್ಣಯ! ನಾವು ಇದನ್ನು ಧಾರ್ಮಿಕವಾಗಿ ವಿರೋಧಿಸಿದರೂ ನೈಸರ್ಗಿಕ ವಿಜ್ಞಾನ ವಾಸ್ತವವೆಂದು ಹೇಳುತ್ತದೆ.

ನಮ್ಮ ವರ್ತಮಾನದ ಸಮಾಜದಲ್ಲಿ 'ಟುವಟಾರ'ದಂಥ ಬಲಿಷ್ಠ ಮತ್ತು ಸ್ಥಗಿತಕ್ರಮವನ್ನು ಬೆಂಬಲಿಸುವ ಜನರೂ ಇದ್ದಾರೆ. ಅವರ ಪರವಾಗಿ ರಾಜಕಾರಣ ಇರುತ್ತದೆ. ಅದನ್ನು ಇರುವಂತೆ ಸಂರಕ್ಷಿಸಲು ಯತ್ನಿಸುತ್ತದೆ. ಒಂದು ಕಾಲದಲ್ಲಿ ಇಂದಿರಾಗಾಂಧಿ ಹೊರಡಿಸಿದ ಮುಕ್ತಚಿಂತನೆಯನ್ನು ನಿರ್ಬಂಧಿಸುವ ಶಾಸನವನ್ನು ಈ ಕವಿತೆ ನೆನಪಿಸುತ್ತದೆ. ಸಂಸ್ಕೃತಿಯಲ್ಲಿ ಬದಲಾವಣೆ ಸಹಜ. ನಾವು ಅದಕ್ಕೆ ವಿಮುಖರಾಗುವುದು ತರವಲ್ಲ. ನಾವು ವಿಮುಖರಾದರೆ ಅಭಿಮುಖರಾಗಲು ಸಾಧ್ಯ ವಾಗುವುದಿಲ್ಲ. ಆದರೆ, ಚರಿತ್ರೆ ಇಂಥ ಕಟ್ಟಾಜ್ಞೆಗಳನ್ನು ಮುರಿದುಕೊಂಡೇ ಸಾಗಿ ಬಿಡುತ್ತದೆ. ಇಂಥ ಸಾಮಾಜಿಕ ಮತ್ತು ಸಾಂಸ್ಕೃತಿಕ ಆಶಯಗಳನ್ನು 'ಟುವಟಾರ' ಪ್ರತಿಮೆಯ ಮೂಲಕ ಕವಿ ವ್ಯಂಜಿಸುತ್ತಿದ್ದಾನೆ. ಪಶ್ಚಿಮದ ಆಶಯಗಳು ಪೂರ್ವದ ಮೇಲೆ ಆಗಿರುವ, ಆಗುತ್ತಿರುವ ಕ್ರಮಗಳನ್ನು ಕುರಿತೂ ಇದು ಚಿಂತಿಸುತ್ತದೆ.

ಇಂಥ ಆಶಯಕ್ಕೆ ಅನುಗುಣವಾಗಿ ಭಾಷೆ, ಲಯ ಮತ್ತು ಪ್ರತಿಮೆಗಳು ಸಾಲಿನಿಂದ ಸಾಲಿಗೆ ಬೆಳೆಯುತ್ತ ಹೋಗುತ್ತದೆ! ಇಲ್ಲಿ ಬರುವ 'ಕನಸುಗಣ್ಣು', 'ದಿವ್ಯದೃಷ್ಟಿ', 'ತಟಸ್ಥ ವೀಕ್ಷಕ' ಇಂಥ ಶಬ್ದಪ್ರತಿಮೆಗಳು 'ಟುವಟಾರ' ಎಂಬಂಥ ಬೃಹತ್ ಪ್ರತಿಮೆಗೆ ಪೂರಕವಾಗಿ ಅನ್ವಯಗೊಳ್ಳುತ್ತವೆ. ನಾವು ತೆರೆದ ಕಣ್ಣುಳ್ಳವ ರಾಗಿರಬೇಕು. ಜೀವವಿಕಾಸದ ಬದಲಾವಣೆ ಸಹಜ ಮತ್ತು ನೈಸರ್ಗಿಕ. ಸಂಸ್ಕೃತಿಯು ಕುರುಡುಗಣ್ಣಿನ ಆಶಯಕ್ಕೆ ಒಲಿಯದಂತೆ ನೋಡಿಕೊಳ್ಳುವ ಇರಾದೆ ನಮಗಿರಬೇಕೆಂಬ ಸೂಚ್ಯಭಾವವನ್ನು ಈ ಕವಿತೆ ನಮ್ಮ ಮುಂದಿರಿಸುತ್ತದೆ!

–ಮಲ್ಲೇಪುರಂ ಜಿ. ವೆಂಕಟೇಶ

ಮಣ್ಣುಹುಳ

ನನಗೆ ಬೇಡ;
ಈ ಭೂಮಿಯ ಸೆಳೆತ ಮೀರಿ,
ದೂರ ಬಾಹ್ಯಾಕಾಶಕ್ಕೆ ಹಾರಿ,
ದೆಸೆಗೆಟ್ಟು ತೊಳಲುವ
ಕ್ಷಿಪಣಿಯ ವ್ಯರ್ಥ ಛಲ,
ಶೂನ್ಯ ಫಲ.

ನನಗೆ ಖಂಡಿತ ಬೇಡ;
ಗಗನದಲ್ಲಿ ಹಾರಾಡಿ,
ಭೂಮಿಗೆ ಬಾಂಬ್ ಎಸೆವ
ಧೂರ್ತ ವಿಮಾನ ದಳ
ದಲ್ಲಿ ಸ್ಥಳ.

ನಾ ಹೊಗಬೇಕು ಭೂಮಿಯನ್ನು;
ಹೊಕ್ಕು, ಗಪಗಪ ಮುಕ್ಕಬೇಕು ಮಣ್ಣನ್ನು;
ಮಣ್ಣಿನ ಸತ್ವ ನನಗೆ ಸಿಕ್ಕಬೇಕು,
ನನ್ನ ಕಣಕಣದಲ್ಲೂ ಜೀವ ಉಕ್ಕಬೇಕು;
ನಂತರ ನೀಳವಾಗಿ, ನಿರಾಳವಾಗಿ,
ನುಸುಳಬೇಕು ಹೊರಗೆ;
ತುಂಡರಿಸಿ ಚೆಲ್ಲಿದರೂ ಚೂರು ಚೂರು
ವೃದ್ಧಿಯಾಗುವ,
ಸಮೃದ್ಧಿಯಾಗುವ
ಸಿದ್ಧಿಬೇಕು ನನಗೆ;
ನಾನಾಗಬೇಕು ರೈತನ ಬಂಧು
ಒಂದು ಮಣ್ಣುಹುಳ.

ಮಣ್ಣುಹುಳ

ಕಾವ್ಯಕ್ಕೆ 'ಮಣ್ಣಿನ ವಾಸನೆ' ಬೇಕೆಂದು ಹೇಳಿದ ಕಾಲಘಟ್ಟದ ಸಂದರ್ಭವನ್ನು ಈ ಕವಿತೆ ನೆನಪಿಸುತ್ತದೆ. ನಾವು ಭೂಮಿಯ ಮೇಲೆ ವಾಸಿಸುವ ಜನ. ಭೂಮಿಯ ಸತ್ತ್ವಕ್ಕೆ ತಲೆ ಬಾಗಿದವರು. ನಾವು ಎಲ್ಲಿ ತಿರುಗಾಡಿದರೂ ಹಾರಾಡಿದರೂ ಕುಣಿದಾಡಿದರೂ ನೆಲದ ಮಡಿಲಿಗೆ ಬರಲೇ ಬೇಕು. ವಿಜ್ಞಾನದ ಪ್ರಗತಿಯಿಂದ ಆಕಾಶಕ್ಕೆ ಏರಿದ್ದೇವೆ; ಶ್ವಾಸಕೋಶಗಳ ಕುಂಭಕಪ್ರಕ್ರಿಯೆಯಿಂದ ಸಮುದ್ರದಾಳಕ್ಕೆ ಹೋಗಿದ್ದೇವೆ. ಇದು ವಿಜ್ಞಾನವು ನಮಗೆ ತಂದುಕೊಟ್ಟಿರುವ ಆತ್ಮವಿಶ್ವಾಸ. ಆದರೆ, ಇದು ನೆಲ ದೊಡಲನ್ನು ಮರೆಯದಂತಿರಬೇಕು.

ಕವಿತೆಯು 'ಮಣ್ಣಿನಹುಳ'ದ ಸ್ವಗತದಿಂದ ಪ್ರಾರಂಭವಾಗುತ್ತದೆ. ಮಣ್ಣಿನಹುಳಕ್ಕೆ ಭೂಮಿಯ ಸೆಳೆತವೇ ಹೆಚ್ಚು. ಭೂಮಿಯು ವೈಜ್ಞಾನಿಕವಾಗಿ ಆಕರ್ಷಣಶಕ್ತಿಯನ್ನು ಹೊಂದಿದೆ. ನಾವು ಎಷ್ಟೇ ಎತ್ತರಕ್ಕೇರಿದರೂ ಒಂದಲ್ಲ ಒಂದು ಕ್ರಮದಲ್ಲಿ ನೆಲಕ್ಕೆ ಇಳಿಯಲೇ ಬೇಕು. ಆಕಾಶದಲ್ಲಿ ದಿಕ್ಕುತಪ್ಪಿ ಹಾರಲು 'ಮಣ್ಣುಹುಳ' ಎಂದೂ ಬಯಸುತ್ತಿಲ್ಲ. ವಿಮಾನಕ್ಕೆ ಮನುಷ್ಯರನ್ನು ಒಂದೆಡೆಯಿಂದ ಮತ್ತೊಂದೆಡೆಗೆ ಸಾಗಿಸುವ ಗುಣವೂ ಉಂಟು. ಅಷ್ಟು ಮಾತ್ರವಲ್ಲ ವಿಮಾನಕ್ಕೆ ಬಾಂಬು ಎಸೆದು ಮನುಷ್ಯ ಸಮಾಜವನ್ನೇ ನಾಶಪಡಿಸುವ ಗುಣವೂ ಉಂಟು. ವಿಜ್ಞಾನವು ಆಕ್ರಮಣಕಾರಿಯೂ ಹೌದು; ಪ್ರಗತಿಪರವೂ ಹೌದು! ಆದರೆ, ಮಣ್ಣಹುಳ 'ವಾಸ್ತವ'ವನ್ನು ಕುರಿತು ಸದಾ ಚಿಂತಿಸುತ್ತದೆ.

ಮಣ್ಣುಹುಳದ ಸ್ವಭಾವ ಭೂಮಿಯಲ್ಲೇ ಇರುವುದು. ಆ ಭೂಮಿಗೆ ಫಲವತ್ತತೆ ಯನ್ನು ನೀಡುವುದು ಅದರ ಸಹಜಧರ್ಮ. ಅದು ಎಷ್ಟು ಬಾರಿ ಮಣ್ಣು ಮುಕ್ಕಿದರೂ ಮಣ್ಣಿನ ಫಲವತ್ತತೆ ಹೆಚ್ಚಾಗುತ್ತಲೇ ಇರುತ್ತದೆ. ಪ್ರತಿಯೊಂದು ಮಣ್ಣಿನ ಕಣದಲ್ಲೂ ಜೀವ ಉಕ್ಕಿಉಕ್ಕಿ ಬರುತ್ತದೆ. ರೈತನ ಜೀವಸ್ನೇಹಿ ಬದುಕನ್ನು ಮಣ್ಣುಹುಳ ಸದಾ ಬಯಸುತ್ತದೆ. ನಾವು ಭೂಮಿಗೆ ರಾಸಾಯನಿಕ ಗೊಬ್ಬರವನ್ನು ಸುರಿಯುತ್ತಿದ್ದೇವೆ. ಆಮೂಲಕ ಭೂಮಿಯನ್ನು ಬರಡನ್ನಾಗಿಸುತ್ತಿದ್ದೇವೆ. ಈ ಭೂಮಿ 'ಗಂಧವತ್ ಪೃಥಿವೀ' ಎಂಬ ತಾತ್ತ್ವಿಕ ಹಾಗೂ ನೈಜತತ್ತ್ವವನ್ನು ಮರೆಯುತ್ತಿದ್ದೇವೆ. ಮನುಷ್ಯನ ಆಶಾದಾಹಕ್ಕೆ ಭೂಮಿ ತನ್ನ ಕಂಪನ್ನು ಕಳೆದುಕೊಳ್ಳುತ್ತಿದೆ! ಬೃಹತ್ ಕೈಗಾರಿಕೆಗಳ ಸ್ಥಾಪನೆ ನಾಗರೀಕತೆಯ ಮುಂದುವರಿಕೆಯೆಂದು ನಾವು ಕುರುಡುತನದಿಂದ ನಂಬಿಬಿಟ್ಟಿದ್ದೇವೆ. ಅದೇ ಸತ್ಯವೆಂಬ ನೆಲೆಯಲ್ಲಿ ನಾವಿದ್ದೇವೆ.

ಈ ಕವಿತೆಯ ಹೆಸರೇ 'ಮಣ್ಣುಹುಳ.' ಇದು ಪಾರಂಪರಿಕ ಮತ್ತು ನೈಸರ್ಗಿಕ ಜೀವಪರಿಸರವನ್ನು ಉದ್ದಕ್ಕೂ ಧ್ವನಿಸುತ್ತದೆ. ಇದರ ಜತೆಗೆ ಪರಿಸರಸ್ನೇಹಿ ಮತ್ತು ರೈತಸ್ನೇಹಿ ಬದುಕನ್ನು ಕುರಿತೂ ಚಿಂತಿಸುತ್ತದೆ. ಮಣ್ಣುಹುಳುವಿನ ನೈಜಕ್ರಿಯೆಗಳನ್ನು ಕವಿ ಶಬ್ದರೂಪಕಗಳಲ್ಲಿ ಚಿತ್ರಿಸುತ್ತಾನೆ. ಇಲ್ಲಿ ಬರುವ 'ಗಪಗಪ ಮುಕ್ಕಬೇಕು', 'ಜೀವ ಉಕ್ಕಬೇಕು', 'ನುಸುಳಬೇಕು' ಎಂಬ ಶಬ್ದರೂಪಕಗಳಲ್ಲಿ ಮಿಡಿಯುವ ಜೀವಚೈತನ್ಯ 'ಮಣ್ಣುಹುಳ'ಕ್ಕೆ ಮಾತ್ರ ಅನ್ವಯವಾಗದೆ ಈ ಭೂಮಿಯ ಮೇಲೆ ವಾಸಮಾಡುವ ಸಮಸ್ತ ಪ್ರಾಣಿಜಗತ್ತಿಗೂ ಅನ್ವಯವಾಗುತ್ತದೆ. ನಾವು ನಮ್ಮ ಭೂಮಿಯನ್ನು ಬೆಳೆಸುವ, ಸಮೃಧ್ಧಿಯಾಗಿಸುವ ಕಡೆ ಹೋಗಬೇಕು. ಅಲ್ಲಿ ಮನುಷ್ಯ ಸಮಾಜ ಸಿಧ್ಧಿಯನ್ನು ಪಡೆಯಬೇಕೆಂಬ ತಹತಹವನ್ನು ಕವಿಯು ಬಯಸುತ್ತಿದ್ದಾನೆ. ಈ ಕವಿತೆಯ ಇನ್ನೊಂದು ಮಗ್ಗುಲು ಕವಿತೆಗೆ ಸಹಜ ಕಾವ್ಯತ್ವ ಬೇಕೆಂಬ ಇರಾದೆಯನ್ನು ಪ್ರಕಟಿಸುತ್ತದೆ. ಆ ಮೂಲಕ ಕಾವ್ಯಕ್ಕೆ 'ಮಣ್ಣಿನವಾಸನೆ'ಯ ಅಗತ್ಯವನ್ನು ಧ್ವನಿಸುತ್ತದೆ.

–ಮಲ್ಲೇಪುರಂ ಜಿ. ವೆಂಕಟೇಶ

ನೆನಪು

"Come, Helen, come, give me my soul again"

-Marlowe

ಶಕೂ, ಎಂಥ ಆತ್ಮವಂಚಕರು ನಾವು!
ನನ್ನನ್ನು ಮನಸಾರೆ ಪ್ರೀತಿಸಿ ಕೈ ಕೊಟ್ಟೆ ನೀನು;
ನಿನ್ನನ್ನು ಮರೆಯಲಾರೆನೆಂದು ಘೋಷಿಸಿ ಮರೆತುಬಿಟ್ಟೆ ನಾನು;
ಮರೆಯುವುದು, ತೊರೆಯುವುದು ಇಷ್ಟು ಸುಲಭವೇನೆ?
ಅಥವಾ ಇಂಥ ಭ್ರಮೆಗಳೂ ಮತ್ತೆ ಆತ್ಮವಂಚನೆಗೊ?

ಏಕೆಂದರೆ
ಇಂದಿಗೂ ಒಮ್ಮೊಮ್ಮೆ ನನ್ನ ಕನಸಿನ ಗೊಂದಲದಲ್ಲಿ
ನಿಂತ ಮೆಟ್ಟಿಲು ತಟ್ಟನೆ ಹೂತುಹೋದಂತಾಗಿ
ನಿನ್ನ ಕುಲುಕುಲು ಕಣಿವೆಯಾಳಕ್ಕೆ
ಕಂಬನಿಯಂತೆ ಕುಸಿದು ಬೀಳುತ್ತೇನೆ;
ಚಿಟ್ಟೆಯಂತೆ ಹಗುರಾಗಿ ತೇಲುತ್ತಾ ಮೇಲೇಳುತ್ತೇನೆ;
ಸುತ್ತ ಮೈಮನ ತೆರೆದ ನಿನ್ನ ನಗೆಮಲ್ಲಿಗೆ ಹೂಗಳು;
ನನ್ನ ನಾಗರಿಕ ಪ್ರಜ್ಞೆಯಾಳದಲ್ಲೂ ನಿನ್ನ ಕೋಗಿಲೆ ಕುಹೂಗಳು;
ನಿನ್ನ ಕಣ್ಣು, ಅದರ ಭಾಷೆ, ಅದರ ಹ್ಞೂ, ಉಹ್ಞೂಗಳು;
ನೀನು ನನಗೆ ಎಣಿಸಿ ಎಣಿಸಿ ಕೊಡುತ್ತಿದ್ದ ಮುತ್ತು;
ಶಕೂ, ಖಂಡಿತ ನೀನು ನನ್ನವಳಾಗಬೇಕಿತ್ತು;
ಈ ಹಾಳು ಗೋಡೆಗಳೆಲ್ಲ ಕುಸಿದು ಬೀಳಬೇಕಿತ್ತು.

ಒಮ್ಮೊಮ್ಮೆ ನೆರಳೂ ಬೀಳದ ನಡುಹೊತ್ತಿನಲ್ಲಿ,
ಬೆಳಕು ಕಣ್ಣಿಗೆ ಕವಿಸಿದ ಕಗ್ಗತ್ತಲಲ್ಲಿ
ನಾನು ಚೀರಿದಷ್ಟೂ ದಟ್ಟೈಸುವ ನಿಶ್ಶಬ್ದದಲ್ಲಿ
ನಿರುತ್ತರದಲ್ಲಿ,
ನಿನಗಾಗಿ, ನಿನ್ನ ಜೊತೆಗಾಗಿ ಎಷ್ಟು ಹಂಬಲಿಸುತ್ತೇನೆ, ಗೊತ್ತ?

ಮತ್ತೂ ಒಮ್ಮೊಮ್ಮೆ, ಬಚ್ಚಲ ತಳಸವೆದ ಹಳೆಹಂಡೆ ಸೋರಿ,
ಒಲೆ ಆರಿ,
ಧುತ್ತನೆ ಸುತ್ತಲೂ ಕವಿಯುವ ಹೊಗೆಯಂತೆ
ನಿನ್ನ ನೆನಪಿನ ಧಗೆ ನನ್ನೊಳಗೆಲ್ಲ ಅಡರುತ್ತೆ,
ನನ್ನ ಜೀವ ಹಿಂಡುತ್ತೆ.

ಈಗ ನಾನು ಮೊಗ್ಗುಗಳನ್ನು ಎಷ್ಟು ಸಲೀಸಾಗಿ
ಚಿವುಟಿ ಹಿಗ್ಗಬಲ್ಲೆ, ಗೊತ್ತ?
ಎಷ್ಟು ತರ್ಕಬದ್ಧವಾಗಿ ವಾದಿಸಬಲ್ಲೆ, ವ್ಯಾವಹಾರಿಕವಾಗಿ
ವರ್ತಿಸಬಲ್ಲೆ, ಗೊತ್ತ?
ಹೂವಿನ ಪಕಳೆ ಪಕಳೆ ಹರಿದು ವೈಜ್ಞಾನಿಕವಾಗಿ ಪಾಠ ಹೇಳಬಲ್ಲೆ.
ಯಾವ ಹೂವು ನಸುನಕ್ಕು ಕುಲುಕಿದರೂ
ತಟ್ಟನೆ ಪುಳಕಗೊಳ್ಳದೆ ತಾಳಬಲ್ಲೆ;
ಈ ಪರಿಜ್ಞಾನಕ್ಕಾದರೂ ನಾನು ನಿನಗೆ
ಚಿರಋಣಿಯಾಗಿರಬೇಕು, ಶಕೂ.

ಅದಿರಲಿ, ಮೊನ್ನೆ ನಿಮ್ಮ ಮನೆಯ ಕೆಲಸದವಳು ಸಿಕ್ಕಿ ಹೇಳಿದಳು:
ಈ ಬಾರಿ ಮಗುವಿನೊಂದಿಗೆ ನೀನು ಬಂದಿದ್ದಾಗ
ನನ್ನ ನೆನಸಿಕೊಂಡು ಏಕೋ ಬಿಕ್ಕಿ ಬಿಕ್ಕಿ ಅತ್ತೆಯಂತೆ;
ಹೌದೆ?

ನೆನಪು

ಮನುಷ್ಯನ ಬದುಕಿನಲ್ಲಿ ನೆನಪುಗಳು ಸ್ಥಾವರವಾಗಿ ನಮ್ಮೊಡನೆ ಯಾವಾಗಲೂ ಬಂದು ಸುಳಿಯುತ್ತಿರುತ್ತವೆ. ಈ ನೆನಪುಗಳು ಸುಖಕರವೂ ಹೌದು; ದುಃಖಕರವೂ ಹೌದು! ಇವುಗಳು ಇಲ್ಲದೆ ನಾವಿಲ್ಲ. ನೆನಪುಗಳು ಸದಾ ಸುಳಿದಾಡುತ್ತಿರುವುದರಿಂದ ನಾವು ಜೀವಂತವಾಗಿ ಉಳಿದಿದ್ದೇವೆ. ಮನಸ್ಸಿನ ಕೋಶಕ್ಕೆ ಇವು ಲಗ್ಗೆಹಾಕಿ ಕಚಗುಳಿ ಇಡುತ್ತವೆ; ಇನ್ನೊಮ್ಮೆ ಇವು ಆಳದ ದುಃಖಕ್ಕೆ ಕರೆದುಕೊಂಡು ಹೋಗುತ್ತವೆ. ನಮ್ಮ ಬದುಕಿನಲ್ಲಿ ನೆನಪುಗಳೆಂಬ ಪ್ರಪಂಚವೇ ಇಲ್ಲದೆ ಹೋಗಿದ್ದರೆ ನಾವು ಹೇಗೆ ಇರುತ್ತಿದ್ದೆವು? ಇದನ್ನು ಒಂದುಕ್ಷಣ ಯೋಚಿಸಿದರೆ ಭಯವಾಗುತ್ತದೆ. ನೆನಪು ಕಹಿಯೂ ಹೌದು; ಸಿಹಿಯೂ ಹೌದು! ಇವೆರಡರ ಸಮ್ಮಿಶ್ರಣವೂ ಹೌದು!

ಕವಿಯು ನೆನಪಿನ ಕದವನ್ನು ಇಲ್ಲಿ ತಟ್ಟಿದ್ದಾನೆ. ಅವನ ಪ್ರೀತಿಗೆ ಪಾತ್ರಳಾದ 'ಶಕೂ'ವಿನ ನೆನಪು ಅವನನ್ನು ಕಾಡಿದೆ. ಆಕೆ ಮತ್ತು ಆತ ಇಬ್ಬರೂ ಗಾಢವಾಗಿ ಪ್ರೀತಿಸುತ್ತಿದ್ದರೂ 'ಕೈಕೊಟ್ಟು'ಕೊಂಡಿದ್ದಾರೆ. 'ಆಕೆ' ಈತನಿಗೆ ಕೈಕೊಟ್ಟಿದ್ದಾಳೆ. 'ಆತ' ಈಕೆಗೆ ಕೈಕೊಟ್ಟಿದ್ದಾನೆ. ಮನಸಾರೆ ಪ್ರೀತಿಸಿದವರು ಹೀಗೆ ಮರೆಯುವುದೊ ತೊರೆಯುವುದೊ ಅಷ್ಟು ಸುಲಭವೆ? ಎಂದು ಇಬ್ಬರೂ ಪ್ರಶ್ನಿಸಿಕೊಂಡಿದ್ದಿದೆ. ಕವಿಗೆ ಆಗಾಗ್ಗೆ ಕನಸಿನಲ್ಲೂ ಬಂದು 'ಶಕೂ' ಕಾಣಿಸಿಕೊಂಡದ್ದುಂಟು. ಆಗ ಕವಿ ಕುಸಿದು ಹೋಗಿದ್ದಾನೆ. ಮರಳಿ ಥಟ್ಟನೆ ಚಿಟ್ಟೆಯಂತೆ ಹಗುರಾಗಿ ತೇಲಿಯೂ ಇದ್ದಾನೆ. ಪ್ರೀತಿಯ ನಗೆಮಲ್ಲಿಗೆಯಲ್ಲಿ ಇಬ್ಬರೂ ತೇಲಿದ್ದು ಎಷ್ಟುಕಾಲವೊ? ಸಿಹಿಮುತ್ತುಗಳ ವಿನಿಮಯಕ್ಕೆ ಎಲ್ಲೆಯೇ ಇರಲಿಲ್ಲ. ಆಕೆಯ ಕಣ್ಣು, ಭಾವ, ಭಾಷೆ, ಸಣ್ಣಸಣ್ಣ ನಿಟ್ಟುಸಿರುಗಳೂ ಕವಿಗೆ ಈಗ ಘಾಸಿಯನ್ನು ಉಂಟುಮಾಡುತ್ತಿವೆ! ಹೀಗೆ ಇಬ್ಬರೂ ಬೇರೆಯಾಗುವುದಕ್ಕೆ ಸಾಮಾಜಿಕ ಕಾರಣಗಳಿವೆ. ಅಂಥ ಗೋಡೆಗಳು ಇಬ್ಬರನ್ನೂ ಬೇರೆ ಬೇರೆಯಾಗಿಸಿವೆ. ಯಾವ ಯಾವುದೋ ಸಂದರ್ಭಗಳಲ್ಲಿ ಆಕೆಯ ನೆನಪು ಬಂದಾಗ ಹಂಬಲಿಸಿದ್ದುಂಟು. ನೀರು ಕಾಯಿಸುತ್ತಿದ್ದ ಹಂಡೆಯು ತಳಸೋರಿ ಕವಿಯುವ ಹೊಗೆಯಂತೆ, ನೆನಪಿನ ಧಗೆ ಅಡರಿದ್ದೂ ಉಂಟು. ಈ ಚಿತ್ರಗಳೆಲ್ಲವೂ ಈಗ ಗತದ ನೆನಪಿಗೆ ಸೇರಿವೆ.

ಕವಿಯು ಪೂರ್ವಾರ್ಧದ ನೆನಪಿನ ಚಿತ್ರ ನೀಡಿದ ಮೇಲೆ ಈಗಿನ ಚಿತ್ರವನ್ನೂ ನೀಡುತ್ತಾನೆ. ಆಗ ಇದ್ದ ಪ್ರೀತಿಯ ಮುಗ್ಧತೆ ಆತನಿಗೆ ಈಗಿಲ್ಲ. ಈಗ ಅವನು ಹೆಚ್ಚು ವಾಸ್ತವದಲ್ಲಿದ್ದಾನೆ; ತಾರ್ಕಿಕನೂ ಆಗಿದ್ದಾನೆ. ಆಗ ಹೂವಿನ ಪಕಳೆಗಳು ಮೃದುತ್ವದ ಸಂಕೇತಗಳಾಗಿದ್ದುವು. ಈಗ ಅವು ತಾರ್ಕಿಕ ವ್ಯಾವಹಾರಿಕ ಸಂಕೇತಗಳಾಗಿ

ಬಿಟ್ಟಿವೆ. ಇಷ್ಟು ಮಾತ್ರವಲ್ಲ ವೈಜ್ಞಾನಿಕ ಪಠ್ಯದ ಭಾಗಗಳಾಗಿವೆ. ಈಗ ಅವನ ಮುಂದೆ 'ಹೂವು' ಬಂದು ನಸುನಕ್ಕು ಕುಲುಕಿದರೂ ಪುಳಕಗೊಳ್ಳದೆ ಇರಬಲ್ಲ. ಆದರೆ, 'ಶಕೂ' ಮನೆಯ ಕೆಲಸದವಳು ಹೇಳಿದ 'ಚಿಕ್ಕಿ ಚಿಕ್ಕಿ ಅತ್ತ' ಮಾತು ಆತನ ಹೃದಯವನ್ನು ಚಿಕ್ಕಳಿಸುವಂತೆ ಮಾಡಿಬಿಟ್ಟಿದೆ. ಹೀಗಾಗಿ ನೆನಪುಗಳ ಲೋಕದಿಂದ ಹೊರಬರಲಾಗುತ್ತಿಲ್ಲ.

ಈ ಕವಿತೆಯು ಗತದ ನೆನಪುಗಳು ಮತ್ತು ವರ್ತಮಾನದ ಅದ್ಯತನ ಕ್ರಿಯೆಗಳ ನಡುವಣ ಕರ್ಷಣವನ್ನು ಕುರಿತು ಚಿಂತಿಸುತ್ತದೆಯಷ್ಟೆ. ಇದೊಂದು ರೊಮ್ಯಾಂಟಿಕ್ ಸರಳ ಕವಿತೆಯಾಗಬಹುದಾದ ಅಪಾಯದಿಂದ ಪಾರಾಗಿದೆ. ಆದರೆ, ಕವಿಯು ಕಟ್ಟಿರುವ ಒಂದೊಂದು ಸೋಪಾನದ ಭಾವಪ್ರಪಂಚದ ಕೌಶಲ್ಯದಿಂದಾಗಿ ಈ ಕವಿತೆಯು 'ಸಾಧಾರಣೀಕರಣಲೋಕ'ದಲ್ಲಿ ಸೇರಿ ಹೋಗುತ್ತಿದೆ. ಇಲ್ಲಿರುವ 'ಶಕೂ' ನಮ್ಮನಮ್ಮ ಪ್ರೇಮಲೋಕದ 'ಶಕೂ'ಗಳಾಗುತ್ತವೆ. ಇಲ್ಲಿರುವ ಆತನ ನೆನಪಿನ ಸಂವೇದನೆಗಳು ನಮ್ಮ ಹೃದಯಸಂವೇದನೆಯ ಭಾಗಗಳಾಗುವುದುಂಟು. ಅನ್ಯಕೇಂದ್ರಿತ ಭಾವ ಚಿಂತನೆಯ ನೆನಪುಗಳು ನಮ್ಮವೇ ಆಗುವ ಅನನ್ಯತೆಯ ಕಡೆಗೂ ಈ ಕವಿತೆ ನಮ್ಮನ್ನೂ ಕರೆದೊಯ್ಯುತ್ತದೆ.

ಕವಿತೆ ಮೊದಲು ಹಳೆಯ ನೆನಪಿನ ಬುತ್ತಿಯನ್ನು ಬಿಚ್ಚುತ್ತದೆ. ಅದು ಮುಂದು ಮುಂದಕ್ಕೆ ಸಾಗುತ್ತ ವಿವರಗಳು ಇಣುಕಿಹಾಕಿ ನಮ್ಮನ್ನು ತೋಯಿಸಿ ಬಿಡುತ್ತವೆ. ನಂತರ ಕವಿತೆ 'ವಾಸ್ತವ'ಕ್ಕೆ ಬಂದು ನಿಂತರೂ 'ಪ್ರೀತಿ'ಯ ಅನನ್ಯತೆ ಎಲ್ಲಿದೆಯೆಂದು ಕವಿತೆ ಆಳವಾಗಿ ಪರಿಶೋಧಿಸಲು ತೊಡಗುತ್ತದೆ.

–ಮಲ್ಲೇಪುರಂ ಜಿ. ವೆಂಕಟೇಶ

ಲೋಲೀಟ

"Lolita, light of my life, fire of my loins,
my sin, my soul".

-Vladimir Nabokov

ಆ ದೋರೆ ಹುಡುಗೀನ ನಾನು ಲೋಲೀಟ ಅಂತ ಕರೀತೀನಿ;
ಶಾಲೆಯ ಹಾಜರಿ ಪುಸ್ತಕದಲ್ಲಿ ಅವಳ ಹೆಸರು ಬೇರೆಯೇ ಇದೆ;
ಮಿಕ್ಕ ಮೇಸ್ಟರುಗಳೆಲ್ಲ ಅವಳನ್ನು ಪೆದ್ದಿ ಅಂತಾರೆ;
ಆದರೆ ಅವಳ ನಿಜವಾದ ಬುದ್ಧಿ ನನಗೆ ಮಾತ್ರ ಗೊತ್ತು.

ಅವಳೊಂದು ಮೈಯೆಲ್ಲ ಹೂವರಳಿದ ಗಿಡದ ಹಾಗೆ;
ಮೈ ತುಂಬ ಹರ್ಷ, ಕಣ್ತುಂಬ ಪ್ರೀತಿ;
ಬೇಕಾದವರು ಬೇಕಾದಷ್ಟು ಬಿಡಿಸಿ ಮುಡಿದುಕೊಳ್ಳಿ ಅಂತಾಳೆ,
ಅವಳಿಗಿಲ್ಲ ಯಾರಾದರೂ ಹೊಸಗಿ ಎಸೆದಾರೆಂಬ ಭೀತಿ.

ಅವಳು ಕಣ್ಣೆತ್ತಿ ನೋಡಿದರೆ ನನ್ನ ಹೃದಯ ಕಳಕ್ಕೆಂದು ಉಳುಕುತ್ತೆ;
ಅವಳು ಸಿಹಿಯಾಗಿ ನಕ್ಕಾಗ ಜೀವ ತುಳುಕುತ್ತೆ.
ಮಿಕ್ಕ ಮೇಸ್ಟರುಗಳು ಅವಳನ್ನು ಅಲಂಕಾರ ವಿದ್ಯಾರ್ಥಿನಿ ಅಂತಾರೆ;
ಆದರೆ ಅವಳು ಅಲಂಕಾರವೆಂದು ನನಗೆ ಮಾತ್ರ ಗೊತ್ತು.

ಬೇರೆ ಹುಡುಗರೊಂದಿಗೆ ಅವಳು ಚಕ್ಕಂದವಾಡಿದ ದಿನ
ನಾನು ವ್ಯಾಕರಣ ಮಾಡ್ತೇನೆ;
ನನ್ನ ಕಂಡು ನಸುನಕ್ಕ ದಿನ
'ಮೈಸೂರು ಮಲ್ಲಿಗೆ' ಹಾಡ್ತೇನೆ;
ಮಿಕ್ಕ ಮೇಸ್ಟರುಗಳಿಗೆ ಅವಳೊಂದು ತಲೆನೋವು ಮಾತ್ರ;
ಆದರೆ ಅವಳು ನನ್ನ ಹೃದಯದ ಕಾವೆಂದು ನನಗೆ ಮಾತ್ರ ಗೊತ್ತು.

ಅವಳು ಮುದ್ದಾಗಿ ತೊದಲುವ ಕನ್ನಡ ಕೇಳ್ಬೇಕು
ತಿದ್ದುವುದಕ್ಕೆ ಮನಸ್ಸು ಬಂದರೆ ನನ್ನಾಣೆ!
ಇದು ಹೆಂಗ್ಸಾ? ಹೆಂಗ್ಸಾ? ಎಂದು ಅವಳು ಪೆದ್ದು ಪೆದ್ದಾಗಿ ಪ್ರಶ್ನಿಸಿದಾಗಲೆಲ್ಲ
ಗಂಡಸಿನ ಅರ್ಥ ಅವಳಿಗೆ ತಿಳಿಸಬೇಕೆನ್ನಿಸುತ್ತೆ;
ಮಿಕ್ಕ ಮೇಸ್ಟರುಗಳೆಲ್ಲ ಅವಳನ್ನು ಪಾಸ್ ಮಾಡಿ ಬಿಡೋಣ ಅಂತಾರೆ
ಆದರೆ ಅವಳನ್ನು ಪಾಸ್ ಮಾಡುವ ಕಷ್ಟ ನನಗೆ ಮಾತ್ರ ಗೊತ್ತು.

ಪುಂಡ ಹುಡುಗರು ಅವಳ ಹೆಸರನ್ನು ಗೋಡೆಗಳ ಮೇಲೆಲ್ಲ ಬರೀತಾರೆ
ಯಾರ್ಯ್ಯಾರೊಂದಿಗೋ ಅವಳನ್ನು ಕೂಡಿ, ಕಳೆದು;
ಆದರೆ ಅವಳು ನಿರಾತಂಕವಾಗಿ ಅದನ್ನೆಲ್ಲ ಭಾಗಾಕಾರ ಮಾಡಿ
ಶೇಷ, ಭಾಗಲಬ್ಧ ಸೊನ್ನೆ ಅಂತಾಳೆ;
ಮಿಕ್ಕ ಮೇಸ್ಟರುಗಳು ಅವಳನ್ನು ಚೆಲ್ಲು ಹುಡುಗಿ ಅಂತಾರೆ
ಆದರೆ ಅವಳು ಲಾ ಬೆಲ್ಲೆಂದು ನನಗೆ ಮಾತ್ರ ಗೊತ್ತು.

ಒಮ್ಮೊಮ್ಮೆ ಅವಳು ಜ್ವರದಂತೆ ನನ್ನೊಳಗೆಲ್ಲ ವ್ಯಾಪಿಸುತ್ತಾಳೆ;
ನನ್ನ ಪಶುತ್ವ ಜ್ಞಾಪಿಸುತ್ತಾಳೆ;
ಬೇರು ಬೇರನ್ನೂ ತಡಕಿ ತಡವಿ, ಜಗ್ಗಿ,
ಗಡಗಡ ನಡುಗಿಸುತ್ತಾಳೆ, ಸುಡು ಸುಡು ದಹಿಸುತ್ತಾಳೆ;
ನಾನು ಸಾವಿನ ಬಗ್ಗೆ ತಾತ್ವಿಕ ಚಿಂತನೆಗೆ ತೊಡಗಿದಾಗ
ಜೀವಂತಿಕೆಗೆ ರೂಪಕವಾಗಿ ನಿಲ್ಲುತ್ತಾಳೆ;
ನಾನು ಎತ್ತರಕ್ಕೆ ಆಕಾಶದತ್ತ ದಿಟ್ಟಿಸಿದಾಗ
ಘಲ್ಲನೆ ನಕ್ಕು ತಾರೆಗಳನ್ನೆಲ್ಲ ಚಿಲ್ಲರೆ ಹಣದಂತೆ ಬಾಚಿ
ನೆಲಕ್ಕೆ ಚೆಲ್ಲುತ್ತಾಳೆ.
ಮಿಕ್ಕ ಮೇಸ್ಟರುಗಳು ಅವಳನ್ನು ಪಿಡುಗಿನಂತೆ ದೂರವಿಟ್ಟಿದ್ದಾರೆ
ಆದರೆ ಆ ಹುಡುಗಿಯ ಸನಿಹದ ಸುಖ ನನಗೆ ಮಾತ್ರ ಗೊತ್ತು.

ಒಮ್ಮೊಮ್ಮೆ ಅವಳು ನನ್ನ ಕೈಯಲ್ಲಿ ಕೈಯಿಟ್ಟು ಹಿತವಾಗಿ ಅಮುಕುತ್ತಾಳೆ.
ಕಣ್ಣಲ್ಲಿ ಕಣ್ಣಿಟ್ಟು ಏನನ್ನೋ ಹುಡುಕುತ್ತಾಳೆ;
ನನ್ನ ತೆಕ್ಕೆಯ ಬಿಗಿಯಲ್ಲಿ ಸುಖವಾಗಿ ನರಳುತ್ತಾಳೆ
ಸೊನ್ನೆ ನೋಟವ ಬೀರಿ ನಿಟ್ಟುಸಿರುಗರೆಯುತ್ತಾಳೆ.

ಇಲ್ಲ, ನನಗಿವಳು ಬೇಕು, ಬೇಕೇ ಬೇಕು ಅನ್ನಿಸಿ
'ನನ್ನ ಮದುವೆಯಾಗ್ತೀಯೇನೇ ಹುಡುಗೀ?' ಎಂದರೆ
'ಓಹೋ, ಮಾಡ್ಕೊಳ್ತೀರಾ, ಸಾರ್' ಎಂದು ತಬ್ಬಿಬ್ಬಾಗಿಸುತ್ತಾಳೆ;

'ಭಡ್......' ಎಂದು ಬೆಲೂನು ಸಿಡಿದು ನಿಶ್ಯಬ್ದ ಕವಿಯುತ್ತೆ;
ಗೊಳ್ಳೆಂದು ಗೋಡೆಗಳೆಲ್ಲ ಬಿದ್ದು ಬಿದ್ದು ನಗುತ್ತವೆ;
ನನ್ನ ಮೌನ ಕಂಡು ಲೋಲೀಟ ಮುಗುಳ್ನಕ್ಕು ಹೋಗುತ್ತಾಳೆ;
ಅವಳನ್ನು ತಡೆಯಬೇಕು, ಪಡೆಯಬೇಕು, ಹೇಗೆ? ಹೇಗೆ?? ಹೇಗೆ???
ಇದು ಬೇತಾಳನ ಕೊನೆಯ ಪ್ರಶ್ನೆಯ ಹಾಗೆ.

ಲೋಲೀಟ

ಲೋಲೀಟ ವ್ಲಾದಿಮಿರ್ ಎನ್ನುವ ರಶ್ಯಾದ ಲೇಖಕನ ಕಾದಂಬರಿಯ ಹೆಸರು. ಆ ಕಾದಂಬರಿಯಲ್ಲಿ ಲೋಲೀಟ ಟೀನೇಜ್ ಹುಡುಗಿ. ಅವಳನ್ನು ಇಷ್ಟಪಡುವ ನಾಯಕ ಅವನೂ ಬರಹಗಾರ ಅವನಿಗೆ 40-45 ವರ್ಷಗಳು. ಅವನಿಗೆ ಅವಳ ಬಗ್ಗೆ ಆಕರ್ಷಣೆ ಇರುತ್ತದೆ. ಈ ಕಾಂಪ್ಲೆಕ್ಸ್ ಇಡೀ ಕಾದಂಬರಿಯಲ್ಲಿ ಅದ್ಭುತವಾಗಿ ಬಂದಿದೆ. ಲೋಲೀಟ ಹೆಸರೇ ಈ ಕಾದಂಬರಿಯ ಸೂಚನೆಯನ್ನು ಕೊಡುವುದಾದರಿಂದ ವ್ಲಾದಿಮಿರ್‌ನ ಎರಡು ಸಾಲುಗಳಿಂದಲೇ ಕವಿತೆ ಆರಂಭವಾಗುತ್ತದೆ. ಬೆಳಕು, ಪಾಪ ಮತ್ತು ಆತ್ಮವಾಗುವ ಆ ವಿಸ್ಮಯ? ಎದುರು ಪದ್ಯ ಆರಂಭವಾಗುತ್ತದೆ.

ಆ ದೋರೆ ಹುಡುಗಿಗೀಗ ನಾನು ಲೊಲೀಟ ಎಂದು ಕರೆಯುತ್ತೇನೆ ಎನ್ನುವಾಗಲೇ ಆ ಹುಡುಗಿಯ ಹೆಸರು ಬೇರೆಯದೇ ಇದೆ ಎನ್ನುವುದು ಗೊತ್ತಾಗುತ್ತದೆ. ದೋರೆ ಅರೆ ಮಾಗಿದ, ನೆಲ ಕಾಣದ ಸ್ಥಿತಿ. ಇಂಥಾ ಹುಡುಗಿಯೊಬ್ಬಳ ಜಗತ್ತು ಉತ್ಸಾಹದ್ದು. ಆ ಉತ್ಸಾಹಕ್ಕೆ ಜಗತ್ತಿನ ಇನ್ಯಾವುದೂ ಬೇಡವಾಗುತ್ತದೆ. ಅವಳೊಂದು ಮೈಯೆಲ್ಲಾ ಹೂವರಳಿದ ಗಿಡದ ಹಾಗೆ ಎನ್ನುವಾಗ ಅವಳ ಸಹಜ ಲಾವಣ್ಯ ಕಣ್ಣ ಮುಂದೆ ತೊಯ್ದಾಡುತ್ತದೆ. ಗಾಳಿಗೆ ಆಡುವ ಸಹಜ ವಯ್ಯಾರ, ಚಂಚಲವಾದ ಅವಳ ಸ್ವಭಾವ ಎಲ್ಲರನ್ನೂ ಆಕರ್ಷಿಸುವ ಯವ್ವನದ ಅಪರೂಪದ ಕ್ಷಣಗಳನ್ನು ನಿರೂಪಕ ಅಚ್ಚರಿಯಿಂದ ನೋಡುವಂತೆ ಮಾಡುತ್ತದೆ.

ಮುಂದೆ ಆ ಹುಡುಗಿ ಯಾರು ಎನ್ನುವುದಕ್ಕೆ ಸೂಚನೆ ಸಿಗುತ್ತದೆ. ಅವಳು ಕವನದ ನಿರೂಪಕನ ವಿದ್ಯಾರ್ಥಿನಿ. ಆದರೆ ಅವಳನ್ನು ವಿದ್ಯಾರ್ಥಿನಿಗಿಂತ ಅವಳ ಯವ್ವನವನ್ನು ಆರಾಧಿಸುವ ನಿರೂಪಕನಿಗೆ ಅವಳು ವ್ಯಕ್ತಿನೆಲೆಯ ವ್ಯಾಮೋಹ. ಆದರೆ ಅವನ ಆತಂಕ ಸುತ್ತಲ ಜಗತ್ತು ಅವಳನ್ನು ನೋಡುವ ಕ್ರಮ. ತಾನು ಹಾಗೆ ನೋಡಬಹುದು, ಆದರೆ ಬೇರೆಯವರು ನೋಡಬಾರದು ಎನ್ನುವ ಭಾವ ಅವನದ್ದು. ಆ ದೋರೆ ಹುಡುಗಿಗೆ ಇದೆಲ್ಲ ಅರ್ಥ ಆಗ್ತಾ ಇದೆಯೋ ಇಲ್ಲವೋ ತಿಳಿಯದು. ಅವಳೆಡೆಗಿನ ಆಕರ್ಷಣೆಗೆ ಮಾತ್ರ ಎಲ್ಲೆಗಳೇ ಇಲ್ಲವಾಗುತ್ತದೆ.

ತನ್ನನ್ನು ಮತ್ತೆ ಮತ್ತೆ ಸೆಳೆಯುತ್ತಾ ಆವರಿಸಿಕೊಳ್ಳುವ ಲೋಲೀಟ ಬಗ್ಗೆ ವರ್ಣನೆ ಮಾಡುತ್ತಾ ನಿರೂಪಕ ಅವಳ ಅವಗುಣಗಳನ್ನೂ ಗುಣವನ್ನಾಗಿ ನೋಡುತ್ತಾನೆ. ಇದೂ ಇಡೀ ಪದ್ಯದ ಉದ್ದಕ್ಕೂ ಬಂದಿದೆ. ಮಿಕ್ಕ ಮೇಷ್ಟ್ರುಗಳು ಅವಳನ್ನ ಅಲಂಕಾರದ

ವಿದ್ಯಾರ್ಥಿನಿ ಎಂದು ಕರೆದರೆ ನಿರೂಪಕನಿಗೆ ಮಾತ್ರ ಅವಳೇ ಅಲಂಕಾರವಾಗಿ ಕಾಣುತ್ತಾಳೆ.

ಬೇರೆ ಮೇಷ್ಟ್ರಗಳು ಅವಳನ್ನು ನೋಡುವ ಕ್ರಮ ಇದಾದರೆ ಹುಡುಗರ ಜಗತ್ತು ಇನ್ನೊಂದಿದೆ. ಅಲ್ಲಿ ನಡೆಯುವ ವಿದ್ಯಮಾನಗಳು ನಿರೂಪಕನ ಒಳಗೆ ಮೂಡುವ ತಲ್ಲಣಕ್ಕೆ ಪ್ರತಿಕ್ರಿಯೆ ಹೀಗಿದೆ 'ಬೇರೆ ಹುಡುಗರೊಂದಿಗೆ ಅವಳು ಚಕ್ಕಂದವಾಡಿದ ದಿನ ನಾನು ವ್ಯಾಕರಣ ಮಾಡುತ್ತೇನೆ, ನನ್ನ ಕಂಡು ನಸುನಕ್ಕ ದಿನ ಮೈಸೂರು ಮಲ್ಲಿಗೆ ಹಾಡ್ತೇನೆ' – ಈ ಪ್ರತಿಕ್ರಿಯೆ ನಮ್ಮ ತುಟಿಯಂಚಲ್ಲಿ ನಗು ಉಳಿಸಿದರೂ ಯುವ ಮನಸ್ಸಿನ ತಲ್ಲಣ ಹೇಳಿಕೊಳ್ಳಲಾಗದ ಭಾವನೆಗಳ ಅಭಿವ್ಯಕ್ತಿಯ ಬಗ್ಗೆ ಆಸಕ್ತಿ ಮೂಡುತ್ತದೆ. ಹೃದಯಕ್ಕೆ ಕಾವಾಗುವ ಆ ಹುಡುಗಿ ನಿರೂಪಕನನ್ನು ಆವರಿಸಿ ಅವಳ ಮಾತಿಗೆ ಇನ್ನೊಂದೇ ಅರ್ಥ ಹುಡುಕುವಂತೆ ಮಾಡುತ್ತಾ ಇದು ಹೆಂಗ್ಸಾ? ಎನ್ನುವ ಶ್ಲೇಷಾರ್ಥದ (ಅವಳಿಗಲ್ಲ: ಅವನಿಗೆ) ಅವಳ ಪ್ರಶ್ನೆಗೆ ಗಂಡಸಾಗಿ ತಾನು ಉತ್ತರಿಸಲೇ ಎನ್ನುವ ಕಾತರ ಎದ್ದು ಕಾಣುತ್ತದೆ. ಜ್ವರದಂತೆ ಆವರಿಸುವ ಹುಡುಗಿಯ ಹೆಣ್ತನ ಕಾವ್ಯ ನಾಯಕನನ್ನು ಆವರಿಸಿ, ಯಾರೇನೇ ಅಂದರೂ ಆ ಹುಡುಗಿಯೇ ಸರಿ ಎನ್ನುವ ತೀರ್ಮಾನ ಅವನ ಮನಸ್ಸಲ್ಲಿ ಕೂತು ಬಿಡುತ್ತದೆ. ಚೆಲ್ಲು ಚೆಲ್ಲಾದ ಆ ಪ್ರಾಯವನ್ನು ಕಾಣುವ ಲೋಕದ ಕಣ್ಣಿನ ಬಗ್ಗೆ ಅನುಮಾನ ವ್ಯಕ್ತಪಡಿಸುತ್ತಾ, ಅವಳು ಮತ್ತು ತಾನು ಮಾತ್ರ ಸತ್ಯವಾಗುವ ಮತ್ತು ತೀವ್ರವಾಗಿ ಬದುಕುವ ಹಂಬಲ ವ್ಯಕ್ತಪಡಿಸುತ್ತಾನೆ. ಲೋಕದ ಕಣ್ಣಿಗೆ ಏನೋ ಆಗುವ ಆ ಹುಡುಗಿ ಅವನ ಎದೆಯಲ್ಲಿ ನೂರು ರಾಗಗಳ ಲಹರಿಯನ್ನು ಸರಸರನೆ ಬಿಚ್ಚುವ ಅದ್ಭುತ ವೀಣೆಯಾಗಿ ಕಾಣುತ್ತಾಳೆ. ಮುಂದುವರೆದು ನಿರೂಪಕ ಅವಳನ್ನು ಕೀಟ್ಸ್ ಪದ್ಯದ ಒಂದು ಪಾತ್ರ ಲಾಬೆಲ್ಲಾಳ ಹಾಗೆ ನೋಡುತ್ತಾನೆ.

ಈ ದೋರೆ ಹುಡುಗಿ ಇಷ್ಟೆಲ್ಲಾ ತನ್ನೊಳಗೆ ಇಟ್ಟುಕೊಂಡೂ ಅವಳ ಒಡೆಯದ ಮುಗ್ಧತೆಗೆ ಸವಾಲು ಒಡ್ಡುವ ಹಾಗೆ ಒಳಗಿನ ತುಡಿತಕ್ಕೆ ಮಾತುಕೊಡುವ ನಿರೂಪಕ ಮದುವೆಯಾಗುವೆಯಾ ಎಂಬ ಪ್ರಶ್ನೆಗೆ, ಓಹೋ ಮಾಡ್ಕೋತೀರಾ ಸಾರ್ ಎನ್ನುವ ಅವಳ ಒಂದು ಉದ್ಗಾರಕ್ಕೆ ವಾಸ್ತವ ಒಡೆದು ಹೋಗುತ್ತದೆ. ತನ್ನ ಸುತ್ತಾ ಇದ್ದ ಭ್ರಮೆ ಕೆಡವಿ ಹೋಗುತ್ತದೆ. ಬಯಲು ಅವನನ್ನು ಅಣಕಿಸುತ್ತದೆ. ಉತ್ತರಿಸಲಾಗದ ಅಸಹಾಯಕ ಸ್ಥಿತಿಯಲ್ಲಿ ನಿಲ್ಲುವ ನಿರೂಪಕನನ್ನು ಹುಡುಗಿ ದಾಟಿ ಹೋಗುತ್ತಾಳೆ.

ಅವಳನ್ನು ಪಡೀಬೇಕು ಹೇಗೆ ಎನ್ನುವ ಉತ್ತರ ಸಿಕ್ಕರೆ ಮಾಯವಾಗುವ ಬೇತಾಳನ ಪ್ರಶ್ನೆ ಪ್ರಶ್ನೆಯಾಗೇ ಉಳಿದು ಸ್ವೀಕರಣೆ ಮತ್ತು ನಿರಾಕರಣೆಯ ನಡುವೆ ಇರುವ ಕವಿತೆ ತೊಯ್ದಾಟದ ಇನ್ನೊಂದು ಮಜಲನ್ನು ಮುಟ್ಟುತ್ತದೆ.

ಲೋಕದ ಕಣ್ಣಲ್ಲಿ ಏನೇನೋ ಆಗುವ ಹುಡುಗಿಯೊಬ್ಬಳು ಅಂತರಂಗದಲ್ಲಿ ಅಳಿಯದ ಸಂಬಂಧವನ್ನು ಉಳಿಸಿ ಪ್ರಶ್ನೆಯಲ್ಲೇ ಉಳಿವ ವಿಸ್ಮಯ ಮತ್ತು ವಿಷಾದ ಈ ಕವಿತೆಯ ಮೂಲದ್ರವ್ಯ.

ಪದ್ಯದ ವಿವರಗಳು ಮತ್ತು ಬಂಧ ಎರಡೂ ಲವಲವಿಕೆಯಿಂದಲೇ ಸಾಗುತ್ತ ನಮ್ಮೊಳಗೆ ಕಚಗುಳಿಯನ್ನು ಇಡುತ್ತಲೇ ವಿಷಾದದ ಅಂಚಿಗೆ ತಂದು ನಿಲ್ಲಿಸುತ್ತದೆ.

–ಪಿ. ಚಂದ್ರಿಕಾ

ಸರದಿ

ಹೆಣಗಳ ವಾಸನೆ ಮನೆ ತುಂಬ:
ವಿಲಿವಿಲಿ ಇಲಿಗಳು ಸತ್ತು
ಗಬ್ಬು ಹೆಣಗಳ ವಾಸನೆ ಮನೆ ತುಂಬ.
ಅಪ್ಪ ರೇಗಾಡಿದ;
ನಾನು ಕೂಗಾಡಿದೆ;
ಪಾಷಾಣವಿಟ್ಟ ನನ್ನ ಸೋಷಲಿಸ್ಟ್ ತಮ್ಮ
ಸುಮ್ಮನೆ ತಲಾಶು ನಡೆಸಿದ್ದ
ದೊಣ್ಣೆ ಪೊರಕೆ ಮೊರ ಹಿಡಿದು
ಉಗ್ರಾಣದ ಕಾಳನ್ನು ಕೊಳ್ಳೆ ಹೊಡೆಯುವ ಇಲಿ ಹೆಗ್ಗಣಗಳಿಗಾಗಿ,
ಅಥವಾ ಅವುಗಳ ಹೆಣಗಳಿಗಾಗಿ.
ಈ ನೆಪದಲ್ಲಿ ಧೂಳು ಕಸ ಕತ್ತಲೆ ಕಳೆದು
ಮನೆಯೆಲ್ಲ ಬೆಳಗಾಯಿತು;
ಹೊಸಗಾಳಿ ಸುಳಿದಾಡಿತು.

ಕೊನೆಗೂ ಸಿಕ್ಕಿದವು: ಹೆಗ್ಗಣಗಳ ಗಾತ್ರ ಕೊಬ್ಬಿದ್ದ
ಎರಡು ಮುದಿ ಇಲಿಗಳ ಗಿಜಿಗಿಜಿ ಹುಳು ಹಿಡಿದ ಹೆಣಗಳು;
ಒಂದು, ಅಪ್ಪನ ದೇವರುಗಳ ಮಂಟಪದ ಗೊಂದಲದಲ್ಲಿ;
ಇನ್ನೊಂದು, ನನ್ನ ಕಮಟು ಪುಸ್ತಕಗಳ ಕಪಾಟಿನ ಇಕ್ಕಟ್ಟಿನಲ್ಲಿ.
ಬಲಗೈಯಿಂದ ಮೂಗು ಮುಚ್ಚಿ,
ಎಡಗೈಯಿಂದ ಅವುಗಳ ಬಾಲ ಹಿಡಿದೆತ್ತಿ,
ಹೊರಗೊಯ್ದು ಹಿತ್ತಿಲ ತಿಪ್ಪೆಯಾಚೆಗೆ ಒಗೆದು,
ಅಬ್ಬ! ಗಬ್ಬು ಕಳೆಯಿತೆಂದು, ಎಷ್ಟೋ ಗೆಲುವಾದ
ನನ್ನ ಚಿಗುರು ಮೀಸೆಯ ತಮ್ಮ.

ಇದೀಗ ಅವನ ಸರದಿ.

ಸರದಿ

ಈ ಪದ್ಯದ ರಚನಾ ಕ್ರಮ ಸರಳವಾಗಿದೆ. ಸಾವು ಮತ್ತು ಬದುಕಿನ ನಡುವೆ ನಡೆಯುವ ಅನೇಕ ಘಟನೆಗಳನ್ನು ಈ ಪದ್ಯದಲ್ಲಿ ಹೇಳಲಾಗುತ್ತಿದೆ. ಇದು ಇಷ್ಟಕ್ಕೆ ನಿಂತಿದ್ದರೆ ಈ ಪದ್ಯಕ್ಕೆ ಟಿಪ್ಪಣಿಯ ಅಗತ್ಯ ಇರುತ್ತಿರಲಿಲ್ಲ. ಇದು ಮೂರು ತಲೆ ಮಾರುಗಳ ಕಾವ್ಯ ರಚನೆಯ ನಂಬಿಕೆಯಲ್ಲಿ ಆದ ಬದಲಾವಣೆಯನ್ನು ನೆನಪಿಸುವುದು ಮತ್ತು ಅಲ್ಲಿ ಏನಾಯಿತು ಎನ್ನುವುದನ್ನು ವಿವರಿಸುವ ಪದ್ಯವಾಗಿದೆ.

ಲಕ್ಷ್ಮಣರಾವ್ ಅವರ ಎಲ್ಲ ಪದ್ಯಗಳೂ ಸದ್ಯದ ಹಂಗನ್ನು ಹೊಂದಿರುವಂಥದ್ದು. ಈ ಪದ್ಯಕ್ಕೂ ಸದ್ಯದ ಆವರಣವನ್ನು ಕವಿ ಕಟ್ಟಿಕೊಡುತ್ತಾರೆ. ಹೀಗಾಗಿ ಈ ಕವಿತೆ ನೆನ್ನೆ ಮತ್ತು ನಾಳೆಗಳ ನಡುವೆ ನಿಲ್ಲುತ್ತದೆ.

ಕವನ ಆರಂಭವಾಗುವುದು ಸತ್ತ ಹೆಣಗಳ ವಾಸನೆ ಮನೆಯ ತುಂಬಾ ತುಂಬಿರುವ ಘಟನೆಯಿಂದ. ಆ ಹೆಣ ಇಲಿಗಳದ್ದು. ಇಲ್ಲಿನ ವ್ಯಂಗ್ಯ ಎಂದರೆ ಆ ಇಲಿಗಳು ಸತ್ತಿರುವುದು ಗೋದಾಮಿನ ಧಾನ್ಯಗಳನ್ನು ತಿನ್ನುತ್ತವೆ ಎನ್ನುವ ಕಾರಣಕ್ಕೆ ಸೋಷಿಯಲಿಸ್ಟ್ ಆಗಿರುವ ತಮ್ಮನು ಇಟ್ಟ ಪಾಷಾಣವನ್ನು ತಿಂದು.

ಹೆಗ್ಗಣಗಳನ್ನು ಹೋಲುವಂತೆ ಕೊಬ್ಬಿರುವ ಎರಡು ಮುದಿ ಇಲಿಗಳು ಎಲ್ಲಿ ಸತ್ತಿವೆ ಎಂದರೆ ಅಪ್ಪನ ನಂಬಿಕೆಯ ದೇವರ ಮನೆಯಲ್ಲಿ ಒಂದು, ಇನ್ನೊಂದು ಕವಿಯ ಕಮಟು ವಾಸನೆಯ ಪುಸ್ತಕದ ರ್‍ಯಾಕ್‌ನಲ್ಲಿ. ಇಲಿಗಳಿಗೆ ಎಲ್ಲಿ ಸಾಯಬೇಕೆಂದು ನಿಯಮವಿಲ್ಲವಾದ್ದರಿಂದ ಅವು ಹೀಗೆ ಎಲ್ಲೆಲ್ಲೋ ಸತ್ತಿವೆ. ಆದರೆ ಸಾವು ಸಾವೇ ತಾನೆ?! ಅವನ್ನು ಮನೆಯಿಂದ ಹೊರಗೆ ಎಸೆಯಲೇ ಬೇಕು. ಕೊನೆಗೂ ಸಿಗದೇ ಬರೀ ವಾಸನೆಯಿಂದಲೇ ಹೇವರಿಕೆಯನ್ನು ಉಂಟು ಮಾಡುತ್ತಿದ್ದ ಇಲಿಗಳು ಹಿತ್ತಲ ತಿಪ್ಪೆ ಸೇರುತ್ತವೆ. ಅವುಗಳ ವಾಸನೆ ಇಲ್ಲವಾಗುತ್ತದೆ.

ಸೋಷಿಯಲಿಸ್ಟ್ ಎನ್ನುವ ಪದ ಬಳಕೆಯ ಮೂಲಕ ಒಂದು ಆವರಣವನ್ನು ಕಟ್ಟಿಕೊಡಲು ಹೊರಡುವ ಕವಿ ಯಾವ ಕಾರಣಕ್ಕೆ ಅದನ್ನು ಹೇಳುತ್ತಾರೆ? ಕೊಬ್ಬಿದ ಮುದಿ ಇಲಿಗಳೆರಡು ಏನನ್ನು ಹೇಳುತ್ತವೆ ಎಂದು ನೋಡುವಾಗ ಎಲ್ಲೋ ಒಂದು ಕಡೆ ನವೋದಯ ಮತ್ತು ನವ್ಯವನ್ನು ಸೂಚಿಸುತ್ತದಾ ಎಂದು ಅನುಮಾನ ಹುಟ್ಟಿ, ಮತ್ತೆ ಪದ್ಯವನ್ನು ಹಿಂದಿರುಗಿ ನೋಡಿದಾಗ ನಿಜ ಅನ್ನಿಸಲಿಕ್ಕೆ ಆರಂಭಿಸುತ್ತದೆ. ನವೋದಯ ಅಪ್ಪನ ನಂಬಿಕೆಯ ಜಗತ್ತು– ದೇವರು, ಧರ್ಮ ಇತ್ಯಾದಿಗಳ ಆಗರವಾದ ನಂಬಿಕೆಯ ದೇವರ ಮನೆ. ನವ್ಯ ಬೌದ್ಧಿಕ ಕಸರತ್ತಿನ ಯುಗ, ಅದಕ್ಕೆ ಬೇಕಿರುವುದು

ಆಧಾರ. ಎಲ್ಲವೂ ಎಂದೋ ಆಗಿ ಹೋದ ಪಾಶ್ಚಾತ್ಯದ ವಾದಗಳನ್ನು ಹುದುಗಿಸಿಕೊಂಡ ಕಮಟು ವಾಸನೆಯ ಪುಸ್ತಕಗಳು. ಈಗ ಅವೆರಡನ್ನೂ ಧಿಕ್ಕರಿಸುತ್ತಿರುವುದು ಚಿಗುರು ಮೀಸೆಯ ತಮ್ಮ ಅಂದರೆ ನಂತರ ಬಂದ ದಲಿತ, ಬಂಡಾಯ ಸಾಹಿತ್ಯ. ಅದು ಕೊಂದಿದ್ದು ಹಿಂದಿನ ಚರ್ಚೆಗಳನ್ನು ನಂಬಿಕೆಗಳನ್ನು ಹಳತಾದ ವಾದಗಳನ್ನು. ಜಗತ್ತು ಹೀಗೇ ಅಲ್ಲವಾ ನಿಚ್ಚಂ ಪೊಸತು. ಪರಿವರ್ತನೆಗಳ ಚಕ್ರದ ಎದೆಯಲ್ಲಿ ನಿರಂತರವಾಗಿ ಸುತ್ತುತ್ತಾ ಬದುಕಿಗೆ ತೆರೆದುಕೊಳ್ಳುವ ನಾವು ಹೊಸತರ ಕಡೆಗೆ ಮುಖಮಾಡುತ್ತೇವೆ, ಸಂಭ್ರಮಿಸುತ್ತೇವೆ. ಮಗುವಿನ ತಟ್ಟಡಿಯನ್ನು ನೋಡುತ್ತಾ ಸಂಭ್ರಮಿಸುವ ಹಾಗೆ. ಸಾಹಿತ್ಯದ ವಾತಾವರಣದಲ್ಲಾದದ್ದೂ ಇದೇ. ಈಗ ತಮ್ಮನ ಸರದಿ ಎಂದಾಗ ಇದೂ ಏನೂ ಶಾಶ್ವತ ಅಲ್ಲ, ನಾಳೆ ಇದೂ ಮುದಿ ಇಲಿಯಾಗುತ್ತದೆ ಎನ್ನುವ ಧ್ವನಿ ಒಂದು ಮಿಂಚಿನ ಹಾಗೆ ನಮ್ಮನ್ನು ತಾಕುತ್ತದೆ. ಸರಳವಾಗಿ ಕಾಣುವ ಪದ್ಯದ ವ್ಯಂಜಕತೆ ಪದ್ಯವನ್ನು ಮುಖ್ಯವಾಗಿಸುತ್ತದೆ.

–ಪಿ. ಚಂದ್ರಿಕಾ

ರಗಳೆ

1

ಸುಬ್ಬಾಭಟ್ಟರ ಮಗಳೇ,
ಇದೆಲ್ಲಾ ನಂದೆ ತಗೊಳ್ಳೇ:

ನೀಲಿ ನೈಲೆಕ್ಸಿನ ಮೇಘ ವಿನ್ಯಾಸದ ಆಕಾಶದ ಸೀರೆ,
ದಿಗಂತಗಳೇ ಮೇರೆ;
ಮುಂಜಾವಿನ ಬಂಗಾರದ ಬೆಟ್ಟ, ಬೆಳದಿಂಗಳ ಬೆಳ್ಳಿ;
ನಿನ್ನ ಭಾಗ್ಯಕೆ ಎಣೆಯಲ್ಲಿ?

ರಾತ್ರಿ ತೆರೆಯುವುದು, ಅದೂ ನನ್ನದೇ, ಜಿಗಿಜಿಗಿ ಜ್ಯುಯೆಲ್ಲುಗಳ ಸ್ಟೋರು;
ಯಾವುದು ಬೇಕೋ ಕೋರು.
ಚಿಕ್ಕೆ ಮೂಗುತಿಗೆ, ಚಂದ್ರ ಪದಕಕ್ಕೆ, ನೀಹಾರಿಕೆ ಹಾರ;
ನನ್ನ ಸಂಪತ್ತೆಷ್ಟು ಅಪಾರ!

ನಸುಕಲಿ ಹಿತ್ತಿಲ ಹುಲ್ಲಿನ ಮೇಲೆ ರಾಶಿರಾಶಿ ಮುತ್ತು,
ಇನ್ನು ನಿನ್ನ ಸೊತ್ತು.
ಸುಗಂಧ ತೀಡುವ ವಸಂತ ಪವನ, ಸಪ್ತವರ್ಣಗಳ ಕಮಾನು,
ನಿನಗೇ ಅವೂನು.

ಪಾತರಗಿತ್ತಿಯ ಪಕ್ಕವನೇರಿ, ಹೂ– ಪಡಖಾನೆಗೆ ಹಾರಿ,
ಪ್ರಾಯದ ಮಧು ಹೀರಿ,
ಜುಳುಜುಳು ಹರಿಯುವ ಕಾಲದ ಹೊಳೆಯಲಿ ಏಳುವ ಮುಳುಮುಳುಗಿ,
ಪ್ರತಿದಿನ ಹೊಸತನದಲಿ ಬೆಳಗಿ.

ಮಕ್ಕಳ ನಗುವಿನ ಮಲ್ಲಿಗೆ ತೋಟ, ಅಲ್ಲಿವೆ ಸರಸರ ಹಾವು,
ನಾವಾಗುವ ಆ್ಯಡಂ ಈವು;
ಇಲ್ಲದ ಹಣ್ಣಿಗೆ ಸಲ್ಲದ ಆಸೆ ಪಡದಿದ್ದರೆ ನೀ ಜಾಣೆ,
ಅಕ್ಷಯ ಸುಖದ ಖಜಾನೆ.

2

ಇದೆಲ್ಲ ಶೋರೂಮಿನ ಮಾತಾಯಿತು, ನೋಡುವೆಯಾ ಗೋಡೋನು?
ಬಾ, ಅಲ್ಲಿಗೂ ಹೋಗೋಣು:
ಮಬ್ಬು, ಮೆಟ್ಟಿಲುಗಳ ಹುಷಾರಾಗಿ ಇಳಿ, ಹೀಗೆ ನನ್ನ ತಬ್ಬು,
ಈಗ ಬಲವಾಗಿ ಬಾಗಿಲ ದಬ್ಬು.

ಅರರೆ, ಹೆದರದಿರು, ಇವೂ ನನ್ನವೇ, ನನ್ನ ಸ್ವಯಾರ್ಜಿತ ಸೊತ್ತುಗಳು,
ನನ್ನ ನಿಗೂಢ ಸಂಪತ್ತುಗಳು;
ಈ ಕತ್ತಲೆ, ಈ ಕೊಳೆತ ವಾಸನೆ, ಈ ಧಗೆ, ಭಣಭಣ ಭೀತಿಗಳು,
ನನ್ನ ವಿಕಾರದ ರೀತಿಗಳು.

ಈ ಕಂಗಳು, ಈ ಕನ್ನಡಕಗಳು, ನಕಲಿ ಹೃದಯ ಮಿದುಳು;
ಈ ಮುಖವಾಡಗಳು;
ಬಗೆಬಗೆ ನಗೆಗಳು, ಭಾವಭಂಗಿಗಳು, ಲಾಗಲಗಾಟೆಗಳು,
ಅಭೇದ್ಯ ಕೋಟೆಗಳು.

ನೆಲದ ಮೇಲೆಲ್ಲ ಗೀಚಿದ ಸುದ್ದೆಯ ಇದ್ದಿಲ ಗೋಜಲು ಹಸೆಗಳು,
ಆಂತರ್ಯದ ಹಾವಸೆಗಳು;
ತೋರಣ ತೂಗಿದ ಹಾಳೆಗಳಲ್ಲಿ ನನ್ನ ಅಮುದ್ರಿತ ಪದ್ಯಗಳು,
ನೇಣು ಜೋತಿರುವ ಸದ್ಯಗಳು.

ತಿರುಗುಮುರುಗು ಪಾದಿಗಳ ಕ್ಯಾಬರೆ ಆ ವೇದಿಕೆ ಮೇಲೆ,
ನನ್ನ ಏಕಾಂತದ ವೇಳೆ;
ಹೂತಿಟ್ಟ ಕನಸುಗಳು ಹುಳಿನೊರೆಯೇರಿ ಹೆಂಡ ಮಂಡೆಯಲ್ಲಿ,
ಕನಲುವೆ ಅಮಲಲ್ಲಿ.

ಅಲ್ಲಿ ಬೋನ ಸರಳುಗಳ ಹಿಂದೆ ನನ್ನ ನೆರಳಿನಂಥ ಆ ಪಶು,
ಅದರ ನರಳ ಆಲಿಸು;

ಮೂಲೆ ಮೂಲೆಯಲೂ ಅಡಗಿ ಹೊಂಚುತಿವೆ ಗೆರಿಲ್ಲಾ ಗದ್ದಲ ಕೇಕೆ,
ಕ್ರಾಂತಿಯ ರಕ್ತ ಪತಾಕೆ.

ಈ ಸಿಂಹಾಸನದಲ್ಲಿ ಕುಳಿತಿರುವ ಹೆಣ, ಈ ಒಣಗಿದ ಬೇರು,
ಒಳಗಡೆ ಹುಳು ನೂರಾರು;
ಸೋತು ಜೋಲುತಿವೆ ಆಲದ ಮರದಲಿ ಬಿಳಲು ಶಿಶ್ನ ಸರ್ಪ,
ಹಲ್ಲು ಮುರಿದ ದರ್ಪ.

ಸುಬ್ಬಾಭಟ್ಟರ ಮಗಳೇ,
ಏಕೆ? ಸಾಕಾಯಿತೇ ನನ್ನ ರಗಳೆ.

ರಗಳೆ

ಸಿ. ಅಶ್ವಥ್ ಅವರ ಕಂಠದಲ್ಲಿ ಅಜರಾಮರವಾದ 'ಸುಬ್ಬಾಭಟ್ಟರ ಮಗಳೇ' ಎನ್ನುವ ಈ ಪದ್ಯ ಕನ್ನಡ ಮನಸ್ಸುಗಳಿಗೆ ಕಚಗುಳಿ ಇಟ್ಟಂಥದ್ದು. ಭಾವಗೀತೆಯ ಪ್ರಕಾರಕ್ಕೆ ಹೊಸ ಲಯವನ್ನು ಒದಗಿಸಿಕೊಟ್ಟ ಪದ್ಯವಿದು. ಹಾಗೆ ನೋಡಿದರೆ ಅಶ್ವಥ್ ಮೊದಲ ಭಾಗವನ್ನು ಮಾತ್ರ ಬಳಸಿಕೊಂಡಿದ್ದಾರೆ. ಎರಡನೇ ಭಾಗವೇ ವಾಸ್ತವದ ದರ್ಶನ ಮಾಡಿಸುವ ಭಾಗ. ಅದನ್ನು ಭಾವಗೀತೆಯ ಪ್ರಕಾರಕ್ಕೆ ಅಳವಡಿಸಲಾಗದ್ದಕ್ಕೆ ಅವರು ಆ ಭಾಗವನ್ನು ಕೈಬಿಟ್ಟಿದ್ದಾರೆ ಎನ್ನಿಸುತ್ತದೆ.

ಈ ಪದ್ಯ ವಸ್ತುಕಾಮ ಮತ್ತು ದೇಹಕಾಮಗಳ ನಡುವೆ ತೊಯ್ದಾಡುವ ಪದ್ಯ. ಹೊರ ಒಳಗುಗಳ ಭೇದದಲ್ಲಿ ರೂಪ ಪಡೆಯುವ ಇಡಿಯಾದ ವ್ಯಕ್ತಿತ್ವದ ಹುಡುಕಾಟದಲ್ಲಿ ತೊಡಗುವ ಈ ಪದ್ಯ ಅನೇಕ ಆಯಾಮಗಳನ್ನು ಹೊಂದಿರುವಂಥದ್ದು. ಹೆಣ್ಣಿನ ನಿರೀಕ್ಷೆ ಮತ್ತು ಗಂಡಿನ ಬಯಕೆ ಯಾವತ್ತೂ ಇರುವಂಥದ್ದು. ಆಸೆಯ ಹಣ್ಣುಗಳನ್ನು ತಿಂದ ಆ್ಯಡಂ ಮತ್ತು ಈವ್ ಕೂಡಾ ಈ ಪದ್ಯದಲ್ಲಿ ಹಣಕಿ ಹಾಕುತ್ತಾರೆ.

ಹೊಸ ಕಾಲ ಹುಟ್ಟುಹಾಕುತ್ತಿರುವ ಆಸೆಗಳ ಜೊತೆಗೆ ಒಳಗೇ ತಾವು ಪಡೆಯುತ್ತಿರುವ ದೇಹಬಯಕೆಗಳ ಬೇರೆ ನೆಲೆಗೆ ಕವಿ ಪದ್ಯವನ್ನು ತಂದು ನಿಲ್ಲಿಸುತ್ತಾರೆ. ಆಸೆ ಮತ್ತು ಆಸಕ್ತಿಗಳ ನಡುವೆ ಹುಟ್ಟಿಕೊಳ್ಳುವ ಅನೇಕ ಹೊಳಹುಗಳೇ ಈ ಕವಿತೆಯ ವಸ್ತು.

ತುಂಬಾ ಲಘುವಾಗಿ ಆರಂಭವಾಗುವ ಪದ್ಯ ಮಧ್ಯಮವರ್ಗದ ಹೆಣ್ಣೊಬ್ಬಳ ಆಸೆಯನ್ನು ತೀರಿಸಲಾಗದ ಮಧ್ಯಮವರ್ಗದ ಗಂಡನ ಸಮಸ್ಯೆ. ಆದ್ದರಿಂದಲೇ ಅವನು ಎಲ್ಲವನ್ನೂ ಅತಿಭೌತಿಕ ನೆಲೆಯಲ್ಲಿ ಅವಳಿಗೆ ತಂದುಕೊಟ್ಟು ಅವಳ ಬಯಕೆಗಳನ್ನು ತೀರಿಸುವ ಹುನ್ನಾರವನ್ನು ಕೈಗೊಳ್ಳುತ್ತಾನೆ. ಮುಂಜಾವಿನ ಬಂಗಾರದ ಬೆಟ್ಟ, ಬೆಳದಿಂಗಳ ಬೆಳ್ಳಿ, ನಿನ್ನ ಭಾಗ್ಯಕ್ಕೆ ಎಣೆ ಎಲ್ಲಿ? ಎಂದು ಕೇಳುವಾಗಲೂ ಯಾವ ಹೆಣ್ಣಿಗೂ ಸಿಗದ ಭಾಗ್ಯ ನಿನಗೆ ಸಿಗುತ್ತಿದೆ. ಮಾತುಗಳಲ್ಲಿ ಭಾವಗಳಲ್ಲಿ ನಾನದನ್ನು ನಿನ್ನದು ಮಾಡುತ್ತಿದ್ದೇನೆ ಎನ್ನುವ ಕವಿಭಾವ ಇಲ್ಲಿ ವ್ಯಕ್ತವಾಗುತ್ತದೆ.

ಇಲ್ಲಿರುವ ವೈರುಧ್ಯದ ವ್ಯಂಗ್ಯ ಎಂದರೆ ಸುಬ್ಬಾಭಟ್ಟರ ಮಗಳೇ ಎನ್ನುವ ಸಂಬೋಧನೆ. ತೀರಾ ಸಂಪ್ರದಾಯದ ಒಳಗೆ ಬೆಳೆದ ಹೆಣ್ಣಿನ ಚಿತ್ರವನ್ನು ಹೆಸರಿನ ಮೂಲಕವೇ ಕೊಡುವ ಪ್ರಯತ್ನ ಇಲ್ಲಿ ಇದ್ದಕ್ಕಿದ್ದ ಹಾಗೆ ಸಫಲವಾಗಿಬಿಡುತ್ತದೆ.

ಮಾತುಗಳಲ್ಲಿ ಭಾವಗಳಲ್ಲಿ ಎಲ್ಲವನ್ನೂ ತಂದುಕೊಡುತ್ತೇನೆ ಎನ್ನುವ ಕವಿ ಸುಬ್ಬಾಭಟ್ಟರ ಮಗಳ ಪ್ರತಿಕ್ರಿಯೆಯನ್ನು ದಾಖಲಿಸುವುದಿಲ್ಲ.

ಹೀಗೆ ಲವಲವಿಕೆಯಿಂದ ಸಾಗುವ ಪದ್ಯ ಎರಡನೇ ಘಟ್ಟ ಮುಟ್ಟುವ ವೇಳೆಗೆ ಬಹಿರಂಗವನ್ನು ಬಿಟ್ಟು ಅಂತರಂಗವನ್ನು ಪ್ರವೇಶಿಸುತ್ತದೆ. ತಾನು ಕೊಡುವ ಸಂತೋಷಕ್ಕೂ ಹೊರಗಿನ ವಸ್ತುವಿಗೂ, ಹೋಲಿಕೆಯಾಗುವ ಕೈಗೆಟುಕದ ಸಂಗತಿಗಳ ಮಧ್ಯೆ ಬಂಧವನ್ನು ಹುಡುಕುತ್ತಿರುವಾಗಲೇ ಬಹು ದೊಡ್ಡದಾದ ಬದಲಾವಣೆಯೊಂದು ಸಂಭವಿಸಿಬಿಡುತ್ತದೆ. ಹೊರಗಿನ ಲಾವಣ್ಯತೆಗೂ ಒಳಗಿನ ಭೀಕರತೆಗೂ ಎಲ್ಲಿಂದೆಲ್ಲಿಯ ಹೋಲಿಕೆ? ಆದರೆ ನಿರೂಪಕ ಮಾತ್ರ ಇಲ್ಲೂ ಪ್ರಾಮಾಣಿಕ. ತನ್ನ ಒಳಗನ್ನೂ ಯಾವ ಮುಚ್ಚೂ ಮರೆಯಿಲ್ಲದೆ ವರ್ಣಿಸುತ್ತಾನೆ. ದಿಕ್ಕು ದಿಕ್ಕುಗಳನ್ನು ತಾಕುವ ಅಸಲೀತನ ಬೆಳೆದು ನಿಲ್ಲುತ್ತದೆ. ತನ್ನ ಒಳಗಿನ ವ್ಯಾಪಾರಕ್ಕೆ ತೆರೆದುಕೊಳ್ಳುವಂತೆ ಆಹ್ವಾನಿಸುವ ನೋಡುವೆಯಾ ಗೋಡೋನು ಬಾ ಅಲ್ಲಿಗೂ ಹೋಗೋಣು ಎನ್ನುವ ಆಹ್ವಾನವನ್ನು ಸುಬ್ಬಾಭಟ್ಟರ ಮಗಳು ಸ್ವೀಕರಿಸಿದಳೋ ಇಲ್ಲವೋ ನಿರೂಪಕ ಮಾತ್ರ ಹೇಳುತ್ತಲೇ ಹೋಗುತ್ತಾನೆ. ಮತ್ತು ತನ್ನೊಂದಿಗೆ ಕರೆದೊಯ್ಯುತ್ತಾನೆ. ಇಲ್ಲಿ ನೋಡುವ ಎಲ್ಲವೂ ನನ್ನ ಸ್ವಯಾರ್ಜಿತ ಸಂಗತಿಗಳೇ ಎನ್ನುವಾಗ ಈ ನಿಗೂಢ ಸಂಪತ್ತನ್ನು ನೋಡುವಾಗ ಮನಸ್ಸನ್ನು ಗಟ್ಟಿ ಮಾಡಿಕೋ ಎನ್ನುವ ಸೂಚನೆ ಕೂಡಾ ಇದೆ. ಒಳಗೆ ಇರುವ ಕೃತಕ ಸಂಗತಿಗಳು ಹೊರಗಿನ ಸಹಜ ಲಯಗಳಿಗೆ ಹೊಂದಿಕೆಯಾಗದ ಸಂಗತಿ ಗಳಾಗಿ ಅಣಕಿಸುವ ವ್ಯಂಗ್ಯವನ್ನು ಧ್ವನಿಸುತ್ತಾ ಆಂತರ್ಯದ ಹಾವಸೆ ಎನ್ನುವಲ್ಲಿ ಅಲ್ಲೆಲ್ಲಾ ಜಾರಿ ಬೀಳುವ ನೆಲವನ್ನೂ ಕಾಣದ ಸ್ಥಿತಿಯನ್ನು ಪ್ರತಿನಿಧಿಸುತ್ತದೆ.

ಒಳಗಿನ ಜಗತ್ತು ಯುಗಳ ಪ್ರೇಮವನ್ನು ದಾಟಿದ ಕಾಮದ ಕ್ಯಾಬರೆಗೆ ವೇದಿಕೆ. ಗೆರಿಲ್ಲಾ ಗದ್ದಲ ಹೆಂಡದ ಮಂಡೆ, ಬೋನು, ಒಳಗೆ ಬಂಧಿತವಾಗಿರುವವರ ನರಳಾಟ ಹೊರಗಿನ ಮಾತುಗಳಿಗಿಂತ ಭಿನ್ನ. ಇವೆಲ್ಲಾ ಸೂಕ್ಷ್ಮ ಪ್ರತಿಮೆಗಳನ್ನು ಒಳಗೊಳ್ಳುತ್ತಾ ಬೆಳೆಯುವ ಪದ್ಯ ಕೊನೆ ಮುಟ್ಟುವ ಹೊತ್ತಿಗೆ ಉಸಿರನ್ನು ಬಿಗಿ ಹಿಡಿಸುತ್ತದೆ. 'ನೋಡು ಜೋಲುತಿದೆ ಆಲದ ಮರದಲಿ ಬಿಳಲಿನ ಶಿಶ್ನ ಸರ್ಪ, ಹಲ್ಲು ಮುರಿದ ದರ್ಪ' ಎಂದು ಮುಗಿಸುತ್ತಾರೆ. ಹೆಣ್ಣನ್ನು ಆಹ್ವಾನಿಸುವ ಕಾಲ ಮತ್ತು ವಸ್ತುಕಾಮದ ಆಕರ್ಷಣೆ ಎರಡೂ ಒಂದರೊಳಗೊಂದು ತಳುಕು ಹಾಕಿಕೊಂಡು ಹೊಸದೊಂದು ರೂಪಕ ಸೃಷ್ಟಿಗೆ ಮುಂದಾಗುತ್ತದೆ. ಹೀಗೆ ಬೆಸೆದುಕೊಳ್ಳುವ ಒಳ ಹೊರಗಿನ ಸಂಗತಿಗಳಿಗೆ ಸಮಾನ ಪಾಲುಕೊಂಡುವಂತೆ ಕೇಳುವ ಈ ಪದ್ಯ ವಾಸ್ತವ ಮತ್ತು ಭ್ರಮೆಗಳ ನಡುವೆ ಇರುವ ವ್ಯತ್ಯಾಸವನ್ನೂ, ಅವೆರಡನ್ನೂ ಒಪ್ಪಿಕೊಳ್ಳಲೇ ಬೇಕಿರುವ

ಅನಿವಾರ್ಯತೆಯನ್ನು ಪಕ್ಕ ಪಕ್ಕಕ್ಕೆ ಇಟ್ಟು ನಮ್ಮಲ್ಲಿ ಚಿಂತನೆಗೆ ದಾರಿ ಮಾಡಿಕೊಡುತ್ತದೆ. ಪದ್ಯ ಕೊನೆಯಾಗುವುದು ಸುಬ್ಬಾ ಭಟ್ಟರ ಮಗಳೇ ಏಕೆ ಸಾಕಾಯಿತೇ ನನ್ನ ರಗಳೇ ಎಂಬಲ್ಲಿಗೆ.

ಇಡೀ ಪದ್ಯದಲ್ಲಿ ಸುಬ್ಬಾಭಟ್ಟರ ಮಗಳು ಮಾತಾಡುವುದೇ ಇಲ್ಲ. ಅವಳು ಸೈಲೆಂಟ್ ಸ್ಪೆಕ್ಟೇಟರ್, ನಿರೂಪಕನ ಒಳಗೆ ನಡೆಯುತ್ತಿರುವ ಎಲ್ಲದಕ್ಕೂ. ರಗಳೆಗಳ ನಡುವೆಯೇ ನಾವು ಏನನ್ನೋ ಹುಡುಕುತ್ತೇವೆ. ಆದರೆ ರಗಳೆಗಳನ್ನು ನಿರಾಕರಿಸದ ಸ್ಥಿತಿಯೂ ಇದೆ. ಜೀವನೋತ್ಸಾಹದ ಘಮಲಿಗೆ ಅಂಟಿಕೊಳ್ಳುವ ಹೆಣದ ವಾಸನೆ, ಒಣಗಿದ ಬೇರು, ಬೆಲೆಯೇ ಇಲ್ಲದ ಸಿಂಹಾಸನ ಎಲ್ಲವೂ ಒಳಗಿನ ವ್ಯಾಪಾರ. ಹೊರಗೆ ಯಾವತ್ತಿಗೂ ಕಾಣಲಾಗದ್ದು. ಹೊರಗು ಚೆಂದದ ಜಗತ್ತು, ಒಳಗೆ ಸಂಭವಿಸಬೇಕಾಗುವ ಜರೂರತ್ತುಗಳ ಮಧ್ಯೆ ಒಂದು ದೊಡ್ಡ ಅಂತರ ಇದೆ. ಇವತ್ತು ಮನುಷ್ಯ ಬದುಕುತ್ತಿರುವುದು ಹೀಗೆ.

ಮೂಲಭೂತವಾದ ಆಸೆ ಮತ್ತು ಕಾಮನೆಗಳನ್ನು ಸಾಪೇಕ್ಷವಾಗಿ ಎರಡು ತುದಿಗಳಲ್ಲಿ ಹಿಡಿದಿಡುವ ಮತ್ತು ನಮ್ಮ ಅರಿವಿನ ಪರಿಧಿಗಳನ್ನು ಸತ್ಯದ ಸಾಪೇಕ್ಷತೆಯಲ್ಲಿ ವಿಸ್ತರಿಸುವ ಈ ಪದ್ಯ ವಸ್ತು ವಿಷಯದ ಕಾರಣಕ್ಕೆ ಮಾತ್ರವಲ್ಲದೆ ಅದರ ಲಯಗಾರಿಕೆಯ ಕಾರಣಕ್ಕೂ ನಮ್ಮನ್ನು ಆವರಿಸಿಕೊಳ್ಳುತ್ತದೆ.

–ಪಿ. ಚಂದ್ರಿಕಾ

ವಶೀಕರಣ

"ನನ್ನ ಕಣ್ಣಲ್ಲಿ ಕಣ್ಣಿಟ್ಟು ನೋಡು" ಎಂದ.
ನೋಡಿದೆ.
"ಉಸಿರಾಡು, ನೀಳವಾಗಿ ನಿಧಾನವಾಗಿ ಹಾಗೇ ಜೋರಾಗಿ" ಎಂದ.
ಆಡಿದೆ
"ಈಗ ನಿನಗೆ ಕಾಣುತ್ತಿರುವುದು ನಾನು ಮಾತ್ರ,
ಕೇಳುತ್ತಿರುವುದು ನನ್ನ ಧ್ವನಿ ಮಾತ್ರ,
ನೋಡು: ಸುತ್ತಲೂ ಕತ್ತಲು ಕವಿಯುತ್ತಿದೆ;
ಏನೂ ಕಾಣುತ್ತಿಲ್ಲ, ಏನೇನೂ ಕಾಣುತ್ತಿಲ್ಲ, ನಾನೂ ಸಹ;
ಈಗ ನಿದ್ರೆ, ಹಾಯಾದ ನಿದ್ರೆ, ಜೇನಂಥ ನಿದ್ರೆ ಆವರಿಸುತ್ತಿದೆ;
ಪ್ರಯತ್ನಿಸಿದರೂ ನೀನು ಕಣ್ಣು ತೆರೆಯಲಾರೆ; ಪ್ರಯತ್ನಿಸು" ಎಂದ.
ಚಪ್ಪಡಿ ಏಳಲಿಲ್ಲ.
"ಮಲಗು" ಗರ್ಜಿಸಿದ.
ದೊಪ್ಪೆಂದು ಬಿದ್ದು ತೆಪ್ಪಗೆ ಮಲಗಿದೆ.
"ನಿನ್ನದು ಯಾವ ದೇಶ?"
"ಭಾರತ"
"Very Good ನೋಡು: ಸುತ್ತಲೂ ಹಸಿರು,
ಸುತ್ತಲೂ ಶಾಂತಿ, ಎತ್ತೆತ್ತಲೂ ಸಮೃದ್ಧಿ;
ಆದ್ದರಿಂದ ನಿನಗೆ ಹಸಿವಿಲ್ಲ" ಎಂದ.
ಹೊಟ್ಟೆ ಬುರಬುರ ಊದಿ ಉಬ್ಬರಿಸಿದಂತಾಯಿತು.
"ನಿನಗೆ ಚಳಿಯಿಲ್ಲ" ಎಂದ.
ಉಚ್ಚೆ ಹೊಯ್ದುಕೊಂಡಂತೆ ಬೆಚ್ಚಗಾಯಿತು.
"ನಿನಗೇಕೆ ಯೋಚನೆ? ಅದಕ್ಕೆ ನಾನಿದ್ದೇನೆ.
ನಿನಗೇಕೆ ಮಾತು? ನನ್ನ ಮಾತು ಸಾಕು.
ಆದ್ದರಿಂದ ನಿನಗೆ ಮಿದುಳಿನ ಅವಶ್ಯಕತೆಯಿಲ್ಲ.
ನೀನಿನ್ನು ಯೋಚಿಸಲಾರೆ. ಪ್ರಯತ್ನಿಸು" ಎಂದ
ಟೊಳ್ಳು ಶಂಖದಲ್ಲಿ ಗಾಳಿ "ಭೋಂ" ಎಂದಿತು.
"ನೀನಿನ್ನು ಮಾತಾಡಲಾರೆ, ಪ್ರಯತ್ನಿಸು" ಎಂದ.

ವೃಷಣಭಗ್ನ ಶಿಶ್ನ ಜೋಜೋ ಜೋತಾಡಿತು.
"ನೀನೀಗ ಮನುಷ್ಯನಲ್ಲ, ನಾಯಿ, ನನ್ನ ನಾಯಿ,
ಬಾಲವಾಡಿಸು" ಎಂದ.
ಬಾಲಕ್ಕಾಗಿ ಹುಡುಕಿದೆ, ಹುಡುಕಿ ಹುಡುಕಿ ಮಿಡುಕಿದೆ.
"ಸಾಕು, ನಿಲ್ಲಿಸು, ನಿನ್ನ ಷಂಡಜನ್ಮ ಸಾರ್ಥಕವಾಯಿತು,
ಇನ್ನು ಸಾಯಿ" ಎಂದ.
ಗಕ್ಕನೆದ್ದು ನಿಂತೆ.

ವಶೀಕರಣ

ಸ್ವಾತಂತ್ರ್ಯವು ನಿಸರ್ಗದತ್ತವಾದುದು. ಅಲ್ಲಿನ ಕ್ರಿಯೆಗಳಲ್ಲಿ ಉದ್ದೇಶಪೂರ್ವಕವಾದ ನಿಯಂತ್ರಣಗಳಿಲ್ಲ, ದುರುದ್ದೇಶಪೂರ್ವಕವಾದ ಲಾಭಕೋರತನವಿಲ್ಲ. ಎಲ್ಲವನ್ನೂ ಸಲಹುತ್ತಲೇ, ಎಲ್ಲದಕ್ಕೂ ಒಂದು ಮಾರ್ಗವನ್ನು ಸೂಚಿಸುವ, ಅನುಸರಿಸುವಂತೆ ಮಾಡುವ ಅಪಾರವಾದ ಕ್ರಿಯಾಚೈತನ್ಯ ಪ್ರಕೃತಿಯಲ್ಲಿ ಒಂದು ಆಟದಂತೆ ನಡೆಯುತ್ತಿರುತ್ತದೆ. ಸೂಕ್ಷ್ಮವಾಗಿ ಗಮನಿಸಿದಲ್ಲಿ ಇದು ಅನುಭವಕ್ಕೆ ಬರುತ್ತದೆ. ಅಲ್ಲಿ ಅಕಸ್ಮಾತ್ತಾದ ಹಿಂಸೆಯೂ ಕೂಡ ಒಂದು ಸೂತ್ರವನ್ನು ಅನುಸರಿಸಿಯೇ ಇರುವಂಥದು. ಅದೊಂದು ನಿಸರ್ಗ ನಿಯಮ. ಎಲ್ಲವೂ ಸಮತೋಲನದ ಉದ್ದೇಶವನ್ನಿಟ್ಟುಕೊಂಡು ಕಾರ್ಯಕಾರಣತತ್ವದ ಮೇಲೇ ಸಾಗುತ್ತದೆ. ಇದನ್ನು ಆಸ್ತಿಕರು ದೈವ ನಿಯಾಮಕವೆಂದೂ; ಅದೊಂದು ಆಲೆಯೆಂದೂ ನಂಬಿ ಆರಾಧಿಸುವರು.

ಆದರೆ ನಿಸರ್ಗದ ಕೂಸೇ ಆದ ಮನುಷ್ಯನೆಂಬ ಪ್ರಾಣಿಯ ವರ್ತನೆ ಮಾತ್ರ ಇದಕ್ಕೆ ತದ್ವಿರುದ್ಧವಾದದ್ದು. ಉದ್ದೇಶ, ದುರುದ್ದೇಶ ಎರಡೂ ಇದ್ದು ಆಕ್ರಮಣಶೀಲನಾಗಿ ನಾಗರಿಕತೆ ಎಂಬ ನಾಟಕವನ್ನು ಕಟ್ಟಿಕೊಂಡು ನೆಲ, ಜಲ, ಮುಂತಾದ ಸಕಲ ಪಂಚಭೂತಗಳನ್ನೂ ವಿಲೇವಾರಿಗಿಟ್ಟು ತನ್ನದೇ ಎಂಬಂತೆ ಸಾಮ್ರಾಜ್ಯ ಸ್ಥಾಪನೆಗೆ ನಿಂತಿರುವುದು ಅಸಹಜ ವಿಕಾರವನ್ನು ತೋರಿಸುವಂಥದು. ಇದಕ್ಕಾಗಿ ಅಧಿಕಾರ ದಾಹದಿಂದ ಒಬ್ಬನ ಮೇಲೆ ಒಬ್ಬ ಬಿದ್ದು, ಒಬ್ಬನನ್ನು ಮತ್ತೊಬ್ಬ ಕೊಂದು ಬದುಕುವ ಪ್ರಾಣಿ ಸದೃಶ ವರ್ತನೆ ಅತ್ಯಂತ ಹೀನವಾದದ್ದು. ಹಸಿವಿಗಾಗಿ ಪ್ರಾಣಿಗಳು ಕೊಲ್ಲುವುದು ನಿಸರ್ಗ ನಿಯಮ. ಅಲ್ಲಿ ಯಾವ ಪ್ರಾಣಿಯೂ ತನ್ನದೇ ಬಳಗದ ಇನ್ನೊಂದು ಪ್ರಾಣಿಯನ್ನು ಆಹಾರಕ್ಕಾಗಿ ಕೊಲ್ಲುವ ಪರಿಪಾಠ ಇಲ್ಲವೇ ಇಲ್ಲ. ಆದರೆ ಮನುಷ್ಯನೆಂಬ ಪ್ರಾಣಿ ತನ್ನ ಸಹಜೀವಿಗಳನ್ನೇ ಕೊಂದು ಬದುಕಲು ಹವಣಿಸುವುದನ್ನು ನಾವೆಲ್ಲರೂ ನೋಡುತ್ತಲೇ ಇದ್ದೇವೆ. ಇದನ್ನು ಸಾಧಿಸಲು ಮನುಷ್ಯ ರಾಜ್ಯ, ಕೋಶ, ಅಧಿಕಾರದ ಮೂಲಕ ನಿಯಂತ್ರಣಗಳನ್ನು ಹೇರುವ ಸಂವಿಧಾನಗಳನ್ನು ರಚಿಸಿಕೊಂಡು ಅತ್ಯಂತ ವ್ಯವಸ್ಥಿತವಾಗಿಯೂ ಮತ್ತೊಬ್ಬರ ಸ್ವಾತಂತ್ರ್ಯವನ್ನು ಹರಣ ಮಾಡಲು ತವಕಿಸುತ್ತಿರುತ್ತಾನೆ.

ವರ್ತಮಾನದಲ್ಲಿ ಆಗುತ್ತಿರುವುದೂ ಇದೇ. 'ವಶೀಕರಣ' ಕವಿತೆ ತನ್ನ ಸೂಕ್ಷ್ಮನೆಲೆಯಲ್ಲಿ ಈ ಭಾವವನ್ನೇ ಅನಾವರಣ ಮಾಡುವಂತಿದೆ. ಅತ್ಯಂತ ನಾಟಕೀಯವಾಗಿ; ಸಂಭಾಷಣೆಯ ರೂಪದಲ್ಲಿ ಸಾಗುವ ಇಡೀ ಕವಿತೆಯ ಕ್ರಮ ಜೀವಂತಿಕೆಯ ಕ್ರಿಯೆಯದ್ದು. ಅನ್ಯಾಕ್ರಮಣಶೀಲ ಮನೋಭಾವವೊಂದು ಮನುಷ್ಯನ

ಅಂತರಂಗದ ಸ್ವಾತಂತ್ರ್ಯವನ್ನೇ ಅಪಹರಿಸುವ ಕ್ರಿಯೆ ಕವಿತೆಯುದ್ದಕ್ಕೂ ನಡೆಯುತ್ತದೆ. ವಶೀಕರಣವೆನ್ನುವುದೇ ಅನ್ಯವನ್ನು ತನ್ನ ವಶಕ್ಕೆ, ತನ್ನ ನಿಯಂತ್ರಣಕ್ಕೆ ತೆಗೆದುಕೊಳ್ಳುವ ಕ್ರಿಯೆ. ಅದು ಅತ್ಯಂತ ಆಪ್ತವಾದ ಧಾಟಿಯಲ್ಲಿ, ಅತ್ಯಂತ ನಯವಾದ ರೀತಿಯಲ್ಲಿ, ನಿಧ ನಿಧಾನವಾಗಿ ತನ್ನ ಅಂಕೆಗೆ ತೆಗೆದುಕೊಳ್ಳುವ ಕ್ರಿಯೆ. ಅಂದರೆ ಅನ್ಯವನ್ನು ನಿರ್ಜೀವಗೊಳಿಸುತ್ತಾ, ನಿಸ್ತೇಜಗೊಳಿಸುತ್ತಾ ತನ್ನನ್ನು ಯಶಸ್ವಿಯಾಗಿ ಸ್ಥಾಪಿಸಿ ಕೊಳ್ಳುವುದು. ಇದು ವ್ಯಕ್ತಿಯ ನೆಲೆಯಲ್ಲೂ, ದೇಶದ ನೆಲೆಯಲ್ಲೂ ನಡೆಯ ಬಹುದಾದ ಕ್ರಿಯೆ. ಇದನ್ನೇ 'ವಶೀಕರಣ' ಕವಿತೆ ಎರಡು ಪಾತ್ರಗಳ ಸಾಂಕೇತಿಕತೆಯಲ್ಲಿ ನಿರೂಪಿಸುತ್ತದೆ. ಕಣ್ಣಿನಿಂದ ಶುರುವಾದ ವಶೀಕರಣ ಕ್ರಿಯೆ ಸಾವಕಾಶವಾಗಿ ಇಡೀ ವ್ಯಕ್ತಿತ್ವವನ್ನೇ ಆವರಿಸಿಕೊಳ್ಳುವ ಮಾಂತ್ರಿಕತೆ ಕವಿತೆಯಲ್ಲಿ ಯಶಸ್ವಿಯಾಗಿ ಮಂಡನೆಯಾಗಿದೆ.

'ನೀನಿನ್ನು ಮಾತಾಡಲಾರೆ ಪ್ರಯತ್ನಿಸು' ಎನ್ನುವಲ್ಲೇ ಸ್ವಾತಂತ್ರ್ಯದ ಕೃತಕ ನಾಟಕ ಕಾಣಿಸುತ್ತದೆ. 'ವೃಷಣಭಗ್ನ ಶಿಶ್ನ ಜೋ ಜೋ ಜೋತಾಡಿತು' ಎನ್ನುವ ಶಕ್ತಿಶಾಲೀ ರೂಪಕವು ನಿರ್ವೀರ್ಯತೆಯನ್ನು ಅಷ್ಟೇ ಪರಿಣಾಮಕಾರಿಯಾಗಿ ನಿರೂಪಿಸುತ್ತದೆ. ಅದರ ಶಿಖರ ಎಲ್ಲಿದೆ ಎಂದರೆ 'ನೀನೀಗ ಮನುಷ್ಯನಲ್ಲ, ನಾಯಿ ನನ್ನ ನಾಯಿ ಬಾಲವಾಡಿಸು ಎಂದ' ಎಂಬಲ್ಲಿ. ಇಲ್ಲಿಗೆ ಮುಗಿಯಿತು ಸ್ವಂತಿಕೆ ಎಂಬ ಅಧ್ಯಾಯ. ಮನುಷ್ಯ ಮನುಷ್ಯನನ್ನು ನಿಯಂತ್ರಿಸುವ ಆಟ ಇಂದಿಗೂ ಪರೋಕ್ಷ ವಾಗಿಯೋ, ಪ್ರತ್ಯಕ್ಷವಾಗಿಯೋ ನಡೆಯುತ್ತಲೇ ಇರುವುದರಿಂದ ಈ ಕವಿತೆಗೆ ಸಾಧಾರಣೀಕರಣವೊಂದು ಅನಾಯಾಸವಾಗಿ ದಕ್ಕಿಬಿಡುತ್ತದೆ. ಆದರೆ ಮತ್ತೊಂದು ಬೆಳವಣಿಗೆಯೂ ಈ ಕವಿತೆಯಲ್ಲಿರುವುದನ್ನು ಗಮನಿಸಬೇಕು. ಕೊನೆಯ ಸಾಲು 'ಬಾಲಕ್ಕಾಗಿ ಹುಡುಕಿದೆ, ಹುಡುಕಿ ಹುಡುಕಿ ಮಿಡುಕಿದೆ, ಸಾಕು ನಿಲ್ಲಿಸು ನಿನ್ನ ಜನ್ಮ ಸಾರ್ಥಕವಾಯಿತು 'ಇನ್ನು ಸಾಯಿ ಎಂದ' ಗಕ್ಕನೆದ್ದು ನಿಂತೆ.' ಒಂದು ಇರುವೆ ಕೂಡ ಕೊನೆ ಗಳಿಗೆಯಲ್ಲಿ ತನ್ನ ಪ್ರತಿಭಟನೆಯನ್ನು ದಾಖಲಿಸದೆ ಇರಲಾರದು. ಇನ್ನು ಮನುಷ್ಯ ತನ್ನ ಗುಲಾಮಗಿರಿಯನ್ನು ಎಷ್ಟು ತಾನೇ ಸಹಿಸಿಕೊಂಡಿರಬಲ್ಲ? ವಶೀಕರಣಕ್ಕೊಳಗಾದವನೂ ಕೂಡ ತನ್ನ ಎಚ್ಚರವನ್ನು ಸಂಪೂರ್ಣವಾಗಿ ಕಳೆದು ಕೊಂಡಿರಲಾರ. ವಶೀಕರಣ ಒಂದು ಕನಸಿನಂತೆ ಅನುಭವಕ್ಕೆ ಬಂದು ನಂತರ ಎಚ್ಚರದ ಸ್ಥಿತಿಗೆ ಬಂದಾಗ ತನ್ನ ಸ್ವಂತಿಕೆ ಅರಿವಿಗೆ ಬಂದೇ ಬರುತ್ತದೆ. ಎಲ್ಲ ಸ್ವಾತಂತ್ರ್ಯದ ಅನುಭವವೂ ಹೀಗೆಯೇ ಇರುತ್ತದಲ್ಲವೆ? ಈ ಕವಿತೆ ಅದನ್ನು ಸಾಧಿಸುತ್ತದೆ. ಮಹಾಕವಿ ಕು.ವೆಂ.ಪು ಅವರ 'ಕಲ್ಕಿ'ಯಲ್ಲೂ ಈ ಎಚ್ಚೆತ್ತ 'ಇನ್ನೆಲ್ಲಿಯ ನಿದ್ದೆ'ಯ ಜಾಗೃತಿಯೂ ಇರುವುದನ್ನು 'ವಶೀಕರಣ' ಕವಿತೆ ಮತ್ತೊಮ್ಮೆ ನಮ್ಮ ಗಮನಕ್ಕೆ ತಂದರೂ ತರಬಹುದು!

–**ಚಂದ್ರಶೇಖರ ತಾಳ್ಯ**

ತುರ್ತಿನ ಗುರ್ತುಗಳು

ಬಿಗಿದ ಚೌಕಟ್ಟು, ಗಾಜಿನ ಹಿಂದೆ,
ಗೋಡೆಗೆ ನೇತಾಡುವ,
ಮೂಕವಾಗಿ ಮಿಕಿಮಿಕಿ ನೋಡುವ
ನನ್ನ ನಿರ್
ಭಾವಚಿತ್ರ.

ಒಗೆದು,
ಕೊಳೆ ತೆಗೆದು,
ಒಣಗಿಸಿ,
ನಿರಿಗೆಗಳೆಲ್ಲ ನಿರ್ನಾಮವಾಗುವಂತೆ
ನೀಟಾಗಿ ಇಸ್ತ್ರಿ ಮಾಡಿ,
ಇಪ್ಪತ್ತೈದು ಬಾರಿ ಮಡಿಸಿ,
ಹ್ಯಾಂಗರಿಗೆ ನೇತು ಹಾಕಿದ
ನನ್ನ ನಾಲಿಗೆ.

ಶುಕ್ಲ
ಪಕ್ಷದ ಕತ್ತಲಲ್ಲಿ
ಕಿರಲಿ ಕಿರಲಿ
ಗಂಟಲು ಕೆಟ್ಟು ಗೂಬೆ ಕೂತ
ನನ್ನ ರೇಡಿಯೊ.

ಮಗನ ಇಸ್ಸೀ ಬಳಿದು,
ಮುಚ್ಚಿಟ್ಟು,
ನನ್ನಾಕೆ ತಿಪ್ಪೆಗೆಸೆದ
ದಿನಪತ್ರಿಕೆ.

ತಲೆಕೆಳಗು
ತ್ರಿಭುಜಾಕಾರದ
ನನ್ನ ಕೆಂಪು
ಕಾಚ.

ಕೇರಿಕೇರಿಗಳಲ್ಲಿ
ಶಿಕಾರಿ ಮಾಡಿ,
ಗುಂಡಿಟ್ಟು ಕೊಂದು,
ಹುಲ್ಲು ತುಂಬಿ ನಿಲ್ಲಿಸಿದ
ಮ್ಯೂಜಿಯಂನ
ಸಿಂಹ, ಹುಲಿ, ಚಿರತೆ ಇತ್ಯಾದಿಗಳ
ಸೊನ್ನೆನೋಟದ
ಗಾಜು ಕಣ್ಣು.

ನಿಬ್ಬಿನ ಮೊನೆ ಮುರಿದು
ಇಂಕು ಹರಿಯದೆ
ಮಂಕಾಗಿ ಬಿಕ್ಕುವ,
ಆಗಾಗ ಇದ್ದಕ್ಕಿದ್ದಂತೆ ಹೀಗೆ
ಮುದ್ದೆ ಮುದ್ದೆ ಕಕ್ಕುವ
ನನ್ನ ಬಿಕನಾಸಿ ಪೆನ್ನು.

ಇವು,
ಇನ್ನೂ ಹಲವು
ತುರ್ತಿನ ಗುರ್ತುಗಳು.

ತುರ್ತಿನ ಗುರ್ತುಗಳು

'ತುರ್ತು' ಎನ್ನುವುದೇ ಮೂಲಭೂತವಾಗಿ ಒಂದು ಕೃತಕ ಸೃಷ್ಟಿ. ರಾಷ್ಟ್ರ, ಕುಟುಂಬ, ವ್ಯಕ್ತಿತ್ವಕ್ಕೆ ಸಂಬಂಧಿಸಿಯೂ ನಾವು ತುರ್ತನ್ನು ಘೋಷಿಸಿಕೊಳ್ಳುವುದುಂಟು. ರಾಷ್ಟ್ರದ ವಿಷಯದಲ್ಲಿ ಹೊರಗಿನ ಶತ್ರುಗಳಿಂದ ಅಪಾಯವಿದೆ ಎನ್ನಿಸಿದಾಗ ತುರ್ತನ್ನು ಅನಿವಾರ್ಯವಾಗಿ ಸಾರಬೇಕಾದ್ದೇನೋ ಸರಿ. ಹಾಗೆಯೇ ಆಂತರಿಕವಾಗಿಯೂ ಅಪಾಯದ ಸೂಚನೆಗಳು ಕಂಡುಬಂದಾಗಲೂ ಸಹ ತುರ್ತನ್ನು ಘೋಷಿಸಬಹುದು. ಎಲ್ಲ ಸಂದರ್ಭದಲ್ಲೂ ಇದು ನಿಜವಿರಲಾರದು. ಕೆಲವು ಸಂದರ್ಭ ತಮ್ಮ ಅಧಿಕಾರವನ್ನು ಉಳಿಸಿಕೊಳ್ಳಲು ಯಾವುದೋ ಪಕ್ಷ, ಅಥವಾ ಸರ್ವಾಧಿಕಾರೀ ಮನೋಭಾವದ ವ್ಯಕ್ತಿ ಇಂಥ ಸ್ಥಿತಿಯನ್ನು ವಿನಾಕಾರಣ ಹೇರಬಹುದು. ಆಗೆಲ್ಲ ಇಡೀ ದೇಶದ ಜನತೆ ವೈಯಕ್ತಿಕ ನೆಲೆಯ ಸ್ವಾತಂತ್ರ್ಯವನ್ನು ಕಳೆದುಕೊಂಡು ಸರ್ಕಾರದ ಆದೇಶಗಳನ್ನು ಮುಗುಮ್ಮಾಗಿ ಪಾಲಿಸುವುದೊಂದೇ ಉಳಿದಿರುತ್ತದೆ. ಇದು ಕುಟುಂಬದ ಮತ್ತು ವ್ಯಕ್ತಿಗತ ನೆಲೆಯಲ್ಲೂ ನಡೆಯಬಹುದು. ಕುಟುಂದ ಕ್ಷೇಮಕ್ಕಾಗಿ ಅದರ ಯಜಮಾನ ಉಳಿದ ಸದಸ್ಯರ ಸ್ವಾತಂತ್ರ್ಯವನ್ನು ಮೊಟಕು ಮಾಡಬಹುದು. ಕೆಲವು ಸಂದರ್ಭಗಳಲ್ಲಿ ಸ್ವಾರ್ಥಿಯಾದ ಕುಟುಂಬ ಮುಖ್ಯಸ್ಥನಿದ್ದರೆ ಅಲ್ಲಿಯೂ ವಿನಾಕಾರಣದ ನಿರ್ಬಂಧ ವಿಧಿತವಾಗಿರಬಹುದು. ರಾಷ್ಟ್ರ ಮತ್ತು ಕುಟುಂಬದ ಎರಡು ನೆಲೆಯ ಈ ನಿಯಂತ್ರಣ ವಿನಾಕಾರಣದ್ದು ಮತ್ತು ವ್ಯಕ್ತಿತ್ವವಿಕಾಸವನ್ನು ತಡೆಯುವಂಥದು ಎಂದು ಬೇರೆಯಾಗಿ ಹೇಳುವ ಅವಶ್ಯಕತೆ ಬೀಳಲಾರದು. ಆದರೆ ವ್ಯಕ್ತಿ ತನಗೆ ತಾನೇ ನಿಯಂತ್ರಣವನ್ನು ಹೇರಿಕೊಳ್ಳುವುದು ಸ್ವಾಗತಾರ್ಹವಾದದ್ದೇ. ಅದರಿಂದ ಹೆಚ್ಚಿನ ಸಮಯದಲ್ಲಿ ವ್ಯಕ್ತಿಗೆ ಕ್ಷೇಮವೇ ಉಂಟಾದೀತು. ಇದು ಆಯಾ ವ್ಯಕ್ತಿಯ ವ್ಯಕ್ತಿತ್ವಕ್ಕೆ ಬಿಟ್ಟ ವಿಷಯ. ಇದನ್ನೇ ರಾಷ್ಟ್ರ ಮತ್ತು ಕುಟುಂಬಕ್ಕೂ ಅನ್ವಯ ಮಾಡಲು ಬರುವುದಿಲ್ಲ. ಸಾಮಾನ್ಯವಾಗಿ ಈ ಹಂತದ ತುರ್ತೆನ್ನುವುದು ದುರ್ಮಾರ್ಗದ ಕ್ರಮವೇ ಆಗಿರುವ ಸಾಧ್ಯತೆಯೇ ಹೆಚ್ಚು. ಇಂದಿರಾ ಗಾಂಧಿಯವರು ಪ್ರಧಾನಿಯಾಗಿದ್ದ ಸಂದರ್ಭದಲ್ಲಿ ಈ ರೀತಿಯ ಪರಿಸ್ಥಿತಿ ನಮ್ಮೆಲ್ಲರಿಗೂ ಬಂದಿದ್ದನ್ನು ದೇಶದ ಜನತೆ ತಮ್ಮ ಸ್ಮೃತಿ ಕೋಶದಲ್ಲಿರಿಸಿಕೊಂಡಿರಬಹುದು. ಅದು ನೈಜವಾದ ತುರ್ತಾಗಿರಲಿಲ್ಲ. ತಮ್ಮ ಅಧಿಕಾರವನ್ನು ಭದ್ರಪಡಿಸಿಕೊಳ್ಳುವ ಹುನ್ನಾರವೇ ಆಗಿತ್ತು. ಅನ್ಯರ ಸ್ವಾತಂತ್ರ್ಯ, ಮಾಧ್ಯಮಗಳ ಸ್ವಾತಂತ್ರ್ಯ, ವಿರೋಧ ಪಕ್ಷಗಳ ಸ್ವಾತಂತ್ರ್ಯ ಎಲ್ಲವನ್ನೂ ಸಂಪೂರ್ಣವಾಗಿ ಹತ್ತಿಕ್ಕಲಾಗಿತ್ತು. ಪ್ರಜಾಪ್ರಭುತ್ವದ ಅಡಿಗಲ್ಲನ್ನೇ ಅಲುಗಿಸುವಂಥದು. ಇದೆಲ್ಲವೂ ತಮ್ಮ

ಅಧಿಕಾರವನ್ನು ಭದ್ರಪಡಿಸಿಕೊಳ್ಳುವುದಕ್ಕಾಗಿಯೇ ನಡೆದದ್ದು. ಇದು ದೇಶದ ಸಲುವಾಗಿಯೂ ಅಲ್ಲ, ಜನರ ಸಲುವಾಗಿಯೂ ಅಲ್ಲ.

ಈ ಹಿನ್ನೆಲೆಯಲ್ಲಿ 'ತುರ್ತಿನ ಗುರ್ತುಗಳು' ಕವಿತೆ ಹೆಚ್ಚು ನಿಕಟವಾಗಿ ಓದುಗನನ್ನು ಆವರಿಸಿಕೊಳ್ಳಬಹುದು. ಇದು ವ್ಯಕ್ತಿಯ ನೆಲೆಯಲ್ಲಿ ಅಭಿವ್ಯಕ್ತಗೊಂಡ ಒಂದು ಅರ್ಥಪೂರ್ಣ ಕವಿತೆ. ಭಾವಚಿತ್ರ ನಿರ್ಭಾವ ಚಿತ್ರವಾಗಿರುವ ವ್ಯಂಗ್ಯವನ್ನು ಈ ಕವಿತೆ ಸಮರ್ಥವಾಗಿ ಮಂಡಿಸುತ್ತದೆ. ಗೋಡೆಗೆ ನೇತುಹಾಕಿರುವ, ಚೌಕಟ್ಟಿನಲ್ಲಿ ಬಂಧಿಸಿ, ಗಾಜಿನ ಮೂಲಕ ಕಾಣಿಸುವಂತೆ ಮಾಡಿರುವ ಭಾವಚಿತ್ರವೇ ಒಂದು ದೊಡ್ಡ ವ್ಯಂಗ್ಯ. ಅದರ ಜೀವಂತಿಕೆಯನ್ನು ನಿರೀಕ್ಷಿಸುವುದೇ ದಡ್ಡತನದ ಸಂಕೇತ. ಈ ಕವಿತೆಯ ನಾಯಕನದ್ದೇ ಚಿತ್ರವಿರುವ ಪಟ ನಿರ್ಜೀವಗೊಂಡಿದೆ. ಈ ಚಿತ್ರದ ಮೂಲಕ ಸಿಕ್ಕುವ ಚಿತ್ರಣಗಳೆಲ್ಲವೂ ಉಸಿರು ನಿಂತುಹೋಗಿರುವ ಸ್ಥಿತಿಯನ್ನೇ ತೋರಿಸುತ್ತವೆ. ನಿರಿಗೆಗಳಲ್ಲದಂತೆ ಇಸ್ತ್ರೀ ಮಾಡಿ 'ಹ್ಯಾಂಗರಿಗೆ ನೇತು ಹಾಕಿದ ನಾಲಗೆ' 'ಇಸ್ಸೀ ಬಳದು ತಿಪ್ಪೆಗೆಸೆದ ತನ್ನದೇ ಕೆಂಪು ಕಾಚ' ಗುಂಡಿಟ್ಟು ಕೊಂದು ಹುಲ್ಲು ತುಂಬಿ ನಿಲ್ಲಿಸಿರುವ ಹುಲಿ, ಸಿಂಹ ಮುಂತಾದ ಸ್ವೇಚ್ಛಾ ಪ್ರಾಣಿಗಳು ಇವೆಲ್ಲವೂ ಜೀವಂತಿಕೆಯನ್ನು ನಾಶಮಾಡಿದ, ಭಾವಹೀನವಾದ ತುರ್ತಿನ ಗುರ್ತುಗಳೇ ಆಗಿವೆ. ಇಂತಲ್ಲಿ ನಿರ್ಭಿಡೆಯ, ಸ್ವತಂತ್ರವಾದ ವಾತಾವರಣ ಇರಲು ಸಾಧ್ಯವೇ ಇಲ್ಲ. ಇದು ಒಳಗಿನ ನಿಸ್ತೇಜವಾದರೆ, ಈ ಒಳಗಿನ ನಿಸ್ತೇಜತೆಗೆ ಪೂರಕವೆಂಬಂತೆ ಹೊರಗಿನ ಪರಿಕರಗಳೂ ನಿಷ್ಕ್ರಿಯವಾಗಿರುವ ಮತ್ತೊಂದು ಮಜಲನ್ನು ತೋರಿಸುತ್ತದೆ.

ನಮ್ಮೊಳಗಿನ ಭಾವನೆಗಳನ್ನು ಅಭಿವ್ಯಕ್ತಿಸಲು ಸ್ವಾತಂತ್ರ್ಯವೆನ್ನುವುದು ಜೀವ ಜಲದಷ್ಟೇ ಮುಖ್ಯ. ಒಳಗಿನ ಭಾವನೆಗಳೂ ಬತ್ತಿ ಹೋಗಿವೆ. ಇನ್ನು ಆ ಭಾವಗಳನ್ನು ಉಚಿತವಾಗಿ ದಾಖಲಿಸಲು ಬೇಕಾದ ಬಾಹ್ಯ ಪರಿಕರ ಪೆನ್ನೂ ಕೂಡ ನಿಷ್ಕ್ರಿಯವಾಗಿರುವ ಮತ್ತೊಂದು ಮಹತ್ವದ ತುರ್ತಿನ ಗುರ್ತು. 'ಇಂಕು ಹರಿಯದೆ ಮಂಕಾಗಿ ಬಿಕ್ಕುವ' ಅರ್ಥಹೀನವಾಗಿ ವಿಕಾರವಾಗಿ 'ಮುದ್ದೆ ಮುದ್ದೆ ಕಕ್ಕುವ ಬಿಕನಾಸಿ ಪೆನ್ನು' ಈ ಗುರುತುಗಳು ತುರ್ತು ಪರಿಸ್ಥಿತಿಯನ್ನು ಇನ್ನಷ್ಟು ಗಾಢವಾಗಿಸುತ್ತವೆ, ತೀವ್ರ ವಾಗಿಸುತ್ತವೆ. ಇದು ನಮ್ಮ ಸ್ಥಿತಿಯ ಭಯಾನಕತೆಯನ್ನೂ ಸಮರ್ಥವಾಗಿ ಸೂಚಿಸುವಂತಿದೆ.

ಇಲ್ಲಿ ತುರ್ತಿನ ಗುರ್ತಾಗಿ ಬರುವ ಎಲ್ಲ ಪ್ರತಿಮೆಗಳೂ ಒಂದಕ್ಕೊಂದು ಪೂರಕವಾಗುತ್ತಾ ಒಂದು ಯಶಸ್ವಿಯಾದ ಬಂಧವನ್ನು ನಿರ್ಮಿಸುತ್ತವೆ. ಈ ಬಂಧ ಕವಿತೆಯನ್ನು ತೀವ್ರಾನುಭವಕ್ಕೆ ಒಡ್ಡಿಕೊಳ್ಳುವಂತೆ ಮಾಡುತ್ತದೆ. ತನ್ಮೂಲಕ ಕವಿತೆಯ ಆಶಯವನ್ನು ಸಾರ್ಥಕಗೊಳಿಸುತ್ತದೆ.

–ಚಂದ್ರಶೇಖರ ತಾಳ್ಯ

ದಯವಿಟ್ಟು

ಹಕ್ಕಿಗಳೆಲ್ಲ ಮರದಿಂದ ಹಾರಿ ಹೋದವು;
ನಾನು ಪ್ರೇಮಿಸಿದ ಹುಡುಗಿಯರಿಗೆಲ್ಲ
ಮದುವೆಯಾಯಿತು.
ಈಗ ನನಗೂ ಮದುವೆಯಾಗಿದೆ.
ಆದ್ದರಿಂದ ಅವರೆಲ್ಲ ಸುಖವಾಗಿರಲಿ.
ಆದರೆ ಬೆಳಕಿನ ಬಹಿರಂಗದಲ್ಲಿ
ನನ್ನೆದುರು
ಅದರಲ್ಲೂ ನನ್ನ ಧರ್ಮಪತ್ನಿಯ ಎದುರು
ಸುಳಿಯದಿದ್ದರೆ,
ಅವಳ ಅಗಾಧಾ ಕ್ರಿಸ್ಟೀ ಗಮನ ಸೆಳೆಯದಿದ್ದರೆ
ಸಾಕು.

ಬರಲಿ ಬೇಕಾದರೆ
ಸಂಜೆಗೆ,
ನನ್ನ ಹೃದಯದ ತಮ್ಮ ತಮ್ಮ ಗೂಡುಗಳಿಗೆ,
ಅಂತರಂಗದ ಖಾಸಗಿ ಕತ್ತಲೆಗೆ,
ನಿರ್ಭಿಡೆಯ ನಿರಾತಂಕ ಬೆತ್ತಲೆಗೆ;
ನಾನು ಗೊಮ್ಮಟನಾಗುವ
ನನ್ನ ಕಾವ್ಯದ ಕಮ್ಮಟಕ್ಕೆ.
ಬಂದು,
ಗೂಡುಗಳಲ್ಲಿಟ್ಟ ತಮ್ಮ ತತ್ತಿಗಳ ಮೇಲೆ
ಕಾವು ಕೂಡಲಿ,
ಮರಿ ಮಾಡಲಿ,
ಗುಟುಕು ನೀಡಲಿ,
ಜೋಗುಳ ಹಾಡಲಿ.
ಮರದ ಕೆಳಗಿನ ನನ್ನ ಕನಸಿನಂಗಳದಲ್ಲಿ
ಬೆಳದಿಂಗಳ ಹಸೆಯ ಮೇಲೆ,

ನನ್ನ ತೆಕ್ಕೆಗೆ ಬಂದು ಲಲ್ಲೆಗರೆಯಲಿ;
ಎಲ್ಲೆ ಮೀರಲಿ ಆ ಅಂದಿನಂತೆ
ಕುರುಡು ಪ್ರೇಮದ ಭಂಡ ಧೈರ್ಯದಲ್ಲಿ;
ಕನಸುಗಳ ಕಟ್ಟಲಿ
ಕನಸಿನಲ್ಲಿ.

ಆದರೆ,
ನನ್ನ ಹೆಂಡತಿಯೊಂದಿಗೆ ನಾನು ಏಕಾಂತದಲ್ಲಿರುವಾಗ,
ನೆನಪಿನ ಕದ ತಟ್ಟಿ ಕರೆಯುವುದು ಬೇಡ;
ನನ್ನನ್ನು ಅವಳಿಂದ ವಿಮುಖನನ್ನಾಗಿಸುವ ಪ್ರಯತ್ನ
ಖಂಡಿತಬೇಡ;
ಅವಳ ಕಣ್ಣುಗಳಲ್ಲಿ ತಮ್ಮ ಕಣ್ಣು ಮಿಟುಕಿಸುವುದು
ತುಟಿಯಲ್ಲಿ ತುಳುಕುವುದು,
ಕಟಿಯಲ್ಲಿ ಬಳುಕುವುದು
ದಯವಿಟ್ಟು ಬೇಡ.

ಏಕೆಂದರೆ,
ಎಷ್ಟಾದರೂ ನನ್ನ ಹೆಂಡತಿಯೂ
ಒಂದು ಹೆಣ್ಣು.
ಅವಳಿಗೆ ನನ್ನಂತರಂಗದ ಒಂದೊಂದೂ ಬೇರಿನ ಮೇಲೆ,
ಅವುಗಳಿಗೆ ಒದಗಿ ಬರುವ
ಗುಪ್ತಗಾಮಿನಿಯರ
ಚೈತನ್ಯದ ನೀರಿನ ಮೇಲೇ,
ಸದಾ ಕಣ್ಣು.

ದಯವಿಟ್ಟು

'ದಯವಿಟ್ಟು' ಕವಿತೆಯಲ್ಲಿ ಎರಡು ಹಂತಗಳಿರುವಂತಿವೆ. ಚೋದ್ಯ, ತುಂಟಾಟ, ಪೋಲಿ, ಆತ್ಮ ವಿನಾಶಕ ಎನಿಸಬಹುದಾದ ಒಂದು ಹಂತವೆನಿಸಿದರೆ, ಎರಡನೆಯ ಹಂತ ಕವಿಯ ಅಂತರಂಗದ ಕವಿತಾಕ್ರಿಯೆಯ ಮನೋಭೂಮಿಕೆಯಾಗಿ ಪರಿವರ್ತಿತಗೊಳ್ಳುವ ಹಂತ. ಈ ಎರಡೂ ಹಂತಗಳ ಒಳಕ್ರಿಯೆಗಳಿಂದ ಸಂಕೀರ್ಣ ವಾದ ಬಂಧವನ್ನು ಕವಿತೆ ನಿರ್ಮಿಸಿಕೊಳ್ಳುತ್ತದೆ.

ಮೇಲು ನೋಟದಲ್ಲಿ ಇದೊಂದು ತುಂಟ ಕವಿತೆಯಂತೆ ಆರಂಭಗೊಂಡರೂ ಅದರ ಅಂತ್ಯಭಾಗ ಕಾವ್ಯಮೀಮಾಂಸೆಯ ಒಂದು ವರಸೆಯನ್ನು ಹೇಳುವಂತಿದೆ. ಸರಳವೆನಿಸುವ ಸಹಜ ಶೈಲಿಯ ಭಾಷೆಯಲ್ಲೇ ಏನೋ ಒಂದು ವಿಧವಾದ ವಿಷಾದ ಭಾವವನ್ನು ಕವಿತೆ ಅನುಭವಕ್ಕೆ ತಂದು ಕೊಡುತ್ತದೆ. 'ಹಕ್ಕಿಗಳೆಲ್ಲ ಮರದಿಂದ ಹಾರಿ ಹೋದವು' ಎನ್ನುವ ರೂಪಕ ಮುಂದಿನ ಹಂತದ ತಳಪಾಯದಂತೆ ಕಾಣಿಸುವುದು. ಹಕ್ಕಿಗಳಿಲ್ಲದ ಮರ ವೈವಿಧ್ಯವಿಲ್ಲದ, ಕಲರವವಿಲ್ಲದ, ನೀರವ ವಾತಾವರಣದಲ್ಲಿ ಸಪ್ಪೆಯಾದ ಭೂಮಿಕೆಯನ್ನು ನಿರ್ಮಿಸುತ್ತದೆ. ಇದೇ ವಾತಾವರಣ ತಾನು ಪ್ರೀತಿಸಿದ ಹೆಣ್ಣುಗಳೆಲ್ಲವೂ ಮದುವೆಯಾಗಿ ಅವರವರ ಮನೆಗೆ ಹೋದರು ಎನ್ನುವಲ್ಲಿಯೂ ನಿರ್ಮಾಣವಾಗುತ್ತದೆ. ಈ ಬಣಗುಟ್ಟುವ ಸ್ಥಿತಿಯಲ್ಲೇ ಕವಿತೆಯ ನಾಯಕನಿಗೆ ಮದುವೆ ಯಾಗಿರುವುದು ಸಮಾಧಾನಕರ ಸಂಗತಿಯಾದರೂ ಇಲ್ಲಿ ಒಂದು ಆತಂಕವೂ ಮನೆ ಮಾಡಿದೆ. ಇದು ಕವಿತೆಯ ಸ್ಥಾಯಿಭಾವವಿದ್ದೀತು. ಇಲ್ಲಿಂದ ಮುಂದೆ ನಾಯಕ ಆತಂಕದಲ್ಲಿ ತನ್ನ ಮಾಜಿ ಪ್ರೇಯಸಿಯರಿಗೆ ಆಹ್ವಾನ ನೀಡುವ ಕ್ರಿಯೆ ಸಾಗುತ್ತದೆ. ಆತಂಕದ ಆಹ್ವಾನ ಯಾಕೆಂದರೆ ಈ ಪ್ರೇಯಸೀ ಭಾವಗಳು ತನ್ನ ಧರ್ಮಪತ್ನಿಯ ಗಮನಕ್ಕೆ ಬಾರದಂತೆ ಬರಬೇಕೆಂಬ ಬಯಕೆ ನಾಯಕನದ್ದು.

ಈ ಹಂತವನ್ನು ದಾಟಿದ ಕವಿತೆ ಕಾವ್ಯ ಮೀಮಾಂಸೆಯ ಗಾಂಭೀರ್ಯವನ್ನು ಅಳವಡಿಸಿಕೊಂಡಂತೆ ತೋರುತ್ತದೆ. ಈ ಪ್ರೇಯಸಿಯರು ನಿಜದ ಪ್ರೇಯಸಿಯ ರಾಗಿರದೆ ಭಾವವಾಗಿದ್ದಾರೆ. ಮದುವೆಗೆ ಮುನ್ನವೂ ಕವಿಗೆ ನಿಕಟವಾಗಿದ್ದವರು ಈ ಪ್ರೇಯಸೀ ಭಾವಗಳೇ. ಆಗ ಈ ಭಾವಗಳು ಯಾವಾಗಬೇಕೋ ಆವಾಗ, ಎಂಥ ಅಪವೇಳೆಯಲ್ಲೂ ಸ್ವೇಚ್ಛೆಯಾಗಿ ಬರಬಹುದಿತ್ತು. ಆದರೆ ಈಗಿನ ಪರಿಸ್ಥಿತಿ ಹಾಗಿಲ್ಲ. ಪಕ್ಕದಲ್ಲಿ ಧರ್ಮಪತ್ನಿಯಿದ್ದಾಳೆ. ಇನ್ನು ಆಕೆಯೇ ಕವಿಯ ಅಧಿಕೃತ ಭಾವ. ಆಕೆ ಬಂದಮೇಲೆ ಈ ಪೋಲೀ ಭಾವಗಳು ಅಡ್ಡಾದಿಡ್ಡಿ ನುಸುಳ ಬರುವಂತಿಲ್ಲ. ಹಾಗೆ ಬರುವುದೇ ಆದರೆ ಎಚ್ಚರವಹಿಸುವುದು ಒಳ್ಳೆಯದು. ಈ ಹಂತಕ್ಕೆ ಇಡೀ ಕವಿತೆಯ

ಭಾವ ಪಲ್ಲಟಗೊಳ್ಳುವುದು. 'ಬರಲಿ ಬೇಕಾದರೆ ಸಂಜೆಗೆ/ ನನ್ನ ಹೃದಯದ ತಮ್ಮ ತಮ್ಮ ಗೂಡುಗಳಿಗೆ/ ನಿರ್ಭಿಢೆಯ ನಿರಾತಂಕ ಬೆತ್ತಲೆಗೆ/ ನಾನು ಗೊಮ್ಮಟನಾಗುವ/ ನನ್ನ ಕಾವ್ಯದ ಕಮ್ಮಟಕ್ಕೆ.' ಎಂದು ಮುಕ್ತ ಆಹ್ವಾನವನ್ನು ಕವಿ ನೀಡುತ್ತಿದ್ದಾನೆ. ಇದು ಕಲೆ ನೀಡುವ ಸ್ವಾತಂತ್ರ್ಯವೂ ಹೌದು.

ಮದುವೆಗೂ ಮುನ್ನ ಸ್ವೇಚ್ಛೆಯಾಗಿ ಯಾವಾಗ ಬೇಕಾದರೂ ಬಂದು ಹೋಗುತ್ತಿದ್ದ ಈ ಸಂಚಾರೀ ಭಾವಗಳು ಮದುವೆಯಾದ ಮೇಲೆ ರಾಜಾರೋಷವಾಗಿ ಬರುವುದು ಕವಿಗೆ ಚಿಂತೆ ತರುವಂಥದು. ಆದರೆ ಅವು ಗುಟ್ಟಾಗಿ ಬಂದು ತಮ್ಮ ತಮ್ಮ ಗೂಡುಗಳಲ್ಲಿ ತಮ್ಮ ಮೊಟ್ಟೆಯ ಮೇಲೆ ಕಾವು ಕೂತಾಗ ಹುಟ್ಟುವ ಹೊಸ ಮರಿಗಳು ಹೊಸ ಕವಿತೆಗಳು ಹೊಸ ಕಾವ್ಯದ ಹುಟ್ಟೇ ಆಗಿರುತ್ತವೆ.

ಹೆಂಡತಿಯೊಂದಿಗೆ ಏಕಾಂತದಲ್ಲಿರುವಾಗ ಹೆಂಡತಿಯದ್ದೇ ಒಂದು ಸ್ವಂತಿಕೆ ಇರುತ್ತದೆ. ಅದರ ಕವಿತೆಯೇ ಬೇರೆ ಬಗೆಯದು. ಪ್ರೇಯಸೀ ಭಾವ ಮತ್ತು ಧರ್ಮಪತ್ನೀ ಭಾವ ಎರಡೂ ಬೆರೆತರೆ ಕಾವ್ಯಾನುಭವ ಅಷ್ಟರಮಟ್ಟಿಗೆ ಅಳ್ಳಕವಾದೀತೆಂಬ ಹಿಂಜರಿಕೆಯೂ ಇದಕ್ಕೆ ಕಾರಣವಿದ್ದಿರಬಹುದು. ಅದಕ್ಕೇ ಕವಿ ಹೇಳುತ್ತಾನೆ 'ಎಷ್ಟಾದರೂ ನನ್ನ ಹೆಂಡತಿಯೂ/ ಒಂದು ಹೆಣ್ಣು/ ಅವಳಿಗೆ ನನ್ನಂತರಂಗದ ಒಂದೊಂದೂ ಬೇರಿನ ಮೇಲೆ/ ಅವುಗಳಿಗೆ ಒದಗಿಬರುವ/ ಗುಪ್ತಗಾಮಿನಿಯರ/ ಚೈತನ್ಯದ ನೀರಿನ ಮೇಲೇ ಸದಾ ಕಣ್ಣು'.

ಒಟ್ಟಾರೆ ಈ ಕವಿತೆ ಒಂದು ಸಂಕೀರ್ಣ ಹೆಣಿಗೆಯಂತಿದೆ. ಹೊರಗಿನ ಮತ್ತು ಒಳಗಿನ ಭಾವಾನುಭವದ ನಿರಪೇಕ್ಷತೆಯನ್ನು ಕವಿಮನಸ್ಸು ಬಯಸುವಂತೆ ತೋರುತ್ತದೆ. ವ್ಯಕ್ತಿಗತವಾದ ಮತ್ತು ಸಾಮಾಜಿಕವಾದ ನೆಲೆಗೂ ಈ ಪ್ರತಿಕ್ರಿಯೆಯನ್ನು ವಿಸ್ತರಿಸಬಹುದು. ಇವೆರಡರ ಮಿಶ್ರಣವನ್ನು ಕವಿಯ ಅಂತರಂಗದ ರಚನೆ ನಿರಾಕರಿಸುತ್ತಿದೆ. ಏನೇ ಆದರೂ ತೀವ್ರ ಬಂಡಾಯ ಮನೋಭೂಮಿಕೆಯ ಸಿದ್ಧತೆಯಿಲ್ಲದ ಕವಿಮನಸ್ಸು ಈ ಮಿಲನವನ್ನು ಇಷ್ಟಪಡಲಾರದು ಎಂಬ ಭಾವವನ್ನೂ ಈ ಕವಿತೆಯ ಅಂತರಂಗ ಒಳಗೊಂಡಿರಬಹುದೇ? ಇದು ನಿರ್ದಿಷ್ಟವಾದ ಅಭಿಪ್ರಾಯ ವೇನೂ ಅಲ್ಲ. ಸಂಕೀರ್ಣವಾದ ಕವಿತೆಗೆ ಇಷ್ಟೆಲ್ಲ ಕಾಡಿಸುವ ಗುಣ ಇರುವುದರಿಂದಲೇ ಇಷ್ಟನ್ನು ಹೇಳುವ ತುರ್ತು ಒದಗುತ್ತದೆ.

ಲಕ್ಷ್ಮಣರಾವ್ ಭಾಷೆಯ ಆಟದಲ್ಲಿ ಕಾವ್ಯದ ಆರಾಧನೆಯನ್ನು ಮಾಡಬಲ್ಲ ದಟ್ಟವಾದ ಸೂಚನೆ ಈ ಕವಿತೆಯ ಮೂಲಕ ಸಿಕ್ಕುವಂತಿದೆ.

–ಚಂದ್ರಶೇಖರ ತಾಳ್ಯ

ಫಸ್ಸಿ

ಕದ್ದು ತೆವಳುತ ಹೊಕ್ಕ ದೇವರ ಮನೆಯನ್ನು,
ಮಂಟಪಕೆ ಲಗ್ಗೆಯಿಟ್ಟ;
ಒದ್ದು ಕೆಡವಿದ ನಿಸ್ಸಹಾಯಕ ಮೂರ್ತಿಗಳನ್ನು,
ಹಾರಗಳ ಜಗ್ಗಿ ಕಿತ್ತ;
ಗಂಟೆ ಗಣಗಣ ಬಡಿದು ವಿಜಯಘೋಷವ ಗೈದ,
ಕುಣಿದು ಕುಪ್ಪಳಿಸುತ್ತ ಉಚ್ಚೆಬಿಟ್ಟ.
ಮೂರ್ತಿಭಂಜಕ
ನನ್ನ ಮುದ್ದು ಕುವರ
ವರ್ಷವೂ ತುಂಬಿರದ
ನನ್ನ ಹರ್ಷ.

ಘಸ್ನಿ

'ಘಸ್ನಿ' ಹತ್ತು ಸಾಲುಗಳ ಪುಟ್ಟ ಪದ್ಯ. ಇದರ ಕಡೆಯ ಎರಡು ಸಾಲುಗಳನ್ನು 'ವರ್ಷವೂ ತುಂಬಿರದ ನನ್ನ ಹರ್ಷ' ಎಂದು ಪಲ್ಲವಿಯಾಗಿಸಿಕೊಂಡು, ಎರಡೆರಡು ಸಾಲುಗಳನ್ನು ನುಡಿಯಾಗಿಸಿಕೊಂಡರೆ ಭಾವ–ಗೀತೆಯಾಗುವುದು.

ದೇವರ ಮನೆ ಪ್ರವೇಶಿಸುವುದು, ಮೂರ್ತಿಗಳನ್ನು ಕೆಡವುವುದು, ಹಾರಗಳನ್ನು ಜಗ್ಗಿಕೀಳುವುದು, ಗಂಟೆ ಬಾರಿಸುವುದು, ಕೇಕೆ ಹಾಕುವುದು, ಕುಣಿದು ಕುಪ್ಪಳಿಸುವುದು, ಮೂತ್ರ ವಿಸರ್ಜನೆ ಮಾಡುವುದು ಕವಿತೆಯಲ್ಲಿ ಬರುವ ಕ್ರಿಯೆಗಳು.

ಲಗ್ಗೆಯಿಟ್ಟ, ಕೆಡವಿದ, ಜಗ್ಗಿಕಿತ್ತ, ಘೋಷವಗೈದ, ಕುಣಿದ ಎಂಬ ಕ್ರಿಯಾಪದಗಳು. ಈ ಎಲ್ಲವೂ ಕೂಡಿ, ದೇವರ ಮನೆಯಲ್ಲಿ ನಿರ್ಮಿಸಿದ ದೃಶ್ಯಗಳು.

ಇವೆಲ್ಲ ಗತ ಇತಹಾಸದ ಘಟನೆಯನ್ನು ನೆನಪಿಗೆ ತರುವುದು. ಇದಕ್ಕೆ ಕಾರಣನಾದ ವ್ಯಕ್ತಿಯನ್ನು ಕವಿತೆಯ ಶೀರ್ಷಿಕೆ ಸೂಚಿಸುತ್ತದೆ.

ಇಲ್ಲಿನ ಕ್ರಿಯೆಗಳ ಜೊತೆಗೂಡುವ ಗಂಟೆ ಬಡಿದು ಕೇಕೆ ಹಾಕುವುದು; ವಿಜಯಘೋಷ'ವಾದರೆ, ಕುಣಿದು ಕುಪ್ಪಳಿಸುವುದು ವಿಜಯೋತ್ಸವದ ಆಚರಣೆ. ಕಡೆಯ 'ಮೂತ್ರವಿಸರ್ಜನೆ' ಅಪಮಾನ, ಅಪವಿತ್ರಗೊಳಿಸುವ ಕ್ರಿಯೆ.

'ಮೂರ್ತಿಭಂಜಕ' ಎಂಬಲ್ಲಿಗೆ ಬರುವಾಗ್ಗೆ ಒಂದು ನಿಲುಗಡೆ ಅಸೂಚಿತವಾಗಿ ಬಂದು ಘಸ್ನಿ ಮಹಮದ್ ನೆನಪಿಗೆ ಬಂದು ಕಸಿವಿಸಿವುಂಟಾಗುವುದು. ಆದರೆ ಮುಂದೆ ಕವಿ ಕೊಡುವ 'ಪಂಚ್' ಕಸಿವಿಸಿಯನ್ನು ಮುದದ ನಗೆಯಾಗಿ ಪರಿವರ್ತಿಸುತ್ತದೆ.

ನನ್ನ ಮುದ್ದುಕುವರ
ವರ್ಷವೂ ತುಂಬಿರದ
ನನ್ನ ಹರ್ಷ.

ಭಾವಿಸಿದ್ದು ಸುಳ್ಳಾಗಿ, ಎಲ್ಲವೂ ಮಗುವಿನ ಲೀಲೆಯಾಗಿ ಕಂಡುಬಂದು, ಮುಗುಳುನಗೆಯ ಪರಿಮಳ ಹೊಮ್ಮುವುದು ಇಲ್ಲಿಯೇ. ಇದು ಕವಿತೆ ಆಗುವುದೂ ಇಲ್ಲಿಯೇ. ಮಗುವಿಗೆ ಸಹಜವಾದ ತುಂಟಾಟದ ನೈಜ ಚಿತ್ರಗಳನ್ನು ಕಟ್ಟಿಕೊಳ್ಳಲು ಕವಿತೆಯನ್ನು ಇನ್ನೊಮ್ಮೆ ಓದಬೇಕಾಗುತ್ತದೆ.

ಕವಿತೆಯ ಪ್ರಾರಂಭ ದೇವರ ಮನೆಗೆ ಮಗುವಿನ ಪ್ರವೇಶವನ್ನು ತಡೆದಿರುವ ಸಂಗತಿಗೆ ಹಿನ್ನೆಲೆಯನ್ನು ಕೂಡಿಸುತ್ತದೆ. ತಾಯಿ ದೇವರಮನೆ ಬಾಗಿಲು ಹಾಕುವುದನ್ನು

ಮರೆತಿದ್ದಾಳೆ. ಇದು ಮಗುವಿಗೆ ಒದಗಿಬಂದ ಸುಸಂದರ್ಭ. ಅದನ್ನು ಬಳಸಿಕೊಳ್ಳುವ ಮಗು, ಅಲ್ಲಿ ತನಗೆ ತೋಚಿದ್ದನ್ನೆಲ್ಲ ಮಾಡುತ್ತದೆ. ಏನೆಲ್ಲ ಮಾಡುತ್ತದೆ, ಹೇಗೆಲ್ಲ ಮಾಡುತ್ತದೆ ಎಂಬುದನ್ನು ಮಗು ಕದ್ದು ದೇವರಮನೆ ಹೊಕ್ಕಂತೆಯೇ ಕದ್ದು ನೋಡುತ್ತಿರುವ ತಂದೆ ನಿರೂಪಿಸುತ್ತಾನೆ. ಇಲ್ಲಿ ಅದಕ್ಕೆಲ್ಲ ಅವನ ಕುಮ್ಮಕ್ಕಿದೆ.

'ನನ್ನ ಮುದ್ದುಕುವರ
ವರ್ಷವೂ ತುಂಬಿರದ
ನನ್ನ ಹರ್ಷ.'

ಎನ್ನುವುದರಲ್ಲಿ ಅವನ ಹೆಮ್ಮೆಯ ಧ್ವನಿ ಇದೆ. ಈ ಹೆಮ್ಮೆಯಲ್ಲೊಂದು ಸೌರಭವಿದೆ. ಈ ಸೌರಭ ಪಸರಿಸುವುದು ಕವಿತೆಯಲ್ಲಿನ 'ಕ್ರಿಯಾಚಿತ್ರ'ಗಳ ಮೂಲಕ. ಇದನ್ನು ತಾನು ಅನುಭವಿಸಿದ ಕವಿ, ನಾವೂ ಅನುಭವಿಸಲೆಂದು ಕಟ್ಟಿಕೊಟ್ಟ ಕವಿತೆ : ಘಸ್ನಿ .

–ಸ. ರಘುನಾಥ

ಉಮಾ v/s ರಮಾ

ಕನ್ನಡಿಯ ಮುಂದೆ ನಿಂತ ಉಮಾ;
ಅವಳ ಮನಸ್ಸಿನ ತುಂಬ ರಮಾ,
ಗೆಳತಿ ರಮಾ;
"ಛೇ, ಬ್ರಾಹ್ಮಣಳಾಗಿ ರಮಾ
ಹೀಗೆ ಮಾಡಬಹುದೆ?
ಯಾವನೋ ಶೂದ್ರನನ್ನು ಕಟ್ಟಿಕೊಂಡು ಓಡಬಹುದೇ?
ನಾನೊಮ್ಮೆ ಪ್ರೀತಿಸಿದ್ದ
ಆ್ಯಂಟನಿಯ ಆಸೆಗಣ್ಣು
ಈಗ ನೆನಪಿಗೆ ಬಂದು ಕಾಡಬಹುದೆ?"

ಬಚ್ಚಲಲ್ಲಿ ಬೆತ್ತಲೆ ನಿಂತ ಉಮಾ;
ಅವಳ ಅಂಗಾಂಗಗಳಲ್ಲೂ ರಮಾ:
"ಛೇ, ತಾಯಿಯಾಗಿ ರಮಾ
ಅಂಥ ಹೊಲಸು ವಿಷಯಗಳನ್ನು ಹೇಳಬಹುದೆ?
ನೀನೂ ಒಂದು ಕೈ ನೋಡ್ತೀಯಾ?
ಎಂದು ಕೇಳಬಹುದೆ?
ಈ ನನ್ನ ಹಾಳು ಮನಸು
ತಾನೂ ಸಹ ಒಂದು ಕ್ಷಣ
ಅಂಥ ಆಸೆಗಳನ್ನು ತಾಳಬಹುದೆ?"

ತುಳಸಿಕಟ್ಟೆಯ ಮುಂದೆ ಉಮಾ
ಅರಿಸಿನ, ಕುಂಕುಮದಲ್ಲೂ ರಮಾ:
"ಛೇ, ಹೆಣ್ಣಾಗಿ ರಮಾ
ತನ್ನ ತಾಳಿಯನ್ನೂ ಕಿತ್ತೊಗೆದು ನಡೆಯಬಹುದೆ?
ಗಂಡಸಿನಂತೆ ನೌಕರಿ ಹಿಡಿದು ದುಡಿಯಬಹುದೆ?
ನನ್ನ ಕರಿಮಣಿ ಸರದ

ಮಿರುಗು ಬಂಗಾರಕ್ಕೂ
ಹೀಗೆ ಕಿಲುಬಾಗಿ ಬಂದು ಬಡಿಯಬಹುದೆ?"

ಪುರಾಣ ಪ್ರವಚನದಲ್ಲಿ ಉಮಾ;
ಪೌರಾಣಿಕದ ತುಂಬ ರಮಾ.
"ನೀಲಿ ನವಿಲು, ಅದರ ಗರಿ ತುಂಬ ಎಷ್ಟು ಸುಂದರ ಕಣ್ಣು!
ಎಷ್ಟು ಸುಂದರ ಆ ತಂಪು ಚಂದ್ರನ ತೊನ್ನು!
ಋಷಿಯ ಖುಷಿಗೆ ಮೈಯೊಡ್ಡಿದ ಬಾಲೆಯ ಯೋಜನ ಗಂಧ!
ಕಲ್ಲಾಗಿ ನಿಂತ ಇನ್ನೊಬ್ಬಳು, ಇವಳ ಆಸೆಗೆಲ್ಲಿಯ ಬಂಧ?"

ನಿದ್ದೆಯ ಹದ್ದಿನಲ್ಲಿ ಉಮಾ,
ಅವಳ ದುಃಸ್ವಪ್ನಗಳಲ್ಲೂ ರಮಾ.
"ಅಯ್ಯೋ, ತಂಗಿ, ಸಮಾಜದ ಕಲ್ಲೇಟು ತಿಂದೆಯಲ್ಲೇ?
ರೌರವ ನರಕದ ಜ್ವಾಲೆಗಳಲ್ಲಿ ಬೆಂದೆಯಲ್ಲೆ?"
ಆದರೂ ತುಟಿಯಂಚಿಗೆ
ಧಿಕ್ಕಾರದ ನಗೆಯ ಸೂಸಿ,
ಕೊನೆಗೂ ನನಗೆ ಸವಾಲಾಗಿ ನಿಂದೆಯಲ್ಲೆ?"

ತನ್ನ ಮಗುವಿನ ನಗೆ ಕಂಡ ಉಮಾ;
ಅಲ್ಲಿ ಕಾಣಿಸಲಿಲ್ಲ ರಮಾ.
"ಇಲ್ಲ, ಕಣೇ, ನಿನಗಿಲ್ಲ ಅಲ್ಲಿ ಜಾಗ;
ನಿನಗೇಕೆ, ನನಗೂ ಇಲ್ಲ ಅಲ್ಲಿ ಭಾಗ;
ಆ ನಗೆ ಬಹಳ ಕಾಲ ಉಳಿಯಲಾರದು ಕಣೇ,
ತಾ ಬಂದ ದಾರಿ ಮತ್ತೆ ತುಳಿಯಲಾರದು,
ಇನ್ನೊಮ್ಮೆ ನಮ್ಮ ಕಡೆ ಸುಳಿಯಲಾರದು,
ಖಂಡಿತ ಸುಳಿಯಲಾರದು."

ಉಮಾ V/S ರಮಾ

ವಾಸ್ತವ, ಸಾಕ್ಷಿಪ್ರಜ್ಞೆ, ಪಾಪಪ್ರಜ್ಞೆ, ವಿಷಾದ, ವ್ಯಂಗ್ಯ, ವಿಡಂಬನೆಗಳು ಲಕ್ಷ್ಮಣರಾಯರ ಅನೇಕ ಕವಿತೆಗಳಲ್ಲಿ ಸಂಚರಿಸುತ್ತವೆ. ಇವುಗಳಿಂದಲೇ ಈ ಕವಿಯ ಬಹುಕವಿತೆಗಳು ಗಹನತೆಯತ್ತ ಹೊರಳುತ್ತವೆ.

ಉಮಾ V/S ರಮಾ ವಾಸ್ತವಪ್ರಜ್ಞೆಯಲ್ಲಿ ಹುಟ್ಟಿದ ಕವಿತೆ. ಇಲ್ಲಿಯ ಕನ್ನಡಿ: ವಾಸ್ತವ. ಬೆತ್ತಲೆ: ಪ್ರಜ್ಞೆ, ತುಳಸಿಕಟ್ಟೆ, ಅರಿಸಿನ, ಕುಂಕುಮ, ಕರಿಮಣಿ, ತಾಳಿ ಪವಿತ್ರ ಹಾಗು ಸಂಪ್ರದಾಯ. ಪುರಾಣ: ಪರಂಪರೆ. ನಿದ್ದೆ: ಸ್ಥಿತಿ. ಮಗು: ಪ್ರತಿಮೆ. ಉಮಾ: ಸಂಪ್ರದಾಯ ನಿರ್ಬಂಧಿ. ರಮಾ: ಸ್ವತಂತ್ರಪ್ರಜ್ಞೆಯ ಪ್ರತಿಭಟನೆ.

ಉಮಾ ನಮಗೆ ಕಾಣಿಸುತ್ತ, ರಮಾಳನ್ನು ತೋರಿಸುತ್ತಾಳೆ. ತೋರಿಸುವುದು ಹೊರಗಲ್ಲ, ತನ್ನ ಒಳಗಿನಿಂದ. ಅವಳು ಕಾಣುವುದು ಉಮಾಳ ಮನಸ್ಸಿನಲ್ಲಿ, ಅವಳ ಅಂಗಾಂಗಳ, ಅವಳು ಪೂಸಿಕೊಂಡ ಅರಿಸಿನ, ಕುಂಕುಮ, ಪೌರಾಣಿಕ, ದುಃಸ್ವಪ್ನಗಳ ಮೂಲಕ. ಹಾಗಾಗಿ ರಮಾಳ ವ್ಯಕ್ತಿತ್ವದ ಅಧಿಕೃತತೆ ಉಮಾಳ ಮೂಲಕವೇ ದೊರೆಯುತ್ತದೆ.

ಉಮಾಳದು ಮನೆಯವರು ನಿಶ್ಚಯಿಸಿದ ಮದುವೆ. ಸಂಸಾರದೊಂದಿಗಿನ ಬದುಕಿನಲ್ಲಿದ್ದಾಳೆ. ತನ್ನ ಅನ್ಯಧರ್ಮೀ ಪ್ರಿಯಕರನ ನೆನಪು ಅವಳಲ್ಲಿದೆ. ರಮಾ ಬೇರೆ ಜಾತಿಯವನೊಂದಿಗೆ ಓಡಿಹೋಗಿ ಮದುವೆಯಾದವಳು. ಆ ಸಂಬಂಧದ ಬಂಧನವನ್ನೂ ಕಿತ್ತೊಗೆದು ತನ್ನ ಕಾಲ ಮೇಲೆ ತಾನು ನಿಂತವಳು. ಉಮಾಳನ್ನು ರಮಾಳ 'ಭೂತ ಮೆಟ್ಟಿ'ದೆ. ಕವಿ ರಮಾಳನ್ನು ಭೌತಿಕವಾಗಿ ಎಲ್ಲಿಯೂ ಹಾಜರುಪಡಿಸು ವುದಿಲ್ಲ. ಅವಳ ಹಾಜರಿ ಉಮಾಳ ಮೂಲಕವೇ ಆಗುತ್ತಿರುತ್ತದೆ. ಇಲ್ಲಿ ನಮಗೆ ಭಾಸಕವಿ ವಾಸವದತ್ತೆಯನ್ನು ವೇದಿಕೆಗೆ ತಾರದೆಯೇ ಅವಳನ್ನು ಯೌಗಂಧರಾಯಣ, ಉದಯನ, ಮುಂತಾದ ಪಾತ್ರಗಳ ಮೂಲಕ ವೇದಿಕೆಯಲ್ಲಿ ತುಂಬುವಂತೆ ಮಾಡುವ ತಂತ್ರ ನೆನಪಿಗೆ ಬರುತ್ತದೆ.

ರಮಾಳ ನಡೆಯ ಗುರುತುಗಳು ಪುರಾಣಗಳ ಒಳಗೆ ಕಾಣಿಸಿಕೊಳ್ಳುತ್ತವೆ. ತಾರಾ, ಯೋಜನಗಂಧಿ, ಅಹಲ್ಯೆಯರು ಉಮಾಳಿಗೆ ರಮಾಳ ಮೂಲಕವೇ ನೆನಪಾಗು ತ್ತಾರೆ. ಇವಳ ದುಃಸ್ವಪ್ನದಲ್ಲಿ ಕಾಣಿಸಿಕೊಳ್ಳುವ ರಮಾ ಗೆಳತಿಯಾಗುಳಿಯದೆ ತಂಗಿಯಾಗಿ ಕನಿಕರ ಹುಟ್ಟಿಸುತ್ತಾಳೆ. ರಮಾಳನ್ನು ಟೀಕಿಸುತ್ತ ಬರುವ, ಸಂಪ್ರದಾಯಕ್ಕೆ ಬಿದ್ದ ಉಮಾಳಿಗೆ ರಮಾ ಸವಾಲಾಗಿ ನಿಲ್ಲುವುದು ಸಹಜವೇ.

ಉಮಾ ಆ್ಯಂಟನಿಯನ್ನು ಪ್ರೀತಿಸಿ ಕೈಚೆಲ್ಲಿದವಳು. ರಮಾ ಪ್ರೀತಿಸಿದವನ ಜೊತೆಗೂಡಿದವಳು. ಇವಳು ದಿಟ್ಟೆ. ರಮಾಳಲ್ಲಿ ಕಿಲುಬಿಲ್ಲ. ಉಮಾಳಲ್ಲಿದೆ. ಚಂದ್ರನ ತೊನ್ನಿಗೂ ಬಂಗಾರಕ್ಕೆ ಬಂದು ಬಡಿದ ಕಿಲುಬಿಗೂ ಇಲ್ಲಿ ಸಾದೃಶ್ಯವೇರ್ಪಡುತ್ತದೆ.

ಕವಿತೆಯ ಕಡೆಯ ಭಾಗ ಕವಿತೆಯನ್ನು ಒಂದು ತಾತ್ವಿಕ ನಿಲುವಿಗೆ ತರುತ್ತದೆ. ತನ್ನ ಮಗುವಿನ ನಗೆ ಕಂಡ ಉಮಾ ತನ್ನಲ್ಲಿನ ರಮಾಳಿಂದ ಬೇರ್ಪಡುತ್ತಾಳೆ. ಹಾಗಾಗಿ ಅವಳಿಗೆ ಮಗುವಿನ ನಗೆಯಲ್ಲಿ ರಮಾ ಕಾಣಿಸಳು. ಆ ನಗೆಯಲ್ಲಿ ಇಬ್ಬರಿಗೂ ಭಾಗವಿಲ್ಲವೆಂದು ಖಚಿತವಾಗಿ ಹೇಳುವ ಮೂಲಕ ಅದು ಇಬ್ಬರಿಗಿಂತ ಭಿನ್ನವಾಗಿ ಬಾಳುವುದನ್ನು ಸೂಚಿಸುತ್ತದೆ. ಆ ಮಗು ಹೆಣ್ಣೆಂಬುದು ಇಲ್ಲಿ ಸೂಚ್ಯ.

ವಸ್ತುಕವಾಗಿ ಹೀಗೆ ಅರ್ಥೈಸಿಕೊಳ್ಳಬಹುದಾದ ಈ ಕವಿತೆ, ಕಾವ್ಯಕ್ರಿಯೆಯತ್ತ ಹೊರಳಿದಾಗ ಕವಿಯ ಭೂತ, ವರ್ತಮಾನದ ಕಾವ್ಯಘಟ್ಟಗಳ ಸ್ಥಿತಿಗತಿಗಳನ್ನು ಧ್ವನಿಸುತ್ತದೆ. ಭವಿಷ್ಯದ ಕಾವ್ಯಕ್ಕೆ 'ಮಗು' ರೂಪಕ. ಅದು ಭಿನ್ನವಾದ ಹಾಗು ಹೊಸತಾದ ಕಾವ್ಯವಾಗಿರುತ್ತದೆ. ಅದರದು ನವಕವಿತೆಯ ನವೀನ ಮಾರ್ಗವಾಗಿರುತ್ತದೆಂಬ ಆಶಯದ ವಿಶ್ವಾಸವೂ ಇಲ್ಲಿ ವ್ಯಕ್ತವಾಗುತ್ತದೆ. ಉಮಾ ಬಂಧಕಾವ್ಯದ ಪ್ರತೀಕ. ರಮಾ ಬಂಡಾಯದ ಪ್ರತೀಕ. ಈ ನಿಟ್ಟಿನ ದೃಷ್ಟಿಯ ಅಂತರ್ಗತಾರ್ಥದಲ್ಲಿ ನಡೆದು ಬಂದ ಮಾರ್ಗಗಳನ್ನು ಧ್ವನಿಸುತ್ತ, ಮುಂದಿನ ಹೊಸ ಮಾರ್ಗದ ರೂಪಕವಾಗಿ 'ಮಗು'ವನ್ನು ಮುಂದಿಡುತ್ತದೆ.

ಉಮಾ, ರಮಾ ಇಬ್ಬರಲ್ಲ. ಉಮಾಳಲ್ಲಿನ ಎರಡು ಮನೋಭಾವಗಳು ಹಾಗು ವೈದೃಶ್ಯಗಳು.

–ಸ. ರಘುನಾಥ

ನಿರಕ್ಷರ ಕುಕ್ಷಿಗೆ

ಅಯ್ಯಾ
ಭಾರತದ ಜನಕೋಟಿಯ
ಶೇಕಡಾ ತೊಂಬತ್ತರಲ್ಲಿ ಒಬ್ಬನೇ,
ಕರಿಯನೇ, ಕ್ಯಾತನೇ ಅಥವಾ ಅರೆಹೊಟ್ಟೆ ಸುಬ್ಬನೇ,
ಭಾರತದ ಅಕ್ಷಿಯೇ,
ನಿರಕ್ಷರಕುಕ್ಷಿಯೇ,
ಇದು ನಿನಗಾಗಿ ಬರೆದ ಕವಿತೆ,
ನಿನ್ನ ಗುಣಗಾನ, ಉದ್ಧಾರಕ್ಕಾಗಿ, ತಿಳಿಯಿತೇ?
ತಿಳಿಯಲಿಲ್ಲವೆ? ಅಡ್ಡಿಯಿಲ್ಲ.
ಶತಶತಮಾನಗಳಿಂದ ಅಕ್ಷರ ಬಲ್ಲ
ನಮ್ಮಂಥವರ ಮಾತ ನಂಬುತ್ತಲೇ ಬಂದಿರುವೆಯಲ್ಲ,
ಈಗಲೂ ನಂಬು.
ನೀನೇ ನಮ್ಮ ತಂದೆ, ನಿನ್ನಿಂದಲೇ ನಾವು.
ನೀ ಕೊಟ್ಟ ವಿರಾಮದಿಂದಲೇ ಈ ಸಾಹಿತ್ಯ, ಸಂಗೀತ, ಸಂಸ್ಕೃತಿ ಇತ್ಯಾದಿ.
ನೀ ಕೊಟ್ಟ ವೋಟಿನಿಂದ ಈ ರಾಜಕಾರಣ, ಈ ವೈಭವ, ಈ ಗಾದಿ.
ನೀನೇ ಕಣಾ ನಮ್ಮ ದೇಶದ ಬೆನ್ನೆಲುಬು.
ಆದ್ದರಿಂದ ಎಲುಬಾಗಿಯೆ ಇರಬೇಕಾದ್ದು ನಿನ್ನ ಧರ್ಮ.
ಉಪವಾಸವಾದರೂ,
ವನವಾಸವಾದರೂ,
ಭಾರ ಹೊರಬೇಕಾದ್ದು ನಿನ್ನ ಕರ್ಮ.
ಇದು ಶ್ರೀಕೃಷ್ಣಪರಮಾತ್ಮ ಭಗವದ್ಗೀತೆಯಲ್ಲಿ ಬೋಧಿಸಿದಂಥ
ನಿಷ್ಕಾಮ ಕರ್ಮದ ಧರ್ಮಸೂಕ್ಷ್ಮ.
ಈ ಸೂಕ್ಷ್ಮಗಳೆಲ್ಲ ನಿನಗೆ ಅರ್ಥವಾಗುವುದಿಲ್ಲ, ಬಿಡು.
ಒಟ್ಟಿನಲ್ಲಿ,
ಬೆನ್ನೆಲುಬಿಗೇಕಯ್ಯ ಓದು, ಬರಾವು?
ಆ ಪರಿಶ್ರಮ, ಪರೀಕ್ಷೆ, ಆ ಸಾವು?
ಅದಕ್ಕಾಗಿಯೇ ಹುಟ್ಟಿಲ್ಲವೇ ಪಾಪಿಗಳು ನಾವು?

ನೀನು ನೋಡಿಕೋ, ಸಾಕು, ನಮ್ಮ ಎಮ್ಮೆ ಕರಾವು.
ಭೂಮಿಯನ್ನು ಉತ್ತು, ಬೀಜವನ್ನು ಬಿತ್ತು,
ಸಸಿಗಳನ್ನು ನೆಡು,
ಭಾರತವನ್ನು ಪ್ರಗತಿಯ ಪಥದಲ್ಲಿ
ಹೊತ್ತುಕೊಂಡು ಹೋಗಲು
ನಿನ್ನ ಬೆನ್ನು ಕೊಡು.
ನಿನ್ನ ಯೋಗಕ್ಷೇಮದ ವಿಚಾರ
ನಮಗೆ ಬಿಟ್ಟು ಬಿಡು.

ನಿರಕ್ಷರ ಕುಕ್ಷಿಗೆ

ಲಕ್ಷ್ಮಣರಾಯರ ಕವಿವ್ಯಕ್ತಿತ್ವಕ್ಕೆ ಸಹಜವಾದ ವ್ಯಂಗ್ಯ, ವಿಡಂಬನೆ ಈ ಕವಿತೆಯಲ್ಲಿಯೂ ಧ್ವನಿಪಡೆದಿದೆ. ನೇರ ಮಾತುಗಳ ವಿಡಂಬನಾ ಶೈಲಿಯಲ್ಲಿ ನಿರೂಪಣೆಗೊಂಡಿದೆ. ಕವಿಯ ಪದ್ಯ ಕಸುಬುಗಾರಿಕೆಯಲ್ಲಿ ಇದು ಕವಿತೆಯ ರೂಪಾಕೃತಿ ಪಡೆದಿದೆ. ಇಲ್ಲವಾದಲ್ಲಿ ಇದು ಮಾತುಗಳಾಗಿಬಿಡುತ್ತಿತ್ತು.

ಈ ಕವಿತೆಯಲ್ಲಿ ಇಬ್ಬರಿದ್ದಾರೆ. ಒಬ್ಬ ಮಾತನಾಡು(ಹೇಳು)ವವನು. ಇನ್ನೊಬ್ಬ ಕೇಳಿಸಿಕೊಳ್ಳುವವನು. ಮಾತನಾಡುವವ ಅಕ್ಷರದ ಸೌಲತ್ತುಗಳನ್ನು ಬಳಸಿಕೊಳ್ಳುತ್ತಾನೆ. ಕೇಳಿಸಿಕೊಳ್ಳುವವನ ಒಂದು ಮಾತೂ ಇಲ್ಲ. ಇವನದು ನಿರಕ್ಷರರ ಪಕ್ಷ. ಹೇಳುವಾತ ಸಾಕ್ಷರರ ಪಕ್ಷದಿಂದ ಬಂದವನಾಗಿಯೂ ನಿಜ – ವಾಸ್ತವಗಳನ್ನು ಬಿಡಿಸಿಡುತ್ತ ಹೋಗುತ್ತಾನೆ. ಇದು ಸ್ಥಿತಿಯನ್ನು ಒಪ್ಪಿಸುವ ಪಾಠದ ಕ್ರಮದಲ್ಲಿದೆ. ನಿರಕ್ಷರನನ್ನು ಹೊಗಳುವ ವೈಖರಿ ವ್ಯಂಗದ್ದು. ಇದು ವಕ್ರೋಕ್ತಿಯನ್ನು ಅವಲಂಬಿಸಿದ ಕವಿತೆ.

ಕವಿ ವಿಡಂಬಿಸುತ್ತಿರುವುದು ತನ್ನ ಸ್ವಪಕ್ಷವನ್ನು. ಧ್ವನಿಯ ದಿಸೆ ತಾನೇನೆಂದರಿಯದ, ತನ್ನ ಸಾಮರ್ಥ್ಯವನ್ನು ಅಡಗಿಸಿಕೊಂಡವರ, ಮಾತು ಕಳೆದುಕೊಂಡವರತ್ತ. ತಾನು ಪಡೆದುಕೊಂಡ ಸೌಲಭ್ಯಗಳನ್ನು ಮುಚ್ಚಿಡುವ ಸೋಗಲಾಡಿತನವಿಲ್ಲದೆ ಹೇಳುತ್ತ, ಅದು ನಿನ್ನಿಂದಲೇ ಪಡೆದುದೆಂಬ ನುಡಿಪ್ರಾಮಾಣಿಕತೆ ಅವನನ್ನು ಜಾಗೃತಿಗೆ ತರಲು ಅನ್ನಿಸಿದರೂ ಅದರ ದಿಕ್ಕನ್ನು ತೋರಿಸುವುದಿಲ್ಲ. ಬಹುಶಃ ತೋರಿಸಿದ ದಾರಿಗಿಂತ ಕಂಡುಕೊಳ್ಳುವ ದಾರಿ ಪರಿಣಾಮಕಾರಿಯಾದುದು ಮತ್ತು ಫಲಕಾರಿ ಎಂಬುದಕ್ಕಿದ್ದೀತು. ಅಥವಾ ಯಥಾಸ್ಥಿತಿಯನ್ನು ವಿಡಂಬಿಸುವುದು ಕವಿಯ ಉದ್ದೇಶವಿದ್ದೀತು.

ಕವಿತೆಯಲ್ಲಿ ಕವಿ ಎರಡು ರೀತಿಯ ಮನವರಿಕೆಗೆ ಪ್ರಯತ್ನಿಸಿದ್ದಾರೆ. ಒಂದು, ವ್ಯಂಗ್ಯದ ಕನ್ನಡಿ ಹಿಡಿದು ಶೋಷಿತರು ಅದರಲ್ಲಿ ತಮ್ಮನ್ನು ನೋಡಿಕೊಳ್ಳುವಂತೆ ಮಾಡುವುದು. ಎರಡು, ಹೊಗಳಿಕೆಯನ್ನು ವಿಡಂಬನೆಯ ದೀಪ್ತಿಗಿಟ್ಟು, ಶೋಷಕರು ತಮ್ಮನ್ನು ಕಂಡುಕೊಳ್ಳುವಂತೆ ಮಾಡುವುದು. ಇಲ್ಲಿ ಯಾವುದರಲ್ಲಿ ಯಶಸ್ಸು ಎಂದು ಹೇಳುವುದು ಕಷ್ಟ. ಏಕೆಂದರೆ ಕವಿತೆ ಬಿಂಬಿಸುವ ಅದೇ ಸ್ಥಿತಿ ಮುಂದುವರೆದಿರುವುದು.

ಇಲ್ಲಿ ಇನ್ನೊಂದು ಒಳಸತ್ಯವಿದೆ. ಅಕ್ಷರ ಲೋಕದ ಸವಲತ್ತು ಪಡೆದವರೊಂದಿಗೆ ಆ ಸವಲತ್ತು ಪಡೆದ ನಿರಕ್ಷರರೂ ಸೇರಿಕೊಂಡು ನವಶೋಷಕರಾಗುತ್ತಿರುವುದೇ ಆ ಸತ್ಯ. ಈ ಮೂಲಕ ಪಾರಂಪರಿಕ ಶೋಷಕರ ಪಕ್ಷ ವಿಸ್ತರಿಸುತ್ತಿರುವುದನ್ನು

ಕಾಣಬಹುದು. ಹೀಗೆ ಸೇರಿಕೊಂಡವರು ಈ ಕವಿಯಂತೆ ಹೇಳದ್ದೇ ಆದರೆ, ಇದಕ್ಕಿಂತ ಭಿನ್ನವಾಗಿ ಹೇಳಲಾರರು. ಈ ದೃಷ್ಟಿಯಿಂದ ಈ ಕವಿತೆಗೆ ವರ್ತಮಾನ ಪ್ರಾಪ್ತವಾಗುತ್ತದೆ.

ಕವಿಯ ಮುಖೋದ್ಗತವಾದ ಕವಿತೆಯ ಧ್ವನಿಯಲ್ಲಿ ತಾನಿರುವ ವ್ಯವಸ್ಥೆಯ ವಿರುದ್ಧದ ಪ್ರತಿಭಟನೆ ಸಿಗುವುದಿಲ್ಲ. ಆದರೆ ಅದರ ವಿರುದ್ಧ ಪ್ರತಿಭಟನೆಯನ್ನು ಅದರಿಂದ ಶೋಷಿತರಾದವರಿಂದ ಕವಿ ಆಶಿಸುತ್ತಾನೆ ಹಾಗು ನಿರೀಕ್ಷಿಸುತ್ತಾನೆ.

ಈ ಕವಿತೆಯ ಬಗ್ಗೆ ಶ್ರೀ ಯು.ಆರ್.ಅನಂತಮೂರ್ತಿಯವರ ಅಭಿಪ್ರಾಯವನ್ನು ಗಮನಿಸಿ ಹೇಳುವುದಾದರೆ ಅವರದು ತಾತ್ವಿಕ ಚಿಂತನೆಯ ಮಾತಾಗುತ್ತದೆಯಷ್ಟೆ. ಅದರಾಚೆಗಿನ ಕ್ರಿಯೆ ಹಾಗು ವರ್ತನೆಗಳಲ್ಲಿ ಈ ಕವಿತೆ ವಾಸ್ತವಗಳಿಗೆ 'ನುಡಿವ್ಯಂಗ್ಯ ಚಿತ್ರ'ವಂತೂ ಹೌದು.

–ಸ. ರಘುನಾಥ

ಕವಿತೆ

ಬಸ್ಸಿನಲ್ಲಿ ಕೂತು ಬೆಂಗಳೂರಿಗೆ ಹೋಗುತ್ತಿದ್ದೆ
ಒಂದು ಬೆಳಗ್ಗೆ,
ಹೆಂಡತಿ, ಪುಟ್ಟ ಮಗನೊಂದಿಗೆ.
ಮನಸ್ಸು ಉದ್ವಿಗ್ನಗೊಂಡಿತ್ತು
ಹಲವಾರು ಕಾರಣಕ್ಕೆ.
ಸುತ್ತ ಜನರಿದ್ದರು; ನನ್ನೂರಿನ ಪರಿಚಿತ ಜನ,
ಸಭ್ಯ ಜನ.

ಇಂಥ ಸನ್ನಿವೇಶದಲ್ಲಿ,
ನನ್ನ ಪಕ್ಕದ ಸೀಟಿನಲ್ಲಿ ಕಿಟಿಕಿಯ ಬಳಿ
ಕುಳಿತಿದ್ದಳು
ಮುಖದಿಂದ ಕಪ್ಪು ತೆರೆ ಸರಿಸಿದ ಒಬ್ಬ ಮುಸ್ಲಿಂ ಯುವತಿ,
ಒಬ್ಬಂಟಿ ಯುವತಿ.
ಬಹುಶಃ ಅವಳಿಗೂ ಮದುವೆಯಾಗಿದ್ದಿರಬಹುದು.
ಅವಳ ಮುಂದಿನ ಸೀಟಿನಲ್ಲಿ ಅವಳ ಅಪ್ಪನೋ ಮಾವನೋ
ಒಬ್ಬ ಹೋತಗಡ್ಡದ ಮುದುಕ ಕೂತಿದ್ದ.

ಆ ಯುವತಿ ಎಂಥ ಸುಂದರಿಯಾಗಿದ್ದಳೆಂದರೆ–
ಆ ದುಂಡು ಮುಖ, ಕೇಸರಿ ಬಣ್ಣ, ತಿದ್ದಿದಂತಿದ್ದ ಎಸಳು ಮೂಗು,
ಬೊಗಸೆಗಣ್ಣು, ಅದರ ಮಿಂಚು ನೋಟ,
ತುಂಬುಗಲ್ಲ, ಗುಂಗುರು ಕುರುಳು, ಕೆಂಪು ತುಟಿಗಳ ಪುಟ್ಟ ಬಾಯಿ,
ಅದರ ಮೇಲಿದ್ದ ಆ ಮಾಸದ ನಸುನಗೆ,
ಕಿಟಕಿಯಿಂದ ಒಳಕ್ಕೆ ತೂರಿ
ಅವಳ ಮುಖದ ಮೇಲೆ ಬೆಳಗುತ್ತಿದ್ದ
ಮುಂಜಾನೆಯ ಎಳೆ ಬಿಸಿಲಿನ ಹೊಂಬಣ್ಣ–
ಇವುಗಳನ್ನು
ನನ್ನ ಕ್ಲೀಷೆ ಭಾಷೆಯ

ಸತ್ತ ಕಾವ್ಯಾಲಂಕಾರಗಳಿಂದ ವರ್ಣಿಸಿ,
ಆ ಅಪರೂಪದ ಸೌಂದರ್ಯಕ್ಕೆ ಅವಮಾನ ಮಾಡಲು
ಹಾಗೂ ನಿಮ್ಮ ಕಲ್ಪನಾಲಹರಿಗೆ ಧಕ್ಕೆ ತರಲು
ನನಗೆ ಖಂಡಿತ ಇಷ್ಟವಿಲ್ಲ.

ಇಷ್ಟಕ್ಕೂ ಅದು ನನ್ನ ಉದ್ದೇಶವೂ ಅಲ್ಲ,
ನನಗೆ ತುಂಬ ಆಶ್ಚರ್ಯದ, ಮಹತ್ವವೆನಿಸಿದ ಸಂಗತಿಯೆಂದರೆ
ನಾನಿದ್ದ ಸನ್ನಿವೇಶದಲ್ಲೂ ನನ್ನನ್ನು
ಸಂಪೂರ್ಣ ಪರವಶಗೊಳಿಸಿ,
ಸೂಜಿಗಲ್ಲಿನಂತೆ
ನನ್ನ ಗಮನವನ್ನೆಲ್ಲ ತನ್ನೆಡೆ ಸೆಳೆದುಕೊಂಡ
ಆ ಸಹಜ ಸೌಂದರ್ಯದ ಶಕ್ತಿ.

ಎಲ್ಲ ಮಡಿವಂತಿಕೆಗಳನ್ನೂ ಭಯಗಳನ್ನೂ ಮೀರಿ
ಅಥವಾ ಮರೆತು,
ಅವಳ ಕಡೆಯೇ ನೋಡುತ್ತಾ ಕುಳಿತುಬಿಟ್ಟ ನನಗೆ,
ಅಂಥ ಚೆಲುವು ತಾನಾಗಿ ಕಣ್ಣ ಮುಂದೆ ಒದಗಿಬಂದಾಗ,
ನೋಡದೆ,
ಬಿಗುಮಾನದಿಂದ ಮುಖ ಹೊರಳಿಸಿ ಕೂಡುವುದು
ಹೀನ ಅಪರಾಧ, ಅನಿಸಿತು.

ಆದ್ದರಿಂದ, ಮತ್ತೆ ಇಂಥ ಅವಕಾಶ ಸಿಕ್ಕುತ್ತೋ ಇಲ್ಲವೋ
ಎಂಬ ಆತಂಕದಲ್ಲಿ,
ಬಸ್ಸಿನಿಂದ ಇಳಿಯುವ ತನಕ,
ಹಾಗೂ ಹೀಗೂ ಮಾಡಿ,
ಅವಳನ್ನು ಕಣ್ತುಂಬ ನೋಡಿಬಿಟ್ಟೆ,
ಒಳಗಣ್ಣಿನ ತೆರೆಯ ಮೇಲೆ
ಆ ಚೆಲುವನ್ನು ಹಿಡಿದಿಟ್ಟುಕೊಂಡುಬಿಟ್ಟೆ.

ನಿಲ್ದಾಣದಲ್ಲಿ ಇಳಿದು
ಅವಳು ಎತ್ತ ಹೋದಳೋ ಗೊತ್ತಿಲ್ಲ.
ಆದರೆ ನನ್ನ ಉದ್ವಿಗ್ನತೆಯೆಲ್ಲ ಯಾವ ಗಳಿಗೆಯಲ್ಲೊ ಮಾಯವಾಗಿ,
ಮನಸ್ಸು ತಿಳಿಯಾಗಿತ್ತು,
ತೃಪ್ತವಾಗಿತ್ತು,
ಏನೋ ಖುಷಿಯಲ್ಲಿತ್ತು.

ಪ್ರೀತಿಯಿಂದ ನನ್ನ ಪುಟ್ಟ ಮಗನಿಗೆ ಮುತ್ತು ಕೊಟ್ಟೆ;
ಹೆಂಡತಿಯೊಂದಿಗೆ ನಗುನಗುತ್ತಾ ಮಾತನಾಡಿದೆ.

ಇನ್ನು ನೀವು
ಏನು ಬೇಕಾದರೂ ತಿಳಿದುಕೊಳ್ಳಿ,
ಪರವಾಗಿಲ್ಲ.

ಕವಿತೆ

ಈ 'ಕವಿತೆ' ಒಂದು ಸಂದರ್ಭವನ್ನು ಚಿತ್ರಿಸುತ್ತದೆ. ಕವಿತೆಯ ನಾಯಕ ಹೆಂಡತಿ ಮಗನೊಂದಿಗೆ ಬಸ್ಸಿನಲ್ಲಿ ಪ್ರಯಾಣ ಮಾಡುತ್ತಿದ್ದಾಗ ಪಕ್ಕದ ಸೀಟಿನಲ್ಲಿ ಕುಳಿತಿದ್ದ ಮುಸ್ಲಿಂ ತರುಣಿಯೊಬ್ಬಳ ಚೆಲುವು ಅವನ ಗಮನ ಸೆಳೆಯುತ್ತದೆ. ಅವಳ ಸಹಜ ಸೌಂದರ್ಯಕ್ಕೆ ನಾಯಕ ಪರವಶನಾಗಿ ಹೆಂಡತಿ, ಮಗ, ಸುತ್ತಮುತ್ತ ಇದ್ದ ತನ್ನೂರಿನ ಪರಿಚಿತ ಸಭ್ಯ ಜನ, ತನ್ನ ಮಡಿವಂತಿಕೆಯ ಮನೋಭಾವ – ಎಲ್ಲವನ್ನೂ ಆ ಕ್ಷಣದಲ್ಲಿ ಮೀರಿ ಅಥವಾ ಮರೆತು ಅವಳ ಚೆಲುವನ್ನು ಆಸ್ವಾದಿಸುತ್ತಾನೆ. ಮಾತ್ರವಲ್ಲ, ಅಂಥ ಚೆಲುವು ತಾನಾಗಿ ಕಣ್ಣ ಮುಂದೆ ಒದಗಿ ಬಂದಾಗ ನೋಡದೆ, ಬಿಗುಮಾನದಿಂದ ಮುಖ ಹೊರಳಿಸಿ ಕೂಡುವುದು ಅವನಿಗೆ ಹೀನ ಅಪರಾಧ ಅನ್ನಿಸುತ್ತದೆ. ಹೀಗಾಗಿ ಅವಳನ್ನು ಕಣ್ಣ ತುಂಬ ನೋಡಿ ಒಳಗಣ್ಣಿನ ತೆರೆಯ ಮೇಲೆ ಆ ಚೆಲುವನ್ನು ಹಿಡಿದಿಟ್ಟುಕೊಳ್ಳುತ್ತಾನೆ.

ಇಲ್ಲಿ ಮೂರು ಸಂಗತಿಗಳು ಮುಖ್ಯ : ಮೊದಲನೆಯದು ಸಹಜ ಚೆಲುವಿನಿಂದ ನಾಯಕ ಆಕರ್ಷಿತನಾಗುವುದು. ಯಾರ ಗಮನವನ್ನಾದರೂ ಸೆಳೆಯುವಂಥ ಚೆಲುವು ಆ ತರುಣಿಯದಾದ್ದರಿಂದ ಅವನೂ ಪರವಶನಾಗಿದ್ದಾನೆ. ಇದು ಪ್ರವೃತ್ತಿ ಸಹಜ. ವಿಶೇಷವೆನ್ನಿಸುವುದಿಲ್ಲ. ಆದರೆ ಎರಡನೆಯ ಸಂಗತಿ ಮುಖ್ಯ. ಆ ಸನ್ನಿವೇಶದಲ್ಲಿ ಅವರಿಬ್ಬರೇ ಇಲ್ಲ. ಹೆಂಡತಿ, ಮಗ ಮತ್ತು ತನ್ನೂರಿನ ಪರಿಚಿತ ಸಭ್ಯ ಜನರಿದ್ದಾರೆ. ಜೊತೆಗೆ ಮುಂದಿನ ಸೀಟಿನಲ್ಲಿ ಅವಳ ಅಪ್ಪನೋ ಅಥವಾ ಮಾವನೋ ಹೋತಗಡ್ಡದ ಮುದುಕನಿದ್ದಾನೆ. ಇಂಥ ಸನ್ನಿವೇಶದಲ್ಲಿ ಆ ತರುಣಿಯ ಚೆಲುವನ್ನು ಬಿಟ್ಟಗಣ್ಣಿನಿಂದ ನೋಡಿ ಆಸ್ವಾದಿಸುವುದು 'ಅಸಭ್ಯ' ವೆನ್ನಿಸುತ್ತದೆ. ಇಲ್ಲಿಯೇ 'ಸಂಸ್ಕೃತಿ'ಯ ಪ್ರವೇಶವಾಗುವುದು. ಇದೊಂದು ರೀತಿ ಪ್ರವೃತ್ತಿ – ಸಂಸ್ಕೃತಿ ನಡುವಿನ ಸಂಘರ್ಷ. ಇದನ್ನು ಹೀಗೂ ಹೇಳಬಹುದು : ಇದು ವ್ಯಕ್ತಿ – ಸಮಾಜದ ನಡುವಿನ ತಿಕ್ಕಾಟ. ಸಾಮಾನ್ಯವಾಗಿ ಎಲ್ಲರ ಬದುಕಿನಲ್ಲಿಯೂ ಇಂತಹ ತಾಕಲಾಟದ ಸನ್ನಿವೇಶ ಎದುರಾಗುತ್ತದೆ. ಮಾನವ ಸಹಜ ಬಯಕೆ, ಅದನ್ನು ನಿಯಂತ್ರಿಸುವ ಸಾಮಾಜಿಕ ಭಯ. ಮೂರನೆಯ ಸಂಗತಿ ಈ ತಾಕಲಾಟದಲ್ಲಿ ನಾಯಕ ತನ್ನ ಮನಸ್ಸಿನ ಮುಜುಗರಗಳನ್ನೂ, ತನ್ನ ಮಡಿವಂತಿಕೆಯ ಮನೋಭಾವವನ್ನೂ, ತನ್ನ ಪರಿಸರದ ಅಸ್ತಿತ್ವವನ್ನೂ ಮೀರಿ ಅಥವಾ ಮರೆತು ಆ ಚೆಲುವನ್ನು ಆಸ್ವಾದಿಸುತ್ತಾನೆಂಬುದು. ಇದು 'ಕವಿತೆ' ಯ ಹೃದಯ. ಚೆಲುವನ್ನು ಮುಕ್ತ ಮನೋಭಾವದಿಂದ, ಯಾವ ಮುಜುಗರಗಳೂ ಇಲ್ಲದೆ ಆಸ್ವಾದಿಸಲು ಸಾಧ್ಯವಾಗಬೇಕೆಂಬುದು ಕವಿತೆಯ ಆಶಯ.

ಇಲ್ಲಿಗೆ ಕವಿತೆ ಮುಗಿಯಬಹುದಿತ್ತು. ಆದರೆ 'ಕವಿತೆ'ಯ ಮಹತ್ವವಿರುವುದು ಮುಂದಿನ ಭಾಗದಲ್ಲಿ. ಹೀಗೆ ಮುಕ್ತವಾಗಿ ಚೆಲುವನ್ನು ಆತ ಆಸ್ವಾದಿಸಿದ್ದರಿಂದ ಅವನು ತನ್ನ ಹೆಂಡತಿ ಮಗನನ್ನು ಮತ್ತೂ ಹೆಚ್ಚು ಉತ್ಕಟವಾಗಿ ಪ್ರೀತಿಸಲು ಸಾಧ್ಯವಾಯಿತು. ನಮ್ಮೆಲ್ಲ ನಿರ್ಬಂಧ ತಾಕಲಾಟಗಳನ್ನು ಮೀರಿ ನಿಸರ್ಗ ಸಹಜ ಚೆಲುವನ್ನು ಆಸ್ವಾದಿಸುವ ಮುಕ್ತವಾದ 'ಮನೋಭಾವ' ನಮ್ಮ ಬದುಕಿನ ಜೀವನೋತ್ಸಾಹವನ್ನು ಹೆಚ್ಚಿಸುತ್ತದೆಂಬುದು ಈ ಕವಿತೆಯ ಜೀವದ್ರವ್ಯ. ಇದು 'ಕದ್ದು' ನೋಡುವ ಕ್ರಮಕ್ಕಿಂತ ಭಿನ್ನವಾದ 'ಶುದ್ಧ' ನೋಟ. ಸೋಗಿನ ನಡವಳಿಕೆಗಿಂತ ಬೇರೆಯಾದದ್ದು; ನಿರಪಾಯಕಾರಿಯಾದದ್ದೂ ಹೌದು. ಸಭ್ಯತೆಯ ಎಲ್ಲೆ ಮೀರದೆ ಸಂತೋಷ ಪಡುವ ಈ ಬಗೆ ಸಾಮಾಜಿಕ ರೀತಿ–ನೀತಿಗಳಿಂದ ನಮ್ಮ 'ಮನಸ್ಸ'ನ್ನು ಮುಕ್ತಗೊಳಿಸಿ ಬಂಧನದಿಂದ ಬಿಡಿಸಿಕೊಳ್ಳುವ ಒಂದು ಪ್ರಯತ್ನ. ಹೊರಜಗತ್ತಿನಲ್ಲಿ ಬಿಡುಗಡೆ ಕಷ್ಟ, ಒಳಜಗತ್ತಿನಲ್ಲಾದರೂ ಬಿಡುಗಡೆಗೆ ಪ್ರಯತ್ನಿಸಬಹುದಲ್ಲವೇ –ಎಂದು ಕೇಳುತ್ತದೆ ಕವಿತೆ.

ಇದೇ ಕವಿತೆಯ ಆಶಯವಲ್ಲ. ಈ ಕವಿತೆ ವಾಸ್ತವವಾಗಿ 'ಕವಿತೆ'ಯನ್ನು ಕುರಿತದ್ದು. ಕವಿತೆಯ ಹೆಸರೇ 'ಕವಿತೆ'. ಈ ಕವಿತೆಯನ್ನು ಓದುವಾಗ ನನಗೆ ಸಹಜವಾಗಿಯೆಂಬಂತೆ Alexis Carrell ನ 'Aesthetic activity manifests itself in both the creation and the contemplation of beauty. It is completely disinterested' ಎಂಬ ಸಾಲುಗಳು ನೆನಪಾದವು. ಕವಿತೆಯ ರಚನೆಯ ಸಂದರ್ಭದಲ್ಲಿ ಕವಿಗೆ ಯಾವ ಹಂಗೂ ಇರುವುದಿಲ್ಲ, ಇರಬಾರದು. ಮುಕ್ತವಾದ ಮನಸ್ಥಿತಿಯಲ್ಲಿ, ಕಾವ್ಯಮೀಮಾಂಸೆಯ ಪರಿಭಾಷೆಯಲ್ಲಿ ಹೇಳುವುದಾದರೆ 'ಚಿತ್ತವಿಶ್ರಾಂತಿ'ಯ ಸ್ಥಿತಿಯಲ್ಲಿ ಕಾವ್ಯ ರಚನೆ ಸಾಧ್ಯವಾಗಬೇಕು. ಆಗ ವಸ್ತುವಿನ 'ನಿಜದರ್ಶನ' ಸಾಧ್ಯವಾಗುತ್ತದೆ. ಪು.ತಿ.ನ ಇದನ್ನೇ 'ಲಘಿಮಾ ಕೌಶಲ' ಎನ್ನುತ್ತಾರೆ. ಭವದಲ್ಲಿ ಮುಳುಗಿ ಅದರಿಂದ ಬಿಡುಗಡೆ ಪಡೆಯಬೇಕು. ಭವದಿಂದಾಚೆಗೆ ಹೋದರೆ ಒಣತತ್ವ. ಸಂಪೂರ್ಣ ಭವದಲ್ಲೇ ಮುಳುಗಿದರೆ 'ದರ್ಶನ'ವೇ ಸಾಧ್ಯವಿಲ್ಲ. ಈ ಲೋಕದೊಳಗಿದ್ದೇ ಲೋಕದ ಹಂಗಿನಿಂದ ಪಾರಾಗುವುದು ಹೇಗೆ?

ಈ ಕವಿತೆ ಕನ್ನಡ ಕಾವ್ಯಮೀಮಾಂಸೆಯ ಚರಿತ್ರೆಗೆ ಸಲ್ಲುವಂಥದು.

–ನರಹಳ್ಳಿ ಬಾಲಸುಬ್ರಹ್ಮಣ್ಯ

ಸಂದಿಗ್ಧ

ಪ್ರಭೂ,
ಚಳಿಗಾಲದ ಒಂದು ಮುಸ್ಸಂಜೆ
ಹಿತ್ತಿಲ ಬೋಳು ಮರದ ಕೆಳಗೆ
ತರಗೆಲೆಗಳನ್ನು ರಾಶಿ ಮಾಡುತ್ತಿದ್ದೆ
ಮೈ ಕಾಯಿಸಿಕೊಳ್ಳಲು
ಬಚ್ಚಲ ಒಲೆಯ ಮುಂದೆ.

ತರಗೆಲೆಗಳಲ್ಲಿ ಒಂದು
ನನ್ನ ಕೈ ಸೋಕಿದ ಕೂಡಲೇ
ತಟ್ಟನೆ
ಚಿಟ್ಟೆಯಾಗಿ ಪಟಪಟ ಹಾರಿಹೋಯಿತು.
ಕಂಡು ದಂಗಾಗಿ ನಿಂತೆ.

ಆ ಥೇಟು ತರಗೆಲೆಯಂಥ ರೆಕ್ಕೆ
ಆ ಚಿಟ್ಟೆಗೆ
ತನ್ನ ವಿಕಾಸದ ಫಲವಾಗಿ ಮೂಡಿ ಬಂದ
ನೈಸರ್ಗಿಕ ಕವಚವೋ,
ಅಥವಾ, ನಿನ್ನ ಅನುಗ್ರಹದ
ಕಾರುಣ್ಯ ರಕ್ಷೆಯೋ,
ಪರಿಭಾವಿಸಲಾರದೆ ಹೋದೆ.

ಪ್ರಭೂ,
ಇಂಥ ಸಂದಿಗ್ಧದಲ್ಲಿ
ನನ್ನನ್ನೇಕೆ ನಿಲ್ಲಿಸಿದೆ?

ಹಸಿದಾಗ
ತಕ್ಕ ಅನ್ನವಿಲ್ಲದ ಮಿದುಳು

'ವಿಧಿ'ಯಿಲ್ಲದೆ
ತನ್ನನ್ನು ತಾನೇ ಜೀರ್ಣಿಸಿಕೊಳ್ಳುತ್ತಿದೆ.
ಮನಸ್ಸಿನ ತುಂಬ
ಕೆಟ್ಟ ಹುಣ್ಣುಗಳಾಗಿವೆ.

ಆದ್ದರಿಂದ, ಪ್ರಭೂ,
ದಯವಿಟ್ಟು ಮಿದುಳನ್ನು
ಹಿಂತೆಗೆದುಕೊ,
ಅಥವಾ, ತಕ್ಕ ಅನ್ನ ಕೊಡು,
ನಿನ್ನ ಕೊಡು.

ಸಂದಿಗ್ಧ

ಈ ಕವಿತೆಯ ಮೊದಲ 'ಪ್ರಭೂ' ಸಂಬೋಧನೆಯೇ ನಮಗೆ ಅಡಿಗರ 'ಪ್ರಾರ್ಥನೆ' ಕವಿತೆಯನ್ನು ನೆನಪಿಗೆ ತರುತ್ತದೆ. ಆದರೆ ಇದು ಅದಕ್ಕಿಂತ ಭಿನ್ನ. ಲಕ್ಷ್ಮಣರಾವ್ ತಮ್ಮ ಅನೇಕ ಕವಿತೆಗಳಲ್ಲಿ ಅಡಿಗರಿಗೆ ಮುಖಾಮುಖಿಯಾಗುತ್ತಾರೆ. ಪರಂಪರೆಯೊಳಗೆ ಅವರು ಆಗಾಗ ಹೊಕ್ಕಿ ಹೊರಬರುತ್ತಾರೆ. ನಮ್ಮ ಅನೇಕ ಕವಿಗಳ ಜೊತೆಗೆ ಅವರ ಸಂವಾದವಿದೆ.

ಸಾಹಿತ್ಯ ಮತ್ತು ತತ್ತ್ವಜ್ಞಾನದ ಜಗಳ ತೀರಾ ಹಳೆಯದು. ಕಲೆಯ ಉನ್ನತ ಹಂತದ ಬೆಳವಣಿಗೆಯೆಂದರೆ ಅದು ತತ್ತ್ವಜ್ಞಾನವಾಗಿ ರೂಪಾಂತರವಾಗುವುದು ಎಂದು ಹೆಗೆಲ್ ಹೇಳಿದರೆ, ಶುದ್ಧ ಚಿಂತನೆಯ ತತ್ತ್ವಜ್ಞಾನಕ್ಕೆ ವಾಸ್ತವವನ್ನು ಸಮಗ್ರವಾಗಿ ಹಿಡಿಯುವ ಶಕ್ತಿಯಿಲ್ಲವೆಂದು ಜಾರ್ಜ್ ಲುಕಾಕ್ಸ್ ವಾದಿಸುತ್ತಾನೆ. ಈ ಜಗಳಕ್ಕೆ ಅನೇಕ ನೆಲೆಗಳಿವೆ. ಬುದ್ಧಿ – ಭಾವ, ನಂಬಿಕೆ – ವಿಜ್ಞಾನ, ತರ್ಕ – ಸಂವೇದನೆ ಹೀಗೆ... ಇದರ ಮುಂದುವರಿಕೆಯೇ 'ಸಂದಿಗ್ಧ' ಕವಿತೆ.

ಚಳಿಗಾಲದ ಒಂದು ಮುಸ್ಸಂಜೆ ಹಿತ್ತಿಲ ಬೋಳು ಮರದ ಕೆಳಗೆ ಒಲೆಯ ಮುಂದೆ ಮೈ ಕಾಯಿಸಿಕೊಳ್ಳಲು ತರಗೆಲೆಗಳನ್ನು ರಾಶಿ ಮಾಡುತ್ತಿದ್ದಾಗ, ಒಂದು ತರಗೆಲೆ ನಾಯಕನ ಕೈ ಸೋಕಿದ ಕೂಡಲೆ ಚಿಟ್ಟೆಯಾಗಿ ರೂಪಾಂತರವಾಗಿ ಹಾರಿ ಹೋಗುತ್ತದೆ. ಅದನ್ನು ಕಂಡು ದಂಗಾದ ನಾಯಕನಿಗೆ ಇದು ತಾತ್ವಿಕ ಪ್ರಶ್ನೆಯೊಂದಕ್ಕೆ ಕಾರಣವಾಗುತ್ತದೆ. ರೂಪಾಂತರ ನೈಸರ್ಗಿಕ ವಿಕಾಸದ ಫಲವೋ, ದೇವರ ಅನುಗ್ರಹವೋ? ಇದೇ ಸಂದಿಗ್ಧತೆ. ಇದು ವಿಜ್ಞಾನ ಮತ್ತು ನಂಬಿಕೆಯ ಪ್ರಶ್ನೆ.

ನಮ್ಮಲ್ಲಿ ಜ್ಞಾನ ಮೋಕ್ಷಕ್ಕೆ ಸಾಧನವಾದರೆ ಪಾಶ್ಚಾತ್ಯರಲ್ಲಿ knowledge kills you. ತಿಳುವಳಿಕೆ ಬಂದಷ್ಟೂ ಸಂಕಟ ಹೆಚ್ಚುತ್ತದೆ.

ಹಾಗೆಂದು ತಿಳುವಳಿಕೆಯನ್ನು ನಿರಾಕರಿಸುವಂತಿಲ್ಲ. Lecomte du louy ಎಂಬ ಫ್ರೆಂಚ್ ಲೇಖಕ 'To believe in God is to desire his existence and what is more, to act as though He existed' ಎಂದು ಹೇಳುವುದು ನನಗಿಲ್ಲಿ ನೆನಪಾಗುತ್ತದೆ. ನಮ್ಮ ಬದುಕಿನ ಸಂಕಟವಿರುವುದೇ ನಂಬಿಕೆ ಮತ್ತು ಬುದ್ಧಿ, ತರ್ಕಗಳ ಸಂಘರ್ಷದಲ್ಲಿ.

ಹಸಿದಾಗ
ತಕ್ಕ ಅನ್ನವಿಲ್ಲದ ಮಿದುಳು

'ವಿಧಿ'ಯಿಲ್ಲದೆ
ತನ್ನನ್ನು ತಾನೇ ಜೀರ್ಣಿಸಿಕೊಳ್ಳುತ್ತಿದೆ.
ಮನಸ್ಸಿನ ತುಂಬ
ಕೆಟ್ಟ ಹುಣ್ಣುಗಳಾಗಿವೆ

ಇದೊಂದು ಜೈವಿಕ ಕ್ರಿಯೆ. ಹಸಿವಾದಾಗ ನಮ್ಮ ಜಠರದಲ್ಲಿ ಜೀರ್ಣರಸ ಉತ್ಪತ್ತಿಯಾಗುತ್ತದೆ. ಆಗ ನಾವು ಆಹಾರ ತಿನ್ನಬೇಕು. ಇಲ್ಲದಿದ್ದರೆ ಹೈಡ್ರೋಕ್ಲೋರಿಕ್ ಆಸಿಡ್ ಅಂಶವುಳ್ಳ ಜೀರ್ಣರಸ ಜಠರದ ತೆಳುವಾದ ಮಾಂಸದ ಪದರವನ್ನೇ ತಿನ್ನಲು ಶುರುಮಾಡುತ್ತದೆ.

ಇದನ್ನೇ ನಾವು ಅಲ್ಸರ್ ಎನ್ನುವುದು. ಇಲ್ಲಿ ಇದು ಮೆದುಳಿಗೆ ಅನ್ವಯ. ಮೆದುಳಿಗೆ ತಕ್ಕ ಆಹಾರ ಬೇಕು. ಇಲ್ಲದಿದ್ದರೆ ಅಪಾಯ. ಆ ಆಹಾರ ಯಾವುದು?

ಬೈಬಲ್‌ನಲ್ಲಿ ಒಂದು ಪ್ರಾರ್ಥನೆಯಿದೆ : 'Give me my manna , my daily bread.'

ಇಲ್ಲಿ manna ಎಂದರೆ spiritual nourishment. ಕವಿತೆಯ ಕಡೆಯ ಸಾಲುಗಳು 'ದಯವಿಟ್ಟು ಮೆದುಳನ್ನು ಹಿಂತೆಗೆದುಕೊ ಅಥವಾ ತಕ್ಕ ಅನ್ನ ಕೊಡು, ನಿನ್ನ ಕೊಡು' ಎಂಬುದು ಬೈಬಲ್‌ನ ಸಾಲುಗಳಿಂದ ಪ್ರಭಾವಿತವಾಗಿರುವಂತೆ ತೋರುತ್ತದೆ. ಇಲ್ಲಿ ಅನ್ನ ಕೊಡು ಎಂದು ಮಾತ್ರ ಕೇಳುತ್ತಿಲ್ಲ, 'ನಿನ್ನ ಕೊಡು' ಎಂಬ ಪ್ರಾರ್ಥನೆಯಿದೆ. ಇದು ಬೈಬಲ್‌ನ manna ಗೆ ಸಂವಾದಿಯೆಂಬಂತಿದೆ.

'ಸಂದಿಗ್ಧ' ಕವಿತೆ ಆಧುನಿಕ ಮನಸ್ಸಿನ ಸಂಕಟದ ಅಭಿವ್ಯಕ್ತಿ.

–ನರಹಳ್ಳಿ ಬಾಲಸುಬ್ರಹ್ಮಣ್ಯ

ವಾ–ನರಗೀತೆ

1

ಕೋತಿಗೂ ಇದೆ ನೀತಿ, ನಿಯಮ, ನಿಯತ್ತು;
ಹಿರಿಗಂಡು ಹಿಂಡಿಗೆ ಮುಖಂಡ;
ಹೆಣ್ಣು ತನ್ನ ಕೂಸನ್ನು ಎದೆಗವಚಿ ಸಲಹುತ್ತೆ;
ಮರಿಕೋತಿ ಬಲು ತುಂಟ; ಪುಂಡ.

ಒಮ್ಮೊಮ್ಮೆ ಮರಿಕಪಿ ಅಪಾಯಕ್ಕೆ ಸಿಕ್ಕಾಗ,
ಅದರ ತಂದೆತಾಯಿಯರು
ತಮ್ಮ ಪ್ರಾಣವನ್ನೇ ಒತ್ತೆಯಾಗಿಟ್ಟು, ಮುನ್ನುಗ್ಗಿ,
ಕಂದನ್ನ ಉಳಿಸಿಕೊಳ್ಳುವರು.

ಇದಕ್ಕೆ ಉದಾಹರಣೆ, ಬರೇಲಿ ಜೇಲಿನಲ್ಲಿ
ನೆಹರು ಬಂದಿಯಾಗಿದ್ದಾಗ ಒಮ್ಮೆ,
ಅವರು ಕಂಡ ಘಟನೆ ನಿಮಗೂ ಗೊತ್ತಿರಬಹುದು.
ಇಲ್ಲದಿದ್ದರೆ ಪುಸ್ತಕವಿದೆ.

2

ಕೋತಿಗಳನ್ನೂ ಗುಂಪುಗಾರಿಕೆ, ಘರ್ಷಣೆಗಳಿವೆ,
ನಮ್ಮ ಕಾಲೇಜಿಗರಂತೆ,
ಆದರೆ, ಸುದೈವಕ್ಕೆ, ಈ ಕಪಿಗಳಲ್ಲಿಲ್ಲ
ಚಾಕು, ಚೈನು, ಚೂರಿ ಬಳಕೆ.

ಬಹಿರಂಗ ಸಾಮೂಹಿಕ ಕಾಮಕ್ರೀಡೆಗೆ ತೊಡಗುತ್ತವೆ, ನಿಜ.
ಸಿಗ್ಗು ಎಗ್ಗಿಲ್ಲದಂತೆ.
ಆದರೆ, ದುರ್ದೈವಕ್ಕೆ, ಈ ಕಪಿಗಳ ಪಾಲಿಗಿಲ್ಲ
ಗರ್ಭ ನಿರೋಧಕ ಗುಳಿಗೆ.

ಕೋತಿಗಳಲ್ಲೂ ಹಲವು ಜಾತಿ, ಬುಡಕಟ್ಟುಗಳಿವೆ.
ರಾಜಕೀಯವಿಲ್ಲ, ಸದ್ಯ!

ಕೋತಿ–ಬೆಣೆ–ಕಜ್ಜಾಯ–ಮೊಸರನ್ನ ಇವೆಲ್ಲ
ಕಟ್ಟುಕಥೆ, ಅಲ್ಲ ಸತ್ಯ.

3

ಇದೇ ಕೋತಿ ಆ ಅಂದು ಸೂರ್ಯನ್ನ ಹಿಡಿಯಲು ಹಾರಿದ್ದು;
ಬಿದ್ದದ್ದು ಊದಿಸಿಕೊಂಡು ಮೂತಿ;
ಕಾಯುತ್ತಾ ಕೂತದ್ದು ತನ್ನ ಕನಸುಗಳ,
ಆದರ್ಶಗಳ ರಾಮನ ಹಾದಿ.

ಸಂಕಲ್ಪ ಬಲದಿಂದ ಸಮುದ್ರವನ್ನೇ ಲಂಘಿಸಿತು,
ಲಂಕೆಗೇ ಇಟ್ಟಿತು ಬೆಂಕಿ;
ದಾನವರಳಿದು, ದೇವತ್ವ ಬೆಳೆಯುವುದೆಂದು ನಂಬಿ,
ಏನೆಲ್ಲ ಮಾಡಿತು ಹಿಗ್ಗಿ.

ಯುದ್ಧ ಗೆದ್ದಾದ ಮೇಲೂ, ಅಯೋಧ್ಯೆಯ ಅಯೋಗ್ಯರಿಂದ
ದೂರ ಹಾರಿ ಕೂತಿತು, ಏಕೆ?
ಎದೆ ಬಗೆದು ತೋರಿಸಿತು, ಅಲ್ಲಿ ಕಂಡದ್ದೇನು?
ಪುರುಷೊತ್ತಮನ ರೂಪರೇಖೆ.

4

ಈ ಕೋತಿ ನಮ್ಮ ಪೂರ್ವಜನಿದ್ದರೂ ಇದ್ದೀತು,
ಚಹರೆಯಲ್ಲಿದೆ ಹೋಲಿಕೆ;
ಆದರೆ, ಇದರ ಬಾಲ ಸರಿಸಿ, ಮುನ್ನಡೆಯುವ ತಾಕತ್ತು,
ಸಂಕಲ್ಪವಿದೆಯೆ ನಮಗೆ?

ವಿಕಾಸದ ನಿಚ್ಚಣಿಕೆಗೆ ಇನ್ನೆಷ್ಟೋ ಇವೆ ಮೆಟ್ಟಿಲು,
ನರನಾಗಿ ನಿಂತರೆ ಸಾಕೆ?
ರಾಮ ಪ್ರಜ್ಞೆ ತಪ್ಪಿದ್ದಾನೆ, ಮತ್ತೆ ಸಂಜೀವಿನಿಗೆ
ಕಪಿಯನ್ನೇ ಕಾದು ಕೂಡಬೇಕೆ?

ವಾ–ನರಗೀತೆ

ಅನಂತಮೂರ್ತಿಯವರು ಹೇಳುವಂತೆ ವಾ–ನರಗೀತೆಯಲ್ಲಿ ಲಕ್ಷ್ಮಣರಾವ್, ತಮಗೆ ಸಹಜವಾದ ಶಬ್ದಪ್ರಯೋಗದಲ್ಲಿನ ಕ್ರೀಡಾಂಶದ ಜೊತೆಗೆ ಚಿಂತನಾಂಶವನ್ನೂ ಬೆಸೆಯಲು ಪ್ರಯತ್ನಿಸಿದ್ದಾರೆ; ಅಚ್ಚುಕಟ್ಟಾದ ಬಂಧದಲ್ಲಿ ನಿರಾಯಾಸವಾಗಿ ಹಾಸ್ಯದಿಂದ ಗಂಭೀರವಾದುದಕ್ಕೆ ಜಿಗಿದಿದ್ದಾರೆ. ಇದು ಅವರ ಅನೇಕ ಕವಿತೆಗಳ ವಿನ್ಯಾಸ. ನವ್ಯದ ವ್ಯಂಗ್ಯಕ್ಕಿಂತ ಭಿನ್ನವಾದ ವಿನೋದದಲ್ಲಿ ಲಕ್ಷ್ಮಣರಾವ್ ತಮಗೇ ವಿಶಿಷ್ಟವಾದ ಹೊಸ ಲಯವೊಂದನ್ನು ರೂಪಿಸಿಕೊಂಡಂತೆ ತೋರುತ್ತದೆ.

ಕೋತಿಯ ಬಗೆಗಿನ ಅನೇಕ ವಿವರಗಳು ಮನುಷ್ಯನನ್ನು ಗುರಿಯಾಗಿಸುತ್ತಲೇ ವಾನರ ಬದುಕಿನ ಭಿನ್ನ ನೆಲೆಗಳನ್ನು ನಿರೂಪಿಸುತ್ತವೆ.. ಕೋತಿಗಳ ಅನುಬಂಧ, ಕಾಮಕೇಳಿ, ತುಂಟಾಟಗಳನ್ನು ಹೇಳುತ್ತಲೇ ಅವುಗಳ ವಿಕಾಸಕ್ರಮವನ್ನೂ ಕವಿತೆ ಕಟ್ಟಿಕೊಡುತ್ತದೆ. ಇದು ಅಡಿಗರ ವರ್ಧಮಾನ ಕವಿತೆಯನ್ನು ಸಹಜವಾಗಿಯೇ ನೆನಪಿಗೆ ತರುತ್ತದೆ.

ದಾನವರಳಿದು, ದೇವತ್ವ ಬೆಳೆಯುವುದೆಂದು ನಂಬಿ,
ಏನೆಲ್ಲ ಮಾಡಿತು ಹಿಗ್ಗಿ
ಎದೆ ಬಗೆದು ತೋರಿಸಿತು, ಅಲ್ಲಿ ಕಂಡದ್ದೇನು?
ಪುರುಷೋತ್ತಮನ ರೂಪರೇಖೆ

ಇಂತಹ ಸಾಲುಗಳು ವಿಕಾಸ ಪಥದ ವಿಭಿನ್ನ ನೆಲೆಗಳನ್ನು ಸೂಚಿಸುತ್ತವೆ. ಸಂಕಲ್ಪಬಲ, ಪುರುಷೋತ್ತಮನ ರೂಪರೇಖೆ ಮೊದಲಾದ ಪರಿಕಲ್ಪನೆಗಳ ಮೂಲಕ ಅಡಿಗರನ್ನು ನೆನಪಿಸುತ್ತಲೇ ಮುಂದೆ ಕವಿತೆ ಅವರಿಂದಾಚೆಗೂ ಕೈ ಚಾಚುವ ಪ್ರಯತ್ನ ಮಾಡುತ್ತದೆ. ಅದನ್ನು ನಾವು ಕವಿತೆಯ ಕಡೆಯ ಭಾಗದಲ್ಲಿ ಕಾಣುತ್ತೇವೆ.

ಈ ಕೋತಿ ನಮ್ಮ ಪೂರ್ವಜನಿದ್ದರೂ ಇದ್ದೀತು,
ಚಹರೆಯಲ್ಲಿದೆ ಹೋಲಿಕೆ;
ಆದರೆ, ಇದರ ಬಾಲ ಸರಿಸಿ, ಮುನ್ನಡೆಯುವ ತಾಕತ್ತು
ಸಂಕಲ್ಪವಿದೆಯೇ ನಮಗೆ?

ವಿಕಾಸದ ನಿಚ್ಚಣಿಕೆಗೆ ಇನ್ನೆಷ್ಟೋ ಇವೆ ಮೆಟ್ಟಿಲು,
ನರನಾಗಿ ನಿಂತರೆ ಸಾಕೆ?

ರಾಮ ಪ್ರಜ್ಞೆ ತಪ್ಪಿದ್ದಾನೆ, ಮತ್ತೆ ಸಂಜೀವಿನಿಗೆ
ಕಪಿಯನ್ನೇ ಕಾದು ಕೂಡಬೇಕೆ?

ಇಲ್ಲಿ ಎರಡು ನೆಲೆಗಳಲ್ಲಿ ಲಕ್ಷ್ಮಣರಾವ್ ಪರಂಪರೆಯ ಜೊತೆ ಮುಖಾಮುಖಿಯಾಗುತ್ತಿದ್ದಾರೆ. ಒಂದು ಮಹಾಭಾರತದ ಭೀಮ – ಆಂಜನೇಯನ ಪ್ರಸಂಗ. ಆಂಜನೇಯನ ಬಾಲ ಸರಿಸಲಾರದೇ ಹೋದ ಬಲಭೀಮ ನಮ್ಮ ಹಿಂದಿದ್ದಾನೆ. ಅದರ ಅರಿವೂ ನಮಗಿರಬೇಕು. ಈಗ ನಾವು ಸಂಕಲ್ಪಬಲದಿಂದ ಬಾಲ ಸರಿಸಿ ಮುಂದೆ ಹೋಗುವುದು ಸಾಧ್ಯವೇ? ಮತ್ತೊಂದು, ರಾಮಾಯಣದ ಸಂಜೀವಿನಿ ಪರ್ವತದ ಪ್ರಸಂಗ. ಅಲ್ಲಿ ಲಕ್ಷ್ಮಣ ಮೂರ್ಛೆ ಹೋಗಿದ್ದ. ಆಗ ಹನುಮಂತ ಸಂಜೀವಿನಿ ತರಲು ಹೋಗಿ ಹುಡುಕಲಾರದೆ ಆ ಪರ್ವತವನ್ನೇ ಹೊತ್ತು ತಂದು ಲಕ್ಷ್ಮಣನನ್ನು ಉಳಿಸಿದ್ದ. ಆದರೆ ಈಗ ನಮ್ಮ ಕಾಲದಲ್ಲಿ, ಇಲ್ಲಿ , ರಾಮನೇ ಮೂರ್ಛೆ ಹೋಗಿದ್ದಾನೆ. ಸಂಜೀವಿನಿ ತರಲು ಕಪಿಯನ್ನೇ ಕಾದು ಕೂಡಬೇಕೆ? ಮತ್ತೆ ಹಿಂದಕ್ಕೇ ಹೋಗಬೇಕೆ? ಪ್ರಜ್ಞೆ ತಪ್ಪಿರುವ ರಾಮನನ್ನು ಎಚ್ಚರಗೊಳಿಸುವುದು ಹೇಗೆ?

ವಿಕಾಸದ ಏಣಿಗೆ ಅನೇಕ ಸಾಧ್ಯತೆಗಳಿವೆ. ಅದರಲ್ಲಿ ನರನ ಹಂತವೂ ಒಂದು. ಆದರೆ ನರನ ಸಾಧ್ಯತೆಯೇ ಅಂತಿಮ ಹಂತವೇ? ಮನುಷ್ಯ ಬದುಕಿನ ಸಾಧ್ಯತೆಗಳ ಮುಂದಿನ ಸ್ವರೂಪವೇನು? ತಂತ್ರಜ್ಞಾನದ ಬೆಳವಣಿಗೆ, ಪ್ರಗತಿಯ ಪರಿಕಲ್ಪನೆ, ಪ್ರಕೃತಿಯ ಅಸಮತೋಲನ, ಮಾನವ ಕೇಂದ್ರಿತ ಚಿಂತನಾಕ್ರಮ, ನಮ್ಮ ಕಾಲದ ಆಧ್ಯಾತ್ಮದ ಹಾದಿ – ಇಂತಹ ಅನೇಕ ಸಂಗತಿಗಳತ್ತ ನಮ್ಮನ್ನು ಈ ಕವಿತೆ ಚಿಂತನೆಗೆ ಹಚ್ಚುತ್ತದೆ.

ಪರಂಪರೆ, ಚರಿತ್ರೆ, ವಿಜ್ಞಾನ, ಆಧ್ಯಾತ್ಮ – ಇವುಗಳೆಲ್ಲದರ ಹಿನ್ನೆಲೆಯಲ್ಲಿ ಮನುಷ್ಯ ವಿಕಾಸದ ಮುಂದಿನ ಸ್ವರೂಪವೇನು? ಭೂತವನ್ನು ಹಿಂದಿಟ್ಟು ಭವಿಷ್ಯ ವಿಕಾಸದ ಸಾಧ್ಯತೆಗಳ ಬಗ್ಗೆ ಚಿಂತಿಸುವ ಅಗತ್ಯದ ಬಗ್ಗೆ ಕವಿತೆ ನಮ್ಮನ್ನು ಒತ್ತಾಯಿಸುತ್ತಿದೆ.

–ನರಹಳ್ಳಿ ಬಾಲಸುಬ್ರಹ್ಮಣ್ಯ

ಬೇಲಿ

1

ಚಿಟ್ಟೆಯ ಕಣ್ಣಿಗೆ ಎಲ್ಲ ಬಣ್ಣ ಬಣ್ಣ;
ಕಾಕದೃಷ್ಟಿಗೆ ಅಂಕುಡೊಂಕು;
ಜಿಂಕೆಗಾದರೋ ಕೇವಲ ಕಪ್ಪು ಬಿಳುಪು;
ಗೂಬೆಗೆ ಕತ್ತಲೂ ಬೆಳಕು.

ಅವರವರ ಕಣ್ಣಿಗೆ ಕಂಡಂತೆ ಅವರವರ ಜಗತ್ತು;
ಪಾತ್ರಕ್ಕೆ ತಕ್ಕಂತೆ ಹೊತ್ತುಗೊತ್ತು,
ವಸ್ತುವಿಗೆ ಯಾವುದೋ ತನ್ನದೇ ನಿಜ ರೂಪ ಬಣ್ಣ.
ಸತ್ಯ ಯಾರ ಸೊತ್ತು?

ಪರಿಸರದ ತುಂಬ ಕೇಳದ ಶಬ್ದ ತರಂಗಗಳು,
ಕಾಣದ ಸಂಜೆ ನೇರಿಳೆ; ಕತ್ತಲ ಕೆಂಪು ಕಿರಣ;
ಯಂತ್ರ ಮಾಂತ್ರಿಕ ದೃಷ್ಟಿಗೆ ಪ್ರಿಯದರ್ಶನ ಯೋಗ,
ತರಂಗಾಂತರದಲ್ಲಿ ಶಬ್ದ ಗ್ರಹಣ.

ದೂರದರ್ಶಕದಿಂದ ದೂರದ್ದು ಕಂಡೀತು,
ಸೂಕ್ಷ್ಮದರ್ಶಕದಿಂದ ಸೂಕ್ಷ್ಮ;
ಆದರೆ, ಕಂಡದ್ದು ಕೊನೆಗೂ ಕಣ್ಣಿನ ಪರಿಮಿತಿಗೆ ದಕ್ಕಿದ್ದು,
ಒಳಮರ್ಮ ಇಂದಿಗೂ ಮರ್ಮ.

ನಿಶ್ಚಲ ಬಂಡೆಯೊಳಗೆ ಅಣುಗಳ ಅದೃಶ್ಯ ಚಲನೆ;
ಬಾವಲಿಯ ಶಬ್ದ ನಿಶ್ಶಬ್ದ;
ಶಬ್ದ ಸಾಧಕನ ಸಿದ್ಧಿಗೆ ಬದ್ಧ ಕಾಮೇಷ್ಟಿ ಮಂತ್ರ;
ಅಂಕಿ ಅವಲಂಬಿ ಗುಣಲಬ್ಧ.

ಯಜ್ಞದಗ್ನಿಗಳಲ್ಲಿ ಉರಿದು ಕರೆಯುವ ದೀಕ್ಷೆ;
ಕಾಡುಮೇಡುಗಳಲ್ಲಿ ಶೀರ್ಷಾಸನ;
ಮಸಣ ಮಂಚದ ಮೇಲೆ ಹೆಣಕ್ಕೆ ಹಠ ಸಂಭೋಗ;
ಸೊನ್ನೆ ನೋಟದ ತಪ್ತ ನಾಸ್ತಿಕ ಮನ.

2

ಚಿಟ್ಟೆ ಜಿಂಕೆ ಕಾಗೆ ಗೂಬೆಗಳ ದೃಷ್ಟಿಗೆ
ಹೊಟ್ಟೆಯೇ ಗಮ್ಯ, ಸ್ಫೂರ್ತಿ;
ಹೊಟ್ಟೆ ಮೆಟ್ಟಿ, ಮಿದುಳ ಮೆಟ್ಟಿಲೇರ ಬಯಸುವ ಪ್ರಜ್ಞೆಗೆ
ಗೋಜು ಗೊಂದಲ ತಕ್ಕ ಶಾಸ್ತಿ.

ಕಣ್ಣು ನಾಲಿಗೆ ಕಿವಿ ಕೇವಲ ಇಂದ್ರಿಯಗಳಷ್ಟೆ,
ಅನುಭವಿಸುವ ಪ್ರಜ್ಞೆ ಮಿದುಳು.
ಮಿದುಳು ಅಡೆಯಲ್ಲಿ ಕಾದು, ಪ್ರಜ್ಞೆ ಹಬೆಯೇರಿದರೆ
ಮಾಗಬಹುದು ಒಳ ತಿರುಳು

3

ಈ ತೋಟ ಈ ನೋಟ ಈ ಬೇಲಿಯೊಳಗೇ
ನಮ್ಮ ಗೆಯ್ಮೆ, ನಮ್ಮ ಸಿದ್ಧಿ;
ಬೇಲಿಯಾಚೆಗೂ ಕತ್ತ ಚಾಚಿ ಮೇಯುವ ಬುದ್ಧಿ,
ಗ್ರಾಹ್ಯಗಳ ವಿಸ್ತೀರ್ಣ ವೃದ್ಧಿ.

ಮೆಯ್ದದ್ದು ಅರಗಿ, ರಕ್ತವಾಗಿ, ಮಿದುಳ ಮುಟ್ಟಿದರೆ
ಪ್ರಜ್ಞೆ ಮತ್ತಷ್ಟು ಚುರುಕು;
ಅತ್ತ ಅರಗದೆ, ಇತ್ತ ಹೊಟ್ಟೆಯೂ ಕಟ್ಟಿದರೆ
ಮಿದುಳಲ್ಲಿ ಅಣಬೆ ಬೆಳಸು.

ಬೇಲಿ

ಯಾವುದೇ ಕವನ ತನ್ನ ಧ್ವನಿ ಮತ್ತಿತರ ಕಾವ್ಯ ಸಾಧನಗಳಿಂದ ಸೂಚಿಸುವಂತೆ ಅದಕ್ಕೊಂದು ವಾಚ್ಯಾರ್ಥ ಸಂದರ್ಭವೂ ಇರುತ್ತದೆ. ವಾಚಿಸುವಾಗ ಮೊದಲ ಓದಿಗೆ ಸಿಗುವ ಅರ್ಥ ಕಣ್ಣಿಗೆ ಕಾಣಿಸುವ ಮೂರ್ತ ವಿವರಗಳನ್ನು ಆಶ್ರಯಿಸುತ್ತದೆ. ಬಿ.ಆರ್. ಲಕ್ಷ್ಮಣರಾವ್ 'ಬೇಲಿ' ಕವನದಲ್ಲಿ ಮೂರ್ತ ವಿವರಗಳಿಂದ ಅಮೂರ್ತ ಅರ್ಥದ ನೆಲೆಗೆ ಸರಳವೆಂದು ತೋರುವಂತೆ ಜಿಗಿದು ಬಿಡುತ್ತಾರೆ. ಸರಳವೆಂಬಂತೆ ತೋರುವುದರ ಹಿಂದೆ 'ಕಾವ್ಯ ಜೀವ' ಅಂದರೆ ಕಾವ್ಯ ಸೃಜನಶಕ್ತಿ ಅಡಗಿರುತ್ತದೆ. ನಡಿಗೆ ಸರಳವೆಂಬಂತೆ ತೋರುತ್ತದೆ. ಆದರೆ ಅದು ಸಾಧ್ಯವಾಗದೇ ಇದ್ದಾಗ ಸರಳ ವೆಂಬಂತೆ ತೋರುವ ನಡಿಗೆಯ ಹಿಂದೆ ಎಂತಹ ಸಂಕೀರ್ಣ ತತ್ವ ಅಡಗಿರುತ್ತದೆ ಎಂಬುದು ತಿಳಿಯುವುದು. ಆದ್ದರಿಂದಲೇ ಸರಳವಾದ್ದು ಸಹಜವಾದಾಗ ಅದಕ್ಕೊಂದು ವಿಶೇಷ ಆಯಾಮ ದಕ್ಕುತ್ತದೆ. ಹೀಗೆ 'ಬೇಲಿ' ಒಂದು ಸಹಜ ಕವಿತೆ.

ಕಾಣುವುದರಿಂದ ಕಾಣದೇ ಇರುವುದಕ್ಕೆ ಜಿಗಿಯಲು ಕವನ ಮೊದಲಿಗೇ ತಯಾರಿ ಮಾಡಿಕೊಳ್ಳುತ್ತದೆ. ಚಿಟ್ಟೆ, ಕಾಗೆ, ಜಿಂಕೆ ಹಾಗೂ ಗೂಬೆಗಳಿಗೆ ಅವುಗಳದ್ದೇ ಆದ ಕಾಣುವ ದೃಷ್ಟಿಗಳಿವೆ. ಅವರವರ ಕಣ್ಣಿಗೆ ಕಂಡಂತೆ ಅವರವರಿಗೆ ತಿಳಿಯುತ್ತದೆ ಎಂಬುದು ಎಲ್ಲರಿಗೂ ಗೊತ್ತು. ಆದರೆ ಸತ್ಯ ಒಬ್ಬರ ಕಣ್ಣಿಗೆ ಕಂಡಂತೆ ಮಾತ್ರ ಇರಬೇಕಾಗಿಲ್ಲ. ಒಬ್ಬಾತ ಇನ್ನೊಬ್ಬನಿಗೆ ಕಂಡದ್ದನ್ನು ಕಾಣಲು ಸಾಧ್ಯವಾದರೆ ಸತ್ಯ ತಿಳಿಯಿತು ಎಂದೂ ಹೇಳಲಾಗುವುದಿಲ್ಲ. ತನ್ನ ಕಣ್ಣಿಗೆ ಇನ್ನೊಂದು ದೃಷ್ಟಿಕೋನ ಲಭ್ಯವಾಯಿತು ಎಂಬುದಷ್ಟೇ ಅದರ ಅರ್ಥ. ಕೇಳದ ಶಬ್ದ ತರಂಗಗಳೂ, ಕಾಣದ ಬಣ್ಣಗಳೂ ಇರಬಹುದು ಎಂಬ ಜ್ಞಾನವನ್ನು ವಿಜ್ಞಾನ ನಮಗೆ ನೀಡಿದೆ.

ಹಾಗಾಗಿ ಆಧುನಿಕ ವಿಜ್ಞಾನದಿಂದ ಹುಟ್ಟಿದ ಯಂತ್ರಗಳ ಕೊಡುಗೆಗಳಾಗಿ ದೂರದರ್ಶಕ ಹಾಗೂ ಸೂಕ್ಷ್ಮದರ್ಶಕಗಳಿಂದ ನೋಡಿದರೂ ಎಲ್ಲವೂ ಪೂರ್ತಿ ದಕ್ಕುತ್ತದೆ ಎಂಬಂತಿಲ್ಲ. ಯಾಕಂದರೆ ಅವುಗಳಿಗೆ ನಿಶ್ಚಲ ಬಂಡೆಯೊಳಗಿರುವ ಅಣುಗಳ ಅದೃಶ್ಯ ಚಲನೆ ಕಾಣುವಂತಿಲ್ಲ. ಅದು ಕಣ್ಣಿನ ಪರಿಮಿತಿಗೆ ಆಚಿನದು. ವಿಜ್ಞಾನ-ಜ್ಞಾನಗಳಿಂದ ಸಿಗುವಂತಹದ್ದು. ದಾಸರು ಹೇಳಿದ ಹಾಗೆ ವಸುದೇವ ಸುತನ ಕಾಂಬಲಿಕೆ ಒಳಗಣ್ಣು ಹಚ್ಚಲು ಬೇಕು. ವರಕವಿ ಬೇಂದ್ರೆಯವರಿಗೆ 'ನಿಜವ ಕಂಡವರಿಲ್ಲ । ನಿಜ ಕಾಣುವಂತಿಲ್ಲ.' ಈ ನಿಜದ ನೆಲೆ ಯಾವುದೆಂದು ಹುಡುಕಲು ಕವಿಗೆ ಈಗ ತಿಳಿದಿರುವ ನಾಸ್ತಿಕ ಮನಕ್ಕೆ ಹಿಂದಿನವರು ಮಾಡಿದ ಶೋಧಗಳಲ್ಲಿ (ಯಜ್ಞದಗ್ನಿ ಇತ್ಯಾದಿ) ಆಸೆ ಇಲ್ಲ.

ಭಾಗ-2 ಪ್ರಾಣಿ ಪ್ರಜ್ಞೆ, ಐಂದ್ರಿಕ ಗ್ರಹಿಕೆಗಳನ್ನು ಬಿಟ್ಟು ಪ್ರಜ್ಞೆಯ ಸ್ತರವನ್ನು ಅರಸುತ್ತದೆ. ಮೂರ್ತವನ್ನು ಬಿಟ್ಟು ಅಮೂರ್ತಕ್ಕೆ ಏರಿದೊಡನೆ ಗೋಜು, ಗೊಂದಲ. ಕಣ್ಣು ನಾಲಗೆ ಕಿವಿಗಳೆಂಬ ಇಂದ್ರಿಯಗಳ ಆಚೆ ಪ್ರಜ್ಞೆಯ ನೆಲೆ ಮಿದುಳು ಎಂಬಾತ ಆಧುನಿಕ ಕವಿ. ಮಿದುಳು ಅಡೆಯಲ್ಲಿ (ಉಬ್ಬೆಗೆ ಹಾಕು) 'ಕಾದು' (ಶ್ಲೇಷೆ ಗಮನಿಸಿ- Wait ಮತ್ತು Heat) ಒಳತಿರುಳು (ಅಂತರ್‌ದೃಷ್ಟಿ) ಮಾಗಬಹುದು.

ಭಾಗ 3 – ಮನುಷ್ಯ ಗ್ರಹಿಕೆಯ ಈ ತನಕದ ಮಿತಿಯನ್ನು (ಬೇಲಿಯನ್ನು) ಮೀರುವ ಸತ್ಯವನ್ನು ಗುರುತಿಸುತ್ತದೆ. ಈ ಆಧುನಿಕ ಕವಿ ಸತ್ಯ ಸಂಪೂರ್ಣ ಗ್ರಹಿಕೆಗೆ ಸಾಧ್ಯವಿಲ್ಲ ಎಂಬುದನ್ನು ನಂಬುವವನಲ್ಲ. ಆ ರೀತಿಯ ಚಿಂತನೆಯೇ ಇಂದು ಬೇಕಾಗಿಲ್ಲ ಎಂಬ ತಪ್ತ ನಾಸ್ತಿಕ ಮನದ ಅರಿವಿರುವಾತ. ಗ್ರಹಿಕೆಯ ಬೇಲಿಯ ಆಚೆ ಕತ್ತನ್ನು ಚಾಚಿ ಗ್ರಾಹ್ಯವಾಗುವಂತಹ ದೃಷ್ಟಿಗಳ ವಿಸ್ತೀರ್ಣವನ್ನು ವೃದ್ಧಿಸಲು ಮಾಡುವ ಹುಡುಕಾಟದಲ್ಲೇ ಸತ್ಯದ ಅರಿವು ಆಗುತ್ತಿರುತ್ತದೆ ಎಂಬ ಪ್ರಕ್ರಿಯೆ ಬಗ್ಗೆ, ಮನುಷ್ಯನ ಕೃತುಶಕ್ತಿ ಬಗ್ಗೆ ನಂಬಿಕೆ ಇರುವಾತ.

ಸ್ವೀಕರಿಸಿದ್ದು ಅರಗಿ ಮೆದುಳು ಮುಟ್ಟಿದರೆ ಪ್ರಜ್ಞೆ ಚುರುಕು. ಗ್ರಹಿಸಿದ್ದು ಅರಗದೆ ಮೆದುಳಲ್ಲಿ ಉಳಿದರೆ ಆ ಕೊಳೆಯುವಿಕೆಯಲ್ಲಿ ಬೆಳೆಯಬಹುದಾದ್ದು ಅಣಬೆ ಮಾತ್ರ. ಗಟ್ಟಿಯಾದ್ದೇನೂ ಅಂತಹ ಜಾಗದಲ್ಲಿ ಹುಟ್ಟಿ ಬೇರೂರಲಾರದು ಎಂಬುದನ್ನು 'ಬೆಳಸು' ಎಂಬ ಕ್ರಿಯಾ ಸೂಚಿಯ ಮೂಲಕ ತುಸು ವ್ಯಂಗ್ಯ ಬೆರೆಸಿ ಹೇಳಲಾಗಿದೆ.

ಈ ಕವನ ಪ್ರತಿಮೆಗಳ ಮೂಲಕ ಕಟ್ಟುವ ನವ್ಯಕಾವ್ಯ ಶೈಲಿಯಲ್ಲಿದೆ. ಮೂರ್ತ ವಿವರಗಳ ಮೂಲಕ ಅಮೂರ್ತವನ್ನು ಧ್ವನಿಸಬೇಕೆಂಬ ಕವಿ ಎದುರಿಸುವ ಸಮಸ್ಯೆಗಳ ಬಗ್ಗೆ ಈ ಕವನವನ್ನು ಚರ್ಚಿಸುವ ಸಂದರ್ಭದಲ್ಲಿ ಯು.ಆರ್. ಅನಂತಮೂರ್ತಿಯವರು ಬರೆದಿದ್ದಾರೆ. (ನೋಡಿ: 'ಅಲ್ಲಿಪುಟ್ಟಿಯ ಹಂಬಲ'ದ ಮುನ್ನುಡಿ). ಇಂತಹ ಕವನಗಳು ವೈಯಕ್ತಿಕ ಅನನ್ಯತೆ ಪಡೆಯುವುದು ಸುಲಭವಲ್ಲ ಎಂಬುದು ಅವರ ವಾದ. ಆದರೆ ನೀತಿ ನಿಯಮಗಳಲ್ಲಿ ವಿಧಿಸಬಹುದಾದ್ದನ್ನು ಅನುಭವಗ್ರಾಹ್ಯಗೊಳಿಸಿ ಅರಿವಿಗೆ ತರುವುದು ಹೇಗೆ? ಎಂಬ ಪ್ರಯತ್ನ ಬಿ.ಆರ್. ಲಕ್ಷ್ಮಣರಾಯರದ್ದು. ಅನುಭವ ಸೃಷ್ಟಿಗೆ ಅವರಿಗೆ ಪ್ರತಿಮೆಗಳು ಬೇಕಾಗಿವೆ. ಸರಳವೆಂಬಂತೆ ಕಾಣುವ ಈ ಉದ್ದೇಶವೇ ಅದರ ಸಹಜ ನಡೆಯಾಗಿದೆ.

–ಎಸ್.ಆರ್. ವಿಜಯಶಂಕರ

ಲಿಲ್ಲಿಪುಟ್ಟಿಯ ಹಂಬಲ

ಲಿಲ್ಲಿಪುಟ್ಟಿಯ ಪುಟ್ಟಾಣಿ ಸುಂದರಿ,
ಆಳರಸನ ಖಜಾಂಚಿಯ ಕಟ್ಟಾಣಿ ಹೆಂಡತಿ
ತನ್ನಲ್ಲೇ ಹೀಗೆ ಹಂಬಲಿಸಿ ಹಲುಬುತ್ತಾಳೆ:

"ಗಲಿವರ್, ನನ್ನೊಲವಿನ ಗಲಿವರ್,
ನನ್ನಿಂದ ದೂರಾಗಿ ಹೋದೆ;
ಈ ಸ್ವಾರ್ಥಿಗಳ ಕುಟಿಲ ಸಂಚಿನಿಂದ
ತಲೆಮರೆಸಿ ಪಾರಾಗಿ ಹೋದೆ.
ಆದರೆ ಹೀಗೇಕೆ ಸವಿ ನೆನಪಾಗಿ ನನ್ನ ಕಾಡುತ್ತೀ
ಈಡನ್ನಿನ ಹಣ್ಣಿನಂತೆ?
ಹೃದಯದೊಳಗಿನ ಹುಣ್ಣಿನಂತೆ?

ಬೃಹತ್ತಿಗೆ, ಮಹತೋ ಮಹತ್ತಿಗೆ
ಗೊಮ್ಮಟ ಪ್ರತಿಮೆಯಂತೆ ನಿಂತು
ಹೀಗೇಕೆ ನನ್ನ ಕುಬ್ಜತನ ಹಂಗಿಸುತ್ತೀ?
ಹಣ ಎಣಿಸುವ ನನ್ನ ಗಂಡನ
ಷಂಡತನ ಭಂಗಿಸುತ್ತೀ?

ಚಂದ್ರಲೋಕದಿಂದ ಇಳಿದು ಬಂದ ಶ್ವೇತ ಸುಂದರ,
ಪರ್ವತಾಕಾರ,
ಕೊಲೆಯಿಂದ ಹೊಲೆಯಾಗಿದ್ದ ಆ ಪಾಳು ದೇಗುಲದಲ್ಲಿ
ನಿನ್ನ ಪ್ರತಿಷ್ಠಾಪಿಸಿದರಲ್ಲ ನನ್ನವರೆಲ್ಲ
ಅಂದೆ,
ನಾ ನಿನ್ನ ಮೊಟ್ಟಮೊದಲ ಬಾರಿ ಕಂಡ ಆ ದಿನದಿಂದೇ
ನೀನು ನನ್ನ ಕಾಮದೇವನಾದೆ.
ಹೇಗೆ ಗಲಿಬಿಲಿಗೊಳಿಸಿಬಿಟ್ಟೆ, ಗಲಿವರ್,
ನನ್ನ ಸುಕುಮಾರ ಮನಸ್ಸನ್ನು!

ನಿನ್ನ ಚೂಪುನೋಟದಿಂದ
ಹೇಗೆ ವಿಲಿವಿಲಿಗೊಂಡಿತ್ತು ನನ್ನ ಹೃದಯ!

ಜಪಾನೀ ಗೊಂಬೆಯೆಂದು ನಿನ್ನ ಅಂಗೈಯಲ್ಲಾಡಿಸಿದ್ದೆ;
ಬೆಟ್ಟಿನಿಂದ ಮುಟ್ಟಿ ಮುಟ್ಟಿ ಪುಳಕಗೊಳಿಸಿದ್ದೆ;
'ನನ್ನಕ್ಕರೆಯ ಸಕ್ಕರೆಯ ಗೊಂಬೆಯೇ ನಿನ್ನ
ತಿಂದು ಮುಗಿಸುತ್ತೇನೆ ಒಂದಲ್ಲ ಒಂದು ದಿನ'
ಹೆದರಿಸಿ ಛೇಡಿಸಿದ್ದೆ.

ನಾವು ಗುಟ್ಟಾಗಿ ಭೆಟ್ಟಿಯಾದದ್ದು ಅದೆಷ್ಟು ಸಲ!
ನನಗಂತೂ ಕಾಮವಿಕಾರ, ನೀನೂ ಯಾಕಾದೆ ನನ್ನ ಥರ?
ಆದರೂ ಹೊರಗಡೆಗೆ ಅದೆಂಥ ಸಭ್ಯತೆಯ ಸೋಗು!
ಒಳಗಡೆ ನೀತಿಯ ಆತಂಕ, ವಿವೇಕದ ಕೂಗು.

'ನಿನ್ನ ಮಗಳನ್ನೇಕೆ ಕರೆತರಲಿಲ್ಲ, ನನ್ನ ಪುಟ್ಟಾಣಿ?'
'ಕರೆತರಬೇಕಿತ್ತೆ, ನನ್ನ ದೊರೆ?'
'ಬೇಡ ಬಿಡು, ಅವಳೆಲ್ಲ ಅವಳಪ್ಪನದೇ ಅಚ್ಚು,
ನಮಗೇಕೆ ಪಾಪಪ್ರಜ್ಞೆಯ ಹೊರೆ?'

ಒಂದೊಂದೆ, ಗಲಿವರ್, ನಾವಾಡಿದ ಆಟ
ಒಂದೊಂದೆ ನಮ್ಮ ಬೇಟ?
ಎಂಥ ಮೋಜು ನಿನಗೆ
ಹಾಲು ತುಂಬಿದ ನಿನ್ನ ಬಟ್ಟಲಲ್ಲಿ
ನಾ ಬತ್ತಲೆ ಈಜಿದರೆ!
ಎಂಥ ಖುಷಿ ನನಗೆ
ನಿನ್ನ ತೆರೆದ ಮೈ ಮೈದಾನದಲ್ಲಿ,
ಮಕಮಲ್ಲು ಕುರುಚಲು ಹುಲ್ಲುಗಾವಲಿನಲ್ಲಿ,
ಜಿಗಿಯುತ್ತ ಓಡಿದರೆ!

ಎಂಥ ರಮ್ಯ ನೋಟ
ಬೆಟ್ಟದ ನಿನ್ನ ಭುಜಕ್ಕೇರಿ ಕೂತು
ಕೆಳಕ್ಕೆ ಬಗ್ಗಿ ನೋಡಿದರೆ!
ಎರಡು ಕಿಬ್ಬಿಗಳ ಕೂಟ
ಜಾರಿ ಇಳಿಜಾರಿನಲ್ಲಿ, ದಂಡೆಯಲಿ ದಿಂಡುರುಳಿ,
ನೇರಕ್ಕೆ ಸಾಗಿದರೆ,
ಅಲ್ಲೊಂದು ದಟ್ಟ ಪೊದೆ, ಗರುಡಗಂಬ;
'ಎಲ್ಲುಂಟು ದೇವಾಲಯ?'
ನನ್ನ ಪ್ರಶ್ನೆಗೆ ನಿನ್ನ ತುಂಟ ನಗೆ, ಉತ್ತರ;
'ನೋಡಿಕೊ ನಿನ್ನ ಮೈಯ'.
ನಾವಾಡಿದ ಆಟ ಒಂದೊಂದೆ, ಗಲಿವರ್?
ಒಂದೊಂದೆ ನಮ್ಮ ಬೇಟ?

ಗಲಿವರ್, ನೀನಿಲ್ಲಿಂದ ಓಡಿ ಹೋಗುವ ಮೊದಲು
ಒಂದೇ ಒಂದು ಬಾರಿಯಾದರೂ ಕಾಡಲಿಲ್ಲವೆ ನನ್ನ ನೆನಪು?
ನಿನ್ನ ಕಣ್ಣಗೊಂಬೆಯ ಗೊಂಬೆ ಮಾಸಿ ಹೋಯಿತೆ ಅಷ್ಟು ಬೇಗ?
ನಿನ್ನ ಸುವಿಶಾಲ ಹೃದಯದಲ್ಲಿರಲಿಲ್ಲವೆ
ನಿನ್ನರಗಿಣಿಯ ಅಡಗಿಸಿ ಕೊಂಡೊಯ್ಯಲು ಒಂದಿಷ್ಟೇ ಇಷ್ಟು ಜಾಗ?

ನೀನೇನೊ ನನ್ನ ಮರೆತಿರಬಹುದು, ಗಲಿವರ್,
ಆಟದ ಆಟಿಗೆಯ ಹಾಗೆ.
ಆದರೆ, ಹೆಮ್ಮರದ ತರಕು ಬುಡ ಒರಗಿ ನಿಂತಾಗ,
ಅರಮನೆಯ ನುಣುಪು ಕಂಬ ಅಪ್ಪಿಕೊಂಡಾಗ,
ನನಗೀಗಲೂ ನಿನ್ನದೇ ನೆನಪು.
ಚಿಲ್ಲೆಂದು ಚಿಮ್ಮುವ ಚಿಲುಮೆ ಕಂಡಾಗ,
ಅಬ್ಬರಿಸಿ ದುಮ್ಮಿಕುವ ಅಬ್ಬಿ ಕಂಡಾಗ,
ಮೈ ತುಂಬ ನವಿರು.

ಹೇಗೆ ಮರೆಯಲಿ, ಗಲಿವರ್, ನಿನ್ನ?
ಹೇಗೆ ತಾನೆ ಮರೆಯಲಿ?
ಸಾಗರದ ತುಂಬ ನಿನ್ನ ಸಾಹಸದ ಕಥೆಗಳು;
ಬೆಟ್ಟಗಳ ತುಂಬ ನಿನ್ನ ಭೀಮಾಕೃತಿ ಬಣ್ಣನೆಗಳು.

ನಿನ್ನೆ ರಾತ್ರಿ ಅದೆಂಥ ಸುಂದರ ಕನಸು!
ನಾನು ಮೈಯಿಡೀ ಯೋನಿಯಾಗಿ
ನಿನ್ನ ಒಳಗೊಂಡ ಹಾಗೆ,
ತಳಕಂಡ ಹಾಗೆ.
ಹೇಗೆ ಬುಗ್ಗೆ ಕಣ್ದೆರೆದು ನೆರೆ ನುಗ್ಗಿತ್ತು ಹೊಳೆ!
ತಣಿದಿತ್ತು ಕಾದು ಗಾರಾಗಿದ್ದ ನನ್ನ ಮೈ
ಜಡಿದಂತೆ ಒನಕೆಯ ಮಳೆ.

ಎಚ್ಚರಾದರೆ ಒಂದು ಸಿಂಬಳ ಹುಳ
ಒಳಗೆಲ್ಲ ಕುರುಡಾಡುತ್ತಿತ್ತು;
ಮುಟ್ಟಿದರೆ ಮುದುರುವ ಲೊಳಲೊಳ ಹುಳ;
ಆಳಕ್ಕೆ, ಅಂತರಾಳಕ್ಕೆ ಒತ್ತಿ
ಉತ್ತಲಾರದ ಮೊಂಡು ನೇಗಿಲ ಕುಳ
ಒಳಗೆಲ್ಲ ತಡಕಾಡುತ್ತಿತ್ತು.

ಇಸ್ಸೀ, ಎಂಥ ಹೇಸಿಗೆಯಾಗಿತ್ತು ಗೊತ್ತ?
ಮೈಯೆಲ್ಲ ಮೈಲಿಗೆಯಾದ ಹಾಗೆ;
ದೇವರ ಮನೆ ಹೊಕ್ಕಂತೆ ಕಾಗೆ.
ತೊಳೆದು ಶುಚಿಗೊಳಿಸಿದೆ;
ಮುಸುಕೆಳೆದು ಅಂಗಾತ ಮಲಗಿ, ಕಣ್ಮುಚ್ಚಿ,
ಮತ್ತೆ ಕನಸಿಗೆ ನಿನ್ನ ಕರೆದೆ.

ಗಲಿವರ್, ನನ್ನ ಮಹಾಲಿಂಗ ಗಲಿವರ್,
ಇದೆಂಥ ಅಸಹಜ ಆಸೆ ನನ್ನದು?

ಅದಮ್ಯ ಅಸಾಧ್ಯ ಬಯಕೆ?
ನಿನ್ನ ಮೋಹದ ಹುಚ್ಚಿನಲ್ಲಿ, ಈ ವಿಕಾರದ ಕೆಚ್ಚಿನಲ್ಲಿ,
ಹದ್ದು ಮೀರಿಬಿಡಲೆ?
ಮುಚ್ಚುಮರೆಗಳ ಸಿಪ್ಪೆ ಸುಲಿದು, ಈರುಳ್ಳಿಯಂತೆ ನಿಗಿನಿಗಿ
ಬತ್ತಲಾಗಿಬಿಡಲೆ?
ತೊರೆದು ಬರಲೆ ಭವಬಂಧ
ನಿನ್ನ ದಿವ್ಯಾನುಭವಕ್ಕಾಗಿ?
ಕುಬ್ಜ ಕಲ್ಪನೆಗೆ ಮೀರಿದ ಲೋಕದ
ಭವ್ಯ ಅರಿವಿಗಾಗಿ?
ಸಾಗಿ ಬರಲೆ ಸಾಗರಗಳ? ಕಾಡುಗಳ ಕಾಡಲೆ?
ಬೆಟ್ಟಗಳ ಬೇಡಲೆ?

"ಎಲ್ಲಿ ನನ್ನ ಚೆನ್ನ? ಎಲ್ಲಿ ನನ್ನ ಚೆಲುವ?
ನೀವು ಕಾಣಿರೇ.....? ನೀವು ಕಾಣಿರೇ........?
ನೀವು ಕಾಣಿರೇ.............?"

ಲಿಲ್ಲಿಪುಟ್ಟಿಯ ಹಂಬಲ

ಗಂಡು-ಹೆಣ್ಣುಗಳ ಪ್ರೇಮದ ಮೂಲಕ ದೈವ ಪ್ರೇಮವನ್ನು ಅರಸಿ ಅರಿಯುವ ಕ್ರಮವೊಂದು ನಮ್ಮ ಪರಂಪರೆಯಲ್ಲಿದೆ. ಭಕ್ತಿ ಪಂಥದಲ್ಲಿ ಭಕ್ತ ಹಾಗೂ ದೇವರ ನಡುವೆ ಸತಿ-ಪತಿ ಪರಿಭಾಷೆಯ ಸಂವಾದ ಸರ್ವ ಸ್ವೀಕೃತ ನೆಲೆಯಾಗಿದೆ. ಆಧುನಿಕ ಬರಹಗಾರರಲ್ಲಿ ಪ್ರೇಮವಲ್ಲದೆ ಕಾಮದ ನೆಲೆಗಳನ್ನು ಅರಿಯುವುದೂ ಅಸ್ತಿತ್ವದ ಭಾಗವೇ ಆಗಿದೆ. ಆಧುನಿಕ ಕವಿಗಳಲ್ಲೊಬ್ಬರಾದ ಬಿ.ಆರ್. ಲಕ್ಷ್ಮಣರಾಯರಿಗೆ ಕಾಮ ಎಂಬುದು ಅರಿವಿನ ಹಾಗೂ ಅಂತರಂಗ ಶೋಧನೆಯ ವಸ್ತುವೂ ಆಗಿದೆ. 'ಲಿಲ್ಲಿಪುಟ್ಟಿಯ ಹಂಬಲ' ಕವನದ ಕೊನೆ ವಚನಕಾರ್ತಿ ಅಕ್ಕಮಹಾದೇವಿಯನ್ನು ನೆನಪಿಸುತ್ತದೆ. ಈ ಹಂತದಲ್ಲಿ ಕವನ ದೇಹ ಕಾಮದ ವಿವರಗಳನ್ನು ಮೀರಿ ದೇವಕಾಮವನ್ನು ನೆನಪಿಸಿ ಮೂರ್ತವಾದ ದೇಹವನ್ನು ಮೀರಿ ಅಮೂರ್ತವಾದ ಅನುಭಾವಕ್ಕೆ ಮೆಟ್ಟಿಲು ಕಟ್ಟಲು ಪ್ರಯತ್ನಿಸುತ್ತದೆ.

ಗಲಿವರನ ಪ್ರವಾಸದಲ್ಲಿ ಆತ ದ್ವೀಪವೊಂದರಲ್ಲಿ ಲಿಲ್ಲಿಪುಟ್ಟಿಯನ್‌ರೆಂಬ ಪುಟಾಣಿಗಳನ್ನು ಕಂಡ ಕಾಲ್ಪನಿಕ ಕತೆಯನ್ನು ಕವನ ಬಳಸಿಕೊಳ್ಳುತ್ತದೆ. ಲಿಲ್ಲಿಪುಟ್ಟರ ಅರಸನ ಪುಟಾಣಿ ಹೆಂಡತಿ, ಆ ರಾಜ್ಯದ ಅರಸಿ, ಗಲಿವರನಿಗೆ ಮಾರು ಹೋಗಿದ್ದಾಳೆ. ಗಲಿವರನ ಬೃಹದಾಕಾರದಲ್ಲೇ ದಿವ್ಯವನ್ನು ಕಾಮದ ಪರಮ ಸಂಯೋಗ ಕಲ್ಪನೆಯನ್ನೂ ಆಸ್ವಾದಿಸುತ್ತಾಳೆ. ಅದು ಮೊದಲಿಗೆ ದೈಹಿಕ ಕಾಮದ ಪರಮ ಸ್ಥಿತಿ ತಲುಪುತ್ತದೆ. (ನಾನು ಮೈಯಿಡೀ ಯೋನಿಯಾಗಿ / ನಿನ್ನ ಒಳಗೊಂಡ ಹಾಗೆ / ತಳಕಂಡ ಹಾಗೆ). ಆದರೆ ಈ ಸ್ಥಿತಿ ಸ್ವಪ್ನಾವಸ್ಥೆಯಲ್ಲಿ ಸಾಧಿತವಾಗುವುದರಿಂದ, ದೇಹದ ಪರಮ ಸುಖ ಅದರಾಚೆಯ ನೆಲೆಗೆ ಒಯ್ಯುವ ಮೊದಲ ಮೆಟ್ಟಿಲಾಗುತ್ತದೆ. ಯಾಕಂದರೆ, ಕನಸಿನಿಂದ ಹೊರ ಬಂದರೆ ಅಲ್ಲಿ ದೇಹದ ವಾಸ್ತವ ಸ್ಥಿತಿಯ ಹೇಸಿಗೆಯ ಅನುಭವ ಇದೆ. ಆದ್ದರಿಂದ ಅದು ಮಹಾಲಿಂಗ ಗಲಿವರ್‌ನನ್ನು ಪುನಃ ಕನಸಿಗೆ ಕರೆಯುತ್ತದೆ.

ಈ ಹಂತದ ಅರಿವು ದಿವ್ಯಾನುಭವಕ್ಕಾಗಿ ಭವಬಂಧ ತೊರೆದು ಬರುವ ಯೋಚನೆ ತರುತ್ತದೆ. ಅದು ಬೇಕಾಗಿರುವುದು "ಕುಬ್ಜ ಕಲ್ಪನೆ ಮೀರಿದ ಲೋಕದ / ಭವ್ಯ ಅರಿವಿಗಾಗಿ" ತನ್ನ ಲೋಕ ಕುಬ್ಜವಾಗಿ ಕಾಣುವುದು ಮೀರುವ ಆಸೆಯನ್ನು ಒತ್ತಡವಾಗಿ ಪರಿವರ್ತಿಸಿ, ಮತ್ತಷ್ಟು ಪ್ರಬಲಗೊಳಿಸುತ್ತದೆ. ಅದು ಅರಸುವಿಕೆಗೆ ತೊಡಗುತ್ತದೆ. 'ನೀವು ಕಾಣಿರೇ......' ಎಂಬುದು ಅಕ್ಕನ ಹಾಗೆ ಹುಡುಕುವ ಕ್ರಿಯೆ ಮತ್ತು ಪ್ರಶ್ನಿಸಿ ಅರಿಯುವ ಕ್ರಿಯೆ ಎರಡನ್ನು ಒಂದಾಗಿಸಿ ಮೂರ್ತ ದೇಹವನ್ನು ಅಮೂರ್ತದ ಅನುಭವಕ್ಕಾಗಿ ಮೀರಲು ಹೊರಡುತ್ತದೆ. ಅದರಿಂದಲೇ ಕವನದ ಕೊನೆ ಕಾಮದ

ಮೂಲಕ ಅಧ್ಯಾತ್ಮದ ಆಕರ್ಷಣೆಗೆ ಒಳಗಾಗುತ್ತದೆ. ಕಣ್ಣಿಗೆ ಕಾಣುವುದರ ಮೂಲಕ ಕವನ ನೇರವಾಗಿ ಕಣ್ಣಿಗೆ ಕಾಣದಿರುವ ಅಮೂರ್ತವನ್ನು ಅರಸುತ್ತದೆ.

ಯು.ಆರ್. ಅನಂತಮೂರ್ತಿಯವರು ಲಿಲ್ಲಿಪುಟ್ಟಿಯ ಮಾತುಗಳು ತೋರಿಕೆಯ ಆಲಾಪವೆ? ಎಂಬ ಪ್ರಶ್ನೆಯನ್ನು ಸಂಕಲನದ ಮುನ್ನುಡಿಯಲ್ಲಿ ಎತ್ತಿದ್ದಾರೆ. ಆದರೂ ಕವನದಲ್ಲಿ ಜೀವ-ದೇವ ಸಂಬಂಧದ ಧ್ವನಿ ಸ್ಪಷ್ಟವಾಗಿದೆ ಎನ್ನುತ್ತಾರೆ. ಕವನ ಈ ಲಂಘನೆಯಲ್ಲಿ ಯಶಸ್ವಿಯಾಗಿದೆಯೆ ಎಂಬುದೆ ಮರು ಓದಿನ ಮುಖ್ಯ ಪ್ರಶ್ನೆಯಾಗುತ್ತದೆ.

ಬಹುಶಃ ಈ ಕವನವನ್ನು ಈಗ 35 ವರುಷಗಳ ಬಳಿಕ ಓದುವಾಗ ಕಾಮವನ್ನು ಕಲ್ಪನೆಯಲ್ಲಿ ಕಟ್ಟಿ ಅದರಲ್ಲೇ ಬಂಧಿಯಾಗದೆ ಬಿಡುಗಡೆ ಹೊಂದಲು ಮಾಡುವ ಪ್ರಯತ್ನ ದೊಡ್ಡದೆಂದು ಅನಿಸುತ್ತದೆ. ಕವಿ ಅಡಿಗರಿಗೆ ಅನೇಕ ಸಲ ಕಾಮದ ಪ್ರತಿಮೆಗಳು ಚಿತ್ತಸ್ಥಿತಿಯ ಸಂಕೇತಗಳು. ಲಕ್ಷ್ಮಣರಾಯರಿಗೆ ಕಾಮ ದೇಹಸ್ಥಿತಿಯ ಅಗತ್ಯ. ಆದರೆ ಅದರಿಂದ ಬಿಡುಗಡೆ ಮನಸ್ಸಿನ ಪ್ರೇಮದ ಮೂಲಕ. ಕಾಮ ತನ್ಮಯತೆಯನ್ನು ಸಿದ್ಧಿಸುವ ಐಕ್ಯತೆ ಕವಿ ಲಕ್ಷ್ಮಣರಾಯರಿಗೆ ಮನಸ್ಸಿನ ಸ್ಥಿತಿ. ಈ ಮಾನಸಿಕ ನೆಲೆಯನ್ನು ಅಲೌಕಿಕದ ಸ್ಪಂದನೆಗೆ ತಯಾರುಗೊಳಿಸಲು ದೇಹವೂ ಒಂದು ಸಾಧನ ಎಂಬುದನ್ನು ಅವರು ಸೂಚಿಸುತ್ತಾರೆ. ದೇಹದ ಮೂಲಕವೇ ದೇಹದಿಂದ ಬಿಡುಗಡೆ ಎಂಬುದು ಈ ಕವನದ ಸ್ಥಾಯಿ ಸ್ಥಿತಿ. ಆ ಮೂಲಕವೇ ಕವನ ಅಲೌಕಿಕದ ತಂತಿಯೊಂದನ್ನು ಮೀಟಲು ಪ್ರಯತ್ನಿಸುತ್ತದೆ. ಮತ್ತು ದೇಹ ಮತ್ತು ಮನಸ್ಸು ಎರಡೂ ಹಂಬಲದ ನೆಲೆಯಲ್ಲಿ ಪರಿಶೋಧಿಸುತ್ತದೆ.

-ಎಸ್.ಆರ್. ವಿಜಯಶಂಕರ

ಕಡಲ ತೀರದಲ್ಲಿ

ಪ್ರವಾಸದಲ್ಲಿದ್ದ ನಾವು
ಮಂಗಳೂರಿನ ಕಡಲ ತೀರದಲ್ಲಿ,
ಮಂದಿಯಿಂದ ದೂರ
ಏಕಾಂತ ಪ್ರಾಂತದಲ್ಲಿ.

ಜಲಚರಗಳ ಸುವಾಸನೆಯ ಬೆವರು
ಮಿರುಗುವ
ಭೋರ್ಗರೆದು ಮೇಲೆರಗುವ
ಉಪ್ಪುಪ್ಪು ಎಣ್ಣೆಣ್ಣೆ ನೀರು.

ಮಂಜಿನ ಕೆಂಡ
ಚಳಿಗಾಲದ ಸಂಜೆ ಸೂರ್ಯ
ಕಡು ಕೆಂಪು
ಹಿತವಾದ ಬೆಚ್ಚನೆ ತಂಪು
ಆ ಅಂಚಿನಲ್ಲಿ.

ಕಾಲಡಿಗೆ ಮೂರಡಿ
ಚಿನ್ನದ ಹುಡಿ.
ದೂರದ ದಿಗಂತದಲ್ಲಿ
ಅಂಗಾತ ಹೆಣದ ಹಾಗೆ
ಮೈಯೂದಿ ತೇಲುತ್ತಿರುವ
ಮೀನು ದೋಣಿ.

ಸುತ್ತಲೂ ಗುಡಿ ಕಟ್ಟಿ
ಕಡಲ ಕಾಗೆ.

ಅಲೆಗಳಿಗೆ ಮೈಯೊಡ್ಡಿ
ಕಾಲ
ಕೆಳಗೆ ಸರ್ರನೆ ಸರಿವ ನೆಲ
ಜೋಲಿ ತಪ್ಪುವ ಭಯ
ಆ ಸುಖ ಆ ವಿಸ್ಮಯ
ಸವಿಯುತ್ತಾ
ಕಿಲಕಿಲ ತೂರಾಡುತ್ತಾ ನಿಂತ
ಹೆಂಡತಿ
ತಮ್ಮ, ತಂಗಿ.

ಮರಳ ಹರಹಿನಲ್ಲಿ
ಮುರಿದ ಶಂಖ ಕಪ್ಪೆಚಿಪ್ಪು
ಭಿನ್ನ ಸಾಲಿಗ್ರಾಮ ಇತ್ಯಾದಿ
ಆಪ್ತ ನೆನಪುಗಳನ್ನು
ಹೆಕ್ಕುತ್ತಾ
ಶಾಲಿನ ಜೋಳಿಗೆಯಲ್ಲಿ ಕೂಡಿಕ್ಕುತ್ತಾ
ಮೆಲ್ಲ ಮೆಲ್ಲನೆ ಸಾಗುವ
ಬಾಗು ಬೆನ್ನಿನ
ದಣಿದ
ತಂದೆ.

ತನ್ನ ಕಲ್ಪನೆಯ
ಚಿನ್ನದರಮನೆ ಕೋಟೆಕೊತ್ತಳ
ಕೈಯಾರ ಕಟ್ಟುತ್ತಾ ಕಡೆಯುತ್ತಾ
ತಲ್ಲೀನ ಕೂತ
ಕನಸುಗಣ್ಣಿನ ರೂವಾರಿ
ಪುಟ್ಟ ಮಗ.

ಬಂಡೆಯ ಮರೆಯಲ್ಲಿ
ತಂದೆಗೆ ಕಾಣದ ಹಾಗೆ
ಸಿಗರೇಟೆಳೆಯುತ್ತಾ
ಇಂದ್ರಿಯಗಳಿಗೆ ದಕ್ಕಿದ್ದನ್ನು
ನನಗೆ ತಕ್ಕ
ವಾಗರ್ಥಗಳಲ್ಲಿ
ಅಳೆಯುತ್ತಾ
ಕವಿಯಾಗಿ
ನಾನು.

ಇಲ್ಲಿಗೂ ಅರಸಿ ಬಂದ
ಹರಕು ಚಡ್ಡಿ
ತೆರೆದೆದೆ
ಚಾಚಿದ ಎಳೆ ಒಣಕಲು ಕೈ
ದೀನ ಬೊಗಸೆಗಣ್ಣು,
ಗೊಂಬೆಯಲ್ಲಿ ನನ್ನ ಬಿಂಬ
ಸೊನ್ನೆ, ಜೀವ ರೇಣು.

ಮೇಲೆ
ನಿತ್ಯ ನಿಗೂಢ
ಬಣ್ಣದೋಕುಳಿ
ಬಾನು.

ಕಡಲ ತೀರದಲ್ಲಿ

ಬಿ.ಆರ್. ಲಕ್ಷ್ಮಣರಾಯರ 'ಕಡಲತೀರ'ದಲ್ಲಿ ಕವನ ಮೊದಲಿಗೆ ವಾಚ್ಯಾರ್ಥದ ನೆಲೆಯಲ್ಲಿ ವಿವರಿಸುತ್ತದೆ. ಮಂಗಳೂರಿನ ಕಡಲ ತೀರದಲ್ಲಿ ಪ್ರವಾಸದಲ್ಲಿರುವ ಕುಟುಂಬ–ಹೆಂಡತಿ, ತಂಗಿ, ತಂದೆ ಮಗ ಮತ್ತು ನಿರೂಪಕ ಕವಿ.

ಕವನ ನವ್ಯ ಕಾವ್ಯದ ತಂತ್ರಗಾರಿಕೆಯಲ್ಲಿ ಹೊಸ ಅರ್ಥ ಸಾಧ್ಯತೆಗಳನ್ನು ಸ್ವೀಕರಿಸಲು ಓದುಗನನ್ನು ಪ್ರಾರಂಭದಿಂದಲೂ ಪ್ರೇರೇಪಿಸುತ್ತದೆ. ನಿರೂಪಣೆಯನ್ನೂ ಬಳಸಿಕೊಳ್ಳುತ್ತದೆ. ಉದಾಹರಣೆಗೆ ದೂರದ ದಿಗಂತದಲ್ಲಿ ತೇಲುತ್ತಿರುವ ಅಂಗಾತ ಹೆಣದ ಹಾಗೆ ಮೀನು ದೋಣಿ ಕಾಣಿಸುತ್ತದೆ. ಕಡಲಕಾಗೆ ಗುಡಿಕಟ್ಟುತ್ತದೆ. 'ಗುಡಿ' ಎಂಬುದರ ಶ್ಲೇಷಾರ್ಥಗಳಲ್ಲಿ ಒಂದು 'ಮುಚ್ಚು' ಎಂಬುದು ('ಹೊದಿಕೆಯನ್ನು ಗುಡಿ ಹಾಕಿ ಮಲಗು', ಎಂಬ ಪ್ರಯೋಗ ಗಮನಿಸಿ). ಸೂರ್ಯ ಮಂಜಿನ ಕೆಂಡ. 'ಅಲೆಗಳಿಗೆ ಮೈಯೊಡ್ಡಿ' ಆದ ಬಳಿಕ 'ಕಾಲ' ಎಂಬ ಪದವನ್ನು ಒಂದೇ ಸಾಲು ಮಾಡುವ ಔಚಿತ್ಯ ಗಮನಿಸಿ. ಅಲ್ಲೂ ಅದು ಶ್ಲೇಷಾರ್ಥ (ಸಮಯ, ವ್ಯಕ್ತಿಯ ಕಾಲು ಇತ್ಯಾದಿ) ಧ್ವನ್ಯರ್ಥ (ಸಾವು–ಹೆಣದ ಸಂದರ್ಭ ನೆನಪಿಸಿಕೊಳ್ಳಿ–) ಇತ್ಯಾದಿಗಳಿಗೆ ಪೂರಕವಾಗಿದೆ. ಇದೆಲ್ಲದರ ನಡುವೆ ನಿರೂಪಕ ಕವಿಯ ಕೌಟುಂಬಿಕ ಜೀವನದ ಸೊಗಸು ಸಲ್ಲಾಪ ನಡೆಯುತ್ತಿದೆ.

ಬಂಡೆಯ ಮರೆಯಲ್ಲಿ ಸಿಗರೇಟು ಎಳೆಯುತ್ತಿರುವ ಕವಿ ಎದುರು ವಾಚ್ಯಾರ್ಥ ದಲ್ಲಿ ಒಬ್ಬ ಭಿಕ್ಷುಕ ಬರುತ್ತಾನೆ. ಆದರೆ ಅವನ ದೀನ ಕಣ್ಣುಗಳಲ್ಲಿ ತನ್ನದೇ ಪ್ರತಿಬಿಂಬ ಕಾಣುವ ಮೂಲಕ ಕವನ ಧ್ವನ್ಯರ್ಥವನ್ನು ಪಡೆಯುತ್ತದೆ. ಆದರೆ ಅವರಿಬ್ಬರ ಮೇಲೆ (ಬಾನು) ನಿತ್ಯವೂ ನಿಗೂಢವಾಗಿರುವ ಜೀವ ಸಂಭ್ರಮದ ಬಣ್ಣದ ಓಕುಳಿ.

ನಶ್ವರ ತೆರೆಗಳ ಮೂಲಕ ಶಾಶ್ವತ ಚಲನೆ ಸೂಚಿಸುವ ಕಡಲು. ಕೌಟುಂಬಿಕ ಸಮೃದ್ಧಿಯಲ್ಲಿ ದೀನ ಕಣ್ಣುಗಳ ಮೂಲಕ ಕಾಣುವ ಇನ್ನೊಂದು ಸಾಧ್ಯತೆ. ವಾಗರ್ಥ ದಲ್ಲಿ ಅಳೆಯುವ ಕವಿಗೆ ಮೇಲಿನ ಬಾನಿನ ಓಕುಳಿ ಕೆಳಗಿನ ಸ್ಥಿತಿಗಳ ನಡುವೆ ನಿಗೂಢದ ಅನುಭವ.

ಮೂರ್ತವಾದ ವಾಚ್ಯ ವಿವರಗಳ ಮೂಲಕವೇ ಕವಿ ಇಲ್ಲಿ ಅಮೂರ್ತವಾದ ವಿಚಾರಗಳನ್ನು ಧ್ವನಿ ಶಕ್ತಿಯಿಂದ ಹೊರಡಿಸಲು ಪ್ರಯತ್ನಿಸುತ್ತಾನೆ. ಕವನದ ಪೂರ್ತಿ ನಿರೂಪಣೆ ಸಾಂಕೇತಿಕ ನೆಲೆಗೆ ಜಿಗಿದು ಕಾಣಿಸಲು ಪ್ರಯತ್ನಿಸುತ್ತದೆ. ಆದರೆ ಕವನದ ಜಿಗಿತವನ್ನು ಸಮಗ್ರ ನಿರೂಪಣೆಯೇ ಸಂಕೇತವಾಗಬೇಕಾದ ಭಾರ ಕೆಳಕ್ಕೆ ಜಗ್ಗುತ್ತದೆ. ನವ್ಯಕಾವ್ಯ ಶರೀರದ ಸಾಧ್ಯತೆಗಳನ್ನು ಅರಿಯಲು ಇದೊಂದು ಉಪಯುಕ್ತ ಕವನ.

–ಎಸ್.ಆರ್. ವಿಜಯಶಂಕರ

ಸಂವಾದ

ಗಟ್ಟಿಯಿದೆ ನೆಲಗಟ್ಟು, ಭದ್ರ ಮೇಲ್ಛಾವಣಿ
ಕೂರಿ, ಹೇಳುತ್ತೇನೊಂದು ಕಥೆಯ,
ಹೊತ್ತು ನಿಂತಿದ್ದಾನೆ, ನೋಡಿ, ತನ್ನ ಹೆಗಲ ಮೇಲೆ ಗಗನ.
ಆ ಬಡಪಾಯಿ ಅಟ್ಲಾಸನ ವ್ಯಥೆಯ.

ಹೇಳುತ್ತಾನೆ ಅಟ್ಲಾಸ್ ಧೀರ ಹರ್ಕ್ಯುಲಿಸ್ಸನಿಗೆ;
"ಎಂಥ ವಂಚಕನಯ್ಯ ನೀನು!
ಸಲೀಸಾಗಿ ಮರುಳು ಮಾಡಿ ಈ ಭಾರದಿಂದ ಪಾರಾದೆ,
ರವಾನಿಸಿ ನನ್ನ ಭುಜಕ್ಕೇ ಮತ್ತೆ ಬಾನು.

ಅನಾದಿ ಕಾಲದಿಂದ ಈ ಹೆಣ ಭಾರಕ್ಕೆ ಬುನಾದಿಯಾಗಿ
ಹೇಗೆ ಬಾಗಿದೆ, ನೋಡು, ನನ್ನ ಬೆನ್ನು!
ಸ್ತಂಭೀಭೂತ ನಿಂತ ಈ ಕಲ್ಲು ದೇಹದಲ್ಲೂ ಒಂದು ಮನಸ್ಸು!
ಅಲ್ಲಿವೆ ಕೆಂಡದಂಥ ಹುಣ್ಣು.

ನನ್ನ ವಿಧಿ, ನನ್ನ ದೈವಗಳಂತೆ ನೀನೂ ಹೃದಯಹೀನ,
ಅರಿಯಲಾರದೆ ಹೋದೆ, ನನ್ನದೇ ತಪ್ಪು.
ನಿನ್ನ ಬೇಡಿಕೆಯಂತೆ ಭೂಮಿಯಂಚಿಗೆ ಹೋಗಿ
ತಂದಿತ್ತೆ, ಮೂರು ಬಂಗಾರ ಸೇಬು.

ನನಗೆ ಗೊತ್ತು, ಈ ದಿವ್ಯ ಹಣ್ಣುಗಳಿಂದ ನೀ ಗೆಲ್ಲುತ್ತಿ
ಅಪ್ಸರೆಯರಂಥ ಹೆಣ್ಣುಗಳ ಒಲವು;
ಮೆಲ್ಲುತ್ತೀ ಅವರ ಸಂಗಸುಖ, ಮದಿರೆ, ಮೃಷ್ಟಾನ್ನ;
ಜೊತೆಗೆ, ಅಪ್ರತಿಮ ಸಾಹಸಿಯೆಂಬ ಬಿರುದು.

ಎಂಥ ಪ್ರಚಂಡ ಕೋಪ ಬರುತ್ತೆ, ಗೊತ್ತುಂಟ, ಒಮ್ಮೊಮ್ಮೆ?
ಮೈ ಕೊಡವಿ ನಿಂತರೆ ನಾನು ಸೆಟೆದು,

ಕುಸಿದ ಭಾವಣಿ ಕೆಳಗೆ ನೀವು, ನಿಮ್ಮ ಪ್ರಪಂಚ,
ಸಂಸ್ಕೃತಿ, ನಾಗರಿಕತೆ ಎಲ್ಲ ನುಚ್ಚುನೂರು.

ಆದರಯ್ಯೋ, ನನ್ನ ಕರ್ಮ, ಈ ಆಕಾಶ
ಹೆಗಲಿಗಂಟಿದೆ ಹುಟ್ಟುದ್ದೊಗಲಿನಂತೆ!
ಎಂದು, ಓ ಎಂದು ಈ ಜೀತದಿಂದ ವಿಮೋಚನೆ ನನಗೆ?
ಓ ನನ್ನ ಕಟುಕವಿಧಿಯೆ!"

* * *

ಧೀರ ಹರ್ಕ್ಯುಲಿಸ್ ಅಟ್ಲಾಸನಿಗೆ ಹೇಳುತ್ತಾನೆ;
"ಅಯ್ಯಾ, ನನ್ನ ದುರ್ದೈವಿ ಗೆಳೆಯ,
ವಿನಾಕಾರಣ ಹಳಿಯಬೇಡ ಈ ಅಪರಿಚಿತನನ್ನು,
ಸರಿಯಾಗಿ ತಿಳಿಯದೆಯೆ ನನ್ನ ವಿಷಯ.

ದೈವಾಂಶ ಸಂಭೂತ, ವೀರಾಧಿವೀರನೆಂದು,
ಲೋಕಕ್ಕೆ ಲೋಕವೇ ನನ್ನ ಹೊಗಳುತ್ತದೆ,
ಆದರೆ, ಹೊರಗಿನ ಈ ಬೆರಗಿನಲ್ಲಿ ನನ್ನಂತರಂಗದ ಕೊರಗು
ನನಗಲ್ಲದೆ ಬೇರೆ ಯಾರಿಗೆ ಗೊತ್ತಿದೆ?

ನರಲೋಕದ ಒಬ್ಬ ಗೃಹಣಿಯೊಂದಿಗೆ ಸುರೇಂದ್ರನ ಹಾದರಕ್ಕೆ
ಇಬ್ಬಂದಿಯಾಗಿ ನಾ ಹುಟ್ಟಿ ಬಂದೆ.
ಇಂದ್ರಾಣಿಗೋ ನನ್ನಲ್ಲಿ ಮಲತಾಯಿಯ ವಾತ್ಸಲ್ಯ,
ಕಾಡುತ್ತಿರುವಳು ಬೇಟೆನಾಯಿಯಂತೆ.

ಅವಳು ಹಿಡಿಸಿದ ಹುಚ್ಚಿನಾವೇಶದಲ್ಲಿ, ಪರಿವೆಗೆಟ್ಟು,
ನನ್ನ ಹೆಂಡತಿ ಮಕ್ಕಳನ್ನೇ ಕೊಚ್ಚಿ ಕೊಲೆ ಮಾಡಿದೆ.
ಅದಕ್ಕೆ ಶಿಕ್ಷೆಯಾಗಿ ಈ ಸಾಹಸಗಳ ಸರಮಾಲೆ;
ಲೋಕ ವಿಖ್ಯಾತಿ ಯಾರಿಗೆ ಬೇಕಾಗಿದೆ?

ನಾ ಕೊಂದ ಸಿಂಹದ ಚರ್ಮವೇ ನನ್ನ ಪೀತಾಂಬರ,
ನಾ ಮುರಿದ ಮರದ ರೆಂಬೆ ವಜ್ರಾಯುಧ,
ನಾ ತರಿದ ರಕ್ಕಸರ ತಲೆ ಬುರುಡೆಗಳೇ ನನ್ನ ಬೊಕ್ಕಸ.
ಇಂಥ ಭಾಗ್ಯವಂತನ ಕಂಡು ಕರುಬಬಹುದ?

ಈ ಹೊನ್ನ ಸೇಬು ಯಾವ ಹೆಣ್ಣಿಗಾಗಿಯೂ ಅಲ್ಲ,
ನನ್ನ ನಿಷ್ಕರುಣಿ ಮಲಅಣ್ಣನಿಗಾಗಿ,
(ನಿನ್ನಂತೆ ನಾನೂ ಸಹ ಒಬ್ಬನಿಗೆ ಜೀತದಾಳು, ಗುಲಾಮ)
ಅವನ ಪರಹಿಂಸಾರತಿಯ ವಿಕಾರ ತೃಪ್ತಿಗಾಗಿ.

ಆದ್ದರಿಂದ, ನಾನು ನಿನಗಿಂಥ ಹೆಚ್ಚು ಸುಖಿಯೇನಲ್ಲ, ಅಟ್ಲಾಸ್,
ಕಥೆ ಬೇರೆಯಾದರೂ ಒಂದೇ ವ್ಯಥೆ.
ಹೋಗಿ ಬರುತ್ತೇನೆ, ಕ್ಷಮೆಯಿರಲಿ ಈ ನತದೃಷ್ಟನ ಬಗ್ಗೆ;
ಅರ್ಥ ಮಾಡಿಕೊ ನನ್ನ, ಸಾಧ್ಯವಾದರೆ.

ಹೊರಡುವುದಕ್ಕೆ ಮುಂಚೆ ಒಂದು ಸಂದೇಹ, ಹುಸಿಯಾಸೆ;
ಆಕಾಶಕ್ಕೆ ನಮ್ಮದೇ ಆಧಾರ ಬೇಕೆ?
ಇದು ನಮಗೆ ಶಾಪವೋ ಅಥವಾ ಮೂಢ ಭ್ರಮೆಯೋ?
ಇರಬಹುದೆ ನಮ್ಮ ಕೈಲೇ ನಮ್ಮ ವಿಮೋಚನೆ?"

* * *

ಹಿಂತಿರುಗುತ್ತ ದಾರಿಯಲ್ಲಿ, ಅಕಸ್ಮಾತ್ ಕತ್ತೆತ್ತಿದ ಹರ್ಕ್ಯುಲಿಸ್,
ಕಿಟಾರನೆ ಚೀರುತ್ತ ಓಟ ಕಿತ್ತ,
ಕುಸಿವ ಛಾವಣಿಯಂತೆ, ಕಲ್ಲ ಚಪ್ಪಡಿಯಂತೆ,
ಇಳಿಯುತ್ತಿತ್ತು ಆಕಾಶ ಭೂಮಿಯತ್ತ.

ಅರೆ, ಹೀಗೇಕೆ ಬೆಚ್ಚಿ ಎದ್ದಿರಿ ನೀವು, ಭೂಕಂಪವಾದ ಹಾಗೆ?
ಸಿಡಿದಿರಬೇಕು ಯಾವುದೋ ಕ್ಷುದ್ರ ಸಿಡಿಮದ್ದು.
ಗಟ್ಟಿಯಿದೆ ನೆಲಗಟ್ಟು, ಭದ್ರ ಮೇಲ್ಛಾವಣಿ,
ನಿಶ್ಚಿಂತೆಯಿಂದ ಕೂರಿ, ಕಥೆ ಕೇಳಿ ಮಿಕ್ಕಿದ್ದು.

ಸಂವಾದ

ಪ್ರಸಿದ್ಧ ಕವಿ ಬಿ.ಆರ್.ಎಲ್ ಅವರ ಯಶಸ್ವೀ ಕವನಗಳಲ್ಲಿ ಒಂದಾದ "ಸಂವಾದ" ಎರಡು ಗ್ರೀಕ್ ಪುರಾಣ ಕಥೆಗಳನ್ನು ಆಧರಿಸಿದೆ. ಎರಡನೆಯ ದರ್ಜೆಯ ದೇವತೆಗಳಾದ ಟೈಟನ್‌ರಿಗೂ ಮೊದಲ ದರ್ಜೆಯ ದೇವತೆಗಳಾದ ಒಲಿಂಪಿಯನ್ಸ್‌ಗೂ ಒಮ್ಮೆ ನಡೆದ ಯುದ್ಧದಲ್ಲಿ ಟೈಟನ್‌ರು ಸೋಲುತ್ತಾರೆ. (ಒಲಿಂಪಿಯನ್ ಮತ್ತು ಟೈಟನ್‌ಗಳನ್ನು ಭಾರತೀಯ ದೇವ-ದಾನವರಿಗೆ ಹೋಲಿಸಬಹುದು.) ಪ್ರಮುಖ ಟೈಟನ್‌ರಲ್ಲಿ ಒಬ್ಬನಾದ ಅಟ್ಲಸ್‌ನನ್ನು ಶಿಕ್ಷಿಸಲು ದೇವದೇವನಾದ ಜ್ಯೂಸ್ ಅಟ್ಲಸ್ ಸದಾ ತನ್ನ ಹೆಗಲಮೇಲೆ ಅಂತರಿಕ್ಷವನ್ನು ಹೊತ್ತಿರಬೇಕೆಂದು ಆದೇಶಿಸುತ್ತಾನೆ. ಅಂತೆಯೇ ಅಟ್ಲಸ್ ಅನಾದಿ ಕಾಲದಿಂದ ಅಂತರಿಕ್ಷವನ್ನು ಹೊತ್ತಿದ್ದಾನೆ. ಎರಡನೆಯ ಕಥೆಯಲ್ಲಿ, ಹರ್ಕ್ಯುಲೀಸ್ ಎಂಬ ವೀರ ಜ್ಯೂಸ್‌ನ ಮಗ. ಹಿಅರ ಎಂಬ ಜ್ಯೂಸ್‌ನ ಪತ್ನಿ ತನ್ನ ಮಲಮಕ್ಕಳಾದ ಹರ್ಕ್ಯುಲೀಸ್ ಮತ್ತಿತರರನ್ನು ತುಂಬಾ ದ್ವೇಷಿಸುತ್ತಾಳೆ. ಒಮ್ಮೆ, ಹರ್ಕ್ಯುಲೀಸ್‌ಗೆ ಬುದ್ಧಿಭ್ರಮಣೆಯಾಗುವಂತೆ ಮಾಡಿ, ಅವನು ತನ್ನ ಹೆಂಡತಿ-ಮಕ್ಕಳನ್ನು ತಾನೇ ಕೊಲ್ಲುವಂತೆ ಮಾಡುತ್ತಾಳೆ. ಈ ಪಾಪ ಪರಿಹಾರಕ್ಕಾಗಿ ಹರ್ಕ್ಯುಲೀಸ್ 12 ವರ್ಷಗಳ ಕಾಲ ಯೂರಿಸ್ಥಿಯಸ್ ಎಂಬ ರಾಜನ ದಾಸನಾಗಿ, ಪ್ರತಿಯೊಂದು ವರ್ಷವೂ ಒಂದೊಂದು ಅಸಾಧ್ಯ ಸಾಹಸ ಕೃತ್ಯಗಳನ್ನು ಮಾಡಬೇಕಾಗುತ್ತದೆ; 11ನೆಯ ಸಾಹಸ ಜ್ಯೂಸ್‌ಗೆ ಸೇರಿದ ಚಿನ್ನದ ಸೇಬುಗಳನ್ನು ತರುವುದು. ಅವುಗಳಿರುವ ತೋಟವನ್ನು ಒಂದು ಡ್ರ್ಯಾಗನ್ ಮತ್ತು ಅಟ್ಲಸನ ಹೆಣ್ಣುಮಕ್ಕಳು ಕಾಯುತ್ತಿರುತ್ತಾರೆ. ಚತುರನಾದ ಹರ್ಕ್ಯುಲೀಸ್ ಅಟ್ಲಸ್‌ನ ಬಳಿಗೆ ಹೋಗಿ ಅವನು ತನಗೆ ಸೇಬುಗಳನ್ನು ತಂದು ಕೊಡುವತನಕ ತಾನು ಅಂತರಿಕ್ಷವನ್ನು ಹೊರುತ್ತೇನೆ ಎಂದು ಹೇಳುತ್ತಾನೆ. ಅದಕ್ಕೊಪ್ಪಿದ ಅಟ್ಲಸ್ ಅಂತರಿಕ್ಷವನ್ನು ಹರ್ಕ್ಯುಲೀಸ್‌ಗೆ ಕೊಟ್ಟು, ತೋಟದಿಂದ ಸೇಬಿನ ಹಣ್ಣುಗಳನ್ನು ತೆಗೆದುಕೊಂಡು, ಹರ್ಕ್ಯುಲೀಸ್ ಬಳಿ ಮರಳುವಾಗ ಅವನಿಗೆ ಮೋಸ ಮಾಡಲು ನಿಶ್ಚಯಿಸುತ್ತಾನೆ. ಆದರೆ ಅದನ್ನು ಊಹಿಸಿದ ಹರ್ಕ್ಯುಲೀಸ್ ಹಣ್ಣುಗಳನ್ನು ತೆಗೆದುಕೊಂಡು, ಉಪಾಯಮಾಡಿ ಮತ್ತೆ ಅಟ್ಲಸ್‌ನೇ ಅಂತರಿಕ್ಷವನ್ನು ಹೊರುವಂತೆ ಮಾಡಿ, ತಾನು ತನ್ನ ರಾಜನ ಬಳಿ ಹೋಗುತ್ತಾನೆ. ಅಲ್ಪಸ್ವಲ್ಪ ಬದಲಾವಣೆಗಳೊಡನೆ ಈ ಕಥೆಗಳ ಮುಖ್ಯಾಂಶಗಳನ್ನು ಆಧರಿಸಿರುವ ಕವನದ ಮೊದಲ ಹಾಗೂ ಕೊನೆಯ ಎರಡು ಪದ್ಯಗಳು ಕತೆಗಾರ-ನಿರೂಪಕನಿಗೆ ಸೇರಿದ್ದರೆ, ಉಳಿದ ಪದ್ಯಗಳು ಅಟ್ಲಸ್ ಮತ್ತು ಹರ್ಕ್ಯುಲೀಸ್ ಇವರ ನಡುವಿನ 'ಸಂವಾದ'ವನ್ನು ಹೇಳುತ್ತವೆ.

ಮೊದಲಿಗೆ, ಕತೆಗಾರನೇ ಅಟ್ಲಸ್‌ನನ್ನು 'ಬಡಪಾಯಿ' ಎಂದು ಕರೆದು ಅವನ ಕಥೆ 'ವ್ಯಥೆಯ ಕತೆ' ಎಂದು ಹೇಳುತ್ತಾನೆ. ಇದೇ ನೆಲೆಯಲ್ಲಿ, ಕವನದ ಮೊದಲರ್ಧ ಅಟ್ಲಸನನ್ನು ಹರ್ಕ್ಯುಲೀಸ್‌ನ ಕುಟಿಲ ತಂತ್ರಕ್ಕೆ ಮೋಸಹೋದ ಮುಗ್ಧನಂತೆ ಮತ್ತು ಕಲ್ಲಿನಂತೆ ಒಂದೇ ಕಡೆ ಅಟ್ಲಸ್ ನಿಂತಿದ್ದರೂ ಅವನಿಗೂ ಒಂದು ಮನಸ್ಸಿದೆ ಮತ್ತು ಅದರಲ್ಲಿ ತುಂಬಾ ಗಾಯಗಳಿವೆ ಎಂದು ಚಿತ್ರಿಸುತ್ತದೆ. ಅಟ್ಲಸ್ ಹರ್ಕ್ಯುಲೀಸ್‌ನನ್ನು 'ವಂಚಕ'ನೆಂದು ಕರೆಯುತ್ತಾ, ಅವನ ಮಾತುಗಳನ್ನು ನಂಬಿದುದು ತನ್ನದೇ ತಪ್ಪು ಎಂದು ಹರ್ಕ್ಯುಲೀಸ್‌ನನ್ನು ದೂಷಿಸುತ್ತಾನೆ. ಅರ್ಥಾತ್, ನಿರೂಪಕನಿಗೆ, ಈ ಭಾಗದಲ್ಲಿ ಅಟ್ಲಸ್‌ನ ಬಗ್ಗೆ ಅನುಕಂಪವಿದೆ. ಎರಡನೆಯ ಭಾಗದಲ್ಲಿ, ಹರ್ಕ್ಯುಲೀಸ್ ತಾನೂ ಮಲತಾಯಿಯ ಮೋಸದ ಕಾರಣದಿಂದಾಗಿ ತನ್ನ ಹೆಂಡತಿ–ಮಕ್ಕಳನ್ನು ತಾನೇ ಕೊಲ್ಲುವಂತಾಗಿ, ಆ ಕಾರಣದಿಂದ ಮತ್ತೊಬ್ಬ ರಾಜನ ಗುಲಾಮನಾಗಿ ಹನ್ನೆರಡು ವರ್ಷಗಳ ಕಾಲ ಇರಬೇಕಾಗಿದೆ ಎಂದು ತನ್ನ ದುಃಸ್ಥಿತಿಯನ್ನು ವರ್ಣಿಸುತ್ತಾನೆ: "ನಿನ್ನಂತೆ ನಾನೂ ಸಹ ಒಬ್ಬನಿಗೆ ಜೀತದಾಳು, ಗುಲಾಮ / ಅವನ ಪರಹಿಂಸಾರತಿಯ ವಿಕಾರ ತೃಪ್ತಿಗಾಗಿ". ಈ ಭಾಗ ಹರ್ಕ್ಯುಲೀಸ್‌ನ ಬಗ್ಗೆಯೂ ನಮಗೆ ಅನುಕಂಪ ಹುಟ್ಟುವಂತೆ ಮಾಡುತ್ತದೆ.

ಈ ಗ್ರೀಕ್ ಪುರಾಣ ಕಥೆ ಇಂದು ನಮಗೆ ಹೇಗೆ ಪ್ರಸ್ತುತವಾಗುತ್ತದೆ? ಮೊದಲಿಗೆ ಕವನದಲ್ಲಿ ಬರುವ ಕೆಲವು ಧ್ವನಿಪೂರ್ಣ ಪ್ರಯೋಗಗಳನ್ನು ನಾವು ಗಮನಿಸಬೇಕು: 'ಹೆಗಲಿಗಂಟಿದೆ ಹುಟ್ಟುದೊಗಲಿನಂತೆ', 'ಈ ಜೀತದಿಂದ ವಿಮೋಚನೆ,' 'ಜೀತದಾಳು, ಗುಲಾಮ', ಇತ್ಯಾದಿ. ಈ ಪ್ರಯೋಗಗಳು ಅಟ್ಲಸ್‌ನನ್ನು ಈ ಕವನ ಎಲ್ಲಾ ದಲಿತ–ಕೆಳವರ್ಗದವರ ರೂಪಕದಂತೆ ನೋಡುತ್ತಿರಬಹುದು ಎಂದು ಸೂಚಿಸುತ್ತವೆ. ಹುಟ್ಟಿನಿಂದಲೇ ದಲಿತನಾಗುವವನು ಮತ್ತು ಆ ಕಾರಣದಿಂದ ಇತರರ ಜೀತದಾಳಾಗುವವನು ಎಂಬುದನ್ನು 'ಹುಟ್ಟುದೊಗಲಿನಂತೆ' ಎಂಬ ಪದ ಧ್ವನಿಸುತ್ತದೆ. ಅರ್ಥಾತ್, ಒಟ್ಟಾರೆಯಾಗಿ, ಇತರರಿಗಾಗಿ ಬದುಕಿನುದ್ದಕ್ಕೂ ಭಾರಹೊತ್ತಿರುವ ಮತ್ತು ಆ ಕಾರಣದಿಂದ ತಲೆಯೆತ್ತಿ ನೋಡಲೇ ಆಗದಂತೆ ಬೆನ್ನು ಬಗ್ಗಿರುವ ಶೋಷಿತರನ್ನು ಅಟ್ಲಸ್ ಪ್ರತಿನಿಧಿಸುತ್ತಾನೆ. ಅನಂತರ ಬರುವ ಹರ್ಕ್ಯುಲೀಸ್ ಕಥೆ ಅವನು ಶೋಷಕನಂತೆ ಕಾಣಿಸಿದರೂ, ಇನ್ನೊಬ್ಬರಿಗಾಗಿ ಅವರ ಗುಲಾಮನಂತೆ ವರ್ಷಗಟ್ಟಲೆ ದುಡಿಯುವ ಅವನೂ ಇನ್ನೊಂದು ಬಗೆಯಲ್ಲಿ ಶೋಷಿತನೇ ಎಂಬುದನ್ನು ದರ್ಶಿಸುತ್ತದೆ.

ಹಾಗಾದರೆ, ಈ ಶೋಷಣೆಯ ಕಾರಣಗಳೇನು ಎಂಬ ಪ್ರಶ್ನೆಯೇಳುವಾಗ, ಕವನದ ಅತಿ ಮುಖ್ಯ ಪದ್ಯ ಪ್ರಸ್ತುತವಾಗುತ್ತದೆ: "ಆಕಾಶಕ್ಕೆ ನಮ್ಮದೇ ಆಧಾರ ಬೇಕೆ? / ಇದು ನಮಗೆ ಶಾಪವೋ ಅಥವಾ ಮೂಢ ಭ್ರಮೆಯೋ? / ಇರಬಹುದೆ

ನಮ್ಮ ಕೈಲೇ ನಮ್ಮ ವಿಮೋಚನೆ?" ಈ ಸಾಲುಗಳು, ಎಲ್ಲಾ ಬಗೆಯ ಶೋಷಣೆಗೆ ಕಾರಣ ಜ್ಯೂಸ್ –ಹಿಅರ ಮುಂತಾದವರ ಕೈಯಲ್ಲಿರುವ ಪ್ರಭುತ್ವ, ಅಧಿಕಾರ ಮತ್ತು ಬಲ; ಮತ್ತು ಇವುಗಳನ್ನು ತಮ್ಮಲ್ಲಿಯೇ ಉಳಿಸಿಕೊಳ್ಳಲು ಅವರುಗಳು ಹುಟ್ಟುಹಾಕುವ 'ಮೂಢ ಭ್ರಮೆಗಳು.' ಆಕಾಶಕ್ಕೆ ಯಾರ ಆಧಾರವೂ ಬೇಕಿಲ್ಲ; ಆದರೆ, ಪ್ರಭುತ್ವವು 'ಯಜ್ಞಯಾಗಾದಿಗಳ ಮೂಲಕ ನಾವು ನೀಡುವ ಹವಿಸ್ಸು ದೇವತೆಗಳನ್ನು ತೃಪ್ತಿಗೊಳಿಸಿ, ಮಳೆ–ಬೆಳೆಗಳಾಗುವಂತೆ ಮಾಡುತ್ತದೆ,' 'ದೇವತೆಗಳನ್ನು ತೃಪ್ತಿಗೊಳಿಸಲು ಪ್ರಾಣಿಬಲಿ ಕೊಡಬೇಕು,' 'ತಮ್ಮ ಪೂರ್ವಜನ್ಮದ ಕರ್ಮದಿಂದಾಗಿ ಹುಟ್ಟಿನಿಂದಲೇ ಕೆಲವರು ಮೇಲು ಮತ್ತೆ ಕೆಲವರು ಕೀಳು' – ಇವೇ ಮುಂತಾದ ಮೂಢ ಭ್ರಮೆಗಳನ್ನು ಹುಟ್ಟು ಹಾಕಿ, ತನ್ನ ಅಧಿಕಾರದ ಬಲದಿಂದ ಇತರರು ಅದನ್ನು ನಂಬುವಂತೆ ಮಾಡುತ್ತದೆ. (ಇಲ್ಲಿ, ನಾವು ಅಂಟೋನಿಯೋ ಗ್ರಾಂಶಿ ಮಂಡಿಸುವ 'ಯಾಜಮಾನ್ಯ' ಮತ್ತು 'ಸ್ವಯಿಚ್ಛೆಯ ಸಮ್ಮತಿ' ಮುಂತಾದ ಪರಿಕಲ್ಪನೆಗಳನ್ನು ಗಮನಿಸಬಹುದು.)

'ಆಕಾಶಕ್ಕೆ ಮಾನವರ ಆಧಾರ ಬೇಕು' ಇತ್ಯಾದಿ ಭ್ರಮೆಗಳಿಂದ ಶೋಷಿತರು ಹೊರಬಂದು, ತಮ್ಮ ಹಕ್ಕಿಗಾಗಿ ಎದ್ದು ನಿಂತರೆ ಏನಾಗಬಹುದೆಂಬುದನ್ನು ಅಟ್ಲಸ್‌ನ ಈ ಸಾಲುಗಳು ವಿವರಿಸುತ್ತವೆ: "ಮೈ ಕೊಡವಿ ನಿಂತರೆ ನಾನು ಸೆಟೆದು, / ಕುಸಿದ ಛಾವಣಿ ಕೆಳಗೆ ನೀವು, ನಿಮ್ಮ ಪ್ರಪಂಚ, / ಸಂಸ್ಕೃತಿ, ನಾಗರಿಕತೆ ಎಲ್ಲ ನುಚ್ಚುನೂರು." ಈ ಅರ್ಥದಲ್ಲಿಯೇ ಸಿದ್ಧಲಿಂಗಯ್ಯನವರು "ದಲಿತರು ಬರುತ್ತಿದ್ದಾರೆ, ದಾರಿ ಬಿಡಿ" ಎಂದು ಶೋಷಕ ಸಮಾಜಕ್ಕೆ ಎಚ್ಚರಿಕೆ ಕೊಡುವುದು. ಕವನದ ಕೊನೆಯಲ್ಲಿ, ಇಂತಹ ಒಂದು ಕ್ರಾಂತಿ ಆಗುವುದು ಸಾಧ್ಯ ಎಂಬುದರ ಧ್ವನಿಯಿದೆ: "ಕುಸಿವ ಛಾವಣಿಯಂತೆ, ಕಲ್ಲ ಚಪ್ಪಡಿಯಂತೆ / ಇಳಿಯುತ್ತಿತ್ತು ಆಕಾಶ ಭೂಮಿಯತ್ತ."

ಈ ಕವನವನ್ನು ಕುವೆಂಪು ಅವರ "ಧನ್ವಂತರಿ ಚಿಕಿತ್ಸೆ" ಎಂಬ ಕಥೆಯೊಡನೆ ಹೋಲಿಸಬಹುದು.

–ಸಿ.ಎನ್. ರಾಮಚಂದ್ರನ್

ಕೊಲಂಬಸ್

ಹಡಗಿನ ಬೆನ್ನೇರಿ ನಿಂತ ಕೊಲಂಬಸ್
ಪಶ್ಚಿಮ ದಿಗಂತದಲ್ಲಿ ಕಣ್ಣು ನೆಟ್ಟು
ನಿಟ್ಟಿಸಿ,
ನಿಟ್ಟುಸಿರಿಟ್ಟು:

"ಕವಿದ ಕತ್ತಲು,
ಭೋರ್ಗರೆಯುವ ಕಡಲು ಸುತ್ತಲೂ,
ಮಂಡಿಯೂರಿ ಕೂತು ಬೇಡುತ್ತೇನೆ, ದೇವರೇ,
ಹೇಳು, ನೀ ಕೊಟ್ಟ ಕಾಣ್ಕೆ ಭ್ರಮೆಯೇ?
ಹೊಸ ಲೋಕ ಅಸಹಜವೆ?
ಕೇವಲ ಈ ಅಪರಿಮಿತ ಖಾಲಿ ನೀಲಿಯೇ ನಿಜವೇ?

ಎಂಥ ಉಜ್ವಲ ಲೋಕ!
ಕಣ್ಣು ಹಾಯ್ದಲ್ಲೆಲ್ಲ
ಹೊನ್ನು ರೇಷಿಮೆ ವಜ್ರ ಮುತ್ತು ಹವಳ!
ಬತ್ತದೊರತೆಯ ನದಿ, ನಿತ್ಯ ಹಸಿರು,
ಬುವಿಗಿಳಿದ ನಾಕ!

ಎಂಥ ಥಳಥಳ ಮೈ
ಅನುಭವಗಳಾಳಕ್ಕಿಳಿದ ಭೋಗಿಗಳಿಗೆ!
ಎಂಥ ಫಳಫಳ ಕಣ್ಣು
ಅರಿವಿನ ಮೇರುಗಳೇರಿದ ಯೋಗಿಗಳಿಗೆ!
ಹೊಸ ಜಗತ್ತು, ಹೊಸ ಗುಟ್ಟು!
ಹೊಸ ಅನುಭವ, ಹೊಸ ಹುಟ್ಟು!
ಇನ್ನೂ ನಿಚ್ಚಳವಾಗಿದೆ ಈ ಚಿತ್ರಮಾಲೆ
ನನ್ನ ಒಳಗಣ್ಣ ತೆರೆಯ ಮೇಲೆ,
ಇದನ್ನು ಮನೋವಿಕಲ್ಪವೆಂದು ನಂಬಲೇ?

ನಿನಗೂ ಗೊತ್ತಿದೆ
ಈ ಹಡಗಿನ ಪ್ರತಿ ಮೂಲೆ ಮೂಲೆಯ
ಹತಾಶ ಕತ್ತಲಲ್ಲೂ
ಕತ್ತಿ ಹಿರಿದು
ಅಡಗಿ ಹೊಂಚುತ್ತಿವೆ
ನನ್ನ ತರಿದು ಕೊಲ್ಲಲು
ಕಡಲಿಗೆ ಚೆಲ್ಲಲು
ತಿರುಗುಮುರುಗು ಪಾದದ, ವ್ಯಕ್ತಮಧ್ಯ ವಾದದ,
ವಿಶ್ವಾಸಹೀನ ಸಂಶಯ ಪಿಶಾಚಿಗಳು,
ಮನೆಯ ನೆನೆದು ಆರ್ದ್ರವಾದ
ಮಾನವೀಯ ದನಿಗಳು.

ಎಂಥ ಖುಷಿಯಲ್ಲಿದ್ದರು
ಬಂದಿಗಳಾಗಿದ್ದ ಈ ಮಂದಿ
ನನ್ನ ಸಾರಥ್ಯದಲ್ಲಿ
ಬಿಡುಗಡೆ ಸಿಕ್ಕಿದಂತೆ!
ಎಂಥ ಹುರುಪಲ್ಲಿದ್ದರು
ಹೊಸಲೋಕ ದಡ ತಾಕಿ
ದಿವ್ಯ ನಿಧಿ ದಕ್ಕಿದಂತೆ!
ಪಾಪ! ಮತ್ತೆ ಬಂದಿಗಳಿವರು
ಕಡಲಿನ ಮರುಭೂಮಿ ನಡುವೆ
ಹಡಗಿನ ಪಾಗಾರದೊಳಗೆ
ಭೀತಿಯ ಸರಪಳಿಗಳಲ್ಲಿ
ಇವರ ಉಗ್ರ ವ್ಯಗ್ರ ನೋಟ
ಹೇಗೆ ಸಹಿಸಲಿ?

ಆಗೊಮ್ಮೆ ಹಣ್ಣಗಿಡ,
ಕೆತ್ತಿ ಚೆಲುವಾಗಿಸಿದ ಕೈಗೋಲು ಈಗೊಮ್ಮೆ
ತೇಲಿ ಬಂದಿವೆ ಅಲೆಯ ತಲೆಯ ಮೇಲೆ

ಹೊಸ ನಾಡ ಹರಿಕಾರರಂತೆ.
ಒಂದೊಂದು ಮುಂಜಾನೆ
ಗಗನದ ಅನೂಹ್ಯದಿಂದ ನಮಗಾಗಿ ನೀ ಸುರಿದ
ಭರವಸೆಯ ಕರಪತ್ರಗಳಂತೆ
ಹಾರಾಡಿ ಮರೆಯಾಗಿವೆ
ಹಡಗಿನ ನೆತ್ತಿಯ ಮೇಲೆ
ನಾಡಾಡಿ ಹಕ್ಕಿ ಹಿಂಡು.

ಮತ್ತೆ ಅದೇ ಧಗಧಗ ಸೂರ್ಯ,
ಕೊತಕೊತ ಕಡಲು,
ಬಣ್ಣಬಣ್ಣದಾಸೆಗಳ ಬಂಜೆ ಸಂಜೆ.
ಸೊರಗುವ ಚಂದ್ರ, ಚೆಲ್ಲಾಪಿಲ್ಲಿ ಚಿಕ್ಕೆ,
ಕೊರೆಯುವ ಚಳಿಗೆ ಭಗಭಗ
ಲೋಳೆಲೋಳೆ ರಾತ್ರಿ,
ಎಲ್ಲಿ? ಎಲ್ಲಿ ಆ ಹೊಸ ಧರಿತ್ರಿ?

ಪ್ರಭೂ, ಬೀಜ–ವೃಕ್ಷ ಒಗಟಿನಂತೆ
ನನ್ನ ನಿನ್ನ ಇರವು;
ನಾನಿಲ್ಲದೆ ನೀನೂ ಇಲ್ಲ,
ನೀಡು ನಿನ್ನ ಸುಳಿವು;
ಹೊಸ ಲೋಕದ ಆವಿಷ್ಕಾರ
ನನ್ನ ನಿನ್ನ ಉಳಿವು;
ಅದಕ್ಕಾಗಿ ಉಳಿದಿದೆ ಕೇವಲ
ನಾಳೆ ತನಕ ಗಡುವು;
ನೀಡು ನಿನ್ನ ಸುಳಿವು

ಓ ಏನದು, ದೇವರೇ, ಪಶ್ಚಿಮ ದಿಕ್ತಟದಲ್ಲಿ
ಕಣ್ಣು ಮಿಟುಕಿಸಿದಂತೆ

ಮತ್ತೆ ಮತ್ತೆ ಹೊಳೆದ ಬೆಳಕು ಏನದು? ಅದೇನದು?
ದಯಾಮಯನೇ, ನಿನ್ನದೆ ಕೃಪಾ ಕಟಾಕ್ಷವೇ?
ಮೂಡಿದಂತೆ ಮೂಡುತಿದೆ, ಮತ್ತೆ ಮತ್ತೆ ಮುಳುಗುತಿದೆ,
ಮಾರ್ಗದರ್ಶಿ ಚುಕ್ಕೆಯೇ?
ಹೊಸ ಲೋಕದ ದೀಪವೇ?
ಅಥವಾ, ಓ ದೇವರೇ,
ನನ್ನ ಭ್ರಮಾಧೀನ ಮನದ
ಭ್ರಾಂತಿಯೇ?
ಬರೀ ಭ್ರಾಂತಿಯೇ?

ಕೊಲಂಬಸ್

ಚಾರಿತ್ರಿಕ ವ್ಯಕ್ತಿಯಾದ ಕ್ರಿಸ್ಟೋಫರ್ ಕೊಲಂಬಸ್ (1450–1506) 15ನೆಯ ಶತಮಾನದ ಸಾಹಸಿ, ಸಮುದ್ರಯಾನಿ. ಅಂದಿನ ಕಾಲದಲ್ಲಿ, ಅನೇಕ ಸಾಹಸಿ ಯೂರೋಪಿಯನ್ ಪ್ರವಾಸಿಗಳು ಜಲ–ನೆಲಮಾರ್ಗವಾಗಿ ಪೂರ್ವದೇಶಗಳಾದ ಪರ್ಶಿಯ, ಇಂಡಿಯ, ಚೀನಾ, ಇತ್ಯಾದಿ ದೇಶಗಳನ್ನು ತಲಪಿ, ಅಲ್ಲಿಯ ಸಂಪತ್ತು, ವೈಭವ, ಫಲವತ್ತಾದ ಭೂಮಿ, ಇತ್ಯಾದಿಗಳನ್ನು ಅಲ್ಲಿಂದ ಹಿಂತಿರುಗಿದನಂತರ ತಮ್ಮ ಪ್ರವಾಸಕಥನಗಳಲ್ಲಿ ಅತಿಶಯೋಕ್ತಿಯಿಂದ ಕಟ್ಟಿಕೊಡುತ್ತಿದ್ದರು. (ಇಂತಹ ಪ್ರವಾಸ ಕಥನಗಳಲ್ಲಿ ಮಾರ್ಕೋಪೋಲೋ ಎಂಬ ನೆಲಮಾರ್ಗದಿಂದ ಚೀನಾ ತಲಪಿದ ಸಾಹಸಿಯ ಕಥನ ಪ್ರಸಿದ್ಧವಾಗಿದೆ; ಅವನು ಚೀನಾದ ಸಂಪತ್ತನ್ನು ಎಷ್ಟು ಉತ್ಪ್ರೇಕ್ಷಿಸು ತ್ತಿದ್ದನೆಂದರೆ, ಪ್ರತಿಯೊಂದಕ್ಕೂ 'ಮಿಲಿಯನ್' ಎಂಬ ಸಂಖ್ಯಾವಾಚಕವನ್ನು ಉಪಯೋಗಿಸುತ್ತಿದ್ದ; ಆ ಕಾರಣದಿಂದ ಅವನನ್ನು ಅವನ ಅಭಿಮಾನಿಗಳು 'ಮಾರ್ಕೋದ ಮಿಲಿಯನ್' ಎಂದು ಕರೆಯುತ್ತಿದ್ದರು.) ಅಂತಹ ಪೂರ್ವ ದೇಶಗಳಿಗೆ ಸಮುದ್ರಮಾರ್ಗದ ಮೂಲಕ ತಲಪಬೇಕೆಂದು, ಅಲ್ಲಿಯ ಧನ–ಕನಕಗಳನ್ನು ಕೊಳ್ಳೆ ಹೊಡೆಯಬೇಕೆಂಬುದು ಕೊಲಂಬಸ್‌ನ ಕನಸು. ಕೊನೆಗೆ, ಆಗಿನ ಸ್ಪೇನ್ ದೇಶದ ರಾಜ ಫರ್ಡಿನಂಡ್–ರಾಣಿ ಇಸಬೆಲ್ಲಾ ಇವರುಗಳ ಸಹಾಯ–ಪ್ರೋತ್ಸಾಹದಿಂದ ಪಶ್ಚಿಮಾಭಿಮುಖವಾಗಿ ಹೊರಟು, ಪೂರ್ವ ದೇಶಗಳನ್ನು ತಲಪಲು ನಾಲ್ಕು ದೀರ್ಘ ಸಮುದ್ರಯಾನಗಳನ್ನು ಕೊಲಂಬಸ್ ಕೈಗೊಂಡನು. ಆದರೆ, ಮೊದಲನೆಯ ಯಾನ ತುಂಬಾ ಕಷ್ಟಕರವಾಗಿತ್ತು. ತಿಂಗಳುಗಳು ಕಳೆದರೂ ನೆಲದ ಯಾವ ಚಿಹ್ನೆಯೂ ಕಾಣದೆ, ಬಿರುಗಾಳಿ–ಮಳೆ–ಕತ್ತಲೆಗಳ ಕಾರಣದಿಂದ, ದಿಕ್ಕುದೆಸೆ ತಪ್ಪಿ, ಅವನೊಡನಿದ್ದ ಇತರ ನಾವಿಕರು ಬಂಡೇಳಲು ಸಿದ್ಧವಾದರು. ಅವರಿಂದ ಮೂರು ದಿನಗಳ ಗಡುವು ಪಡೆದು, ಕೊನೆಗೆ ಮೂರನೆಯ ದಿನ ದೂರದಲ್ಲಿ ಕೊಲಂಬಸ್ ನೆಲವನ್ನು ಕಂಡನು. ಕೂಡಲೇ ಆ ಪ್ರದೇಶವನ್ನು 'ಇಂಡಿಯೋಸ್' ಎಂದು ಕರೆದನು. ಆದರೆ, ಆ ಭೂಭಾಗ ಇಂಡಿಯಾ ಆಗಿರದೆ ದಕ್ಷಿಣ ಅಮೆರಿಕಾಕ್ಕೆ ಹತ್ತಿರದ (ಇಂದು ವೆಸ್ಟ್ ಇಂಡೀಸ್ ಎಂದು ಕರೆಯಲ್ಪಡುವ) ದ್ವೀಪಸಮೂಹವಾಗಿತ್ತು.

ಚಾರಿತ್ರಿಕ ಕೊಲಂಬಸ್ ಅಷ್ಟೇನೂ ಅನುಕರಣೀಯ ವ್ಯಕ್ತಿಯಾಗಿರಲಿಲ್ಲ. ಮೂಲ ನಿವಾಸಿಗಳ ಮೇಲೆ ಅವನು ನಡೆಸಿದ ಕ್ರೌರ್ಯ–ಅತ್ಯಾಚಾರ–ಸಾಮೂಹಿಕ ಕೊಲೆ ಇತ್ಯಾದಿಗಳನ್ನು ಚರಿತ್ರೆ ವಿವರಿಸುತ್ತದೆ. ಆದರೆ, ಬಿ.ಆರ್.ಎಲ್ ಅವರ ಕವನವು

ನಾವಿಕರು ಬಂಡೆದ್ದು, ಅವನನ್ನು ಕೊಂದು ಸ್ಪೇನ್‌ಗೆ ಮರಳಲು ಸಿದ್ಧರಾಗುವ ಸಂದರ್ಭದಲ್ಲಿ ಕೊಲಂಬಸ್‌ನ ಆತಂಕ-ತಳಮಳಗಳನ್ನು ಹೃದಯಸ್ಪರ್ಶಿಯಾಗಿ ಚಿತ್ರಿಸುತ್ತದೆ.

ಮೊದಲ ಯಾನದಲ್ಲಿ, ಅನೇಕ ತಿಂಗಳುಗಳು ಕಳೆದರೂ ತಾನು ಉದ್ದೇಶಿಸಿದ್ದ ಗುರಿಯನ್ನು ತಲಪಲಾಗದ ಕೊಲಂಬಸ್ ಕೊನೆಗೆ ದೇವರನ್ನು ಆರ್ತನಾಗಿ ಬೇಡುವ ಮನಃಸ್ಥಿತಿಯನ್ನು ಈ ಸಾಲುಗಳು ಯಶಸ್ವಿಯಾಗಿ ಕಟ್ಟಿಕೊಡುತ್ತವೆ: "ಮಂಡಿಯೂರಿ ಕೂತು ಬೇಡುತ್ತೇನೆ, ದೇವರೇ,/ ಹೇಳು, ನೀ ಕೊಟ್ಟ ಕಾಣ್ಕೆ ಭ್ರಮೆಯೆ? / ಹೊಸ ಲೋಕ ಅಸಹಜವೆ? / ಕೇವಲ ಈ ಅಪರಿಮಿತ ಖಾಲಿ ನೀಲಿಯೇ ನಿಜವೆ?" ಅವನ 'ಕಾಣ್ಕೆ'ಯನ್ನು ಅವನೇ ವಿವರಿಸುವಾಗ, ಸಾಂದರ್ಭಿಕವಾಗಿ, ಭಾರತ-ಚೀನಾ ದೇಶಗಳ ಬಗ್ಗೆ ಅಂದು ಯೂರೋಪಿನ ಜನರಲ್ಲಿದ್ದ ಕಲ್ಪನೆಯನ್ನು ಈ ಸಾಲುಗಳು ವಿವರಿಸುತ್ತವೆ: "ಕಣ್ಣು ಹಾಯ್ದಲ್ಲೆಲ್ಲ / ಹೊನ್ನು ರೇಷಿಮೆ ವಜ್ರ ಮುತ್ತು ಹವಳ! / ಬತ್ತದೊರತೆಯ ನದಿ, ನಿತ್ಯ ಹಸಿರು, / ಬುವಿಗಿಳಿದ ನಾಕ." ಯೂರೋಪಿನವರಿಗೆ ಪೂರ್ವ ದೇಶಗಳು "ಹೊಸ ಜಗತ್ತು, ಹೊಸ ಗುಟ್ಟು! / ಹೊಸ ಅನುಭವ, ಹೊಸ ಹುಟ್ಟು."

ಈ ಕವನವು ಕೊಡುವ ಮತ್ತೊಂದು ಹೊಸ ವಿಚಾರವೆಂದರೆ, ದೇವರು ಮತ್ತು ಮಾನವ ಇವರ ನಡುವೆ ಇರುವ ಅವಿನಾ ಸಂಬಂಧ; ಮಾನವನಿಲ್ಲದೆ ದೇವರೂ ಇಲ್ಲ: "ಪ್ರಭೂ, ಬೀಜ-ವೃಕ್ಷ ಒಗಟಿನಂತೆ / ನನ್ನ ನಿನ್ನ ಇರವು / ನಾನಿಲ್ಲದೆ ನೀನೂ ಇಲ್ಲ." (ಇದೇ ಅಂಶವನ್ನು ಶಿವರಾಮ ಕಾರಂತರು ಹೀಗೆ ತಮ್ಮ ಬಾಳ್ವೆಯೇ ಬೆಳಕು ಕೃತಿಯಲ್ಲಿ ವಿವರಿಸುತ್ತಾರೆ: "ಮಾನವನ ಅಳತೆಯನ್ನು ಮೀರದ ದೇವರು.") ಕವನದ ಕೊನೆಯಲ್ಲಿ, ದೂರದಲ್ಲಿ ಕೆಲವು ಹಕ್ಕಿಗಳು ಹಾರಾಡುವುದನ್ನು ಕಾಣುವ ಕೊಲಂಬಸ್ ತಾನು ಕಂಡುದನ್ನೇ ನಂಬಲಾರ: " (ಅದು) ಹೊಸ ಲೋಕದ ದೀಪವೆ, . . . ನನ್ನ ಭ್ರಮಾಧೀನ ಮನದ / ಭ್ರಾಂತಿಯೆ?" ಚರಿತ್ರೆಯು ಹೇಳುವಂತೆ ಅದು ಎರಡೂ ಅಹುದು: ಕೊಲಂಬಸ್ ಭಾವಿಸಿದಂತೆ ಆ ಭಾಗ ಇಂಡಿಯಾ ಆಗಿರಲಿಲ್ಲ, ಅದು ಭ್ರಾಂತಿ; ಆದರೆ, ಅದು ಹೊಸ ಲೋಕವಾಗಿದ್ದುದು ಸತ್ಯ.

ಪ್ರಸಿದ್ಧ ನವ್ಯಕವಿ ಗೋಪಾಲಕೃಷ್ಣ ಅಡಿಗರ "ಶರದ್ಗೀತ" ಎಂಬ ಕವನದಲ್ಲಿ ತುಂಬಾ ಅರ್ಥಪೂರ್ಣವಾದ ಈ ಸಾಲು ಬರುತ್ತದೆ: "ಕಾಣ್ಕೆ ಕಣ್ಕಟ್ಟುಗಳ ನಡುವೆ ಗೆರೆ ಬಲು ತೆಳುವು." ಎಂದರೆ, 'ಯಾವುದು ನಿಜವಾದ ದರ್ಶನ, ಯಾವುದು ಸತ್ಯವೆಂಬ ಭ್ರಮೆ ಎಂದು ನಿರ್ಧರಿಸುವುದು ಬಹಳ ಕಷ್ಟ; ಏಕೆಂದರೆ, ಇವೆರಡರ ನಡುವೆ ಇರುವುದು ಗೋಡೆಯಲ್ಲ, ತುಂಬಾ ತೆಳುವಾದ ರೇಖೆ.' ಈ ಪ್ರಶ್ನೆ –

ಯಾವುದು ಕಾಣ್ಕೆ (ಸತ್ಯದರ್ಶನ), ಯಾವುದು ಕಣ್ಕಟ್ಟು (ಭ್ರಮೆ)? ಎಂಬ ಪ್ರಶ್ನೆ - ಎಲ್ಲಾ ಕಾಲದ ಎಲ್ಲಾ ಧಾರ್ಮಿಕ ಪ್ರವಾದಿಗಳನ್ನು, ಎಲ್ಲಾ ಕವಿಗಳನ್ನು, ಯೋಗಿಗಳನ್ನು ಕಾಡಿದೆ. ತಮಗೆ ತಮ್ಮ ಒಳಗಿನ ಕಣ್ಣಿನಲ್ಲಿ ಕಂಡುದು ಸತ್ಯವೆ ಅಥವಾ ಮಿಥ್ಯೆಯೆ ಎಂಬ ಸಂದೇಹ-ತೊಳಲಾಟಗಳಿಂದ ಒದ್ದಾಡುವ ಯೋಗಿ-ಪ್ರವಾದಿ-ಕವಿಗಳ ರೂಪಕವಾಗಿ ಈ ಕವನದಲ್ಲಿ ಕೊಲಂಬಸ್‌ನ ಪಾತ್ರ ಚಿತ್ರಿತವಾಗಿದೆ. ಕವನವು ಪ್ರಾರ್ಥನೆಯಂತಿದ್ದು, ಅಥವಾ ಪರಮಾತ್ಮನೊಡನೆ ಕೊಲಂಬಸ್ ನಡೆಸುವ ನಾಟಕೀಯ ಸ್ವಗತದಂತಿದ್ದು, ಅವನ ತೊಳಲಾಟವನ್ನು ಅತ್ಯಂತ ಆರ್ತವಾಗಿ ಈ ಕವನ ಕಟ್ಟಿಕೊಡುತ್ತದೆ.

-ಸಿ.ಎನ್. ರಾಮಚಂದ್ರನ್

ಗಳಿಕೆ

ಈ ಗೆಳೆಯನನ್ನೇ ತೆಗೆದುಕೊಳ್ಳಿ ಉದಾಹರಣೆಗೆ:
ಇವನಿಗೇನಾಗಿದೆ ಹೇಳಿ ಧಾಡಿ?
ಕಂಡಾಪಟ್ಟೆ ದುಡ್ಡು ಮಾಡಿದ್ದಾನೆ ಜಾಣ:
ಮಾತ್ರ, ಹೇಗೇಂತ ಕೇಳಬೇಡಿ.

ಸ್ವಂತ ಮನೆ ಆಫೀಸು ಕಾರು ಫೋನು
ಹೆಂಡತಿ ಮಕ್ಕಳು ಮರಿ.
ಆದರೇನು? ತೊಣಚಿ ಹೊಕ್ಕ ಕಂತ್ರಿನಾಯಿಯಂತೆ
ಸದಾ ಏನೋ ಪಿರಿ ಪಿರಿ.

ಮೊನ್ನೆ ರಾತ್ರಿ ನಾವಿಬ್ಬರೂ ಬಾರಲ್ಲಿ ಕೂತು
ಗುಂಡು ಹಾಕುತ್ತಿರುವಾಗ.
ರಣರಂಗದಲ್ಲಿ ಹಠಾತ್ತನೆ ಪಾರ್ಥನಿಗೆ ಬಂದಂತೆ
ಬಂತಿವನಿಗೆ ವಿಷಾದ ಯೋಗ.

ಅಂದ: 'ಯಾಕೋ ಲೈಫೇ ಬೋರು ಕಣೋ, ಮಗನೇ
ಏನೋ ಅತೃಪ್ತಿ. ಖಿನ್ನತೆ.
ನೀನೇ ಮೇಲು, ನಿನಗೆ ಕಾವ್ಯಸೃಷ್ಟಿಯಲ್ಲಾದರೂ
ಸಿಕ್ಕಿದೆ ಅಷ್ಟಿಷ್ಟು ಧನ್ಯತೆ.

ಜನ ಕೊಂಡಾಡ್ತಾರೆ, ನಿನ್ನ ಕವಿತೆ ಹಾಡ್ತಾರೆ
ಏನೇ ಅನ್ನಲಿ ವಿಮರ್ಶಕ ಶತ್ರು,
ನಿನ್ನ ಕಾವ್ಯ ಉಳಿಯುತ್ತೆ, ನಿನ್ನ ಹೆಸರುಳಿಯುತ್ತೆ
ಈಗಿಂದೀಗಲೇ ನೀ ಸತ್ರೂ.

ಗೊಳ್ಳೆಂದು ನಕ್ಕುಬಿಟ್ಟೆ ನಾನವನ ಮಾತಿಗೆ
ಅಂದೆ: 'ಮೂರ್ಖನೇ, ಕೇಳು–

ನೀನು ತಿಳಿದಷ್ಟು ಭಾಗ್ಯವಂತನಲ್ಲ ನಾನು,
ನಿನಗೆ ಗೊತ್ತಿಲ್ಲ ಕವಿಯ ಗೋಳು.

ಕವಿಯೇನು? ಪ್ರತಿ ಕಲಾವಿದನ ಪಾಡೂ ಇಷ್ಟೇ:
ಪ್ರತಿಯೊಂದು ಸೃಷ್ಟಿಯ ನಂತರ.
ಮತ್ತೆ ತನ್ನ ಕಲೆಯಲ್ಲಿ ಮರುಹುಟ್ಟು ಪಡೆಯುವ ತನಕ
ಅವನೊಂದು ಅತಂತ್ರ ಬೆಂತರ.

ಆಗ ಜೀವ ಹಿಂಡುತ್ತವೆ ಅತೃಪ್ತಿ, ಚಡಪಡಿಕೆ.
ಆಗುತ್ತವೆ ಹೊಸ ಸೃಷ್ಟಿಗೆ ಕಾರಣ:
ಒಮ್ಮೆ ಸೃಷ್ಟಿ ಮುಗಿದೊಡನೆ ಮತ್ತದೇ ಗೋಳು
ಅದೇ ಖಿನ್ನತೆ, ಖಾಲಿತನ.

ಈ ನಿರಂತರ ಚಕ್ರಗತಿಯಲ್ಲಿದೆ ಬಹುಶಃ
ಈ ಇಡೀ ಬ್ರಹ್ಮಾಂಡದ ಅರ್ಥ.
ಪಾಪ, ಅದಿನ್ನೆಂಥ ಅತೃಪ್ತಿಯಲ್ಲಿದ್ದಾನೋ
ನಿಜಕ್ಕೂ ಆ ಸೃಷ್ಟಿಕರ್ತ!

ಗಳಿಕೆ

ಸಾಮಾನ್ಯವಾಗಿ ಹೆಚ್ಚಿನ ಜನರು ಕವಿಗಳನ್ನು ಒಂದು ಬಗೆಯ ಅಸೂಯೆಯಿಂದ ನೋಡುತ್ತಾರೆ. ಕಾರಣವೇನೆಂದರೆ, ಸಾಹಿತಿಗಳಿಗೆ / ಲೇಖಕರಿಗೆ ತುಂಬಾ ಸುಲಭ ವಾಗಿ ಧನ-ಕೀರ್ತಿಗಳು ಲಭಿಸುತ್ತವೆ; ಇತರರಿಗೆ ಅವು ಲಭಿಸಬೇಕಾದರೆ ಬಹಳ ಕಷ್ಟಪಡಬೇಕಾಗುತ್ತದೆ; ದಿನವೆಲ್ಲಾ ದುಡಿಯಬೇಕಾಗುತ್ತದೆ ಎಂದು ಅವರು ಭಾವಿಸುತ್ತಾರೆ. ಆದರೆ, ಕಾವ್ಯರಚನೆಯೂ ಸುಲಭವೇನಲ್ಲ; ಅದಕ್ಕೂ ಬರಹಗಾರನು ತುಂಬಾ ಒದ್ದಾಡಬೇಕಾಗುತ್ತದೆ ಎಂಬ ಅಂಶವನ್ನು ಈ ಕವನ ಧ್ವನಿಸುತ್ತದೆ. ವೈನೋದಿಕ ಶೈಲಿಯಲ್ಲಿ 'ಗಳಿಕೆ'ಯನ್ನು ಕುರಿತು ಇಬ್ಬರು ಗೆಳೆಯರ ನಡುವೆ ನಡೆಯುವ ಸಂಭಾಷಣೆಯ ಮೂಲಕ ಅತ್ಯಂತ ಗಂಭೀರವಾದ 'ಕಾವ್ಯಸೃಷ್ಟಿ'ಯ ಪ್ರಕ್ರಿಯೆಯ ಬಗ್ಗೆ ಈ ಕವನ ಓದುಗರ ಗಮನವನ್ನು ಸೆಳೆಯುತ್ತದೆ. ಯಾವ ಬಗೆಯ 'ಗಳಿಕೆ'ಯೂ (ಕೀರ್ತಿಯಾಗಲಿ, ಧನವಾಗಲಿ) ಸುಲಭವಲ್ಲ.

ಈ ಕವನದಲ್ಲಿ ಬರುವ ಇಬ್ಬರು ಗೆಳೆಯರಲ್ಲಿ ಒಬ್ಬನು ಕವಿಯಾದರೆ ಮತ್ತೊಬ್ಬನು ಲೌಕಿಕ ಜಗತ್ತಿನಲ್ಲಿ ಯಶಸ್ವಿಯಾಗಿರುವ, 'ಸ್ವಂತ ಮನೆ ಆಫೀಸು ಕಾರು ಫೋನು ಇರುವ' ಉದ್ಯೋಗಸ್ಥ. ಆದರೆ, ಇವನಿಗೆ ಇಷ್ಟೆಲ್ಲಾ ಇದ್ದರೂ "ಏನೋ ಅತೃಪ್ತಿ, ಖಿನ್ನತೆ"; ಆ ಕಾರಣದಿಂದ ಕವಿಯನ್ನು ಅವನು "ನೀನೇ ಮೇಲು... ಜನ ಕೊಂಡಾಡ್ತಾರೆ, ನಿನ್ನ ಕವಿತೆ ಹಾಡ್ತಾರೆ" ಎಂದೆಲ್ಲಾ ಪ್ರಶಂಸಿಸುತ್ತಾನೆ. ಆದರೆ, ಕವಿಗೇ ಗೊತ್ತು ಕವಿಯಾಗುವ ಸಂಕಟ:

"ಆಗ ಜೀವ ಹಿಂಡುತ್ತವೆ ಅತೃಪ್ತಿ, ಚಡಪಡಿಕೆ / ಆಗುತ್ತವೆ ಹೊಸ ಸೃಷ್ಟಿಗೆ ಕಾರಣ / ಒಮ್ಮೆ ಸೃಷ್ಟಿ ಮುಗಿದೊಡನೆ ಮತ್ತದೇ ಗೋಳು / ಅದೇ ಖಿನ್ನತೆ, ಖಾಲಿತನ."

ಕವಿಯು ಹೇಳುವ 'ಅತೃಪ್ತಿ, ಖಿನ್ನತೆ, ಚಡಪಡಿಕೆ' ಇವುಗಳಿಗೆ ಕಾರಣವೇನು? ಮೊದಲನೆಯ ಮುಖ್ಯ ಕಾರಣವೆಂದರೆ, ಬರೆಯುವುದೆಂದರೆ 'ಅಮೂರ್ತ ವಿಚಾರಗಳಿಗೆ, ಅನುಭವಗಳಿಗೆ ಮೂರ್ತ ರೂಪ ಕೊಡುವುದು.' ಕವಿಯ ಮನಸ್ಸಿನಲ್ಲಿ, ಪರಸ್ಪರ ಸಂಬಂಧವಿಲ್ಲದ ಅನೇಕಾನೇಕ ವಿಚಾರಗಳು, ಅನುಭವಗಳು, ಭಾವನೆಗಳು, ಚಿತ್ರಗಳು, ನೆನಪುಗಳು, ಇತ್ಯಾದಿ ಯಾವ ಕ್ರಮವೂ ಇಲ್ಲದೆ ಗೋಜುಗೋಜಲಾಗಿರುತ್ತವೆ. ಇವು ಜಾಗೃತ ಪ್ರಜ್ಞೆಯ ಭಾಗವಾಗಿರುವಂತೆಯೇ ಸುಪ್ತಪ್ರಜ್ಞೆಯ ಭಾಗವೂ ಆಗಿರುತ್ತವೆ. ಹೊರ ಜಗತ್ತಿನಲ್ಲಾಗುವ ಯಾವುದೋ ಒಂದು ಘಟನೆ, ಒಂದು ಅನುಭವ ಈ ಅಮೂರ್ತ ಭಾವನೆ-ವಿಚಾರಗಳನ್ನು ಉದ್ದೀಪನಗೊಳಿಸುತ್ತದೆ; ಆ ಮೂಲಕ ಅವುಗಳಿಗೆ

ಮೂರ್ತರೂಪವು ಬರಲಾರಂಭಿಸುತ್ತದೆ. ಆದರೆ, ಅವು ರೂಪು ಪಡೆಯುವಾಗ ಕೂಡಾ ಒಂದು ಕ್ರಮವಿರುವುದಿಲ್ಲ. ಆ ಅಸ್ಪಷ್ಟ ರೂಪುಗಳಲ್ಲಿ ತನಗೆ ಬೇಕಾದುದನ್ನು ಆಯ್ಕೆ ಮಾಡಿಕೊಂಡು, ಅವುಗಳಿಗೆ ಒಂದು ಕ್ರಮಬದ್ಧತೆಯನ್ನು ಕೊಟ್ಟು ಆ ಮೂಲಕ ಒಂದು ಕವನವನ್ನು/ ಕಥೆಯನ್ನು/ ನಾಟಕವನ್ನು ಸೃಷ್ಟಿಸುವುದು ಕವಿಯ ಕೆಲಸ. ಮತ್ತು ಈ ಕೆಲಸಕ್ಕೆ ನಿಮಿಷಗಳಾಗಬಹುದು ಅಥವಾ ಅನೇಕ ತಿಂಗಳುಗಳು– ವರ್ಷಗಳಾಗಬಹುದು. ಹಾಗೆಯೇ, ಕ್ರಮಬದ್ಧವಾಗಿ ಅಮೂರ್ತಗಳಿಗೆ ರೂಪು ಕೊಟ್ಟಾಗ ಅವು ಮೊದಲಿಗಿಂತ ಸಂಪೂರ್ಣವಾಗಿ ಭಿನ್ನವಾಗಿರುತ್ತವೆ. ಈ ಕಾರಣದಿಂದಲೇ ಕುವೆಂಪು ಕಾವ್ಯಸೃಷ್ಟಿಯನ್ನು "ಬುದ್ಧಿ–ಭಾವಗಳ ವಿದ್ಯುದಾಲಿಂಗನ" ಎಂದು ವರ್ಣಿಸುತ್ತಾರೆ.

"ಪಾಪ, ಅದಿನ್ನೆಂಥ ಅತೃಪ್ತಿಯಲ್ಲಿದ್ದಾನೋ / ನಿಜಕ್ಕೂ ಆ ಸೃಷ್ಟಿಕರ್ತ!" – ಕವನದ ಈ ಎರಡು ಕೊನೆಯ ಸಾಲುಗಳು ಕವನಕ್ಕೆ ಮತ್ತೊಂದು ವಿಶಾಲ ಆಯಾಮ ವನ್ನು ಕಲ್ಪಿಸುತ್ತವೆ. ಇಲ್ಲಿ, ಕವಿ ಕಾವ್ಯಸೃಷ್ಟಿ ಮತ್ತು ಜಗತ್ಸೃಷ್ಟಿ ಇವೆರಡನ್ನೂ ಸಮೀಕರಿಸುತ್ತಾರೆ. ಪ್ರಾಯಃ. ಜಗತ್ಸೃಷ್ಟಿಯೂ ಸೃಷ್ಟಿಕರ್ತನ ದೀರ್ಘ ತಪಸ್ಸಿನ ಫಲವಾಗಿ, ಅಮೂರ್ತ ವಿಚಾರಗಳು ಮೂರ್ತ ರೂಪವನ್ನು ಪಡೆಯುವ ಪ್ರಕ್ರಿಯೆ.

–ಸಿ.ಎನ್. ರಾಮಚಂದ್ರನ್

ದೇವರಿಗೆ ನಮಸ್ಕಾರ

ದೇವರಿಗೆ ನಮಸ್ಕಾರ
ತಾಯಿಗೆ
ಹಾಲು ತುಂಬಿದ ಮೊಲೆ ಕೊಟ್ಟದ್ದಕ್ಕೆ,
ನನಗೆ ಹಸಿದ ಬಾಯಿ.
ಜೊತೆಗೆ ಇಂದಿಗೂ
ತುಂಬು ಮೊಲೆಗಳ ಬಗ್ಗೆ ವ್ಯಾಮೋಹ
ಉಳಿಸಿದ್ದಕ್ಕೆ.

ದೇವರಿಗೆ ನಮಸ್ಕಾರ
ಕಾಮನ ಬಿಲ್ಲಿನಲ್ಲಿ
ಕೇವಲ ಕೆಂಪು ಮಾತ್ರವಲ್ಲದೆ
ಹಸಿರು ಹಳದಿ ಕೇಸರಿ ಇತ್ಯಾದಿ
ಏಳು ಸೀಳು ಬಣ್ಣ ಕೊಟ್ಟದ್ದಕ್ಕೆ,
ನನಗೆ ಬೆರಗುಗಣ್ಣು.

ದೇವರಿಗೆ ನಮಸ್ಕಾರ
ನನಗೆ ಕೈಕೊಟ್ಟು
ತಾನು ಕೈಕಟ್ಟಿ ಕೂತದ್ದಕ್ಕೆ,
ಕಾಲು ಕೊಟ್ಟು
ಕಗ್ಗಾಡಿನಲ್ಲಿ ಕಂಗಾಲು ಮಾಡಿದ್ದಕ್ಕೆ,
ಮೇಲೆತ್ತಿ ತಡಕಾಡುವ ಕೈಗೆ
ಮುಗಿಲ ಹಣ್ಣು ಕೊಡದಿದ್ದರೂ
ಊರಿದ ಪಾದದ ಕೆಳಗೆ
ಗಟ್ಟಿ ನೆಲ ಕೊಟ್ಟದ್ದಕ್ಕೆ.

ದೇವರಿಗೆ ನಮಸ್ಕಾರ
ಕಡೆಯುವ ಕುಟ್ಟಿ ಕೆಡವುವ

ಸುತ್ತಿಗೆ ಚಾಣಕ್ಕೆ,
ಅರೆದು ರಸ ಹಿಂಡುವ
ಭಾವಹೀನ ಗಾಣಕ್ಕೆ,
ಕೆಲವಾದರೂ
ಪಾತಾಳಗರಡಿ ಆಕಾಶಬಾಣಕ್ಕೆ.

ದೇವರಿಗೆ ನಮಸ್ಕಾರ
ಜೀವದ ಸುಖ, ನಿರಂತರತೆಗೆ
ಹೆಣ್ಣಿನ ಸುಕೋಮಲ ಯೋನಿಯಾಳದಲ್ಲಿ
ನೆಲಗಟ್ಟು
ಗಂಡಿನ ನೆಟ್ಟ ಗಟ್ಟಿ ಲಿಂಗ ಸ್ತಂಭದಾಧಾರ
ಕೊಟ್ಟದ್ದಕ್ಕೆ
ದೇಹದ ಗಟಾರದಲ್ಲಿ.

ದ್ವಿದಳ ಧಾನ್ಯದ ನಡುವೆ
ಮಾತ್ರವಲ್ಲದೆ
ಒಂಟಿ ಇಡಿಗಾಳ ತುದಿಯಲ್ಲೂ
ತುಡಿಯುವ ಮೊಳಕೆ ಕೊಟ್ಟದ್ದಕ್ಕೆ,
ಆಂತರ್ಯದಲ್ಲೊಂದು
ಆತ್ಮಲಿಂಗ.

ದೇವರಿಗೆ ನಮಸ್ಕಾರ
ಹುಲಿಗೆ ಜಿಂಕೆ ತೋಳಕ್ಕೆ ಕುರಿ
ಮನುಷ್ಯನಿಗೆ
ಮನುಷ್ಯನನ್ನು ಕೊಟ್ಟದ್ದಕ್ಕೆ,
ತುಳಿತಕ್ಕೆ ತಿಮಿರು ದುಡಿತಕ್ಕೆ ಬೆವರು
ಪರಾರಿಗೆ ವೈರಾಗ್ಯ
ಹೆಂಡ ಕೊಟ್ಟದ್ದಕ್ಕೆ,

ಕವಿಗೆ ಪ್ರಚಂಡ
ಷಂಡ ಮಾತು.

ದೇವರಿಗೆ ನಮಸ್ಕಾರ
ಜೀವಕೋಟಿಗಳಲ್ಲಿ ಮಾನವನಿಗಾದರೂ
ನಗೆ ಕೊಟ್ಟದ್ದಕ್ಕೆ,
ನಗೆಗೆ ಹಲವು ಬಗೆ.
ಏರಲು ಏಣಿ ಕೊಟ್ಟದ್ದಕ್ಕೆ,
ಕಚ್ಚಲು ಹಾವು.
ಹೋರಾಡಲು ನೂರು ಕಾರಣ ಕೊಟ್ಟದ್ದಕ್ಕೆ
ಕೊನೆಗೆ ಭ್ರಮ ನಿರಸನ
ನಿಗೂಢ ಸಾವು.

ಮುಖ್ಯವಾಗಿ
ದೇವರಿಗೆ ನಮಸ್ಕಾರ
ಬುದ್ಧಿ ಕೊಟ್ಟದ್ದಕ್ಕೆ,
ಎಲ್ಲ ಬಲ್ಲವನಂತೆ
ಉಗ್ರ ತರ್ಕಹೂಡಿ
ದೇವರನ್ನೇ ಇಲ್ಲಗಳೆಯಲು.
ಆಳದ ಏಕಾಂತದಲ್ಲಿ
ದೇವರಿಗಾಗಿ ಹಂಬಲಿಸಿ ಒದ್ದಾಡಲು,
ಆತ್ಮಾಭಿಮಾನದ ಜೊತೆ
ಗುದ್ದಾಡಲು.

ದೇವರಿಗೆ ನಮಸ್ಕಾರ

ಅನೇಕ ವಿರುದ್ಧ ಸಂಗತಿಗಳನ್ನೂ, ಗತಿಗಳನ್ನೂ ಒಟ್ಟಿಗೇ ನೋಡುವ ವಕ್ರಾಕ್ಷಿ ಲಕ್ಷ್ಮಣರಾವ್ ಅವರಿಗೆ ಇದೆ. ಇಂಥ ನೋಟದ ಮೂಲಕ ಕಾವ್ಯಕ್ಕೆ ಜಟಿಲವಾದ ವಿನ್ಯಾಸವೊಂದು ಅವರ ಕವಿತೆಗಳಲ್ಲಿ ನಿರಾಯಾಸವಾಗಿ ಸಂಭವಿಸುತ್ತದೆ. "ದೇವರಿಗೆ ನಮಸ್ಕಾರ" ಎಂಬ ಅವರ ಕವಿತೆಯನ್ನೇ ನೋಡೋಣ. ಹೆಣ್ಣಿನ ಮೊಲೆಯನ್ನು ವಾತ್ಸಲ್ಯದ ಪ್ರತೀಕವಾಗಿಸುವಾಗಲೇ ಮೊಲೆಯ ಲೈಂಗಿಕ ಆಕರ್ಷಣೆಯನ್ನೂ ಅವರು ದಾಖಲಿಸುತ್ತಾರೆ (ಫ್ರಾಯ್ಡನ ಪರೋಕ್ಷ ಪ್ರವರ್ತನೆ). ಇನ್ನೊಂದು ಸ್ಟಾಂಜಾದಲ್ಲಿ ದೇವರು ಕೈಕೊಟ್ಟು (ಅದಕ್ಕಿರುವ ಉಭಯಾರ್ಥಗಳನ್ನು ಮರೆಯದಿರೋಣ) ಕೈಕಟ್ಟಿ ಕೂತ ಉಲ್ಲೇಖ! (ಇದು ಅಸ್ತಿತ್ವವಾದದ ತಿರುಳನ್ನು ರೂಪಕವಾಗಿ ಗರಕ್ಕನೆ ತಿರುಗಿಸುವ ಪರೋಕ್ಷ ವಿಧಾನ). ಭಕ್ತನಿಗೆ ಚರಾಚರವಸ್ತುಜಗತ್ತಲ್ಲಿ ಎಲ್ಲೆಲ್ಲೂ ಭಗವಂತನೇ ಕಾಣುವಂತೆ (ಇದೂ ಒಂದು ದ್ವಿದಳನವೃತ್ತಿಯೇ) ಬಿ.ಆರ್.ಎಲ್. ಎಲ್ಲ ಕಡೆಯೂ ಲೈಂಗಿಕ ಪರ್ಯಾಯಗಳನ್ನು ಕಾಣುತ್ತಾರೆ ಎನ್ನುವುದೂ ಅವರ ಕಾವ್ಯದ ಅಸ್ಮಿತೆಯ ಸಮರ್ಥನೆಯಾಗುತ್ತದೆ. ದ್ವಿದಳ ಧಾನ್ಯ, ಒಂಟಿ ಇಡಿಗಾಳು, ತುಡಿಯುವ ಮೊಳಕೆ, ಆತ್ಮಲಿಂಗ....ಹೀಗೆ. ಮತ್ತೆ ಇದು ಏಕದಲ್ಲಿ ಅನೇಕವನ್ನು ಕಾಣುವ ಸಹಜ ಕಾವ್ಯಪ್ರವೃತ್ತಿ. ಅವರ ಕಾವ್ಯ ಕಟ್ಟಾವಾಸ್ತವವಾದಿಯಾಗಿದೆ. ಹೊರಗಿನ ತೊಗಟೆ ಕಾಣಿಸುವ ರಮ್ಯತೆಯ ಒಳಗೆ ಇರುವುದು ಕಠೋರವಾಸ್ತವದ ಕಾಂಕ್ರೆಟ್ ಸಲಾಕೆಗಳೇ. ಕೊನೆಗೆ ಈ ಪದ್ಯದ ಕೊನೆಯಲ್ಲಿ ಬರುವ ನಾಸ್ತಿ ಮತ್ತು ಅಸ್ತಿಗಳ ತುಮುಲವೂ ಕೂಡ ಅವರಲ್ಲಿ ಪ್ರಜ್ಞಾವಲಯದ ಕರ್ಷಣವೇ ವಿನಾ ನಂಬಿಕೆ ಅಪನಂಬಿಕೆಗಳ ಹೊರಜಗತ್ತಿನ ತಿಕ್ಕಾಟವಲ್ಲ. ದೇವರಿಗೆ ನಮಸ್ಕಾರ ನನಗೆ ಯಾಕೆ ಕನ್ನಡದ ಒಂದು ಮುಖ್ಯ ಕವನವೆಂದರೆ, ಅಲ್ಲಿ ಹೆಣ್ಣಿನ ತೊಡೆಗಳ ಆಕರ್ಷಣೆಯನ್ನು ತೊಡೆಗೆ ಒಳಾಧಾರ ವಾದ ಗಟ್ಟಿ ಎಲುವಿನ ಅಸ್ತಿತ್ವದ ಅರಿವಿನೊಂದಿಗೇ ಪರಿಗ್ರಹಿಸಲಾಗುತ್ತದೆ. ಬೋನ್ ಲೆಸ್ಸ್ ಆಸ್ವಾದವನ್ನು ಬಿ.ಆರ್.ಎಲ್ ಯಾವತ್ತೂ ಮಾನ್ಯ ಮಾಡಲಾರರು.

–ಎಚ್.ಎಸ್. ವೆಂಕಟೇಶಮೂರ್ತಿ

ವರ್ತಮಾನ

ತಿಂಗಳ ಕೊನೆಯ ತಂಗಳು ಭಾನುವಾರ
ಬಾ ಕಂದ, ಬಾ ಜಾಣ, ತಂಗಳಿಗೆ ಒಗ್ಗರಣೆ
ದಿನಪತ್ರಿಕೆ ನೋಡೋಣ.

ಮುಖಪುಟದಲ್ಲಿ
ತನ್ನ ಲಕಲಕಿಸುತ್ತಿರುವ ಮುವ್ವತ್ತೆರಡೂ ಹಲ್ಲ
ಕಿಸಿದು ನಗುತ್ತಿರುವ ಈ ಧೀರ ಸುಹಾಸಿನಿ
ಯಾರೆಂದೆಯಾ? ಈಕೆ ಯಾವುದೇ ಟೂಥ್‌ಪೇಸ್ಟ್
ಜಾಹೀರಾತಿನ ರೂಪದರ್ಶಿನಿಯೂ ಅಲ್ಲ, ನಮ್ಮೆಲ್ಲರ
ಏಕೈಕ ಮಾತೆ ಇಂಡಿಯಾ.

ಇದು ಛೇ!
'ಮೊದ್ದು ಮಣಿ'ಯಲ್ಲ, ಅದಿನ್ನೂ ಮುಂದಿದೆ.
ಇಲ್ಲಿ ಲಟ್ಟಣಿಗೆ ಝಳಪಿಸುತ್ತಿರುವ ಈ ಡುಮ್ಮಿ
ಪೂಜ್ಯ ದಿಲ್ಲಿ. ಥರಥರಗುಟ್ಟುತ್ತಿರುವ ಈ ನರ
ಪೇತಲ ನಮ್ಮ ಕರ್ನಾಟಕ ರಾಜ್ಯ.

ಇಲ್ಲಿ
ಪೊಲೀಸ್ ಬೆಂಗಾವಲಲ್ಲಿ, ಕೈಯಲ್ಲೊಂದು
ಬ್ರೀಫ್‌ಕೇಸ್ ಹಿಡಿದು ನಿಧಾನ ನಡೆದು ಬರುತ್ತಿರುವ
ಈ ಪೆಚ್ಚು ಮೋರೆಯ ವ್ಯಕ್ತಿ ದರೋಡೆಕೋರ
ನಲ್ಲ, ಖೋಟಾ ನೋಟಿನ ಕಾಳಸಂತೆಯ ಕಂತ್ರಿ
ಕದೀಮನೂ ಅಲ್ಲ, ಈ ಮಹಾಶಯ ನಮ್ಮ
ಆಯವ್ಯಯದ ಅಂದಾಜು ಪಟ್ಟಿ ಮಂಡಿಸಲು
ವಿಧಾನಸಭೆಗೆ 'ಐ' ತರುತ್ತಿರುವ ಪಾಪದ
ಅರ್ಥಮಂತ್ರಿ

ಈ ಪುಟದಲ್ಲಿ ಧಗಧಗ
ಉರಿಯುತ್ತಿರುವುದು ಕಾಂಗ್ರೆಸ್ ಹುಲ್ಲಲ್ಲ,
ಯಾರೋ ಬಂಡುಕೋರ ಬಡವರ ಗುಡಿಸಿಲುಗಳು.

ಈ ಜನಜಂಗುಳಿ ಬೆಲೆ ಏರಿಕೆ ವಿರುದ್ಧ
ಪ್ರತಿಭಟನೆಯಲ್ಲ, ಭ್ರಷ್ಟಾಚಾರದ ವಿರುದ್ಧ
ಪ್ರದರ್ಶನವಲ್ಲ, ಇದು ಒಂದು ಅದ್ದೂರಿ
ಹಿಂದೀ ಚಿತ್ರದ ಟಿಕೆಟ್ಟಿಗಾಗಿ ಒದ್ದಾಡುತ್ತಿರುವ
ಮುದ್ದು ಕನ್ನಡ ಮಂದಿ.

ಈ ಬೆತ್ತಲೆ ಹೆಣ್ಣು
ವಿಶ್ವಸುಂದರಿಯಲ್ಲ, ಅಕ್ಕನಲ್ಲ, ಈ ನತದೃಷ್ಟೆ
ಗಾಂಚಾಲಿ ಮಾಡಿದ ಪಾಂಚಾಲಿ; ನಡು ಬೀದಿಯಲ್ಲಿ
ಆರಕ್ಷಕರಿಂದ ವಸ್ತ್ರಾಪಹರಣವಾಗಿದೆ, ಅಷ್ಟೆ

ಇಲ್ಲಿ ಚೆಲ್ಲಿ ಬಿದ್ದಿರುವ ಹೆಣಗಳ ರಾಶಿಗೆ
ಕಾರಣ; ಯುದ್ಧವಲ್ಲ, ಕ್ಷಾಮವಲ್ಲ, ಚಂಡ
ಮಾರುತವೂ ಅಲ್ಲ. ಒಂದು ಹಸು, ಒಂದು ಹಂದಿ
ಮತ್ತು ನಮ್ಮಂಥ ಜನ.

ಈ ತೆರೆದ ಅಂಗೈ
ಅಭಯವಲ್ಲ; ನಿನ್ನ ಹುಟ್ಟಬಾರದ ತಮ್ಮ
ತಂಗಿಯರಿಗೆ ತಡೆ.

ಈ ಮೈದಾನದಲ್ಲಿ
ಬ್ಯಾಟು ಹಿಡಿದಿರುವಾತ ಬ್ಯಾಟ್ಸ್‌ಮನ್ ಅಲ್ಲ,
ಯಾರೋ ಪ್ರೇಕ್ಷಕ. ಅವನು ಬಾರಿಸುತ್ತಿರುವುದು
ಚೆಂಡಿಗಲ್ಲ, ಅಂಪೈರ್ ತಲೆಗೆ.

ಹೌದು,
ಈ ವಾರದ ಪುರವಣಿಯಲ್ಲಿ ನನ್ನದೇ ಪದ್ಯ.
ಅದು ಯಾರಿಗಾದರೂ ಅರ್ಥವಾದೀತೋ
ಅನುಮಾನ. ನನ್ನ ಅಂಕೆ ಮೀರಿ ಮೂಡಿರುವ
ಆ ಭಾವ ವಿಚಾರ ಗೊಂದಲಗಳಿಗೆ ಅರ್ಥ
ನಾನೇ ಇನ್ನೂ ಕಂಡುಕೊಳ್ಳಬೇಕಾಗಿದೆ.

ವರ್ತಮಾನ

ವರ್ತಮಾನ ಪತ್ರಿಕೆಯ ತುಂಬ ಭೂತದ ಸುದ್ದಿ-ಎಂಬ ಅಡಿಗರ ಕವಿತೆಯೊಂದರ ಸಾಲು ಯಾಕೋ ನೆನಪಾಗುತ್ತಿದೆ. ಕೈಗೆ ಮುಫತ್ತು ಸಿಕ್ಕಿದ ಒಂದು ಹತಾರವನ್ನು ಮಸೆಯುತ್ತಾ ಹೋದರೆ ಅನೇಕ ಕಿಡಿಗಳು ಸಹಜವಾಗಿ ಸಿಡಿಯುತ್ತವೆ. ಬಿ.ಆರ್.ಎಲ್. ಅವರ "ವರ್ತಮಾನ" ಕವಿತೆ ವ್ಯಂಗ್ಯವನ್ನೇ ಹಾಗೆ ಹೀಗೆ ತಿರುಗಿಸಿ ತಿರುಗಿಸಿ ಮಸೆಯುತ್ತಾ, ಚುಚ್ಚುವ ಮತ್ತು ಚುಚ್ಚಿಕೊಳ್ಳುವ ವೃತ್ತಿಯ ಫಲವಾಗಿ ಉದ್ಭವಿಸಿದ ಕಾವ್ಯ. ಈ ವ್ಯಂಗ್ಯದ ಹಿಂದೆ ಇರುವುದು ಕವಿಯ ದುರ್ಧರ ತಳಮಳ; ಎದೆ ಹಿಂಡುವ ಆರ್ತ ಸಂಕಟ. ಅದಕ್ಕೇ ಇದನ್ನು ಓ! ಇದೊಂದು ವಿಡಂಬನ ಕವಿತೆಯೆಂದು ಸಲೀಸಾಗಿ ಹೇಳಿ ಕೈತೊಳೆದುಕೊಳ್ಳಲಾಗದು. ಇಂಡಿಯಾದ ಈವತ್ತಿನ (ಯಾವತ್ತಿನ?) ವೈಷಮ್ಯವನ್ನು ಭೂತದ ಪೀಡೆ ಮತ್ತು ಭವಿಷ್ಯದ ನಿರೋಧಗಳ ಸಮೇತ ಗ್ರಹಿಸುತ್ತಿರುವ ಕವನ ನಿಜಕ್ಕೂ ಒಂದು ವಿಷಾದಗೀತೆಯೇ ಆಗಿದೆ. ವಿಷಾದವಿಲ್ಲದ ವ್ಯಂಗ್ಯಕ್ಕೆ ಯಾವ ಪುರುಷಾರ್ಥವೂ ಇರಲಾರದು. ಲಕ್ಷ್ಮಣರಾವ್ ಅವರ ಈ ಕವಿತೆ ವಿಷಾದೀವ್ಯಂಗ್ಯ ಭೂಮಿಕೆಯಲ್ಲಿ ಇರುವುದರಿಂದಲೇ ಗಮನಿಸಬೇಕಾದ ಕವಿತೆಯಾಗುತ್ತದೆ. ಆದರೆ ಪ್ರತಿಕ್ರಿಯೆಯೇ ಪ್ರತಿನಿಧಾನವಲ್ಲವಲ್ಲಾ ಎಂಬ ವಿಷಾದವನ್ನೂ ಕವಿತೆ ಹುಟ್ಟುಹಾಕುತ್ತದೆ.

-ಎಚ್.ಎಸ್. ವೆಂಕಟೇಶಮೂರ್ತಿ

ಗುಂಡಪ್ಪ ವಿಶ್ವನಾಥ್

1

ಬಿಟ್ಟ ಕಣ್ಣು ನೆಟ್ಟ ನೋಟ ಹಿಗ್ಗಲಿಸಿದ ರೆಪ್ಪೆ
ನಿಶ್ಯಬ್ದ ಸಿಡಿದ ಗುಂಡು ಕುಸಿದು ಬಿತ್ತೆ ಕೋಟೆ?
ಹೊಳೆದ ಮಿಂಚು ಸುಳಿದ ನಗೆ ವಾಹ್‌ವಾ! ಚಪ್ಪಾಳೆ

ಆಡಿದಂತೆ ಕುಶಲ ಕುಂಚ ಪಟ್ಟಕದಲಿ ಕಿರಣ
ಕುಲುಕು ನೀಲಿ ಬಳುಕು ಪಚ್ಚೆ ತೊನೆಯುವ ತೆನೆ ಚಿನ್ನ
ಹಿತ ಗುಲಾಬಿ ಸ್ಪರ್ಶ ಪುಳಕ ತುಳುಕು ಪ್ರೇಮಗಾನ

ತಾರಕಸ್ತರದೇರು ಲೀಲಾಜಾಲ ಮೇರುಧ್ವನಿ
ಮಧ್ಯಮ ಜನಸಾಮಾನ್ಯರ ದೈನಂದಿನ ಬನಿ
ಮಂದ್ರದೋಂಕಾರದಲ್ಲಿ ಒಳಕ್ಕಿಳಿದ ಮುನಿ

ನಗರದ ದಟ್ಟಡವಿಯಲ್ಲಿ ಅಪರೂಪದ ದೃಶ್ಯ
ಏಕಾಗ್ರಧ್ಯಾನ ಏಕಾಂತ ಏಕಲವ್ಯ
ಪ್ರತಿಭೆ ಅನಾಯಾಸ ಕಡೆದ ಸಹಜ ಸ್ಫೂರ್ತಕಾವ್ಯ

2

ಪಂಚತಾರಾ ಮಂಚದಲ್ಲಿ ಏದುಸುರಿನ ಬೊಜ್ಜು
ರೇಡಿಯೊ ಟೀವಿ ಪತ್ರಿಕೆ ಸಾಲು ನಿಂತು ಸಜ್ಜು
ಪೋಸುಗಳ ಗಮ್ಮತ್ತಿನಲ್ಲಿ ಮುಗ್ಧ ನಜ್ಜುಗುಜ್ಜು

ಗೊಮ್ಮಟ ದುಪ್ಪಟ್ಟು ಕಟೌಟ್ ಕ್ಯಾಲೆಂಡರ್ ನಟಿ
ಯಾಹೂ ಲುಬಲುಬ ಡಿಸ್ಕೋ ಗಣಕ ಗಾನರತಿ
ಹೊಸೆಯುವ ಮೈ ಮಸೆಯುವ ತತ್ತರಿಸುವ ಕ್ಯಾಬರಿ

ನಾದ ಗೆಜ್ಜೆ ಕುಂಚ ಉಳಿ ಬಂದಳಿಕೆಯ ತೀಟೆ
ಹಸಿವೆಗೆ ಅಳು ನಾದ, ಗೆಜ್ಜೆ ಸೂಳೆಯ ಹುಸಿಲಜ್ಜೆ
ಕನ್ನಕೆ ಉಳಿ, ಚೂರಿ ಕುಂಚ, ಹಚ್ಚೆ ಕೆಂಪು ನಕ್ಷೆ

3

ಜೋಪಡಿಯಲಿ ಜೋಗುಳ ಅಂಗಳದಲಿ ಹೂಹಸೆ
ಚಿಂದಿಯಲ್ಲಿ ಹಿಗ್ಗು ಹರೆಯ ಉಬ್ಬು ನಿಗುರು ಸೊನೆ
ಹಟ್ಟಿಯಲ್ಲಿ ಗಬ್ಬ ಹಬ್ಬ ಅಜ್ಜ ಮಾಗುನಗೆ

ಶಾಲೆ ದೊಡ್ಡಿ ಮಂಪರದಲ್ಲಿ ಚೂಪುಗಣ್ಣ ಹಸುಳೆ
ಬಚ್ಚಲಲ್ಲಿ ಬಾಲಮುರಳಿ ಸಂತೆಯಲ್ಲಿ ಬೇಂದ್ರೆ
ಹಿತ್ತಿಲಲ್ಲಿ ಕ್ರಿಕೆಟ್ ಛಿದ್ರ ಹೆಂಚು ಊದುಗೆನ್ನೆ

ಅಂಡಾಣು ಪ್ರತಿಭೆ, ಲಕ್ಷ ವೀರ್ಯಾಣು ಪರಿಶ್ರಮ
ಹುಟ್ಟಿದ ಕಲೆ ವಾಮನ ಬೆಳೆಬೆಳೆದಂತೆ ತ್ರಿವಿಕ್ರಮ
What a shot! What grace! ವಿಸ್ಮಯ ಖುಷಿ ಸಂಭ್ರಮ!

4

ವೈಭವಗಳ ಹಂಪೆಯಲ್ಲಿ ಅಂಡಲೆಯುವ ಭೂತ
ಸವೆದ ಸ್ಪರ್ಶಮಣಿ, ಕಂಟ ಕುಂಚ ಉಳಿ ಅನಾಥ
ಕೃತಜ್ಞತೆ, ಸಹಾನುಭೂತಿ, ಗೆಳೆಯ ವಿಶ್ವನಾಥ

ಗುಂಡಪ್ಪ ವಿಶ್ವನಾಥ್

ಬಿ.ಆರ್.ಎಲ್. ಅವರ "ಗುಂಡಪ್ಪ ವಿಶ್ವನಾಥ್" ಕನ್ನಡ ಆಧುನಿಕ ಕಾವ್ಯದ ಘನವಾದ ಸಾಧನೆಗಳಲ್ಲಿ ಒಂದು. ಗುಂಡಪ್ಪ ವಿಶ್ವನಾಥ್ ಇಂಡಿಯಾದ ಕ್ರಿಕೆಟ್ ರಂಗದ ಮಹಾನ್ ಸಾಧಕರಲ್ಲಿ ಒಬ್ಬರು. ಕ್ರಿಕೆಟ್ ಪ್ರಿಯರಾದ ಲಕ್ಷ್ಮಣರಾವ್ ಅವರಿಗೆ ಪ್ರೀತಿಯ ಐಕಾನ್ ಕೂಡ. ವಿಶ್ವನಾಥ್ ಕವಿಗೆ ಆರಾಧನೆಯ ಕೇಂದ್ರವಾಗದೆ ಅವರ ಕಾವ್ಯಧ್ಯಾನಕ್ಕೆ ಒಂದು ಪ್ರತೀಕವಾಗುತ್ತಾರೆ ಎನ್ನುವುದು ನನಗೆ ಮುಖ್ಯ. ಧಾರ್ಮಿಕ ವಲಯದ "ಪ್ರತಿಮೆ", ಕಾವ್ಯ ವಲಯದ "ಪ್ರತಿಮೆ"ಯಾಗುವಲ್ಲಿ ಆಶ್ಚರ್ಯಕರವಾದ ಈ ಪರಿವರ್ತನೆ ಸಂಭವಿಸುತ್ತದೆ. ಕ್ರಿಕೆಟ್ಟಿನ ಇತಿಹಾಸ ಬಲ್ಲವರಿಗೆ ವಿಶ್ವನಾಥ್ ಆ ಕ್ರೀಡಾಕಲೆಯ ಯಾವ ಮಾದರಿಯನ್ನು ಪ್ರತಿನಿಧಿಸುವರು ಎಂಬುದನ್ನು ವಿವರಿಸುವ ಅಗತ್ಯವಿಲ್ಲ. ವಿಶ್ವನಾಥ್ ಕೇವಲ ಕಸಬುಗಾರರಲ್ಲ; ಆತ ಮಿಗಿಲಾದ ಕಲಾಕಾರ ಎಂದು ಕ್ರಿಕೆಟ್ ಪರಿಣತರು ಪರಿಗ್ರಹಿಸಿದ್ದಾರೆ. ಪ್ರತಿಭೆ–ಪಾಂಡಿತ್ಯದ ಸಮ್ಮೇಳವನ್ನು Passionate ಆಗಿ ಆವಾಹಿಸುವ ನವ್ಯಸಾಹಿತ್ಯ ಮೀಮಾಂಸೆಯನ್ನು ಬಿ.ಆರ್.ಎಲ್. ಒಪ್ಪುವವರಾದುದರಿಂದ ವಿಶ್ವನಾಥ್ ಅಲ್ಲದೆ ಬೇರೆ ಕ್ರಿಕೆಟ್ ಕಲಿ ಅವರ ಧ್ಯಾನದ ಕೇಂದ್ರವಾಗಲಾರ. ವಿಶ್ವನಾಥ್ ಮೂಲಕ ಕವಿ ಸೃಷ್ಟಿಶೀಲತೆಯ ಏಳು ಬೀಳು, ಅನೂಹ್ಯತೆ, ತರ್ಕಾತೀತ ಮಾಂತ್ರಿಕೆಗಳ ಬಗ್ಗೆ ಚಿಂತಿಸುತ್ತಾರೆ. ಸೃಷ್ಟಿಶಕ್ತಿ ಎನ್ನುವುದು ಇದ್ದಾಗ ಇರುವುದು; ಇಲ್ಲವಾದಾಗ ಇಲ್ಲ. ಇದೊಂದು ಕಠೋರ ವಾಸ್ತವ. (ಅಡಿಗರ ಕೂಪಮಂಡೂಕ ಕವಿತೆ ಕೂಡ ಈ ಸಂಗತಿಯನ್ನೇ ಆತ್ಮಿಕ ನೆಲೆಯಲ್ಲಿ ಧ್ಯಾನಿಸುತ್ತದೆ ಯಲ್ಲವೇ? ಅವರ ಕವಿತೆಯಲ್ಲಿ ಫಲಬಿಟ್ಟ ಬಾಳೆ ಹಿಂಡುಹಿಳ್ಳೆಗಳಲ್ಲೇ ತನ್ನ ಪ್ರಾಣ ಊರಬೇಕಾಗಿದೆ!). ಬಿ.ಆರ್.ಎಲ್. ಕವಿತೆ ಸಹಾ ಅದೇ ದಾರಿಯಲ್ಲಿ ತನ್ನ ಚಿಂತನೆ ಯನ್ನು ಬೆಳೆದುಕೊಳ್ಳುತ್ತದೆ. ಇದು ಕೂಪಮಂಡೂಕಕ್ಕೆ ಸಮಾನಾಂತರವಾಗಿ ಸಾಗುವ ಧ್ಯಾನದ ಫಲ. ಇಲ್ಲಿ ಕವಿತೆ ಸ್ವಾಯತ್ತವಾಗುವುದು ಪ್ರತಿಮೆಗಳ ಖಾಸಗೀಕರಣದಿಂದ.

–ಎಚ್.ಎಸ್. ವೆಂಕಟೇಶಮೂರ್ತಿ

ಕ್ವಿಕ್ಸೋಟನ ಕೊನೆಯ ದಿನಗಳು

ನೆನಪು ಶರಶಯ್ಯೆಯಲಿ ಉದ್ವಿಗ್ನ ಕ್ವಿಕ್ಸೋಟ್:
ಪಾಳು ಮಾಡಿನ ಜಂತಿ, ಜೋತ ಬಾವಲಿ ಸಾಲು,
ಬಿರುಕು ಗೋಡೆಯ ಮೇಲೆ ಗೂಟಕ್ಕೆ ನೇತಿರುವ
ನಜ್ಜುಗುಜ್ಜು ಗುರಾಣಿ, ಜಂಗು ತಗಡಿನ ಕವಚ,
ಕಪ್ಪೆ ಮೂತಿಯ ಕೊಂಕು ನಗೆಯ ಮೊಗಕಾಪು,
ಸತ್ತ ಹಾವಿನ ಹಾಗೆ ತೊಗಲ ನಡುಪಟ್ಟಿ,
ಧೂಳು ಮುಕ್ಕುತ ಮೂಲೆಗೊರಗಿ ಬಿದ್ದಿವೆ ಮುರಿದ
ಭಲ್ಲೆ, ಒರೆ ಹಿಸಿದ ನೆಗ್ಗಿದ ಕತ್ತಿ, ಹೆದೆ ಹರಿದ
ಬಿಲ್ಲು, ಮೊನೆ ಮೊಂಡಾದ ಬಾಣ, ಬತ್ತಳಿಕೆ,
ಸವೆದ ಅಟ್ಟೆಯ ತೊಗಲ ಚಿಂದಿ ಕಾಲ್ಜೋಡು.

* * *

ನೆನಪು ಶರಶಯ್ಯೆಯಲಿ ಉದ್ವಿಗ್ನ ಕ್ವಿಕ್ಸೋಟ್:
ಕಂದು ಮುಖ, ಗುಳಿ ಬಿದ್ದ ಕೆನ್ನೆ, ನರೆಗೂದಲು,
ಸೊನ್ನೆ ನೋಟದ ಕಣ್ಣು, ಜೋಲು ಸುಕ್ಕಿನ ರೆಪ್ಪೆ,
ನಿಟ್ಟುಸುರಿಗೊಮ್ಮೆ ತುಸು ಹಿಗ್ಗಿ ಕುಗ್ಗುವ ಹೊಳ್ಳೆ,
ಮುರಿದ ಉದುರದೆ ಉಳಿದ ವಿರಳ ಹಲ್ಲಿನ ವಸಡು,
ಬಿಳಿಚು ತೆಳು ತುಟಿಯ ಅರೆ ಬೊಚ್ಚುಬಾಯಿ,
ಕಿವಿ ಹಾಳು ಬಾವಿಯಲಿ ಭೂತಪ್ರೇತದ ಕೇಕೆ,
ಒಡಲಿನೆಲ್ಲೆಡೆ ಒಣಗಿ ಚಕ್ಕೆಗಟ್ಟಿದ ಗಾಯ,
ಕೀಲುಕೀಲಿನ ಬಾವು, ಛಳುಕು ನೋವು.

* * *

ನೆನಪು ಶರಶಯ್ಯೆಯಲಿ ಉದ್ವಿಗ್ನ ಕ್ವಿಕ್ಸೋಟ್:
ಮರಣದ ಮುಖಾಮುಖಿ ಮುಹೂರ್ತದಲೂ ಏಕಿನ್ನು
ಆತ್ಮವಂಚನೆ ಸೋಗುಬೀಗು ಬಿಮ್ಮು, ಇಗೋ
ಹುಚ್ಚಿಳಿದು ಮತ್ತೆ ಮರಳಿದೆ ಚಿತ್ತಸ್ವಾಸ್ಥ್ಯ. ಈ
ಭ್ರಮೆ ಹರಿದ ತಿಳಿ ಬೆಳಕಿನಲ್ಲಿ ದಿಟ ಕಾಣುತಿದೆ,

ತಲೆಕಾಪು ನೆಲಕಿಟ್ಟು, ವಿನಯದಲಿ ಸೋಲೊಪ್ಪಿ,
ಬಾಗಿ, ಶರಣಾಗಿ, ಹೊರೆ ಕಳೆದು ಹಗುರಾಗುವೆನು;
ಮರಣದ ಅನೂಹ್ಯದಲಿ ಕರಗಿ ಹೋಗುವೆನು.

* * *

ಶರಣು ಹೂಹಾಸಿನ ನಿರಾಳದಲಿ ಕ್ವಿಕ್ಸೋಟ್:
ಕ್ಷಮಿಸು ಲೋಕವೆ, ನನ್ನ ಐಲು ಸಾಹಸ ಸರಣಿ
ಗಾಂಪ ವೀರಾಲಾಪ, ಕೋಡಂಗಿ ಹೋರಾಟ,
ವೀರ ಧೀರೋದಾತ್ತ ನಾಯಕರ ಅತಿರಮ್ಯ
ಆದರ್ಶಗಳ ಕಟ್ಟು ಕೆಟ್ಟ ಕಥೆಗಳನೋದಿ
ತಲೆ ಹುಳಿತು, ಮತಿಗೆಟ್ಟು, ಭ್ರಮೆಯಮಲು ಆವರಿಸಿ,
ದೀನದಲಿತರ ಬಂಧು, ಅವತಾರಿ ನಾನೆಂದು,
ದುಷ್ಟದೈತ್ಯರ ದಮನ ಬಾಳ ಹೆಗ್ಗುರಿಯೆಂದು,
ಧರ್ಮಸಂಸ್ಥಾಪನೆಯ ಪಣ ತೊಟ್ಟು ಕಣಕಿಳಿದೆ.
ಇಗೊ, ಹೀಗೆ ಜರ್ಜರಿತನಾಗಿ ಬಿದ್ದಿದ್ದೇನೆ.
ಸುತ್ತ ಹಹ್ಹಾ ಗೇಲಿ, ಅಣಕು ಚಪ್ಪಾಳೆ.

* * *

ಮರಣ ಗರಿಹಾಸು ನಿರ್ಮೋಹದಲಿ ಕ್ವಿಕ್ಸೋಟ್:
ಕ್ಷಮಿಸು ಇತಿಹಾಸವೇ, ನಿನ್ನ ಪಾಠಗಳನ್ನು
ಗ್ರಹಿಸಲಾರದೆ ಹೋದ ಹೆಡ್ಡ ನಾನು.
ದುಷ್ಟ ದೈತ್ಯರೇ ನಿನ್ನ ಇಷ್ಟಪುತ್ರರು; ನೀಚ
ನಿರ್ದಯಿಗಳೇ ನಿನ್ನ ಸಹಜ ಸಂತಾನ;
ದೀನದಲಿತರು ನಿನ್ನ ತೇರೆಳೆವ ಕುದುರೆಗಳು,
ರೊಪ್ಪದಲಿ ಕುರಿ, ಹಕ್ಕೆಯಲ್ಲಿ ರಾಸು;
ತಾಮಸವೆ ಬಲ, ಇಲ್ಲಿ ರಾಜಸಕೆ ಮಾತ್ರ ಫಲ,
ಸಾತ್ವಿಕರು ತತ್ವ ಗೊಣಗುವ ಷಂಡರು;
ಮೊಚ್ಚು ದೊಣ್ಣೆಯೆ ದಾಳ, ಹಣವೆ ಏರಲು ಏಣಿ,
ಪರಮಪದ ಅಧಿಕಾರ ಪೀಠಗಳಿಗೆ;
ಕಾಮವೇ ನೇಮ, ಸ್ವಾರ್ಥವೇ ಇಲ್ಲಿ ಪರಮಾರ್ಥ,

ಶೋಷಣೆಯೆ ಭೂಷಣ ಸುಖಜೀವಿಗೆ;
ಕುದುರೆ ಕುರಿ ರಾಸುಗಳ ಮೂಕ ಸಹನೆಯ ಸ್ಫೋಟ,
ಬಿಡುಗಡೆಯ ಕ್ರಾಂತಿ, ಬರಿ ಬುರುಗು ಗುಳ್ಳೆ.
ಈ ಭ್ರಷ್ಟ ದುಃಸ್ಥಿತಿ ಇದೇ ಇಲ್ಲಿ ಸಲ್ಲುವುದು,
ಗೆಲ್ಲುವುದು, ನಿಲ್ಲುವುದು, ಎಲ್ಲ ಕಾಲಕ್ಕೂ.
ಕ್ಷಮಿಸು ಇತಿಹಾಸವೇ, ದಿಟವರಿತೆ ತಡವಾಗಿ.
ಕ್ಷಣಿಸು ಉದ್ಧಟನನ್ನು, ದಿಟಕೆ ಶರಣು.
ನಿನ್ನ ತ್ರಿವಿಕ್ರಮದ ದೈತ್ಯ ಪಾದದ ಕೆಳಗೆ
ನಾನೊಂದು ಕ್ಷುದ್ರ ಹುಳು, ಶರಣು ಶರಣು.

ಕ್ವಿಕ್ಸೋಟನ ಕೊನೆಯ ದಿನಗಳು

ಡಾನ್ ಕ್ವಿಕ್ಸೋಟ್ ಕಾದಂಬರಿಕಾರ ಲಾ ಸರ್ವಾಂಟೀಸನ ಅಪೂರ್ವ ಸೃಷ್ಟಿ. ಕ್ವಿಕ್ಸೋಟ್, ಹುಂಬ ಆದರ್ಶವಾದಿಯಾದ, ಆದರೆ ಐಲು ವ್ಯಕ್ತಿತ್ವದ ವ್ಯಕ್ತಿ, ಮತ್ತು ಎಲ್ಲ ಕಾಲ, ದೇಶಗಳ ಈ ಬಗೆಯ ಹುಂಬರ ಸಾರ್ವಕಾಲಿಕರೂಪಕ, ಕ್ವಿಕ್ಸೋಟ್ ತನ್ನ ಕೊನೆಯ ದಿನಗಳಲ್ಲಿ, ಕಳೆದ ದಿನಗಳಲ್ಲಿನ ತನ್ನ ನಡೆವಳಿಕೆಗಳು; ಅದರಿಂದಾಗಿ, ಅನುಭವಿಸಬೇಕಾದ ಸಂಕಟಗಳನ್ನು, ಭ್ರಮನಿರಸನಗಳನ್ನು, ನೆನಪಿಸಿಕೊಳ್ಳುತ್ತಾ, ಒಂದು ರೀತಿಯ ಆತ್ಮವಿಮರ್ಶೆಯಲ್ಲಿ ತೊಡಗಿಕೊಳ್ಳುವುದನ್ನು ಲಕ್ಷ್ಮಣರಾಯರ ಈ ಕವಿತೆ ನಾಟ್ಯೀಕರಿಸುತ್ತದೆ. ಒಂದು ರೀತಿಯಲ್ಲಿ ಈ ಕವಿತೆ, ಲಕ್ಷ್ಮಣರಾಯರ ಅತ್ಯುತ್ತಮ ಕವಿತೆ 'ಗುಂಡಪ್ಪ ವಿಶ್ವನಾಥ'ಕ್ಕೆ ನಡೆಸಿದ ಪೂರ್ವ ತಯಾರಿಯೆನ್ನುವ ಹಾಗೆ ಇದೆ.

'ನೆನಪು ಶರಶಯ್ಯೆಯಲಿ ಉದ್ವಿಗ್ನ ಕ್ವಿಕ್ಸೋಟ್' ಎಂದು ಆರಂಭವಾಗುವ, ಮತ್ತು ನಂತರದ ಪ್ರತಿ ಚರಣದ ಆರಂಭದಲ್ಲೂ ಕಾಣಿಸಿಕೊಳ್ಳುವ ಈ ಸಾಲಿನ ಮೂಲಕ ಕವಿತೆ ಕ್ವಿಕ್ಸೋಟನ ಹಿಂದಿನ ದಿನಗಳ ಕಾರ್ಯಗಳ ಮರುವಿಮರ್ಶೆ ಮಾಡುತ್ತಾ, ಅದರ ವಿಷಾದಪೂರ್ಣ ಫಲಿತಾಂಶವನ್ನು ದಾಖಲಿಸುತ್ತಾ ಹೋಗುತ್ತದೆ. ಹಿಂದಿನ ದಿನಗಳ ಅವನ ಕ್ರಿಯೆಗಳೆಲ್ಲ ಈಗ ಅಸಡ್ಡಾಳವಾಗಿ ಕಾಣಿಸುತ್ತಿದೆ. ಗುರಾಣಿ ನಜ್ಜುಗುಜ್ಜಾಗಿದೆ. ತೊಗಲು ಪಟ್ಟಿ ಸತ್ತ ಹಾವಿನ ಹಾಗೆ ಬಿದ್ದುಕೊಂಡಿದೆ ಅಲ್ಲಲ್ಲಿ ಅನಾಥ ಬಿದ್ದುಕೊಂಡಿರುವ ಮುರಿದ ಭಲ್ಲೆ, ಕತ್ತಿ, ಬಾಣ, ಬತ್ತಳಿಕೆಗಳೆಲ್ಲ ಅವನ ವಿಫಲ ಹೋರಾಟದ, ಹುಂಬತನದ ದುರಂತ ಚಿತ್ರಗಳಾಗಿ ಕಾಣಿಸುತ್ತವೆ. ಅವನೂ ಅಷ್ಟೆ ಈಗ ಗುಳಿ ಬಿದ್ದ ಕೆನ್ನೆ, ವಿಕೃತಗೊಂಡಿದ್ದಾನೆ. ಸಂಪೂರ್ಣ ಸೋಲಿನ ಕಡೆಗೆ ಸಾಗಿದ್ದಾನೆ. ಹಳೆಯ, ಉತ್ಸಾಹ, ಮುಗ್ಧತೆಯನ್ನು ಕಳೆದುಕೊಂಡು, ಮರಣದ ಕ್ಷಣಗಳನ್ನು ಎದುರಿಸುತ್ತಿದ್ದಾನೆ.

ಈಗ ನಡೆಯುತ್ತಿರುವುದು ಮರಣದ ಮುಖಾಮುಖಿ, ಆತ್ಮವಂಚನೆ ಕಳೆದು, ಹುಚ್ಚಿಳಿದು ಚಿತ್ತ ಸ್ವಾಸ್ಥ್ಯ ಮರಳಿದ ಕ್ಷಣ. ಆ ಬೆಳಕಿನಲ್ಲಿ ಕ್ವಿಕ್ಸೋಟ್ ತನ್ನ ಇದುವರೆಗಿನ, ಕೇಡಿನ ವಿರುದ್ಧದ ಹೋರಾಟವೆಲ್ಲ ಕೋಡಂಗಿತನದ್ದು ಎಂದು ಅರ್ಥ ಮಾಡಿಕೊಳ್ಳುತ್ತಾನೆ. ತಾನು ಯಾವುದರ ವಿರುದ್ಧ ಹೋರಾಡಿದ್ದೆನೋ, ಆ ದುಷ್ಟ ದೈತ್ಯರು, ನೀಚ ನಿರ್ದಯಿಗಳೆಲ್ಲ ಇತಿಹಾಸದ ಸಹಜ ಸಂತಾನ ಎಂಬುದನ್ನು ಅರಿಯದೆ, ಧರ್ಮ ಸಂಸ್ಥಾಪನೆಯ ಪಣ ತೊಟ್ಟು ಕಣಕ್ಕಿಳಿದು ಕೆಟ್ಟೆ ಎಂದು ಹಲುಬುತ್ತಾನೆ.

ತಾಮಸವೆ ಬಲ, ಇಲ್ಲಿ ರಾಜಸಕೆ ಮಾತ್ರ ಫಲ
ಸಾತ್ವಿಕರು ತತ್ವಗೊಣಗುವ ಷಂಡರು,
ಮಚ್ಚು ದೊಣ್ಣೆಯೆ ದಾಳ, ಹಣವೆ ಏರಲು ಏಣಿ
ಪರಮಪದ ಅಧಿಕಾರ ಪೀಠಗಳಿಗೆ.

....

ಕಾಮವೇ ನೇಮ, ಸ್ವಾರ್ಥವೆ ಇಲ್ಲಿ ಪರಮಾರ್ಥ
ಶೋಷಣೆಯೆ ಭೂಷಣ ಸುಖಜೀವಿಗೆ

....

ಕ್ಷಮಿಸು ಇತಿಹಾಸವೇ, ದಿಟವರಿತೆ ತಡವಾಗಿ
ಕ್ಷಮಿಸು ಉದ್ಧಟನನ್ನು, ದಿಟಕೆ ಶರಣು
ನಿನ್ನ ತ್ರಿವಿಕ್ರಮದ ದೈತ್ಯ ಪಾದದ ಕೆಳಗೆ
ನಾನೊಂದು ಕ್ಷುದ್ರ ಹುಳು ಶರಣು ಶರಣು

ಎನ್ನುವ ಅರಿವಿನ ಸಾಕ್ಷಾತ್ಕಾರ ಕೊನೆಯಲ್ಲಿ ಅವನಿಗೆ ಆಗುತ್ತದೆ.

ನಮ್ಮ ಬಹುತೇಕ ವ್ಯರ್ಥ ಹೋರಾಟಗಾರರಿಗೆ ರೂಪಕವಾಗಿ ಉಳಿಯುವ ಕ್ವಿಕ್ಸೋಟ್, ನಮ್ಮ ಒಳಗೂ, ಹೊರಗೆ ನಮ್ಮ ಸುತ್ತಲಿನ ಹಲವರ ಒಳಗೂ ನೆಲೆಯಾಗಿದ್ದಾನೆ. ಹೀಗಿದ್ದೂ ಈ ಬಗೆಯ ಹುಂಬ ಹೋರಾಟಗಾರರ ವ್ಯರ್ಥ ಹೋರಾಟ ಮಾತ್ರ ನಿರಂತರವಾಗಿರುತ್ತದೆ ಎಂಬುದನ್ನು ಕ್ವಿಕ್ಸೋಟನ ರೂಪಕದ ಮೂಲಕ ಈ ಕವಿತೆ ಅನನ್ಯವಾಗಿ ಚಿತ್ರಿಸುತ್ತದೆ.

–**ಸುಬ್ರಾಯ ಚೊಕ್ಕಾಡಿ**

ಕೆಂಪು

ಹಸಿರು
ಲಂಗದ ಪುಟ್ಟಿ
ಚೆನ್ನಿ
ಅರಗಿಣಿ
ಅವಳ ತೊದಲು
ತುಟಿ ಕೊಕ್ಕು
ಕೆಂಪು

ಉಂಡಾಡಿ ಗುಂಡ
ನಂಜುಂಡ
ಚಾವಟಿ ಬೀಸಿ
ಆಡಿಸಿದ
ಗಿರಗಿರ್ರ ಬುಗುರಿ
ಕೆಂಪು

ಕಿಶೋರಿ
ಮೇರಿಯ
ತುರುಬಲ್ಲಿ ಜರ್ಬಾಗಿ
ದಳದಳ ಅರಳಿ ಕೂತ
ಗುಲಾಬಿ
ಕೆಂಪು

ಕಪಿಲನ ಕೈಯಿಂದ
ಚಿಮ್ಮಿ
ಜಹೀರನ
ಬ್ಯಾಟು ಮೀಟಿದ

ಕ್ರಿಕೆಟ್ ಚೆಂಡು
ಕೆಂಪು

ಮದುಮಗಳು
ಫರೀದಾಳ
ಹಾಲ್ಗೆನ್ನೆ ಫಲ್ಲನೆ ನಾಚಿ
ದಿಲ್ಲಿ ಸೇಬು
ಕೆಂಪು

ತಾಯಿ
ಭಾಗೀರಥಿಯ
ತುಂಬು ಕೆಚ್ಚಲ
ಕುಡಿ
ಆರ್ದ್ರ ಹವಳ
ಕೆಂಪು

ಕಾಶ್ಮೀರ ಕಣಿವೆಯಲಿ
ಉರಿದ
ಮನೆ ಮಠ ಹಟ್ಟಿ
ಚಟ
ಚಟಜ್ವಾಲೆ
ಕೆಂಪು

ಬಂಗಾರ ಗುಡಿಯೆದುರು
ಬಲವಂತ ಸಿಂಗನ
ವಿಲಿವಿಲಿ
ಬಿಸಿರಕ್ತ
ಕೆಂಪು

ಬ್ರಹ್ಮಪುತ್ರಾ ನದಿಗೆ
ಚೆಲ್ಲಿದ
ಅಬ್ದುಲ್ಲನ
ಎಳೆ
ಕರುಳ ಬಳ್ಳಿ
ಕೆಂಪು

ಕುಸಿದ ಸೇತುವೆ
ಕಡಿದ
ಹೆದ್ದಾರಿ ಎದುರಿಗೆ
ಬುರುಡೆ ಮೂಳೆಯ
ಅಣುಕು ಹಲಗೆ
ಕೆಂಪು

ಹಲಗೆ
ಕೆಂಪು

ಕೆಂಪು

'ಕೆಂಪು' ಲಕ್ಷ್ಮಣರಾಯರ ಟಪಿಕಲ್ ಕವಿತೆ. ಮುಟ್ಟಿದಲ್ಲೆಲ್ಲ ಲಕ್ಷ್ಮಣತನದ ಛಾಪು ಎದ್ದು ಕಾಣಿಸುತ್ತದೆ. ಇದು ಅವರ ಮಹತ್ವಾಕಾಂಕ್ಷೆಯ ಕವನವೇನೂ ಅಲ್ಲ. ಆದರೆ ಒಂದು ವಸ್ತುವಿನ ಸುತ್ತ ಸುತ್ತುತ್ತಾ ಅದರೆಲ್ಲ ಮೈಗಳನ್ನು ಗುರುತಿಸಿ, ದಾಖಲಿಸುವ ಕ್ರಮ, ಲಕ್ಷ್ಮಣರಾಯರ ಅನೇಕ ಕವಿತೆಗಳಲ್ಲಿ ಕಾಣಿಸುವಂಥಾದ್ದು. ಈ ಕವಿತೆಯಲ್ಲೂ ಅಷ್ಟೆ 'ಕೆಂಪು' ಎಂಬುದನ್ನೇ ಧ್ಯಾನಿಸುತ್ತಾ, ಅವರು ಕಟ್ಟಿಕೊಡುವ ವೈವಿಧ್ಯಪೂರ್ಣ ನುಡಿಚಿತ್ರಗಳು ಇಲ್ಲಿವೆ. 'ಕೆಂಪು' ಎನ್ನುವುದು ಈ ಎಲ್ಲ ಚಿತ್ರಗಳನ್ನು ಜೋಡಿಸಿ, ಅರ್ಥೈಸುವ ದಾರದಂತಿದೆ.

ಹಸಿರು ಲಂಗದ ಪುಟ್ಟಿ
ಚೆನ್ನಿ
ಅರಗಿಣಿ
ಅವಳ ತೊದಲು ತುಟಿಕೊಕ್ಕು
ಕೆಂಪು

ಎಂದು ಒಂದು ಸುಂದರ ಚಿತ್ರದಿಂದ ಆರಂಭವಾಗುವ ಈ ಕವಿತೆ, 'ಅಲ್ಲಿಂದ ಚಲಿಸುತ್ತಾ 'ಉಂಡಾಡಿಗುಂಡನ ಬುಗರಿಯ ಕೆಂಪನ್ನು, ಕಪಿಲ್‌ದೇವ್, ಕೈಯಿಂದ ಚಿಮ್ಮಿದ ಚೆಂಡಿನ ಕೆಂಪನ್ನು, ಮೇರಿಯ ತುರುಬಲ್ಲಿ ದಳದಳ ಅರಳಿ ಕೂತ ಗುಲಾಬಿಯ ಕೆಂಪನ್ನು, ಮದುಮಗಳು ಫರೀದಾಳ ಕೆನ್ನೆ ಕೆಂಪನ್ನು, ಭಾಗೀರಥಿಯ ಕೆಚ್ಚಲ ಕೆಂಪನ್ನು ಧ್ಯಾನಿಸುತ್ತಾ ಹೋಗುತ್ತದೆ. ಇಲ್ಲಿನ ಪ್ರತಿಯೊಂದೂ ಕೆಂಪಿನ ಸೂಕ್ಷ್ಮ ವ್ಯತ್ಯಾಸಗಳನ್ನು, ವಿನ್ಯಾಸಗಳನ್ನು ಗಮನಿಸಿ ದಾಖಲಿಸುವ ರೀತಿ ಗಮನಾರ್ಹ. ಈ ಸುಂದರ ಚಿತ್ರಗಳ ನಂತರ ಕವಿತೆ ಹೊರಳಿಕೊಳ್ಳುವುದು ಇನ್ನೊಂದೇ ಆಯಾಮದತ್ತ; ದಿಕ್ಕೆಡಿಸುವ ಭಯಾನಕ ಚಿತ್ರಗಳತ್ತ.

ಇಲ್ಲಿ ಕಾಣಿಸುವುದು ಕಾಶ್ಮೀರದ ಕಣಿವೆಯಲ್ಲಿ ಮನೆಗಳಿಗೆ ಬಿದ್ದ ಬೆಂಕಿಯ ಜ್ವಾಲೆಯ ಕೆಂಪು; ಪಂಜಾಬಿನ ಸ್ವರ್ಣಮಂದಿರದೆದುರು ವಿಲಿವಿಲಿ ಒದ್ದಾಡುತ್ತಾ ಇದ್ದ ಬಲವಂತ ಸಿಂಗನ ಬಿಸಿರಕ್ತದ ಕೆಂಪು, ಬ್ರಹ್ಮಪುತ್ರಾ ನದಿಯಲ್ಲಿ ಚೆಲ್ಲಲ್ಪಟ್ಟ ಅಬ್ದುಲ್ಲನ ಎಳೆ ಕರುಳ ಬಳ್ಳಿಯ ಕೆಂಪು.

ಕೊನೆಯಲ್ಲಿ ಈ ಎಲ್ಲ ಚಿತ್ರಗಳಿಗೆ ಕಲಶವಿಟ್ಟಂತೆ ಈ ಭಯಾನಕ ಚಿತ್ರ ಬರುತ್ತದೆ:

ಕುಸಿದ ಸೇತುವೆ
ಕಡಿದ
ಹೆದ್ದಾರಿ ಎದುರಿಗೆ
ಬುರುಡೆ ಮೂಳೆಯ
ಅಣಕು ಹಲಗೆ
ಕೆಂಪು...

ಇವೆಲ್ಲವನ್ನು ದಾಟಿಕೊಳ್ಳಲು ಹೆದ್ದಾರಿಯೂ ಇಲ್ಲ; ಸೇತುವೆಯೂ ಇಲ್ಲ ಉಳಿದಿರುವುದು ನಮ್ಮನ್ನು ಅಣಕಿಸುವ ಕೆಂಪು ಬರೆಹದ ಹಲಗೆ ಮಾತ್ರ!

ಸುಂದರ ಹಾಗೂ ಅಸುಂದರ ಚಿತ್ರಗಳೆರಡನ್ನೂ ಒಟ್ಟಾಗಿ ನೋಡುವ ಮೂಲಕ ಎಲ್ಲಾ ಕ್ಷೇತ್ರಗಳಲ್ಲೂ ನೆಲೆ ಕಂಡುಕೊಂಡಿರುವ ಕೆಂಪಿನ ವಿಶ್ವರೂಪ ದರ್ಶನ ಮಾಡಿಸುವ ಮೂಲಕ ಹೇಗೆ ವಿಭಿನ್ನ ಅರ್ಥಗಳನ್ನು ಹೊಮ್ಮಿಸಬಹುದು ಎಂಬುದನ್ನು ಲಕ್ಷ್ಮಣ ರಾಯರು ತಮ್ಮದೇ ಶೈಲಿಯ ಈ ಕವಿತೆಯಲ್ಲಿ ನಿರೂಪಿಸಿದ್ದಾರೆ.

–ಸುಬ್ರಾಯ ಚೊಕ್ಕಾಡಿ

ಶಾಂಗ್ರಿ–ಲಾ

1

ಶಾಂಗ್ರಿ–ಲಾ,
ಹಿಮಾಲಯದ ದುರ್ಗಮ ನಿಗೂಢ ಯಾವ ಕಣಿವೆಯಲ್ಲಿ?
ಯಾವ ನದಿಯ ಬಯಲಿನಲ್ಲಿ?
ಸುತ್ತ ಶಿಖರ ಕೋಟೆಯಲ್ಲಿ
ಮಂಜಿನ ತೆರೆಮರೆಗಳಲ್ಲಿ
ಎಲ್ಲಿ ಶಾಂಗ್ರಿ–ಲಾ?

ಎಲ್ಲಿ ಕಾಲಚಕ್ರಗತಿ ಯಥಾ ಸಾವಧಾನ
ಎಲ್ಲಕ್ಕೂ ವ್ಯವಧಾನ
ನಿರಾತಂಕ ನಿರುದ್ವೇಗ
ಪ್ರಕೃತಿ ಸಹಜ ಜೀವನ

ಭೋಗದ ಗೇಯದ ಗೊಟ್ಟಿಯಲಂಪಿನ
ಬನವಾಸಿ
ಸಹಸ್ರಾರು ವರ್ಷಗಳ ಜ್ಞಾನದ ಕಾಶಿ
ಎಲ್ಲಿ ಅವಿನಾಶಿ

ಗಿಡಮರಗಳ ಇಂಚರ
ನದಿತೊರೆಗಳ ಮರ್ಮರ
ದುಂಬಿಯ ಶ್ರುತಿ ದಬದಬೆಯ ಮೃದಂಗ
ಚಿರಂತನದ ಗಾನ
ಎಲ್ಲಿ ಪ್ರತಿದಿನ

ಎಲ್ಲಿ ಮುಗ್ಧ ಮಕ್ಕಳು
ನಳನಳಿಸುವ ಹೂಗಳು
ಹದಿಹರೆಯದ ತರುಣ ತರುಣಿ
ಚೈತನ್ಯದ ನೆಗಸು

ಎಲ್ಲಿ ಗೃಹಸ್ಥಾಶ್ರಮ
ಸಂಬಂಧದ ಸಂಭೋಗದ ಸಂಸಾರದ ಸಂಭ್ರಮ
ಪಕ್ವಗೊಂಡ ಮನಸು
ಎಲ್ಲಿ ಜಿಜ್ಞಾಸು

ದುಡಿಮೆಯಲ್ಲಿ ಖುಷಿ
ಮನ ಬಯಸಿದ ಕೃಷಿ
ಶ್ರಮದ ಗಳಿಕೆ ಕಾಳು
ಎಲ್ಲರ ಸಮಪಾಲು

ಸರ್ಕಾರ
ಸಮುದಾಯದ ಕಾರ್ಯಭಾರ ನಿರ್ವಹಣೆಗೆ
ಸರಳ ಸೂತ್ರ
ಪ್ರತಿ ವ್ಯಕ್ತಿಯೂ ಬಂಧಿ
ಸ್ನೇಹಪ್ರೀತಿಯಲ್ಲಿ ಮಾತ್ರ

ಅಂಥದೊಂದು ಪ್ರಾಂತ
ಇಂದು
ಕಳೆದು ಹೋದ ದಿಕ್ಕಟ
ಎಲ್ಲಿ ಅದರ ಭೂಪಟ?
ನಮ್ಮೆಲ್ಲರ ಹಂಬಲ
ಶಂಭಲಾ
ಎಲ್ಲಿದೆ ಆ ಶಾಂಗ್ರಿ–ಲಾ?

2

ಇಲ್ಲಿದೆ ಈ ಅಲಬಾಮಾ ಕಗ್ಗಾಡಿನ ಮಬ್ಬಿನಲ್ಲಿ
ಕ್ಯಾಂಪರನ ಗುರುಕುಲ
ನರಮೇಧಕೆ ತರಬೇತಿ
ಸೈತಾನನ ಸಂಕುಲ

ಬಡಕಲು ಬಡಪಾಯಿಗಳು ಹೊತ್ತ ಪಲ್ಲಕ್ಕಿ
ಒಳಗೆ ಕುಳಿತಿದ್ದಾನೆ ನಹುಷ ಕಡು ಸೊಕ್ಕಿ
'ಬೇಗ, ಬೇಗ' ಎಂದು ಒದೆಯುತ್ತಾನೆ ಮಂದಿ ತಲೆಗೆ
ಹೊತ್ತೊಯ್ಯಲು ಅವನನ್ನು ಬಾರಿಗೆ ಸೂಳೆಗೇರಿಗೆ

ಧಾವಂತದ ಚಕ್ರ
ಚಕ್ರದಡಿಗೆ ಸಿಕ್ಕ ಬದುಕು
ಇಲ್ಲಿ
ಛಿದ್ರ ಚೆಲ್ಲಾಪಿಲ್ಲಿ

ನೀರು ನೆರಳಿಲ್ಲ ಇದು ಬರಗಾಲ ಪ್ರಾಂತ್ಯ
ನೆತ್ತಿಯಲಿ ನಿಷ್ಕರುಣಿ ಉರಿಗಣ್ಣ ಸೂರ್ಯ
ಮೂಳೆ ಚಕ್ಕಳ ಎಲ್ಲ ಪ್ರಾಣಿ ನಿತ್ರಾಣಿ
ಕೊಕ್ಕು ಮಸೆಯುತ್ತ ರಣಹದ್ದು ಮೈಕುಕ್ಕಿ
ಕುಶಲ ಕೇಳುತ್ತಿವೆ, 'ಇನ್ನೂ ಬದುಕಿರುವಿರಾ?
ಜೀಮೂತವಾಹನನ ಕಾದಿರುವಿರಾ?'

ಜನವಾಹನ ನುಗ್ಗಾಟದ
ಹೊಗೆ ಧೂಳಿನ ದುರ್ನಾತದ
ಭಾಷೆ ಬಣ್ಣ ಜಾತಿ ಧರ್ಮ
ಕೊಚ್ಚು ಕೊಲ್ಲು ಚೀರಾಟದ
ಗದ್ದಲ ಗೊಂದಲ ಕೋಲಾಹಲಗಳ
ಕಿಷ್ಕಿಂಧೆಯಲ್ಲಿ
ಒಂದು ಆಶ್ರಮ
ಇಲ್ಲಿ ಒಬ್ಬ ಯೋಗೀಶ್ವರ
ಇವನ ತತ್ವಸಾರ:
'ಅನಿರ್ಬಂಧ ಕಾಮದಿಂದ
ಆತ್ಮ ಸಾಕ್ಷಾತ್ಕಾರ'
ಇವನ ಶಿಷ್ಯ ಶಿಷ್ಯೆಯರು
ಮೈದಾಸರ ಜೂಡಸ್ಸರ ಷೈಲಾಕರ ಮಕ್ಕಳು

ಬೇಸತ್ತ ಗತಿಗೆಟ್ಟ ಧೂಮಭಕ್ತರು
ಮಧುಪಾನಾಸಕ್ತರು
ಇವರ ನಗ್ನ ನರ್ತನ
ಉನ್ಮಾದದ ಗಾನ ಕೇಕೆ
ವಿವಿಧ ಭಂಗಿಯಲ್ಲಿ ತಳಿಕೆ
ವಿಕೃತ ಕಾಮಕೇಳಿ
ಸ್ವಚ್ಛಂದದ ಆನಂದದ
ಹಂಬಲದಲ್ಲಿ
ಭೋಗ ವಿವಿಧ ರೋಗ
ಭ್ರಮೆಯ ತಿರುಗಣಿಯಲ್ಲಿ

ತಾಮಸಿ ರಾವಣನ ಕೈಲಿ
ಜಗದ ಆತ್ಮಲಿಂಗ
ಟಿಕ್ ಟಿಕ್ ಟಿಕ್ ಎಣಿಸುತ್ತಿದೆ
ಟೈಂ ಬಾಂಬ್
ಭೂಗೋಳ

3

ಎಲ್ಲಿ ಶಾಂಗ್ರಿ–ಲಾ?
ಎಲ್ಲೋ ಕೆಲವು ಮನಗಳಲ್ಲಿ
ಸಾತ್ವಿಕ ಚೇತನಗಳಲ್ಲಿ
ಬೀಜ ಮಾತ್ರವೆ?
ಮೊಳೆತೀತೆ ಬೋಧಿ
ಬೇರೂರೀತೆ ನೆಲದಲ್ಲಿ
ಈಗಲಾದರೂ?
ಅದರ ತಂಪು ನೆರಳಿನಲ್ಲಿ
ಬೆಳೆದಾವೆ
ಉಳಿದಾವೆ
ನೆಮ್ಮದಿಯನು ಕಂಡಾವೆ
ನಮ್ಮ ಮಕ್ಕಳು?

ಶಾಂಗ್ರಿ–ಲಾ

ಅಡಿಗರ ಕಾಲದಲ್ಲೇ, ಅವರ ಗಂಭೀರವಾದ, ಘೋಷಲಯದ ಕಾವ್ಯಕ್ಕಿಂತ ಭಿನ್ನವಾಗಿ, ಲವಲವಿಕೆ, ತುಂಟತನದ, ಯವ್ವನದ ಬೆಚ್ಚಗಿನ ಅನುಭವಗಳನ್ನು ಅಷ್ಟೇ ಲವಲವಿಕೆಯ ಭಾಷೆಯಲ್ಲಿ ನಿರೂಪಿಸಿದ ಕವಿ ಲಕ್ಷ್ಮಣರಾಯರು, ವಯಸ್ಸಾದಂತೆ, ತಮ್ಮ ಈ ಗುಣಗಳನ್ನು ಕಳೆದುಕೊಳ್ಳದೇನೇ, ಪಂಚೇಂದ್ರಿಯಗಳಿಗೆ ದಕ್ಕುವ ಅನುಭವ ಗಳೊಂದಿಗೇ ಅದರಾಚೆ ಕಣ್ಣು ಹಾಯಿಸುವ ಮಹತ್ವಾಕಾಂಕ್ಷೆಯ ಗಂಭೀರವಾದ ಕವಿತೆಗಳನ್ನೂ ಸಾಕಷ್ಟು ಬರೆದಿದ್ದಾರೆ. ಅಂಥ ಗಂಭೀರ ಕವಿತೆಗಳ ಪೈಕಿ, 'ಶಾಂಗ್ರಿ–ಲಾ'ವು ಒಂದು ಮುಖ್ಯ ಕವಿತೆಯಾಗಿದೆ.

'ಶಾಂಗ್ರಿ–ಲಾ' ಅನ್ನುವುದು ಹಿಮಾಲಯದಾಚೆಗಿನ ಟಿಬೆಟ್ಟಿನಲ್ಲಿನ ಬೌದ್ಧರ ಒಂದು ಕಾಲ್ಪನಿಕ 'ನೆಮ್ಮದಿಯ ಅರಸುವಿಕೆಯ ನೆಲೆ'. ಎಲ್ಲೋ ಇದೆಯೆಂದು ಭಾವಿಸುವ, ಈಗ ಕಳೆದು ಹೋದಂತಿರುವ 'ಶಾಂಗ್ರಿ–ಲಾ'ವನ್ನು, ನಮ್ಮ ಒಟ್ಟೂ ಬದುಕಿಗೆ, ಬದುಕಿನ ಅರ್ಥ–ಆಶಯಗಳಿಗೆ ರೂಪಕವಾಗಿಸುವ ಮೂಲಕ, ಕಳೆದುಹೋದದ್ದನ್ನು, ನಮ್ಮೊಳಗೆ, ಕಾಣುವ, ಪಡೆಯುವ ಹಂಬಲವನ್ನು ಈ ಕವಿತೆಯು ಚಿತ್ರಿಸುತ್ತದೆ–

ಶಾಂಗ್ರಿ–ಲಾ
ಹಿಮಾಲಯದ ದುರ್ಗಮ ನಿಗೂಢ ಯಾವ ಕಣಿವೆಯಲ್ಲಿ
ಯಾವ ನದಿಯ ಬಯಲಿನಲ್ಲಿ
ಸುತ್ತ ಶಿಖರ ಕೋಟೆಯಲ್ಲಿ
ಮಂಜಿನ ತೆರೆಮರೆಗಳಲ್ಲಿ
ಎಲ್ಲಿ ಶಾಂಗ್ರಿ–ಲಾ?

ಎಂದು ಪ್ರಶ್ನಿಸುತ್ತಾ, ಹುಡುಕುವ ಕ್ರಿಯೆಯ ಮೂಲಕ ಆರಂಭವಾಗುವ ಕವಿತೆ, ನಮ್ಮ ಸುತ್ತಲಿನ ಬದುಕಿನಲ್ಲಿ, ನಾವು ಕಳೆದುಕೊಂಡಿರುವುದೇನು, ಎಂಬುದನ್ನು ಗುರುತಿಸುತ್ತಾ, ಗಾಢ ವಿಷಾದದೊಂದಿಗೆ ಮುಂದುವರಿಯುತ್ತಿದೆ.

ಎಲ್ಲಿ ಮುಗ್ಧ ಮಕ್ಕಳು
ನಳ ನಳಿಸುವ ಹೂಗಳು
ಹದಿಹರೆಯದ ತರುಣ ತರುಣಿ
ಚೈತನ್ಯದ ನೆಗೆಸು
ಎಲ್ಲಿ ಗೃಹಸ್ಥಾಶ್ರಮ

ಸಂಬಂಧದ ಸಂಭೋಗದ ಸಂಸಾರದ ಸಂಭ್ರಮ
ಪಕ್ವಗೊಂಡ ಮನಸು
ಎಲ್ಲಿ ಜಿಜ್ಞಾಸು

ಹೀಗೆ ಬದುಕಿನಲ್ಲಿ ನಾವು ಕಳೆದುಕೊಂಡಿರುವ ಬಾಲ್ಯದ ಮುಗ್ಧತೆಯನ್ನು, ಬದುಕಿನ ಸಂಭ್ರಮವನ್ನು, ಧಾವಂತದ ಬದುಕಿನಲ್ಲಿ ಎಲ್ಲವೂ ಛಿದ್ರವಾಗಿರುವುದನ್ನು ಗುರುತಿಸುತ್ತಾ ಹೋಗುತ್ತದೆ. ಪ್ರಕೃತಿ, ಭಾಷೆ, ಬಣ್ಣ, ಜಾತಿ, ಧರ್ಮಗಳ ಅಪಮೌಲ್ಯವನ್ನು; ಮಿತಿಯಿರದ ಭೋಗದ ಮೂಲಕ ಅವನತಿಯತ್ತ ಸಾಗುತ್ತಿರುವ ಬದುಕನ್ನು ನೋಡಿ ಮನಸ್ಸು ವಿಹ್ವಲಗೊಳ್ಳುತ್ತದೆ. ಹೀಗೆ ತಾಮಸದ ಪ್ರಾಬಲ್ಯದಿಂದಾಗಿ ಭೂಗೋಳವೇ ಬಾಂಬಾಗಿ ಬದಲಾಗಬಹುದೆನ್ನುವ ಆತಂಕದ, ದಾರುಣ ಚಿತ್ರದ ಕೊನೆಯಲ್ಲಿ ಆರ್ತ ಪ್ರಾರ್ಥನೆಯಂತೆ ಕಾಣಿಸಿಕೊಳ್ಳುವ ಈ ಸಾಲುಗಳು, ನಮ್ಮೊಳಗಿನ, ಇರಬೇಕಾದ ಶಾಂಗ್ರಿ-ಲಾವನ್ನು, ಹೊರಗೆಲ್ಲೋ ಹುಡುಕದೆ, ಒಳಗೇ ಹುಡುಕಿ, ಕಂಡುಕೊಳ್ಳಬೇಕೆನ್ನುವುದನ್ನು ಸಮರ್ಥವಾಗಿ ಸೂಚಿಸುತ್ತದೆ.

ಎಲ್ಲಿ ಶಾಂಗ್ರಿ-ಲಾ?
ಎಲ್ಲೋ ಕೆಲವು ಮನಗಳಲ್ಲಿ
ಸಾತ್ವಿಕ ಚೇತನಗಳಲ್ಲಿ
ಬೀಜ ಮಾತ್ರವೇ?
ಮೊಳೆತೀತೇ ಬೋಧಿ
ಬೇರೂರೀತೇ ನೆಲದಲ್ಲಿ
ಈಗಲಾದರೂ

....

ನೆಮ್ಮದಿಯನು ಕಂಡಾವೆ
ನಮ್ಮ ಮಕ್ಕಳು?

ಹೀಗೆ ಕವಿತೆ ಋಣಾತ್ಮಕತೆಯಿಂದ ಧನಾತ್ಮಕತೆಯತ್ತ ಚಲಿಸಿ, ವಿರಮಿಸುತ್ತದೆ.

—ಸುಬ್ರಾಯ ಚೊಕ್ಕಾಡಿ

ಪರೀಕ್ಷಿತ

ಸುತ್ತ ಪರಿವೃತ್ತ ಬಿಗಿ ಕಾವಲು
ಈ ನಮ್ಮ ನೇತಾರ
ಪರೀಕ್ಷಿತನನ್ನು
ಹಾವಿಂದ ಕಾಯಲು.

ಭಾಷಣ ಬೀಗುವಾಗ
ರಸ್ತೆಯಲ್ಲಿ ಸಾರೋಟು ಸಾಗುವಾಗ
ಗುಂಡು ಹೊಗದಂಥ ಅಂಗಿ
ದಪ್ಪ ಗಾಜಿನ ಗೋಡೆ
ಸದಾ ಭಯಗ್ರಸ್ತ ಮುಖದ ಮೇಲೆ
ನಸುನಗೆಯ ಮುಖವಾಡ
ಏಕಾಂಗಿ.

ಮಫ್ತಿಯಲ್ಲಿ ಗುಪ್ತಚಾರರ ಪಡೆ
ನಿಬಿಡ ಜನ ಸಂದಣಿಯಲ್ಲಿ;
ಶೃಂಗಿಯ ಶಾಪ
ಯಾವ ರೂಪದಲ್ಲಿ?
ಬಗಲಲ್ಲಿ ಅಂಗರಕ್ಷಕನೊ?
ಅವನೇ ತಕ್ಷಕನೊ?

ಪ್ರತೀಕಾರದ ಚೂರಿನೋಟವನ್ನು
ಇವನತ್ತ ತೂರಿ
ಗಕ್ಕನೆ ಮರೆಯಾದ ಆ ಠಕ್ಕನಾರು?
ಅವ ಸಿಕ್ಕನೆ?
ಎದೆ ಹೊಕ್ಕನೆ ಕಂಗೆಡಿಸಲು?

ಜನ ಸಾಗರ ನಡುಗಡ್ಡೆಯ
ಕೋಟೆ ಗೋಪುರದಲ್ಲಿ
ಅಡಗಿ ಕುಳಿತಿದ್ದಾನೆ ಬಡಪಾಯಿ;
ಎಲ್ಲಿ ಹೊಂಚಿಹುದೊ ಕುಟುಕಲು
ಯಾವ ನರಹುಳು?

ಪರೀಕ್ಷಿತ

ಪರೀಕ್ಷಿತನೆಂಬ ಅರ್ಜುನನ ಮೊಮ್ಮಗನೂ, ಜನಮೇಜಯನ ತಂದೆಯೂ ಆದ ಕುರುವಂಶದ ಮಧ್ಯ ವೈದಿಕ ಕಾಲದ ದೊರೆಯ ತಲ್ಲಣಗಳನ್ನು ಆರೋಪಿಸಿದ ಇಂದಿನ ನಾಯಕನ ಕಥೆ ಹೇಳುವ ಕವಿತೆ ಪರೀಕ್ಷಿತ.

ವಂಶಗಳನ್ನೇ ಹರಿದುತಿಂದ ಕುರುಕ್ಷೇತ್ರ ಯುದ್ಧದ ಬಳಿಕ ರಾಜ್ಯವಾಳಿದ ಪಾಂಡವ ಜ್ಯೇಷ್ಠ ಯುಧಿಷ್ಠಿರನ ಆಳ್ವಿಕೆಯ ನಂತರ ರಾಜ್ಯವಾಳಿದವನು ಪರೀಕ್ಷಿತ. ಪರೀಕ್ಷಿತನ ಮೇಲೆ ಬ್ರಾಹ್ಮಣ ಶೃಂಗಿಯ ಶಾಪವೊಂದಿತ್ತು. ಅದು ಏಳು ದಿನಗಳೊಳಗೆ ವಿಷದ ಜ್ವಾಲೆಗಳನ್ನುಗಿವ ಸರ್ಪದಂಷ್ಟ್ರದಿಂದ ಸಾವು ಬರುವುದು. ಅದನ್ನು ತರುವವನು ತಕ್ಷಕನೆಂಬ ನಾಗರಾಜ. ನಾಗನೊಂದು ಪರಹಸ್ತದಲ್ಲಿನ ಉಪಕರಣ. ಶೃಂಗಿಯ ಶಾಪಕ್ಕೆ ಕಾರಣ ಪರೀಕ್ಷಿತ ಕೋಪದಿಂದ, ಸತ್ತ ಸರ್ಪವೊಂದನ್ನು ಧ್ಯಾನದಲ್ಲಿದ್ದ ಶೃಂಗಿಯ ಕೊರಳಿಗೆ ಹಾಕಿದ್ದು. ಆಗ್ಗೇ ದ್ವಾಪರಯುಗ ಕಳೆದು ಕಲಿಯುಗ ಕಾಲಿಟ್ಟಿತ್ತು. ಅಂದರೆ ಇಂದಿನ ಯುಗದ ಆರಂಭವಾಗಿತ್ತು.

ಇಂದು ನಮ್ಮನ್ನು ಆಳುವ ಹಲವು ಹಂತಗಳ ಹಲವು ನವನೂತನ ಪರೀಕ್ಷಿತರಿಗೆ ಶಾಪ ಒದಗಿದ್ದು ಯಾವುದರಿಂದ ಎನ್ನುವ ವಿಚಾರಕ್ಕೆ ಕವಿ ಹೋಗುವುದಿಲ್ಲ. ಬಹುಶಃ ಇವನದೆಲ್ಲವೂ ಅವನ ತಪ್ಪುಗಳ ಗುಣಾಕಾರವೆಂಬ ಭಾವವಿರಬೇಕು. ಸಾವನ್ನು ಎದುರಿಗಿರಿಸಿಕೊಂಡಿದ್ದ ಆ ಪರೀಕ್ಷಿತನಿಗೆ ಇದ್ದಂತಹ ಭಯವೇ ಎಲ್ಲ ನವಪರೀಕ್ಷಿತರಿಗೆ ಅಂತರಂಗದ ಒಳಗಿದೆ ಎನ್ನುವುದು ಕವಿತೆಯ ಓದು ನಮಗೆ ತಿಳಿಸುವ ವಿಷಯದ ಒಂದು ಹೊರಪದರ ಮಾತ್ರ. ಅಂದರೆ ಈ ಪುರಾಣೇತಿಹಾಸವನ್ನು ಒಡೆದು ಕಟ್ಟಿರುವ ಕ್ರಮದಲ್ಲಿ ನಮ್ಮ ಅರಿವಿಗೆ ಬರುವಂತೆ ನವೀನ ಪರೀಕ್ಷಿತರಿಗೆ ಎಲ್ಲೆಲ್ಲೂ ತಕ್ಷಕರಿದ್ದಾರೆ. ಬಗಲಲ್ಲಿ, ಅಂಗರಕ್ಷಕರಂತೆ, ಪ್ರತೀಕಾರದ ಚೂರಿ ನೋಟವನ್ನು ಇವನೆಡೆಗೆ ತೂರಿ ಗಕ್ಕನೆ ಮರೆಯಾದವನಂತೆ. ಹಾಗಾಗಿ ಹೆಂಬೇಡಿ ನಾಯಕ ಅಡಗಿ ಕುಳಿತಿದ್ದಾನೆ. ಜೊತೆಗೆ ಯಾವಾಗಲೂ ತೊಟ್ಟಿರುತ್ತಾನೆ ಗುಂಡು ಹೊಗದ ಅಂಗಿ. ಅವನಿರುವುದು ದಪ್ಪಗಾಜಿನ ಗೋಡೆಗಳ ಒಳಗಡೆಯಲ್ಲಿ.

ಕವಿತೆ ಅವನ-ಇವರ ಹೋಲಿಕೆಗೆ ತೃಪ್ತಿಗೊಳ್ಳುವುದಿಲ್ಲ. ಇದರ ಹಿಂದೆ ಪರೀಕ್ಷಿತನಲ್ಲದ ಕವಿಯು ಅನುಭವಿಸುವ ಸ್ವಾತಂತ್ರ್ಯದ ಸುಖದ ಭಿತ್ತಿಯಿದೆ. ಸ್ವಾತಂತ್ರ್ಯ ಭಿತ್ತಿಯ ಮೇಲೆ ಆಹ್ಲಾದದ ಚಿತ್ರವಿದೆ. ಈ ಆಹ್ಲಾದಕ್ಕೆ ಪ್ರತಿಯಾಗಿ ತನ್ನ ಸೃಷ್ಟಿಯಾದ ನಾಯಕನನ್ನು ಯಾವತ್ತಿಗೂ ಈ ಸಾವಿನ ಭಯದಿಂದ ವಿಮುಖನಾಗಲು ಅವಕಾಶ

ಕೊಡದಂತೆ ಇಡೀ ಅವನ ಸುತ್ತ ಸದಾ ಕುಟುಕಲು ಹೊಂಚುತ್ತಿರುವ ನರಹುಳವೊಂದನ್ನು ಇಟ್ಟುಬಿಡಲಾಗಿದೆ. ಅದು ಮುಖಹೀನವಾದ ಶತ್ರು. ಆ ಸಾವಿನ ಭಯ ಯಾವುದೆಂದು ಕವಿಗೂ ಗೊತ್ತಿಲ್ಲವಾಗಿ ಬಿಟ್ಟಿದೆ.

ಇದೊಂದು ಪೊಲಿಟಿಕಲ್ ಸಟೈರ್. ಆದರೆ ಅಷ್ಟು ಮಾತ್ರವಲ್ಲ, ಸಾದಾ ಸೀದಾ ಸಂತೋಷದ ಬದುಕಿನ ಬಯಕೆಯೂ ಆಗಿದೆ. ಎಲ್ಲದರಿಂದ ಬಿಡುಗಡೆ ಪಡೆದು ಹಕ್ಕಿಯಂತೆ ಹಾಡಿಕೊಂಡು, ಹಾರಿಕೊಂಡು ಇರುವ ಸ್ವಚ್ಛಂದ ಬದುಕಿನ ಹಂಬಲವಿದು.

ಇವತ್ತಿನ ಮನುಷ್ಯನನ್ನು ಪುರಾಣೇತಿಹಾಸಗಳ ಪರಿಪ್ರೇಕ್ಷ್ಯದಲ್ಲಿರಿಸಿ ನೋಡುವ ಕ್ರಮವನ್ನು ಕೊಲಂಬಸ್, ಕ್ವಿಕ್ಲೋಟ್ ಮುಂತಾದ ಹಲವು ಕವಿತೆಗಳಲ್ಲಿ ಬಿ.ಆರ್.ಎಲ್ ಅನುಸರಿಸಿದ್ದಾರೆ. ಎಲ್ಲ ಬದುಕಿನ ಮೊತ್ತ ಕೂಡಿ ಇತಿಹಾಸವಾಗಿದೆ. ಅದನ್ನು ಅರಿಯುವುದಕ್ಕೆ ಈ ಕವಿತೆಯಲ್ಲಿ ಕವಿಯು ಮಾಡುವ ಪ್ರಯತ್ನ ಕುತೂಹಲಕಾರಿ ಯಾಗಿದೆ.

–ಆರ್. ವಿಜಯರಾಘವನ್

ಅಂತರ್ಜಲ

ಸ್ಫೂರ್ತಿಯನ್ನೇ ನೆಚ್ಚಿದರೆ ಕಾವ್ಯವಿಲ್ಲ
ಅನುಭವದೆಲ್ಲೆಯಲ್ಲಿ;
ಮಳೆಯನ್ನೇ ನೆಚ್ಚಿದರೆ ವ್ಯವಸಾಯವಿಲ್ಲ
ಕೋಲಾರ ಜಿಲ್ಲೆಯಲ್ಲಿ.

ವರ್ಷಕ್ಕೆ ಒಂದೋ ಎರಡೋ ಒಳ್ಳೇ ಮಳೆ.
ಅದೂ ಬಂದರೆ;
ಹಸುಗೂಸುಗಳನ್ನು ಜೀವಂತ ಹುಗಿದಂತೆ
ಬಿತ್ತುವುದೆಂದರೆ.

ಆದ್ದರಿಂದ ಈಗಿಲ್ಲಿ ಕೊಳವೆ ಬಾವಿ
ಅಂತರ್ಜಲಕ್ಕೆ;
ನೀರಿದ್ದಷ್ಟು ಕಾಲ ನೀರಾವರಿ
ಎದೆ ಹೊಲಕ್ಕೆ.

ಅಂತರ್ಜಾಲ

ಬಿ.ಆರ್.ಎಲ್ 'ಅಂತರ್ಜಾಲ' ಕವಿತೆಯನ್ನು ಬರೆದಿದ್ದು ಕೋಲಾರ ಜಿಲ್ಲೆ ಅವಿಭಜಿತವಾಗಿದ್ದಾಗ. ಅಂದಿನ ಕೋಲಾರವೆಂದರೆ ಇವತ್ತಿನ ಕೋಲಾರ ಮತ್ತು ಚಿಕ್ಕಬಳ್ಳಾಪುರ ಜಿಲ್ಲೆಗಳನ್ನು ಒಳಗೊಂಡ ಭೂಪ್ರದೇಶ. ಮಳೆಯನ್ನ ನಂಬಿ ಬದುಕುವ ಜನಬಾಹುಳ್ಯವಿರುವ ನೆಲವಿದು. ಸದಾ ಕಾಡುವ ಬರದ ನೆಲದೊಡಲ ಬಗೆಬಗೆದು ನೆತ್ತರು ಹೀರುವ ಪಾಶವೀ ವೃತ್ತಿ ಉಚ್ಛ್ರಾಯ ಸ್ಥಿತಿಯಲ್ಲಿದ್ದಾಗ ಬಂದ ಕವಿತೆಯಿದು. ಇಂದಿನ ಚಿಂತಾಮಣಿ ಚಿಕ್ಕಬಳ್ಳಾಪುರ ಜಿಲ್ಲೆಯಲ್ಲಿದೆ.

ಇದು ಈ ನೆಲವ ಕಾಡುವ ಬರದ ಬಗ್ಗೆ ಬರೆದದ್ದು ಅನ್ನಿಸುವಾಗಲೇ ಅಂದರೆ ಮೊದಲ ಸಾಲಿನಲ್ಲೇ ಸಮೀಕರಣವೊಂದನ್ನು ಕವಿ ನಮ್ಮ ಮುಂದಿಡುತ್ತಾರೆ. ಅದೆಂದರೆ ಕಾವ್ಯ ಸೃಷ್ಟಿಯ ಕಸುಬುದಾರಿಕೆಯದು. ಸದಾ ಸ್ಫೂರ್ತಿಯನ್ನೇ ನಂಬಿಕೊಂಡಿದ್ದರೆ ಕಾವ್ಯವಿಲ್ಲ. ಅನುಭವವಿದೆ; ಅದನ್ನು ಕಾವ್ಯವಾಗಿಸುವ, ಕಾವ್ಯಾನುಭವಕ್ಕೆ ಲೋಕಾನುಭವವನ್ನು ಒಗ್ಗಿಸುವ ಕಸುಬುದಾರಿಕೆಯ ಅಗತ್ಯವೂ ಸಹ ಇದೆ ಎನ್ನುವುದರ ಪ್ರತಿಪಾದನೆ ಕವಿತೆಯ ಮೊದಲಲ್ಲಿಯೇ ಬಂದಿದೆ.

ಆದ್ದರಿಂದಲೇ ಮಳೆಯನ್ನೇ ನೆಚ್ಚಿದರೆ ವ್ಯವಸಾಯವಿಲ್ಲ ಕೋಲಾರ ಜಿಲ್ಲೆಯಲ್ಲಿ ಎಂಬ ಮಾತು ಎರಡನೆಯ ಘಟಕವಾಗಿ ಬರುತ್ತದೆ. ವರ್ಷಕ್ಕೆ ಒಂದೋ, ಎರಡೋ ಬಂದರೆ ಬಂತು ಎನ್ನುವ ಅಪರೂಪದ ಮಳೆಯ ಪ್ರಸ್ತಾಪವು ಇಳೆ ಮಳೆಗೆ ಕಾದಂತೆ ಕವಿ ಸ್ಫೂರ್ತಿಗೆ, ಕಾವ್ಯಸಿದ್ಧಿಗೆ ಕಾದರೆ ಹೇಗೆನ್ನುವ ಪ್ರಶ್ನೆಯನ್ನು ಎತ್ತುತ್ತದೆ. ಬರುವುದು ಎಂದರೆ ಘಟಿಸುವುದು. ಅಂದರೆ ಕಾವ್ಯ ಸೃಷ್ಟಿಗೆ ಅನುವಾಗುವ ಯಾವುದೋ ಒಂದು ಘಟಿಸಬೇಕು. ಅದು ಕಾವ್ಯ ಬದುಕಿನ ಅಗತ್ಯಕ್ಕೊದಗಿ ಬರಬೇಕು.

ಅಂತಹುದು ಸ್ವಾಭಾವಿಕವಾಗಿ, ಸಹಜವಾಗಿ ಒದಗಲು ಸಾಧ್ಯವಾಗದಿದ್ದಲ್ಲಿ ಮಾಡುವುದೇನು ಎನ್ನುವ ಪ್ರಶ್ನೆಯನ್ನೆತ್ತುವ ಕವಿತೆ ಅದಕ್ಕೆ ತಕ್ಕ ಉತ್ತರವನ್ನೂ ನೀಡುತ್ತದೆ.

ಸುತ್ತಲಿನ ಬದುಕಲ್ಲಿ ಕಾವ್ಯಕ್ಕೆ ವಸ್ತು ಸಿಗದಾದಾಗ ಎಲ್ಲೆಲ್ಲೋ ಎಡತಾಕುವ ಸ್ವಯಂಸ್ಫೂರ್ತನಲ್ಲದ ಒಬ್ಬ ಕವಿಯ ಪ್ರೋಟೋಟೈಪ್ ಆಗಿ ಇಲ್ಲಿ ವಸ್ತು ಅನ್ಯೋಕ್ತಿಯಲ್ಲಿ ಆವಿಷ್ಕಾರಗೊಂಡಿದೆ. ಬದುಕಿಗೆ ಆಸರೆಯಾದ ಜೀವಸೆಲೆಯು ಕಾಲಕಾಲಕ್ಕೆ ತಂತಾನೇ ಒದಗಿಬರಬಹುದೆಂದು ನಂಬುವ ಸ್ಥಿತಿಯಲ್ಲಿ ನಾವಿಲ್ಲ. ಅದು ಬಿತ್ತಿ ಬೆಳೆದು ಎದೆಮಟ್ಟಕ್ಕೆ ಬಂದ ಬೆಳೆ ಮಳೆ ಬರದೆ ನೆಲಕ್ಕೊರಗಿದಂತೆ ದುರಂತದಲ್ಲಿ ಪರಿಣಮಿಸುವಂಥಹುದು.

ಈ ಪರಿಸ್ಥಿತಿಯೊದಗಿದಾಗ ಅನಿವಾರ್ಯತೆಯೊಂದು ಒದಗಿಬರುತ್ತದೆ. ಅದೇ ನೆಲದೊಡಲ ಬಗೆದು ಎದೆಹೊಲಕ್ಕೆ ನೀರಿದ್ದಷ್ಟು ಕಾಲ ನೀರಾವರಿ ಮಾಡಿಕೊಳ್ಳುವುದು. ಬಂಜೆ ಮೋಡವ ನೋಡಿ ಕಂಗೆಡುವ, ಇಳೆ ನಮ್ಮ ಅತ್ಯಾಶೆಯೆದೆಯ ದಾಹ ತಣಿಸಲು ವಿಫಲವಾಗುತ್ತಾ ಸಾಗುವೆಡೆ ಹತಾಶೆ ಬೆಳೆದು ಕಂಗೆಡುವ ರೈತನಂತೆ ಇಲ್ಲಿ ಕವಿ ಇದ್ದಾನೆ.

ಈ ಕೃತಕ ನೀರಾವರಿಯು ಶಾಶ್ವತವಲ್ಲದ್ದು. ಅಪಾರ ನಿರೀಕ್ಷೆಗೆ ಅವಕಾಶವಿಲ್ಲದ್ದು. ನೀರಿದ್ದಷ್ಟು ಕಾಲ ಮಾತ್ರವೇ ಎದೆ ಹೊಲದ ನೀರಾವರಿ. ಇದು ಈಗ ಸಿಕ್ಕಿ ಮರಳಿ ದಕ್ಕದ್ದು ಆಗಿಬಿಡುವುದೇನೋ ಎಂಬ ಭಯ ಕವಿತೆಯ ಹಿಂದೆ ನಿಂತು ಕಾಡುತ್ತದೆ. ಈ ಆವರಿಸಿ ನಿಂತು ಕಾಡುವ ಎರಡು ಪಾತಳಿಯ ಧ್ವನಿಯೇ ಈ ಕವಿತೆಯ ಯಶಸ್ಸಿನ ಒಳಗುಟ್ಟು ಎಂದು ನಾನು ಭಾವಿಸಿದ್ದೇನೆ.

–ಆರ್. ವಿಜಯರಾಘವನ್

ರೀತಿ

ಒಬ್ಬನೆಂದ; 'ಓ ಕವಿಯೇ,
ಇದು ಸರಿಯೆ?
ಜನತಂತ್ರದ ಈ ದಿನದಲ್ಲಿ
ಹೊತ್ತೊಯ್ಯಬಹುದೆ ಹೆಗಲಲ್ಲಿ
ಆಳರಸರ ಮೆಟ್ಟುಗಾಲನ್ನು ನೆಕ್ಕುವ
ವಿಧೇಯ ನಾಯಿಯನ್ನು?
ಕಂಡವರು, ನಕ್ಕಾರು ತೆಗಿ
ಮೊದಲು ನೆಲಕ್ಕದನ್ನು ಒಗಿ,
ಕವಿ ಮುಂದುವರಿದ
ಮೌನವಾಗಿ.

ಇನ್ನೊಬ್ಬನೆಂದ: 'ಓ ಕವಿಯೇ,
ಇದು ಕ್ರಮವೆ?
ಧರ್ಮ ನಿರಪೇಕ್ಷ ನಾಡಲ್ಲಿ
ಹೊತ್ತೊಯ್ಯಬಹುದೆ ಹೆಗಲಲ್ಲಿ
'ಪುಣ್ಯಕೋಟಿಯೇ' ಎಂದು ಹಲುಬುತ್ತ
ಸತ್ತ ಆಕಳನ್ನು?
ಕಂಡವರು ನಕ್ಕಾರು, ತೆಗಿ
ಮೊದಲು ನೆಲಕ್ಕದನ್ನು ಒಗಿ,'
ಕವಿ ಮುಂದುವರಿದ
ಮೌನವಾಗಿ.

ಮತ್ತೊಬ್ಬನೆಂದ; 'ಓ ಕವಿಯೇ,
ಇದು ತರವೆ?
ಬಂಡಾಯದ ಈ ದಿನದಲ್ಲಿ
ಹೊತ್ತೊಯ್ಯಬಹುದೆ ಹೆಗಲಲ್ಲಿ

ಏನೇ ನಡೆದರು ಸುತ್ತ ನಿರ್ಲಿಪ್ತ
ನಿಲ್ಲುವ ಕತ್ತೆಯನ್ನು?
ಕಂಡವರು ನಕ್ಕಾರು, ತೆಗಿ
ಮೊದಲು ನೆಲಕ್ಕದನ್ನು ಒಗಿ
ಕವಿ ಮುಂದುವರಿದ
ಮೌನವಾಗಿ.

ರೀತಿ

ಹಳ್ಳಿಗಾಡಿನ ಕತೆಗಾರರಲ್ಲಿ ಅಂತೆಯೇ ಪಂಚತಂತ್ರದಲ್ಲಿ ಒಂದು ಕತೆಯಿದೆ. ಅದು ನೂರು ಬಾರಿ ನೂರು ಜನ ಒಂದೇ ಸುಳ್ಳು ಹೇಳಿದರೆ ಅದನ್ನು ಸತ್ಯ ಎಂದು ನಂಬಿಬಿಡಬೇಕಾಗುವ ಸ್ಥಿತಿಯನ್ನು ಕುರಿತು ಇರುವುದು.

ಜನಪದರದು ಒಬ್ಬ ಬ್ರಾಹ್ಮಣನಿಗೆ ದಾನವಾಗಿ ದೊರೆತ ಒಂದು ಮೇಕೆ ಮರಿಯನ್ನು ಮೂವರು ಚೋರರು ಅದು ನಾಯಿ ಎಂದು ನಂಬಿಸಿ, ಬ್ರಾಹ್ಮಣ ನಾಯಿ ಹೊತ್ತು ನಡೆಯುವುದನ್ನು ಅಪಹಾಸ್ಯ ಮಾಡಿ ಅಣಕಿಸಿ ಯೇಮಾರಿಸಿ ಹೊಡೆದುಕೊಂಡು ಹೋಗುವ ಕತೆಯದು. ಇದರ ಇನ್ನೊಂದು ರೂಪ ಆ ಪ್ರಾಣಿಯನ್ನು ದೆವ್ವವೆಂದು ಬಿಂಬಿಸಿ ಕಸಿದುಕೊಳ್ಳುವುದು. ಈ ಕಥನಗಳ ಅಡಿಪಾಯದ ಮೇಲೆ ಅದೇ ರೀತಿಯಲ್ಲಿ ಸಹಜವಾಗಿ ಕಟ್ಟಲ್ಪಟ್ಟ ಕವಿತೆ ರೀತಿ. ಇದು ಟಿಪಿಕಲ್ ಬಿ.ಆರ್.ಎಲ್ ಕವಿತೆ.

ಇದು ಒಂದು ಸ್ಥಿತಿಯನ್ನು ಇನ್ನೊಬ್ಬನನ್ನು ಎದುರಿಗೆ ಕೂರಿಸಿಕೊಂಡು ಹೇಳುತ್ತಿರುವ ಉಪನಿಷತ್ತಿನ ರೀತಿಯಲ್ಲಿದೆ. ಇಲ್ಲಿ ಕಾವ್ಯ ನಾಯಕನಾದ ಒಬ್ಬಾನೊಬ್ಬ ಕವಿಯನ್ನು ಮೂವರು ಭಾಷ್ಯಕಾರರು ಪ್ರಶ್ನಿಸುತ್ತಿದ್ದಾರೆ. ಆ ಪ್ರಶ್ನೆಗಳು ಆ ಕವಿಯ ನೆಚ್ಚಿನ ಕಾವ್ಯಕಾರಣವನ್ನು ಪ್ರಶ್ನಿಸುವಂಥವು. ಈ ಭಾಷ್ಯಕಾರರ ಭಿನ್ನ ಭಿನ್ನ ಆಲೋಚನೆಯ ವಿಧಾನಕ್ಕೆ ತಕ್ಕಂತೆ ಕವಿ ಬರೆಯಬೇಕೆ? ಅಥವಾ ತನ್ನಷ್ಟಕ್ಕೆ ತಾನು ಬರೆದುಕೊಂಡು ಹೋಗುತ್ತಿರಬೇಕೇ ಎಂಬ ಆಧ್ಯಾತ್ಮಿಕ ಪ್ರಶ್ನೆಯೂ ಇಲ್ಲಿದೆ. ಇದಕ್ಕೆ ಉತ್ತರವಾಗಿ ಕವಿತೆಯಲ್ಲಿ ಕವಿ ಮುಂದುವರೆದ, ಮೌನವಾಗಿ ಎಂಬ ಮಾತೂ ಪುನರಭಿನಯಿಸಿ ಬರುತ್ತದೆ. ಮೂರೂ ಪ್ರಸಂಗಗಳಲ್ಲಿ ಕವಿಯ ಉತ್ತರವೊಂದೇ... ಮೌನವಾಗಿ ಮುಂದುವರಿಯುವುದು. ಅಡ್ವಾನ್ಸ್, ಮುಂದುವರಿ ಎಂದು ಆಂತರ್ಯ ಹೇಳಿದಂತೆ ನಡೆಯುವುದಿದು. ನನ್ನ ದಾರಿ ನನ್ನದು ಎಂಬಂತೆ.

ಈಗ ಕವಿತೆ ಎತ್ತುವ ಪ್ರಶ್ನೆಗಳನ್ನು ನೋಡೋಣ.

ಈ ಹಳೆಯ ವ್ಯವಸ್ಥೆಯು ಸಮಗ್ರವಾಗಿ ಪಲ್ಲಟಗೊಂಡ ಜನತಂತ್ರದ ದಿನಗಳಲ್ಲಿ ಆಳುವವರ ಬೂಟು ನೆಕ್ಕುವ ವಿಧೇಯ ನಾಯಿಯನ್ನು ಕವಿ ತಲೆಯಲ್ಲಿಟ್ಟು ಕಾವ್ಯ ಹೊಸೆಯಬಹುದೇ? ಅನಪೇಕ್ಷಿತವಾದ ಆದರೂ ಒಪ್ಪಿತ ಮೌಲ್ಯವನ್ನು ಬಿಟ್ಟು ಬಿಡುವ, ವಿಮರ್ಶಿಸುವ ತಾಖತ್ತಿಲ್ಲದೆ ಒಪ್ಪಿಕೊಳ್ಳುತ್ತಾ ಕವಿಯೊಬ್ಬ ಕವಿಯಾಗಿ ಇನ್ನೂ ಮುಂದುವರಿಯಬಹುದೇ? ಎನ್ನುವ ಪ್ರಶ್ನೆ ಒಂದು.

ಹಳವಂಡಗಳನ್ನೇ ಮೌಲ್ಯಗಳೆಂದು ಸ್ವೀಕರಿಸಿ ತಲೆಯ ಮೇಲೆ ಹೊರೆ ಹೊತ್ತು

ತಿರುಗುತ್ತಿರುವ, ಇದ್ದಲ್ಲೇ ಇದ್ದುಬಿಡುವ ಇವೊತ್ತು ಬರೆಯುತ್ತಿರುವ ನವ ಪ್ರಾಚೀನ ಕವಿಗಳನ್ನು ಕುರಿತದ್ದು ಎರಡನೆಯದು.

ತನಗೂ ಪ್ರಪಂಚಕ್ಕೂ ಸಂಬಂಧವಿಲ್ಲ ಎನ್ನುವಂತೆ ಬರೆಯುವ ಬರೆದುಕೊಂಡು ಹೋಗುವ ಕವಿಯನ್ನು ಕುರಿತದ್ದು ಮೂರನೆಯದು.

ಈ ಕವಿತೆಯಲ್ಲಿ ಪ್ರಶ್ನೆಗೆ ಒಳಪಡುವವನು ಕಾಲಕಾಲದಲ್ಲಿ ಬರೆಯುತ್ತಿದ್ದ ಒಬ್ಬನೇ ಕವಿಯಂತೆ ಕಂಡರೂ ಅವು ನುಡಿವ ಪರಿಣಾಮಗಳು ಮಾತ್ರ ಒಬ್ಬನೇ ಕವಿಯ ಮೂರು ಅವಸ್ಥಾಂತರಗಳನ್ನು ಕುರಿತ ವ್ಯಾಖ್ಯೆಗಳಾಗಿವೆ ಎನ್ನುವುದನ್ನು ಸೂಚಿಸುತ್ತವೆ. ಇದರ ಪ್ರತಿ-ಅರ್ಥವನ್ನು ಗಮನಿಸಿ: ತನ್ನ ಪಾಡಿಗೆ ತಾನಿದ್ದುಬಿಡುವ ಕವಿಗಳ ಬಗ್ಗೆ ಕವಿಯಲ್ಲಿ ಪ್ರೀತಿಯಿಲ್ಲವೇ ಎಂಬ ಪ್ರಶ್ನೆಯಿಲ್ಲಿ ಅಡಕವಾಗಿಲ್ಲವೇ? ಆದ್ದರಿಂದಲೇ ಈ ಕವಿತೆಯ ಅವಸ್ಥಾತ್ರಯಗಳಲ್ಲಿ ನಿಕ್ಷೇಪಿತರಾದ ಕವಿಗಳಿಗೆ ತನ್ನ ಸಮಕಾಲೀನ ವಾಸ್ತವಗಳನ್ನು ಕುರಿತು ಮಾತನಾಡುವ, ಎದುರು ಬೀಳುವ ಶಕ್ತಿಯಿಲ್ಲ ಎನ್ನುವುದು ಇನ್ನೊಂದು ಅರ್ಥವೇ?

ಹೀಗೆ ತನ್ನದಲ್ಲದ ಮಾರ್ಗಿಗಳ ಬಗ್ಗೆ ಕವಿಯ ನಿಲುವು ಇದು ಎಂದು ಬೇಕಾದರೂ ಈ ಕವಿತೆಯನ್ನು ಗ್ರಹಿಸಬಹುದು. ನಾನು ಇಲ್ಲಿರುವ ಕವಿಯಲ್ಲ ಎಂಬ ಅನ್ಯೋಕ್ತಿ ಬಗೆಯಲ್ಲೂ ಇದನ್ನು ಓದಬಹುದು. ಅದರ ಜೊತೆಗೆ ಇವರು ಮೆಚ್ಚುವ ವಸ್ತು ಇಲ್ಲಿಲ್ಲ ಎಂಬ ನರಸಿಂಹಸ್ವಾಮಿಗಳ ಧೋರಣೆಯನ್ನು ಒಪ್ಪಿ ನನ್ನ ಪಾಡಿಗೆ ನಾನು ಎಂಬಂತೆ ಬರೆಯುತ್ತ ಹೋಗಬೇಕೆನ್ನುವ ನಿಲುವನ್ನೂ ಕವಿತೆ ಪ್ರತಿಪಾದಿಸುತ್ತಿರಬಹುದೇ?

ಎರಡೂ ನಿಜ. ಇದರ ಜೊತೆ ಹೇಳಲೇಬೇಕಾದ ಮಾತೊಂದಿದೆ. ಈ ಕವಿತೆಯೂ ಎಲ್ಲ ಅತಿರೇಕಗಳನ್ನು ಧಿಕ್ಕರಿಸಿ ಮಧ್ಯಮ ಮಾರ್ಗವೊಂದನ್ನು ಆಯ್ದುಕೊಳ್ಳುತ್ತದೆ. ಕವಿ ಇಲ್ಲಿ ಆದರ್ಶವೆಂಬಂತೆ ಯಾವುದನ್ನೂ ಹೇಳುವುದಿಲ್ಲ, ಮತ್ತು ಯಾವುದನ್ನೂ ಹೇರುವುದಿಲ್ಲ. ಅದು ಈ ಕವಿತೆಯ ವೈಶಿಷ್ಟ್ಯ ಕೂಡ.

–ಆರ್. ವಿಜಯರಾಘವನ್

ಸ್ವಯಂವರ

ದೇವತೆಗಳನ್ನ ಪತ್ತೆ ಹಚ್ಚುವುದು
ಹೇಗಂತೀಯಾ, ದಮಯಂತಿ?
ಗಮನಿಸು:

ಬೆವರುವುದಿಲ್ಲ
ಇವರ ಮೈಮುಖ
ಸುಖ ಶೀತೋಷ್ಣ ಮಹಲುಗಳಲ್ಲಿ.

ತಾಕುವುದಿಲ್ಲ
ಇವರ ಪಾದಗಳು
ಕ್ಷುದ್ರ ದರಿದ್ರ ನೆಲವನ್ನು;
ಹಾದಿಯುದ್ದಕ್ಕೂ ರತ್ನ ಕಂಬಳಿ.

ಬಾಡುವುದಿಲ್ಲ
ಇವರ ಹೂ–
ನಗೆ
ಎಂಥ ದುರಂತದ ಬಗೆಗೂ,
ಯಾವ ಬಡಬಾಗ್ನಿ ಧಗೆಗೂ.

ಇಕ್ಕುವುದಿಲ್ಲ
ಇವರ ಕಂಗಳು
ಅರೆಕ್ಷಣವೂ ಸಹ
ಎವೆ;
ತಮ್ಮ ತಮ್ಮ ಸಿಂಹಾಸನಗಳನ್ನು
ಕಾವಲು ಕಾಯುತ್ತವೆ.
ದೇವತೆಗಳು
ಇವರು.

ಇನ್ನು ನಿನ್ನ ನಿಜವಾದ ನಳನನ್ನು
ನರನನ್ನು
ಪ್ರಿಯಕರನನ್ನು
ಬಾ, ಗುರುತಿಸು,
ವರಿಸು.

ಸ್ವಯಂವರ

ದೇವತೆಗಳನ್ನು ಕುರಿತ ನಮ್ಮ ಸ್ಥಾಪಿತ ನಂಬಿಕೆಗಳನ್ನು ಈ ಕವಿತೆ ಬುಡಮೇಲು ಮಾಡುತ್ತಾ ಹೋಗುತ್ತದೆ. ದೇವತೆಗಳ ಅತಿಮಾನುಷ ಶಕ್ತಿಯು ನಿಜದಲ್ಲಿ ಅಮಾನುಷ ಎನ್ನುವ ಸತ್ಯದ ಅನಾವರಣ ಈ ಕವಿತೆಯಲ್ಲಿದೆ. ಯಾವುದು ದೇವತೆಗಳ ದೇವತ್ವವಾಗಿ ಕಾಣಿಸುತ್ತದೆಯೋ ಅದು ನಿಜದಲ್ಲಿ ಮನುಷ್ಯತ್ವಕ್ಕೆ ಹೊರತು ಎನ್ನುವುದನ್ನು ಹೇಳುತ್ತಲೇ ಈ ಕವಿತೆ ಪರಮ ಪವಿತ್ರವಾದುದು "ಮಾನವೀಯ ಅಂತಃಕರಣ" ಎನ್ನುವುದನ್ನು ಸಾರುತ್ತದೆ. ಬೆವರದ, ಬೇಯದ ಇತರರ ಕಷ್ಟ, ದುಃಖ ದುಮ್ಮಾನಗಳಲ್ಲೂ ಹನಿಯದ ಕಣ್ಣಿನ ಇವರು ದೇವತೆಗಳು , ಅಥವಾ ಮನುಷ್ಯರಿಗಿಂತ ದೊಡ್ಡವರಾದಾರು ಹೇಗೆ ಎನ್ನುವ ಸಖೇದಾಶ್ಚರ್ಯವನ್ನು ವ್ಯಕ್ತ ಪಡಿಸುತ್ತಾ ದಮಯಂತಿಯ ಆಯ್ಕೆಯನ್ನೇ ಪ್ರಶ್ನಿಸುತ್ತದೆ. ಆಯ್ಕೆಯ ಅವಕಾಶ ಇರುವಾಗಲಾದರೂ ಈ ಇಂಥ ಸ್ವಕೇಂದ್ರಿತ, ತಾನುಂಟೋ ಮೂರು ಲೋಕವೋಂಟೋ ಎನ್ನುವ ಸ್ವರತಿ ಸಂಪ್ರೀತರನ್ನು ಆಯ್ಕೆ ಮಾಡಿಕೊಳ್ಳುವುದು ಹೇಗೆ ಸಾಧ್ಯ ಎನ್ನುವುದು ಪ್ರಶ್ನೆ ಮಾತ್ರವಲ್ಲ ದಮಯಂತಿಗೆ ಮಾಡಿಸುತ್ತಿರುವ ಸತ್ಯದ ನವದರ್ಶನವೂ ಆಗಿದೆ. ಇಷ್ಟಾಗಿ ಈ ಕವಿತೆಯಲ್ಲಿ ಇನ್ನೂ ಒಂದು ಸಂಗತಿಯಿದೆ. ಸ್ವಯಂವರ ಎನ್ನುವುದಾದರೂ ಹೆಣ್ಣಿನ ಮಟ್ಟಿಗೆ ಅದೆಷ್ಟು ನಿಜ ಮತ್ತು ಸುಳ್ಳು?

ಸ್ವಯಂವರ ಕವಿತೆಗೆ ಇನ್ನೊಂದು ಮುಖ್ಯವಾದ ಮಗ್ಗುಲೂ ಇದೆ. ಪ್ರಜಾಪ್ರಭುತ್ವದ ಆಶಯ ಮತ್ತು ವಾಸ್ತವಗಳ ಅಣಕವನ್ನೂ ಈ ಕವಿತೆ ಮಾಡುತ್ತಿದೆ. ನಮ್ಮ ನಾಯಕರ ಅಮಾನವೀಯ, ಭಂಡ, ಜಡ ಮತ್ತು ಸ್ವಮಗ್ನತೆಯನ್ನೂ ಈ ಕವಿತೆ ಹೇಳುತ್ತಿದೆ. ಹಾಗೆ ನೋಡಿದರೆ ಚುನಾವಣೆ ಎನ್ನುವ ಸ್ವಯಂವರದಲ್ಲಿ ಮತದಾರರಿಗೆ ಆಯ್ಕೆಯ ಅವಕಾಶಗಳೇ ಇಲ್ಲದಿರುವ ವಿಪರ್ಯಾಸದ ಚಿತ್ರಣವೂ ಇಲ್ಲಿದೆ.

–ಎಂ.ಎಸ್. ಆಶಾದೇವಿ

ಏನೀ ಅದ್ಭುತವೇ!

ಏನೀ ಅದ್ಭುತವೇ, ಗೆಳತಿ,
ಎಂಥಾ ಅದ್ಭುತವೇ!

ನಾನೇನು ಮಹಾ ಚೆಲುವೆಯೆ? ಅಲ್ಲ
ಆಸ್ತಿಪಾಸ್ತಿಯೆ? ಒಡವೆಯೆ? ಇಲ್ಲ
ಆದರೂ ಈ ಚೆಲುವ,
ಅದೇಕೋ ಕಾಣೆ, ನನ್ನೇ ಪ್ರೀತಿಸಿ,
ತಂದೆ ತಾಯಿ ಎಲ್ಲರನೂ ವಿರೋಧಿಸಿ
ಮದುವೆಯಾದನಲ್ಲ!
–ಏನೀ ಅದ್ಭುತವೇ!

ನೆರೆಮನೆಯಲ್ಲಿದೆ ಒಂದು ಹೆಂಗಸು
ಮಾತು ಮಾತಿಗೂ ಹಂಗಿಸು ಭಂಗಿಸು
ಇದೇ ಜಗಳಗಂಟಿ,
ನನಗೆ ಬಂದಾಗ ಹೆರಿಗೆಯ ಬೇನೆ
ಅಕ್ಕನಂತೆ ಆಸ್ಪತ್ರೆಗೆ ತಾನೇ
ಓಡಾಡಿದಳಲ್ಲ!
–ಏನೀ ಅದ್ಭುತವೇ!

ಉಳಿದೀತು ಎಷ್ಟು ದಿನ ಪ್ರಾಯದ ಕಾವು?
ಎಲ್ಲರಂತೀಗ ಗಂಡ ಹೆಂಡತಿ ನಾವು
ಇದ್ದದ್ದೇ ತಾಪತ್ರಯ
ಆದರೆ ಇಂದಿಗೂ ನನ್ನ ಮುಡಿಯಲ್ಲಿ ಮಲ್ಲಿಗೆ
ಗಂಡನ ದಣಿದ ಮುಖದಲ್ಲಿ ಮುಗುಳ್ನಗೆ
ಉಳಿದೇ ಇವೆಯಲ್ಲ!
–ಏನೀ ಅದ್ಭುತವೇ!

ಈ ನಗರವೊ ಒಂದು ಚಕ್ರವ್ಯೂಹ
ಯಾವ ಕ್ಷಣ ಹೇಗೊ! ಭೀತಿ, ಸಂದೇಹ
ಆದರೂ ಈವರೆಗೆ
ಪ್ರತಿ ಸಂಜೆ ಗಂಡ ಫ್ಯಾಕ್ಟರಿಯಿಂದ
ಮಕ್ಕಳು ಸುರಕ್ಷಿತ ಶಾಲೆಗಳಿಂದ
ಹಿಂದಿರುಗುತ್ತಿರುವರಲ್ಲ!
–ಏನೀ ಅದ್ಭುತವೇ!

ಸಿಕ್ಕಿಬಿದ್ದೆ ಒಮ್ಮೆ ಧೋ ಧೋ ಮಳೆಗೆ
ರಾತ್ರಿ, ಒಬ್ಬಂಟಿ, ಹೇಗೆ ತಲುಪುವುದು ಮನೆಗೆ?
ಎದೆ ಢವಗುಟ್ಟಿದರೂ
ಆಟೋ ಹಿಡಿದೆ, ಧಡೂತಿ ಚಾಲಕ
ಸುಳ್ಳಾಗಿಸಿ ನನ್ನೆಲ್ಲ ತಳ್ಳಂಕ
ಮನೆ ಮುಟ್ಟಿಸಿದನಲ್ಲ!
–ಏನೀ ಅದ್ಭುತವೇ!

ಮೊನ್ನೆ ಬಿರುಗಾಳಿ ಅದೆಂಥಾ ಜೋರು!
ಉರುಳಿತಲ್ಲ ಹೆಮ್ಮರ ಹತ್ತಾರು!
ಆದರೂ ಜಗ್ಗದೆ,
ಈ ಪುಟ್ಟ ಮನೆಯ ತಗಡಿನ ಸೂರು
ಬಟಾ ಬಯಲಲ್ಲಿ ದೇವರ ತೇರು
ನಿಂತೇ ಇವೆಯಲ್ಲ!
–ಏನೀ ಅದ್ಭುತವೇ!

ಏನೀ ಅದ್ಭುತವೇ!

ತಂತ್ರ ಮತ್ತು ವಸ್ತು ಎರಡೂ ಸಂಪೂರ್ಣವಾಗಿ ಯಶಸ್ವಿಯಾಗಿರುವ ಕವಿತೆ. ಘನವಾದದ್ದು ಸರಳವಾಗಿಯೇ ಇರುತ್ತದೆಯಷ್ಟೇ. ಈ ಕವಿತೆಯಾದರೂ ಅತ್ಯಂತ ಸರಳವಾದ ಶೈಲಿಯಲ್ಲಿ ಅತ್ಯಂತ ಪರಿಣಾಮಕಾರಿಯಾಗಿ ಪರಮ ಸತ್ಯವನ್ನು ಹೇಳುತ್ತಾ ಹೋಗುತ್ತದೆ. ಮನುಷ್ಯನ ಕ್ರೌರ್ಯವೇ ವಿಜೃಂಭಿಸುತ್ತಿದೆ ಎಂದು ನಾವು ಸಿನಿಕರಾಗುವುದು ಮಾತ್ರವಲ್ಲ, ಅದೇ ವಾಸ್ತವ ಎಂದೂ ನಮ್ಮನ್ನು ನಾವು ನಂಬಿಸಿಕೊಳ್ಳುತ್ತಿರುತ್ತೇವೆ. ಆದರೆ ಈ ಕವಿತೆ ಮಾತ್ರ ಇಡೀ ಸಂದರ್ಭವನ್ನು ಜೀವಪರವಾದ ನಿಲುವಿನಿಂದ ನೋಡುತ್ತಾ ಹೋಗುತ್ತದೆ. ಎಲ್ಲಿಂದಲೋ ತಂಗಾಳಿ ಬೀಸುವಂತೆ ಅದೆಷ್ಟು ಸಹಜವಾಗಿ ಮಾನವೀಯ ನೆಲೆಯೂ ನಮ್ಮ ನಡುವೆಯೇ ನಮ್ಮೊಳಗೇ ಇರುತ್ತದೆ ಎನ್ನುವುದನ್ನು ಕವಿತೆಯ ವಿವಿಧ ಸಂದರ್ಭಗಳು ಸ್ಪಷ್ಟಪಡಿಸುತ್ತಾ ಹೋಗುತ್ತವೆ. ಬದುಕು ಮತ್ತು ಮನುಷ್ಯರ ಬಗೆಗೆ ನಾವು ನಂಬಿಕೆಯನ್ನು ಪ್ರೀತಿಯನ್ನು ಕಳೆದುಕೊಳ್ಳಬೇಕಾದ ಅಗತ್ಯವಿಲ್ಲ ಎನ್ನುವುದನ್ನು ಉದ್ವೇಗವಿಲ್ಲದೆ ಈ ಕವಿತೆ ಹೇಳುತ್ತದೆ. ಏನೀ ಅದ್ಭುತವೇ ಎನ್ನುವ ಪುನರುಕ್ತಿಯಾದರೂ ಇಲ್ಲಿ ಅಪವಾದ ಎನ್ನುವ ನೆಲೆಯಲ್ಲಲ್ಲ ಬದಲಿಗೆ ಇದು ಅತ್ಯಂತ ಸಹಜ ಎನ್ನುವುದನ್ನೇ ಈ ಪದಗಳು ಧ್ವನಿಸುತ್ತವೆ. ನಾವು ಸಹಜವಾದುದನ್ನೂ ಅದ್ಭುತ ಎಂದು ಪರಿಭಾವಿಸುವ ಸ್ಥಿತಿಗೆ ತಲುಪಿರುವ ವ್ಯಂಗ್ಯದ ಧ್ವನಿಯೂ ಇಲ್ಲಿದೆ.

–ಎಂ.ಎಸ್. ಆಶಾದೇವಿ

ಸ್ವಂತ

ಆ ಜೋಪಡಿಗೆ ಬೆಂಕಿ ಬಿದ್ದ ರಾತ್ರಿ
ಕಕ್ಕಾವಿಕ್ಕಿ ಗುಬ್ಬಚ್ಚಿಗಳು
ಕೆಲವಾದರೂ
ತೆರೆದ ಕಿಟಕಿ ಗವಾಕ್ಷಿಗಳಿಂದ
ಪಾರಾದವು;
ಇವರಿಗೆ ರೆಕ್ಕೆಗಳಿರಲಿಲ್ಲ.

ಇಲಿ ಹೆಗ್ಗಣ ಇರುವೆ
ತಮ್ಮ ಬಿಲ ಹೊಕ್ಕವು;
ಇವರಿಗೆ ತಳದಾರಿಗಳಿರಲಿಲ್ಲ.

ಕಲ್ಲೂ ಕರಗುವಂತೆ ಅಂಗಲಾಚಿದರು,
ಸುತ್ತುವರಿದಿದ್ದ
ಸಹಜೀವಿಗಳನ್ನು;
ಅಲ್ಲಿ ಹೃದಯಗಳಿರಲಿಲ್ಲ.

ಆಪದ್ಬಾಂಧವನಿಗೆ
ಮೊರೆಯಿಟ್ಟರು;
ಆತ ಸಂಭವಿಸಲಿಲ್ಲ.

ಕೆಲವೇ ನಿಮಿಷಗಳ
ಮಾರಣ ಹೋಮ;
ನಂತರ
ಯಥಾ ಪ್ರಕಾರ
ಎಲೆ ಗೋಮ.

ಇದು ನನಗೆ ಮಾಮೂಲು
ಸುದ್ದಿಯಲ್ಲ,
ದುಃಸ್ವಪ್ನ;
ನನ್ನ ತಂಗಿ
ಪ್ರೀತಿಸಿ ಕೈಹಿಡಿದಿದ್ದಾಳೆ
ಒಬ್ಬ
ಅನ್ಯಧರ್ಮೀಯನ್ನ.

ಸ್ವಂತ

ಈ ದೇಶದಲ್ಲಿ ನಿತ್ಯ ನಿರಂತರವಾಗಿ ಸಂಭವಿಸುತ್ತಲೇ ಇರುವ ದುರಂತಗಳ ಪರ್ವತ ಇದು. ಸೂರ್ಯ ಚಂದ್ರರು ಬದಲಾದರೂ ಈ ದೇಶದ ಸಾಮಾಜಿಕ, ಧಾರ್ಮಿಕ ವ್ಯವಸ್ಥೆ ಬದಲಾಗದೇನೋ ಎನ್ನುವಂಥ ಹೇವರಿಕೆಯನ್ನು ಅದೆಂದಿನಿಂದಲೂ ಈ ದೇಶದಲ್ಲಿ ಅನುಭವಿಸುತ್ತಲೇ ಬರಲಾಗುತ್ತಿದೆ. ಇದರ ಕಿಚ್ಚು ಇಡೀ ಸಮುದಾಯವನ್ನೇ ಆವರಿಸುತ್ತಿದೆ ಎಂದು ಭಾಸವಾಗುತ್ತಿರುವಾಗಲೂ ಅದು ನಮ್ಮ ಸ್ವಂತದ ಅನುಭವದ ಭಾಗವಾದಾಗ ಅದು ನಮ್ಮ ಮನೆ ಮನಗಳನ್ನೇ ಸುಟ್ಟು ಬಿಡುವ ತೀವ್ರತೆಯದ್ದು. ತಂಗಿ ಅನ್ಯಧರ್ಮೀಯನನ್ನು ಕೈ ಹಿಡಿದಿದ್ದಾಳೆ. ಮರ್ಯಾದಾ ಹತ್ಯೆಗಳು ಸಂಸ್ಕೃತಿ ರಕ್ಷಣೆಯ ಸಾಕ್ಷಿಗಳಾಗುತ್ತಿರುವ ವಿಪರ್ಯಾಸದ ಹೊತ್ತಿನಲ್ಲಿ, ಈ ಅಂತರ್ ಧರ್ಮೀಯರನ್ನು ಕಾಪಾಡಬೇಕಾದ್ದು ಯಾರು? ಅವರ ಜೋಪಡಿಗೆ ಬೆಂಕಿ ಬಿದ್ದರೆ, ಅಲ್ಲಿರುವ ಹುಳು ಹುಪ್ಪಟೆ, ಪಕ್ಷಿಗಳಿಗೂ, ಇಲಿ ಹೆಗ್ಗಣಗಳಿಗೂ ಪಾರಾಗಲು, ಬದುಕಲು ಬೇರೆ ದಾರಿಗಳಿವೆ. ಆದರೆ ಇವರ ಸಹಾಯಕ್ಕೆ ಯಾರು ಬಂದಾರು? ಸ್ವತಃ ದೇವರೇ ಬರಲಾರ ಎಂದ ಮೇಲೆ ಹುಲು ಮನುಜರ ಕಥೆಯೇನು? ಇದು ದುರಂತದ ಒಂದು ಮುಖ ಮಾತ್ರ. ಇದರ ನಿಜವಾದ ಮುಖ ಯಾವುದೆಂದರೆ, ಜೀವ ಹಂಚಿಕೊಂಡು ಹುಟ್ಟಿದ, ಕಷ್ಟ ಸುಖಗಳಲ್ಲಿ ಪಾಲುದಾರರಾದವರೂ ಏನೂ ಮಾಡಲಾಗದ ಅಸಹಾಯಕತೆಯಲ್ಲಿ ಒದ್ದಾಡುವುದು. ಎಲ್ಲರ ಪಾಡೂ ಇಷ್ಟೇ.. ಬೇರೆಯವರ ಮನೆಯಲ್ಲಿ ಇಂಥವು ಘಟಿಸಿದಾಗ ನಮಗೂ ಅದಕ್ಕೂ ಸಂಬಂಧವಿಲ್ಲ ಎಂದೇ ಬದುಕಿದವರೇ ಈಗ ಬೇರೆಯವರಿಂದ ಏನನ್ನು ನಿರೀಕ್ಷಿಸುವುದು? ನೆನ್ನೆ ಅವರ ಮನೆಯಲ್ಲಾದಾಗ, ಯಥಾಪ್ರಕಾರ, ಕೋಮು ಗಲಭೆಗಳಾದವು, ಆಗುತ್ತಲೆ ಇರುತ್ತವೆ ಎಂದುಕೊಳ್ಳುವ ನಾವು. ಅದಕ್ಕೆ ತೇಪೆಹಚ್ಚಿ ಪಾರಾಗುವ ವ್ಯವಸ್ಥೆ. ಇದು ನಮ್ಮ ಒಡಲ ಕುಡಿಗೇ ಸಂಭವಿಸುತ್ತದೆ ಎನ್ನುವಾಗ ಮಾತ್ರ ಲೋಕವೇ ಮುಳುಗಿ ಹೋಯಿತೆನ್ನುವ ಸಂಕಟ. ಮನುಷ್ಯನ ಸ್ವಾರ್ಥ, ಅಸಹಾಯಕತೆಗಳ, ಮನುಷ್ಯ ಸಂಬಂಧಗಳ ಮತ್ತು ಮೌಲ್ಯ ವ್ಯವಸ್ಥೆಯ ನಡುವಿನ ಸಂಕೀರ್ಣ ಆದರೆ ಬಿಡಿಸಲಾಗದ ಸಂಬಂಧವನ್ನು ಕುರಿತ ಕವಿತೆ ಇದು.

–ಎಂ.ಎಸ್. ಆಶಾದೇವಿ

ಪರಿಧಿ

ಆದರ್ಶ ದಾಂಪತ್ಯವೆಂಬುದೊಂದಿದ್ದರೆ, ನಲ್ಲೆ,
ಯಾರುಂಟು ಉದಾಹರಣೆ?
ಈ ಮಂಚದ ಮೇಲಾಡುವ ಜೋಡಿ ನಾಗರ ನಾವು
ಕಾಮರೂಪಿಗಳಲ್ಲವೇನೆ?

ಮಕರಂದದ ಹೂವಿಗೆಷ್ಟು ದುಂಬಿಗಳ ಪಾಳಿ!
ಅದರ ಶೀಲಕ್ಕುಂಟೆ ಧಕ್ಕೆ?
ಲಿಂಗಕ್ಕೆ ಕೊಡಗೂಸೇನು? ಗಂಗೆ ಗೌರಿ ಅಕ್ಕನೇನು?
ಅದೇ ನಿಲುವು, ಅದಮ್ಯ ಬುಗ್ಗೆ

ನನ್ನ ತೆಕ್ಕೆಗೆ ಬೋ ಡೆರೆಕ್, ನಿನ್ನ ಮಗ್ಗುಲಿಗೆ ಸ್ಟೆಲೋನ್,
ಕಲ್ಪನೆಯಿಂದ ಏನುಂಟು ತೊಂದರೆ?
ಇಷ್ಟು ಸಾಕು: ನೆರೆಹೊರೆಯ ಇಂದ್ರ ಅಮೃತಮತಿ ಹೊಂಚಿ
ನಮ್ಮ ಮಂಚಕ್ಕೆ ಬರದಿದ್ದರೆ

* * *

ಎಷ್ಟೊಂದು ಆಕರ್ಷಣೆಗಳಿದ್ದರೂ ಪ್ರತಿಗ್ರಹಕ್ಕೆ
ನಿಶ್ಚಿತ ಪರಿಧಿ ಪಥ
ಗ್ರಹದ ಪಾತ್ರ ಗಾತ್ರದಂತೆ ಸುತ್ತ ಉಪಗ್ರಹಗಳು
ಆಗಾಗ ಉಲ್ಕಾಪಾತ

ಅದೃಷ್ಟಕ್ಕೆ ಈ ಗೋಳದ ಸುತ್ತ ವಾತಾವರಣದ ರಕ್ಷೆಯಿದೆ
ಉಲ್ಕೆಗಳು ಬಂದರೂ ತೂರಿ
ನೆಲಕ್ಕೆ ಬಡಿಯುವ ಮೊದಲೆ ಉರಿದು ಬೂದಿಯಾಗುತ್ತವೆ
ಗಾಳಿಯೊಂದಿಗೆ ತಿಕ್ಕಾಡಿ

ಹೀಗಿದ್ದೂ ಕೆಲ ಉಲ್ಕೆ ನೆಲಕ್ಕೆ ಬಡಿಯಬಹುದು
ಅಂಥಲ್ಲಿ ಬೊಕ್ಕೆಗಾಯ
ಗುರುತು ಉಳಿದರೂ ಕ್ರಮೇಣ ಗಾಯವಾರಿ ಮಾಯುತ್ತವೆ
ಪ್ರಕೃತಿಯ ವೈದ್ಯಕೀಯ

* * *

ಸುಖ ಸಖ್ಯದ ಸ್ವಾರ್ಥದಲ್ಲಿ ಒಂದುಗೂಡಿದರೂ ನಾವಿಂದು
ಹತ್ತಿದ್ದೇವೆ ಹಲವು ಮೆಟ್ಟಿಲು
ವಿವಿಧ ರಾಗಭಾವ ವಿಭಿನ್ನ ನಡೆ ಜೋಗುಳ ಹಾಡಿ
ತೂಗಿದ್ದೇವೆ ಪ್ರೀತಿ ತೊಟ್ಟಿಲು

ಶಿಥಿಲ ಛಾವಣಿ ಬಿರುಕು ಗೋಡೆಗಳ ನೆಲಸಮ ಕೆಡವಿ
ಹಳೆಯ ತಳಹದಿಯ ಮೇಲೆ
ಹೊಸಮನೆ ಕಟ್ಟಿದ್ದೇವೆ ಮುದಿತನಕ್ಕೆಂದು, ನಮ್ಮ
ಮಕ್ಕಳುಮರಿಗೆಂದು ನಾಳೆ

ಈ ನೆಲದ ಮೇಲೆ ಭದ್ರ ಕಾಲೂರಿ ನಡೆಯೋಣ
ಹಿಡಿದು ಹಿತಮಿತದ ಹಾದಿ
ಜಿಗಿದು ನಿರ್ವಾತಕ್ಕೆ ಪ್ರೇತಗಳಂತೆ ಅಲೆದಾಟ ಬೇಡ
ಈ ಬುವಿಯ ಅಂಕೆ ಮೀರಿ

ಪರಿಧಿ

ಹಿತಮಿತದ ಹಾದಿ

ದಾಂಪತ್ಯದ ಎಲ್ಲೆಯನ್ನು ನಿರ್ಧರಿಸಿಕೊಳ್ಳುವ ಒಂದು ವಿಶಿಷ್ಟ ಮನೋಧರ್ಮ ದಿಂದಾಗಿ ಈ ಕವಿತೆ ಸ್ವಾರಸ್ಯಕರವೆನಿಸುತ್ತದೆ. ಮಧ್ಯಮ ವರ್ಗದ ಸುಶಿಕ್ಷಿತ ಗಂಡಸು ಇಲ್ಲಿ ತನ್ನ ಹೆಂಡತಿಯೊಡನೆ ಸಂವಾದ ನಡೆಸಿದ್ದಾನೆ. ನಿಜ ಜೀವನದಲ್ಲಿ ಮಧ್ಯಮವರ್ಗ ಎಚ್ಚರಿಕೆಯಿಂದ ಪಾಲಿಸುವ ಶಿಷ್ಟ ನಡವಳಿಕೆಯನ್ನು ಪಾಲಿಸೋಣ, ಕಲ್ಪನೆಯಲ್ಲಿ "ನನ್ನ ತೆಕ್ಕೆಗೆ ಬೋ ಡೆರೆಕ್, ನಿನ್ನ ಮಗ್ಗುಲಿಗೆ ಸ್ಟೆಲೋನ್ ಬಂದರೆ, ಏನು ತೊಂದರೆ?" ಸುತ್ತಣ ಜಗತ್ತು (ಪ್ರಾಣಿ, ಸಸ್ಯಲೋಕ) ಇಂಥ ವಿಷಯಗಳಲ್ಲಿ ಮುಕ್ತವಾಗಿರುತ್ತವೆ ಎಂಬುದೂ ಈ ಗಂಡಸಿಗೆ ಗೊತ್ತು. (ಮಕರಂದವ ಹೂವಿಗೆಷ್ಟು ದುಂಬಿಗಳ ಪಾಳಿ!) ಆದರೆ ಮಾನವಲೋಕ ಕೆಲವು ನಿಯಮಗಳನ್ನು ಪಾಲಿಸಲೇಬೇಕು. ಇಲ್ಲವಾದರೆ ದಾಂಪತ್ಯ ಧರ್ಮಕ್ಕೆ ಲೋಪ. ಅಮೃತಮತಿಯನ್ನೂ, ಇಂದ್ರ (ಅಹಲ್ಯೆ ಸಂದರ್ಭ)ನನ್ನೂ ನೆನಪಿಸಿಕೊಳ್ಳುತ್ತಾನೆ ಇವನು. ಅವು ಮಾರ್ಗಾಂತರದ ಅಪವಾದಗಳು.

ಪದ್ಯದ ಎರಡನೇ ಭಾಗದಲ್ಲಿ ಗ್ರಹಗಳ ಪಥವನ್ನೂ, ಉಲ್ಕಾಪಾತವನ್ನೂ ದಾಂಪತ್ಯದ ಸರಹದ್ದುಗಳಂತೆಯೇ ವಿವರಿಸಲಾಗಿದೆ. ಅಂದರೆ, ಪ್ರತಿಗ್ರಹವೂ ನಿಶ್ಚಿತ ಪರಿಧಿ ಪಥದಲ್ಲೇ ಸುತ್ತುವುದು. ಅದಕ್ಕಿರುವ ಉಪಗ್ರಹಗಳೂ ಅಷ್ಟೆ, ಗ್ರಹದ ಸುತ್ತ ನಿರ್ದಿಷ್ಟವಾಗೇ ಸುತ್ತುತ್ತುವೆ. ಅಪರೂಪಕ್ಕೆ ನೆಲಕ್ಕಪ್ಪಳಿಸಿದ ಉಲ್ಕೆಗಳು ಸೃಷ್ಟಿಸುವ ಗಾಯಗಳು ಕ್ರಮೇಣ ಮಾಯುತ್ತವೆ, ಮಾಯವಾಗುತ್ತವೆ. ಪ್ರಕೃತಿಯ ಚಲನೆಯ ಈ ನಿಯಮ ದಾಂಪತ್ಯದ ಯಶಸ್ವಿಗೂ ಅಗತ್ಯ.

ಕೊನೆಯ ಭಾಗ ದಾಂಪತ್ಯಧರ್ಮಕ್ಕೆ ನಿಷ್ಠೆ ತೋರುವ ಗಂಡಿನ ಲೋಕ ವಿವೇಕದ ಮಾತುಗಳಿಂದ ಕೂಡಿದೆ: "ನಿಜ, ನಾವು ಒಂದುಗೂಡಿದ್ದು ಸುಖಸಖ್ಯದ ಸ್ವಾರ್ಥದಲ್ಲಿ. ಆದರೆ ಆಗಲೇ ಹಲವು ಮೆಟ್ಟಿಲುಗಳನ್ನು ಹತ್ತಿಯಾಗಿದೆ. ಪಂಚಾಂಗ ಹಳೆಯದಾದರೂ ಕಟ್ಟಡ ಹೊಸದು ಕಟ್ಟಿದ್ದೇವೆ." ಕೊನೆಯ ಸ್ಟಾಂಜಾದಲ್ಲಿ ಹಿತಮಿತದ ಬಾಳ್ವೆಯತ್ತ ಒಲುಮೆ ಪ್ರಕಟವಾಗಿವೆ. (ಗೀತೆ ಬೋಧಿಸುವ 'ಯುಕ್ತಾಹಾರವಿಹಾರ' ಈ ಕವಿಗೆ ತನ್ನ ಸ್ವತಂತ್ರ ಚಿಂತನೆಯಲ್ಲೇ, ಕಾವ್ಯ ಶೋಧನೆಯಲ್ಲೇ ಪ್ರಕಟವಾಗಿವೆ ಎನ್ನಬಹುದೆ!) ಅದರಲ್ಲೂ ಕಟ್ಟಕಡೆಯ ಎರಡು ಸಾಲುಗಳು 'ಬುವಿಯ ಅಂಕೆ ಮೀರಿ' (ಲೋಕನಿಯಮ ಹಾಗೂ ಗುರುತ್ವಾಕರ್ಷಣಗಳೆಂಬ ಎರಡೂ ಅರ್ಥಗಳಲ್ಲಿ) ಬೆಂತರ ಗಳಾಗುವುದು ಬೇಡ ಎಂಬ ವಿವೇಕಪೂರ್ಣ ಆಶಯಕ್ಕೆ ದನಿಗೊಟ್ಟಿವೆ. ಸಂಯಮದ ಮಧ್ಯಮಮಾರ್ಗ ಕವಿಗೆ ಆದರ್ಶವಾಗಿ ಕಂಡಿದೆ. ಅವರ ಅನೇಕ ಕವಿತೆಗಳನ್ನು ಇದಕ್ಕೆ ಉದಾಹರಣೆಯಾಗಿ ಹೇಳಬಹುದು.

–ಚಿಂತಾಮಣಿ ಕೊಡ್ಲೆಕೆರೆ

ತಂದೆ ಮಗನಿಗೆ

ಮಗನೇ, ಮರೆಯಬೇಡ ನಿನ್ನ ಚಹರೆಯಲ್ಲಿ
ನಾನಿದ್ದೇನೆ ಅಷ್ಟಿಷ್ಟಾದರೂ ನನ್ನಲ್ಲಿ ನನ್ನಪ್ಪ
ಅವನಲ್ಲಿ ಅವನಪ್ಪ, ಈ ಸರಣಿ ತಪ್ಪುವುದಿಲ್ಲ
ನೀನಾಗಿ ಕೊಂಡಿ ತುಂಡರಿಸುವ ತನಕ.

ಅಯ್ಯಾ ಬೆನಕ, ಹಿಂದೊಮ್ಮೆ ನಾ ಮಾಡಿದಂತೆ
ನೀನೂ ಇಂದು ಅಡ್ಡಗಟ್ಟಿದ್ದೀಯ ನನ್ನ ಹಾದಿ
ಸೆಡ್ಡು ಹೊಡೆದು, ಒಂಟಿ ಸಲಗನ ಮುಖವಾಡ
ತೊಟ್ಟು, ಅಮ್ಮನ ಮುದ್ದು ಕುವರ

ಧಿಕ್ಕರಿಸಿ ನಿನ್ನ ಪ್ರವರ, ಹೀಗೇಕೆ ಹರಿ–
ಹಾಯುತ್ತೀಯೆ ಹುಚ್ಚು ಆವೇಶದಲ್ಲಿ
ಈ ಹೆಮ್ಮರಕ್ಕೆ ಢಿಕ್ಕಿ ಹೊಡೆದು?

ಯೋಚಿಸು ಕೊಂಚ ತಡೆದು, ನಿನ್ನ ಪ್ರತಿ
ಜೀವಕೋಶದಲ್ಲೂ ಅಚ್ಚಾಗಿದೆ ತಲತಲಾಂತರದ
ಕಲಿಕೆ ಕೌಶಲ ನೆನಪು; ಅಜ್ಞಾತ ಸುಪ್ತಪ್ರಜ್ಞೆಯ
ಹಗೇವಿನಾಳದಿಂದ ಆಗಾಗ ಧುತ್ತೆಂದು ಮೇಲೆದ್ದು
ಸುಳಿದಾಡುತ್ತವೆ ನಿನ್ನ ಕನಸು ಕಲ್ಪನೆಯಲ್ಲಿ
ಗತ ಇತಿಹಾಸದ ಮಸುಕು ಚಿತ್ರಾವಳಿ;
ಲಕ್ಷೋಪಲಕ್ಷ ನಿನ್ನ ವೀರ್ಯಾಣು ಕನ್ನಡಿಯ
ತುಣುಕು ತುಣುಕಿನಲ್ಲೂ ಇಣುಕುತ್ತವೆ
ಪೂರ್ವಜರ ಬಿಂಬ, ಸಾವಿರ ಕಂಬದ ಬಸದಿ
ತಲೆಮಾರಿನ ರೀತಿ.

ಹೌದು, ನಾ ಯಯಾತಿ, ಮತ್ತೆ ಪಡೆಯುತ್ತೇನೆ
ನಿನ್ನಲ್ಲಿ ನನ್ನ ಯೌವನ, ನಾ ಕಚ ಮತ್ತೆ ಮತ್ತೆ

ಹುಟ್ಟಿ ಬರುತ್ತೇನೆ ನೀ ಕೂಡುವ ಹೆಣ್ಣಿನ
ಹೊಟ್ಟೆಯಿಂದ, ನಾ ನಿರಂತರ.

ಹೀಗೆಂದರೆ, ಪುತ್ರ, ನಾ ಹೀಗಳೆಯುತ್ತಿಲ್ಲ
ನಿನ್ನ ಸ್ವಂತಿಕೆಯ ಛಲ; ಇರುವ ಬಣ್ಣಗಳನ್ನೇ
ನೀ ಬೆರೆಸುವ ಹದ, ಅವೇ ಪದಗಳನ್ನು
ನೀ ಕುಣಿಸುವ ವಿಧ, ಹೃದಯ ಮಿಡಿವ ಬಗೆ,
ಕಣ್ಣಿನ ಕಾಣ್ಕೆ, ಮಿದುಳಿನ ಆಯ್ಕೆ, ನಿನ್ನ ವಿಭಿನ್ನ
ಒಲವು ನಿಲುವು– ಅಪ್ಪಟ ನಿನ್ನವು, ಒಪ್ಪುತ್ತೇನೆ
ನಿನ್ನ ವೈಶಿಷ್ಟ್ಯದಲ್ಲಿದೆ ಪರಂಪರೆಯ
ಬರೀ ಉಳಿವಲ್ಲ, ಬೆಳವಣಿಗೆ.

ಆದ್ದರಿಂದ, ಮಗನೇ, ಈ ಹೆಮ್ಮರದ ಬೇರಿನ
ಮೂಲಾಧಾರದಿಂದ ಮೇಲೇರಿ ತುದಿಕೊಂಬೆ–
ಯಲ್ಲರಳಿ ಮಗಮಗಿಸಲಿ ನಿನ್ನ ಹೂ ಪತಾಕೆ.
ಪ್ರತಿ ಹೂವೂ ಅನನ್ಯ, ಧನ್ಯ ವೃಥಾ ವಾದವೇಕೆ?

ತಂದೆ ಮಗನಿಗೆ

ಉಳಿವು ಮತ್ತು ಬೆಳವಣಿಗೆ

ಜೀವ ಸರಣಿಯದೊಂದು ಕಲ್ಪನೆಗೆ ನಿಲುಕಲಾರದಷ್ಟು ದೀರ್ಘಪಥ. ಅಪ್ಪ, ಮಗ, ಮೊಮ್ಮಗ, ಮರಿಮಗ... ಇದು ಒಂದೆಡೆಗಾದರೆ, ಅಪ್ಪ, ಅಜ್ಜ, ಮುತ್ತಜ್ಜ, ಅವನಜ್ಜ... ಇದು ಇನ್ನೊಂದು ದಿಕ್ಕಿನ ಕೊನೆಗಾಣದ ಹಾದಿ. ಅಂದರೆ ಅತ್ಯಂತ ನವೀನ ತಳೆಯಲ್ಲೂ ಅತ್ಯಂತ ಪ್ರಾಚೀನದ ಜೀವ ಸೆಲೆ ತೆರಪಿಲ್ಲದೆ ಸಾಗಿದೆ ಎನ್ನಬಹುದು. ಇಲ್ಲಿ, ಈ ಕವಿತೆಯಲ್ಲಿ ಮಗ ಅಪ್ಪನಿಗೆ ಎದುರಾಗಿ ನಿಂತಿದ್ದಾನೆ. ಅಪ್ಪ 'ನಾನೂ ಹೀಗೆ ಮಾಡಿದ್ದೆ' ಎನ್ನುತ್ತಾನೆ! ಅಂದರೆ ಬಿಸಿರಕ್ತದ ಈ ಪ್ರತಿರೋಧ, ಕೆರಳುವಿಕೆಯೂ ಹೊಸದೇನಲ್ಲ! 'ನಾನೇ ಬೇರೆ' ಎಂದಾಗಲೂ ಆ ಪ್ರತ್ಯೇಕತೆ ಒಂದು ಮಟ್ಟದ್ದು ಅಷ್ಟೆ, ಬುಡಮಟ್ಟ ನೋಡಿದಾಗ ಅದು ಭಿನ್ನತೆಯಲ್ಲ, ಹಳೆ ಮರದ ಒಂದು ಹಸಿ, ಹೊಸ ಕವಲು–ಅಷ್ಟೆ. ಅಪ್ಪ ಮಗನಿಗೆ ಈ ಅರಿವನ್ನು ನೀಡುತ್ತಿದ್ದಾನೆ: ನಿನ್ನ ಪ್ರತಿ ಜೀವಕೋಶದಲ್ಲೂ ತಲೆ ತಲಾಂತರದ ನೆನಪುಗಳು ಸಂಚರಿಸುತ್ತಿವೆ. ನಿನ್ನದು ಪೂರ್ವಜರ ಬಿಂಬ. ಅಥವಾ ಅದನ್ನೇ ಬೇರೆ ಬಗೆಯಲ್ಲಿ ಹೇಳುವುದಾದರೆ ನಿನ್ನ ಮೂಲಕ 'ನಾನು' ಮತ್ತೆ ಯೌವನ ಸಂಪಾದಿಸುತ್ತಿದ್ದೇನೆ- ಯಯಾತಿಯಂತೆ. ಕತ್ತರಿಸಿ ಚೆಲ್ಲಿದರೂ ಹುಟ್ಟಿ ಬರುತ್ತೇನೆ ಕಚನಂತೆ – ಮತ್ತೆ ಜೀವ ತಳೆದು. ಜೀವ ಜಾತದ ಮುಂದುವರಿಕೆಯಲ್ಲಿ ಪ್ರಾಚೀನದ ಯಾವುದೋ ಅಂಶ ಪುನರಪಿ ಜೀವದಳೆಯುತ್ತ, ತನ್ನನ್ನು ತಾನೇ ಎದುರಿಸಿ ನಿಂತಿದೆ ಅಥವಾ ಹಾಗೆ ತಿಳಿಯುತ್ತಿದೆ.

ಹಾಗಿದ್ದರೆ ಹೊಸದು ಏನೂ ಇಲ್ಲವೆ? 'ಇದೆ' ಎನ್ನುತ್ತದೆ ಕವಿತೆ. ಬಣ್ಣಗಳು ಅವೇ, ಬೆರೆಸುವ ಹದ ಬೇರೆ. ಪದಗಳು ಅವೇ, ಪದ್ಯ ಬೇರೆ. ಪರಂಪರೆಗೆ ಸಾತತ್ಯವಷ್ಟೇ ಅಲ್ಲ, ಬೆಳವಣಿಗೆಯೂ ಇದೆ. 'ಅದನ್ನು ನೀನು ಸಾಧಿಸುತ್ತಿದ್ದೀ' ಎಂದು ಮಗನಿಗೆ ಅಪ್ಪ ಹೇಳುತ್ತಿದ್ದಾನೆ. ಈ ಅರಿವಿನಿಂದಲೇ ಹೊಸ ಅರಳುವಿಕೆ ಸಾಧ್ಯವಾಗಬೇಕು. ಮಗ 'ಮಗಮಗಿಸುವ ಹೊಸ ಹೂ, ಹೂ ಪತಾಕೆ–ಎಲ್ಲವೂ ನಿಜವೇ. ಆದರೆ 'ಪ್ರತಿ ಹೂವೂ ಅನನ್ಯ'–ಅಂದರೆ–ಆಯಾ ಕಾಲಕ್ಕೆ ಅದೇ ಹೆಮ್ಮರ ಹೊಮ್ಮಿಸಿದ ಹೂಗಳವು. ಒಂದನ್ನೊಂದು ಅರಿತಾಗ, ಪ್ರೀತಿಸಿದಾಗ ವೃಥಾ ವಾದವಿಲ್ಲ. ಬೇರಿನ ಸಂಪರ್ಕವಿಲ್ಲದೆ ಬೆಳವಣಿಗೆಯಿರಲಿ, ಬದುಕಲೂ ಸಾಧ್ಯವಾಗುವುದಿಲ್ಲ. ತುಂಬ ತಮಾಷೆಯೆಂದರೆ ಅಪ್ಪನಿಗೂ ಅವನ ಯೌವನ ಕಾಲದಲ್ಲಿ ಈ ತಿಳಿವಳಿಕೆ ಇರಲಿಲ್ಲ! ಮಾಗುವಿಕೆ ಮುಖ್ಯವಾಗುವುದು ಹೀಗೆ.

–ಚಿಂತಾಮಣಿ ಕೊಡ್ಲೆಕೆರೆ

ಮಧ್ಯಸ್ಥ

ಮಾಮೂಲಿನಂತೆ ಕಿಕ್ಕಿರಿದಿತ್ತು ಬಸ್ಸು
ಸೀಟು ಸಿಕ್ಕಿದ್ದೊಂದು ಪುಣ್ಯ
ನುಗ್ಗಿ ಜಂಗುಳಿಯಲ್ಲಿ ಕೊಸರಾಡಿ ಗಿಟ್ಟಿಸಿದ್ದೆ,
ನಿಮ್ಮ ಪ್ರೀತಿಯ ಕವಿ ವರೇಣ್ಯ.

ನನ್ನ ಬಲಗಡೆಗೊಬ್ಬ ಧಡೂತಿ ವಯೋವೃದ್ಧರು,
ಅವರಿಗೇ ಒಂದೂವರೆ ಸೀಟು;
ಎಡಗಡೆಗೆ ಕಟ್ಟುಮಸ್ತಾದ ಒಬ್ಬ ಯುವಕ;
ಅಡಕತ್ತರಿಯಲ್ಲಿ ನಾನು.

ಕಿಟಕಿ ಬದಿಯ ಸೀಟು ಸಿಕ್ಕಿದ್ದರೆ ಚೆನ್ನಾಗಿತ್ತು,
ಉಸಿರಾಡಲು ತಾಜಾ ಗಾಳಿ,
ಓದು ಬೇಸರಾದರೆ ಹೊತ್ತು ಕಳೆಯಲು ಪುಕ್ಕಟೆ
ಹೊರಗಿನ ಚಲನ ಚಿತ್ರಾವಳಿ.

ಸದ್ಯ, ಎಡಗಡೆಯ ಸೀಟು ನನ್ನದಾಗಲಿಲ್ಲ,
ನಿಂತ ಮಂದಿಯ ನೂಕುನುಗ್ಗಲು,
ಮುಖಕ್ಕೆ ಒತ್ತುವ ಅಂಡು ಅಥವಾ ಬಡಿಯುವ ಬ್ಯಾಗು,
ಪಕ್ಕೆಗಿಕ್ಕಿ ತಿವಿಯುವ ಮೊಳಕಾಲು.

ರಾಯರ ತುಂಬುಕೊರಳಲ್ಲಿ ಒಂದೆಳೆ ಚಿನ್ನದ ಸರ,
ಓಲಾಡುವ ತಿಮ್ಮಪ್ಪನ ಡಾಲರು,
ಎಡಗೈ ನಡು ಬೆರಳಲ್ಲಿ ನವರತ್ನದುಂಗುರ,
ರಿಸ್ಟಲ್ಲಿ ರೋಲೆಕ್ಸ್ ವಾಚು.

ಕುರುಚಲು ಗಡ್ಡದ ಕೆದರುಗೂದಲ ಯುವಕ
ತೊಟ್ಟಿದ್ದ ದೊಗಲೆ ಜುಬ್ಬ;

ತೇಲಾಡುವ ಕೆಂಗಣ್ಣು, ಎಂಥದೋ ಚಡಪಡಿಕೆ,
ಬಾಯಿಂದ ಗಪ್ಪೆಂದು ನಾತ!

ಇನ್ನು ನಾನೋ, ನೀವೇ ಬಲ್ಲಂತೆ, ಒಬ್ಬ
ನಡುವಯಸ್ಕ ಬಡಪಾಯಿ ಮೇಸ್ಟ್ರು
ಕವಿಯಾದರೇನಂತೆ? ಯಾರು ಗುರ್ತಿಸುತ್ತಾರೆ?
ನಾನಲ್ಲ ಸಿನಿಮಾ ಸ್ಟಾರು.

* * *

ದಾರಿಯ ಒಂದೂರಲ್ಲಿ ಬಸ್ಸು ನಿಂತಾಗ ರಾಯರು
ಮೂರು ಸೀಬೇಹಣ್ಣು ಕೊಂಡರು.
ಯಥಾ ಸಾವಧಾನ ಮೆಲ್ಲುತ್ತ ಸವಿಯುತ್ತ
ಮೂರೂ ಹಣ್ಣು ತಾವೇ ತಿಂದರು.

ಎಡೆಬಿಡದೆ ಬೀಡಿಯನ್ನೆಳೆಯುತ್ತಿದ್ದ ಯುವಕ
ರೇಗುತ್ತಿದ್ದ ತಾಗಿದವರ ಮೇಲೆ;
ಅವನ ಕ್ರೋಧ ಗಕ್ಕನೆ ತಣ್ಣಗಾದದ್ದು ಅವನ ಪಕ್ಕ
ನಿಂತಾಗ ಒಬ್ಬ ಚೆಲುವೆ.

* * *

ಯತ್ನಿಸಿದೆ ನಾನು ಮಾತಿಗೆಳೆಯಲು ರಾಯರನ್ನು,
ಡಿಕ್ಕಿ ಹೊಡೆದಂತಾಯ್ತು ಗೋಡೆಗೆ;
ಹಾಳಾಗಲೆಂದು ತರುಣನನ್ನು ತರುಬಿ ನೋಡಿದೆ,
ಕೈ ಇಟ್ಟಂತಾಯ್ತು ಜೇನುಗೂಡಿಗೆ.

ತೆಪ್ಪಗೆ ಮುದುರಿ ಕೂತು, ನನ್ನ ಪಾಡಿಗೆ ನಾನು
ಓದತೊಡಗಿದೆ ಒಂದು ಪುಸ್ತಕ.
ನಾವು ಏನೇ ಆದರೂ ಕಾವು ವಿನಿಮಯವಾಗುತ್ತಿತ್ತು
ಪರಸ್ಪರ ಸ್ಪರ್ಶದ ಮೂಲಕ.

* * *

ರಾತ್ರಿ ಚಳಿಗಾಳಿ, ಮುಚ್ಚಿವೆ ಬಸ್ಸಿನೆಲ್ಲ ಕಿಟಕಿ
ಒಳಹೊರಗೆ ಈಗ ಬರೀ ಕತ್ತಲೆ;
ಶಾಲು ಹೊದ್ದು, ಹಿಂದಕ್ಕೊರಗಿ, ನಿದ್ರಿಸುತ್ತಿದ್ದಾರೆ ರಾಯರು
ಕಿಟಕಿಗೆ ಬಡಿಯುತ್ತಿದೆ ಅವರ ತಲೆ.

ಈ ಕಡೆಯ ಯುವಕನೂ ತೂಕಡಿಸುತ್ತಿದ್ದಾನೆ
ಎಡಗಡೆ ನಿರಾಧಾರನಾಗಿ;
ಒಮ್ಮೊಮ್ಮೆ ಆ ಪಕ್ಕ ವಾಲಿ, ಜೋಲಿ ಹೊಡೆಯುತ್ತಾನೆ,
ಗಕ್ಕನೆದ್ದು ಹಚ್ಚುತ್ತಾನೆ ಬೀಡಿ.

ನಡುವೆ ನಾನಿದ್ದೇನೆ ಭದ್ರವಾಗಿ, ಬಿಡುಗಣ್ಣಾಗಿ,
ಇಕ್ಕಟ್ಟಾದರೇನಂತೆ ಕೊಂಚ?
ಕಿಟಕಿ ಬಡಿಯುವುದಿಲ್ಲ, ಜೋಲಿ ತಪ್ಪುವುದಿಲ್ಲ,
ಎರಡೂ ಕಡೆಗಿದೆ ಆಧಾರ.

ಮಧ್ಯಸ್ಥ

ಮಧ್ಯದ ಸೀಟು!

ಒಂದು ಬಸ್ಸಿನ ಪ್ರಯಾಣದಂತೆ ಈ ಕವನ ಆರಂಭಗೊಂಡಿದೆ. ಮೂರು ಜನ ಕೂರಬಹುದಾದ ಕಡೆ ಒಂದೂವರೆ ಸೀಟಿನ ವಯೋವೃದ್ಧರು ಒಂದೆಡೆ, ಕಟ್ಟುಮಸ್ತು ಯುವಕ ಇನ್ನೊಂದೆಡೆ–ನಡುವೆ ಕವಿ! ('ಅಡಕತ್ತರಿಯಲ್ಲಿ ನಾನು') ಕಿಟಕಿ ಸೀಟಿನಲ್ಲಿ ಅನುಕೂಲಗಳಿವೆ, ಆನಂದವೂ ಇದೆ, ಇನ್ನೊಂದು ಪಕ್ಕದ ಸೀಟಿನಲ್ಲಿ ಜನರ ನುಗ್ಗಾಟ, ಅವರ ಬ್ಯಾಗು ಅಥವಾ ಮೈ ಒತ್ತಿ ಹಿಂಸೆ ಸಾಮಾನ್ಯ.

ವಯೋವೃದ್ಧರು ಸಾಕಷ್ಟು ಶ್ರೀಮಂತರು ಎಂಬುದು ಕವಿ ಕೊಡುವ ವಿವರಗಳಿಂದ ತಿಳಿಯುತ್ತವೆ. ಆಧುನಿಕ ಕಾಲವನ್ನು, ಅದರ ಚಡಪಡಿಕೆಯನ್ನು ಈ ಪಕ್ಕದ ಯುವಕ ಪ್ರತಿನಿಧಿಸುತ್ತಿದ್ದಾನೆ. ವಯಸ್ಸಿನಲ್ಲೂ ಇವರಿಬ್ಬರ ನಡುವಣ ವಯೋಮಾನದವನಾದ ಈ ಕವಿ, ನಡುವೆ ಕುಳಿತು, ತನ್ನನ್ನು ಯಾರೂ ಗುರುತಿಸುವುದಿಲ್ಲ ಅಂದುಕೊಳ್ಳುತ್ತಲೇ, 'ನಾನೇನು ಸಿನಿಮಾ ನಟನೇ?' ಎಂದು ಸಮಾಧಾನ ಮಾಡಿಕೊಳ್ಳುತ್ತಿದ್ದಾನೆ. (ಜನರು ಅವನನ್ನು ನೋಡದಿದ್ದರೂ ಇವನಂತೂ ಎಲ್ಲರನ್ನೂ ಗಮನಿಸುತ್ತಿದ್ದಾನೆ). ಅಕ್ಕ ಪಕ್ಕದ ಇಬ್ಬರನ್ನೂ ಮಾತನಾಡಿಸಲು ಯತ್ನಿಸಿದ್ದು ವ್ಯರ್ಥವಾಯಿತು. ತನ್ನ ಪಾಡಿಗೆ ಇವನು ಪುಸ್ತಕ ಓದತೊಡಗುತ್ತಾನೆ – "ನಾವು ಏನೇ ಆದರೂ, ಕಾವು ವಿನಿಮಯವಾಗುತ್ತಿತ್ತು ಪರಸ್ಪರ ಸ್ಪರ್ಶದ ಮೂಲಕ".

ಪಯಣ ಮುಂದುವರಿಯುತ್ತಿದೆ, ರಾತ್ರಿಯಾಗಿದೆ, ರಾಯರು ಕಿಟಕಿಯೆಡೆ ವಾಲಿ ಮಲಗಿದ್ದರೆ. ಅವರ ತಲೆ ಕಿಟಕಿಗೆ ಬಡಿಯುತ್ತಿದೆ. ಎಡ ಪಕ್ಕದ ಯುವಕನೂ ಜೋಲಿ ಹೊಡೆಯುತ್ತಿದ್ದಾನೆ, ಬೀಳದಂತೆ ಅವನು ಎಚ್ಚರ ವಹಿಸಬೇಕು. ಇವರಿಬ್ಬರಿಗಿಂತ ತನ್ನ ಸ್ಥಿತಿಯೇ ವಾಸಿ ಎನಿಸುತ್ತದೆ ಕವಿಗೆ. ಇಕ್ಕಟ್ಟೇನೋ ನಿಜ, ಆದರೆ "ಕಿಟಕಿ ಬಡಿಯುವುದಿಲ್ಲ, ಜೋಲಿ ತಪ್ಪುವುದಿಲ್ಲ". ಈ ಭದ್ರತೆ ಅವರಿಬ್ಬರಿಗೂ ಇಲ್ಲ. ಆದರೆ ಇವನು 'ಬಿಡುಗಣ್ಣಾಗಿ' ಕುಳಿತಿದ್ದಾನೆ – ಅದಿಲ್ಲದೆ ಹೋದರೆ ಈ ಕವಿತೆ ಹುಟ್ಟುತ್ತಿರಲಿಲ್ಲ! ಈ 'ಮಧ್ಯಸ್ಥ' ಸ್ಥಿತಿ ಮಧ್ಯಮವರ್ಗದ ಸ್ಥಿತಿಯೂ ಹೌದೆನ್ನಬೇಕು. ಈ ಕವಿಗೆ ಇಷ್ಟವಾದ ತಾತ್ತ್ವಿಕತೆಯ ಹದ ಇಲ್ಲಿದೆ. ಅವರು ಅರೆ ಎಚ್ಚರವನ್ನೂ ಬಲ್ಲರು, ರಾಯರ ನಿದ್ದೆಯನ್ನೂ ಬಲ್ಲರು, ಎಚ್ಚರದ ಕಣ್ಣುಗಳಿಂದ ಎಲ್ಲವನ್ನೂ ಸಮೀಕ್ಷಿಸಲು ಅವರಿಗೆ ತಾನಿರುವ ಜಾಗ (ಮಧ್ಯದ ಸೀಟು) ಉಚಿತವೆಂದು ತೋರಿದೆ. ಮೊದಲಿಗೆ ಅಡಗತ್ತರಿಯಾಗಿ ಕಂಡ ಸ್ಥಳ ಈಗ ಭದ್ರವೆಂದು ಕಾಣುತ್ತಿದೆಯಾದ್ದರಿಂದ ಮುಂದಿನ ಪಯಣ ಸುಖಕರವಾಗಿರುವುದರಲ್ಲಿ ಯಾವುದೇ ಅನುಮಾನವಿಲ್ಲ!

–ಚಿಂತಾಮಣಿ ಕೊಡ್ಲೆಕೆರೆ

ದೆಹಲಿ–1857

ಇಲ್ಲಿ ದೆಹಲಿಯ ಕೋಟೆ
ಅಲ್ಲಿ ಬಿಳಿಯರ ಪಡೆ;
ಯುದ್ಧಕ್ಕೆ ಸಿದ್ಧತೆ
ಎರಡೂ ಕಡೆ.

* * *

ರಮಜಾನ್ ತಿಂಗಳು
ನಸುಕು ಹರಿಯುವ ಮೊದಲು
ಮಾಡುತ್ತಾನೆ ನಮಾಜ
ಮೊಘಲರ ಕೊನೆಯ ರಾಜ
ಬಹದ್ದೂರ್ ಷಾ ಜಫರ್.

ಮುದ್ದಿನ ಮಡದಿ ಬಂದು
ಕೂತರೂ ಪಕ್ಕ,
ಮುದುಕ
ಉಲ್ಲಾಸಗೊಳ್ಳದೆ,
ಸಲ್ಲಾಪವಿಲ್ಲದೆ,
ಮಡುಗಟ್ಟಿದ ದುಗುಡದಲ್ಲಿ
ತಲೆ ತಗ್ಗಿಸಿ,
ರುಚಿಗೆಟ್ಟ ಊಟ ಮುಗಿಸಿ,
ಜಗಿಯುತ್ತ ಪಾನು, ಸೇದುತ್ತ ಹುಕ್ಕಾ,
ನೆನೆದು ಮರುಗುತ್ತಾನೆ
ತನ್ನಲ್ಲೇ ತಾನು:
ತನ್ನ ಕೈಮೀರಿ ನಡೆದ ಜಿಹಾದಿನ ನರಮೇಧ,
ಹಲ್ಲು ಮಸೆಯುತ್ತಿರುವ ಹಿಂದು, ಆಂಗ್ಲರ ಕ್ರೋಧ,
ಅಲುಗಾಡುತ್ತಿರುವ ತನ್ನ ಸಿಂಹಾಸನದ ಪಾದ.

ಇಂಥ ತಲ್ಲಣದಲ್ಲೂ
ಎಂದಿನಂತೆ ತಲ್ಲೀನನಾಗಿ ಕೂತು
ಬರೆಯಲು ಯತ್ನಿಸುತ್ತಾನೆ
ತನ್ನ ಪ್ರೀತಿಯ
ಗಜಲ್ಲು.

ಹೊಳೆದೀತೇ
ಮುಂಬೆಳಕಿನ ಹೊಸ ಪಲ್ಲವಿ–
ಕರುಣಾಳು
ಅಲ್ಲಾಹುವಿನ ಜೋಡಿ ಕಣ್ಣುಗಳಂಥ
ಎರಡು
ಉಜ್ವಲ ಸಾಲು?

*   *   *

ರಾತ್ರಿಯಿಡೀ ಬಿಡದೆ ಸುರಿದ
ಮುಂಗಾರು ಮಳೆ ನಿಂತು
ನೆಲವೆಲ್ಲ ತೊಳೆದಿದೆ,
ಮುಂಜಾನೆ ಹೊಳೆದಿದೆ.

ಬಿಳಿಯರ ಪಡೆ
ಗುಡಾರವೊಂದರಲ್ಲಿ
ಗಾಢ ನಿದ್ದೆಯಲ್ಲಿದ್ದ ಬಾಡಿಗೆ ಬಂಟ
ನಿಹಾಲ ಸಿಂಘ
ಗಕ್ಕನೆದ್ದು ಕೂತನಲ್ಲ,
ಏಕೆ?
ಕೇಳುತ್ತಿದೆ ಇಲ್ಲೇ ಎಲ್ಲೋ,
ಹೌದು,
ನವಿಲ ಕೇಕೆ.

ಗಡಬಡಿಸಿ ಹೊರಬಂದು ನೋಡುತ್ತಾನೆ, ಆಹ,
ಅಪರೂಪದ ದೃಶ್ಯ!
ಎದುರಿನ ಕಟ್ಟಡದ ಮೇಲೆ
ನವಿಲೊಂದರ ನೃತ್ಯ!

ಒಂದಲ್ಲ ಎರಡಲ್ಲ ಮೂರಿವೆ ನವಿಲು;
ಹಿನ್ನೆಲೆಗಿದೆ ಬಾನಲ್ಲಿ ನಸುಗಪ್ಪು ಮುಗಿಲು
ಎರಡು ಹೆಣ್ಣು, ಒಂದು ಗಂಡು,
ಆ ಗಂಡು ತನ್ನ ಇಷ್ಟಗಲ
ಹತ್ತಾರು ಬಣ್ಣಗಳ
ಚಿತ್ತಾರ ಕಣ್ಣುಗಳ
ಮಿರುಮಿರುಗುವ ಗರಿಚಾಮರ
ಬಿಚ್ಚಿಕೊಂಡು,
ಕತ್ತನ್ನು ಕೊಂಕಿಸಿ, ಎದೆ ಉಬ್ಬಿಸಿ,
ಮನ್ಮಥನ ಗತ್ತಿನಲ್ಲಿ,
ಎರಡು ಹೆಜ್ಜೆ ಹಿಂದೆ ಮತ್ತೆ ಎರಡು ಹೆಜ್ಜೆ ಮುಂದಿಟ್ಟು,
ಓಲಾಡಿಸಿ ಶಿಖೆ ಪತಾಕೆ,
ನುಗ್ಗಿ ಬಂದ ಹಿಗ್ಗಿನಲ್ಲಿ
ಮೊಳಗಿ ಮತ್ತೆ ಮತ್ತೆ ಕೇಕೆ,
ಕಂಪಿಸಿ ತನ್ನಿಡೀ ಮೈಯ
ಕುಣಿಯುತ್ತಿದೆ ಥಕ್ಕಥೈಯ!

ಆ ಸೃಷ್ಟಿಯ ಚೆಲುವಿಗೆ,
ಆ ಅದಮ್ಯ ನಲಿವಿಗೆ
ವಂದಿಸಿದ ನಿಹಾಲ ಸಿಂಘ
ಮನದಲ್ಲೇ ಗುರುವಿಗೆ.

* * *

'ಠಾಽಽ' ಉರುಳಿ ಬಿತ್ತು ಗಂಡು
ಧೊಪ್ಪೆಂದು ನೆಲಕ್ಕೆ;
'ಠಾಽಠಾಽ' ಉಳಿದೆರಡು ಹೆಣ್ಣು
ಗಂಡಿನ ಎಡಬಲಕ್ಕೆ.

'ಹುರೇಽಽಽ' ಕೇಕೆ ಹಾಕಿ ಕುಣಿದ
ಕೋವಿಯ ಬಿಳಿಯೋಧ.
ಗರ ಬಡಿದವನಂತೆ
ನಿಹಾಲ ನಿಂತ
ಸ್ತಬ್ಧ!

* * *

ಕೇಳಿತು ನಿಟ್ಟುಸಿರಬಿಟ್ಟು ದೆಹಲಿ;
'ಎಷ್ಟೆಂದು ಕಂಬನಿ ನಾ ತರಲಿ?'

(ಪ್ರೇರಣೆ: ಖುಶ್‌ವಂತ್ ಸಿಂಗ್ ಅವರ ಇಂಗ್ಲಿಷ್ ಕಾದಂಬರಿ : 'ದೆಹಲಿ')

ದೆಹಲಿ–1857

ಲಕ್ಷ್ಮಣರಾಯರ ಕೆಲವು ಪದ್ಯಗಳು ಅವರ ಕಾವ್ಯಕ್ಕೆ ಬೇರೊಂದು ಹೊರಳು ದಾರಿಯನ್ನು ತೆರೆಯುತ್ತವೆ. ಕೇವಲ ಯೌವನದ ಜಗತ್ತಿನ ಕಾಮ-ಪ್ರೇಮದ ಜಗತ್ತಿನಿಂದ ಆಚೆಯ ಬದುಕನ್ನು ಕುರಿತು ಲಕ್ಷ್ಮಣರಾಯರು ಅನ್ವೇಷಿಸಬಲ್ಲರು ಎಂಬುದನ್ನು ದೃಢಪಡಿಸುತ್ತವೆ. ಉದಾ: 'ಕೊಲಂಬಸ್' ಎಂಬ ಕವಿತೆ, ಕೊಲಂಬಸ್ ತನ್ನ ಮಹತ್ವಾಕಾಂಕ್ಷೆಯ ಪಯಣದ ನಡುವೆ, ತನ್ನವರ ಅಪನಂಬಿಕೆಗೆ ಈಡಾಗಿ, ಅಪಾಯದ ಅಂಚಿನಲ್ಲಿ ನಿಂತಾಗಿನ ಆಂತರಿಕ ತಳಮಳಗಳನ್ನೂ ಹತಾಶೆಯನ್ನೂ ಸಮರ್ಥವಾಗಿ ನಿರೂಪಿಸುವ ಕವಿತೆಯಾಗಿದೆ. ಹಾಗೆಯೇ, 'ಬಿಡುಗಡೆ' ಎಂಬ ಕವಿತೆಯಲ್ಲಿ ಮೋಸೆಸ್, ಈಜಿಪ್ಟಿನ ದಾಸ್ಯದಿಂದ ತನ್ನ ಜನರನ್ನು ಬಿಡುಗಡೆ ಮಾಡಿ, ತನ್ನ ಮಹಿಮಾತಿಶಯದಿಂದ ದಾರಿ ಬಿಟ್ಟ ಕಡಲ ನಡುವೆ ಹಾಯ್ದು ಬಂದರೂ, ಆತನ ಜನ ಹಳೆಯ ದೇವರನ್ನೇ ಆರಾಧಿಸಿ ಮೋಸೆಸನನ್ನು ದಿಗ್ಭ್ರಮೆಗೊಳಿಸುತ್ತಾರೆ. ಆತ ಅಗ್ನಿಲಿಪಿಯಲ್ಲಿ ಕೊರೆದ ಹತ್ತು ಶಾಸನಗಳನ್ನು ಭಗವಂತನಿಂದ ತಂದರೂ ಆತನ ಹಿಂಬಾಲಕರು ಮತ್ತೆ ಈಜಿಪ್ಟಿನ ದಾಸ್ಯಜೀವನಕ್ಕೇ ಹಿಂತಿರುಗಿ ಹೋಗೋಣ ಎನ್ನುತ್ತಾರೆ. ಒಂದೆಡೆ ಜನರ ಉದ್ಧಾರಕ್ಕೆ ಹಾತೊರೆಯುವ ಮಹಾವ್ಯಕ್ತಿಗಳು, ಮತ್ತೊಂದೆಡೆ ಅವರನ್ನು ಅರ್ಥ ಮಾಡಿಕೊಳ್ಳದ ಮತ್ತು ಪರಂಪರೆಗೇ ಜೋತುಬೀಳುವ ಮೂಢ ಜನತೆ. ಈ ಮುಖಾಮುಖಿಯಲ್ಲಿ ನೇತಾರರು ಅನುಭವಿಸುವ ಭ್ರಮನಿರಸನದ ಮಾನಸಿಕ ಯಾತನೆ – ಇಂಥ ಮನುಕುಲದ ಸಂದಿಗ್ಧಗಳನ್ನು ಚಿತ್ರಿಸುವ ಲಕ್ಷ್ಮಣ ರಾಯರ ಎಷ್ಟೋ ಪದ್ಯಗಳಿವೆ. ಅಂಥ ಗಂಭೀರವಾದ ಪದ್ಯಗಳ ಜೊತೆ, 'ದೆಹಲಿ–1857' ಎಂಬ ಪದ್ಯವನ್ನು ಗಮನಿಸಬೇಕು.

ನನ್ನ ಪ್ರಕಾರ ಇದೊಂದು ಉತ್ಕೃಷ್ಟ ನಿರ್ಮಿತಿ. 1857, ಬ್ರಿಟಿಷರ ವಿರುದ್ಧ ಭಾರತೀಯರು ನಡೆಸಿದ 'ದಂಗೆ' ಐತಿಹಾಸಿಕವಾದದ್ದು. ಮೊಗಲ್ ಸಾಮ್ರಾಜ್ಯದ ಕೊನೆಯ ದೊರೆ ಬಹದ್ದೂರ್ ಷಾ ಇದರಲ್ಲಿ ಪಾಲುಗೊಂಡವನು. ತನ್ನ ಸಿಂಹಾಸನದ ಕಾಲು ಅಲುಗಾಡತೊಡಗಿದೆ. ಇಂಥ ಯುದ್ಧದ ನಡುವಿನ ದಿನ ರಮಜಾನ್ ತಿಂಗಳ ಮುಂಜಾನೆ ಅವನು ತನ್ನ ಪ್ರೀತಿಯ ಗಝಲ್ಲುಗಳನ್ನು ಬರೆಯಲು ತೊಡಗುತ್ತಾನೆ. ದೆಹಲಿಯ ಕೋಟೆಗೆ ಅನತಿ ದೂರದಲ್ಲಿ ಬಿಳಿಯರ ಸೈನ್ಯದ ಗುಡಾರ. ನಿಹಾಲಸಿಂಗ್ ಬಿಳಿಯರ ಬಾಡಿಗೆಯ ಬಂಟ. ನವಿಲಿನ ಕೇಕೆಯ ಸದ್ದು ಕೇಳಿ ಹೊರಗೆ ಬಂದು ನೋಡುತ್ತಾನೆ: ಮುಂಜಾನೆಯ ಬೆಳಕಿನಲ್ಲಿ ಎದುರಿನ ಕಟ್ಟಡದ ಮೇಲೆ ಮೂರು

ನವಿಲುಗಳು ಗರಿಗೆದರಿ ಕೇಕೆ ಹಾಕುತ್ತ ನರ್ತಿಸುತ್ತಿವೆ. ಅಪರೂಪದ ಈ ದೃಶ್ಯವನ್ನು ನೋಡಿ ನಿಹಾಲಸಿಂಗ್ ಆ ಸೃಷ್ಟಿಯ ಚೆಲುವಿಗೆ ಮತ್ತು ನಲಿವಿಗೆ ಮನದಲ್ಲೇ ವಂದಿಸುತ್ತಾನೆ. ಆದರೆ ಅದೇ ಹೊತ್ತಿನಲ್ಲಿ ಬ್ರಿಟಿಷ್ ಸಿಪಾಯಿಯೊಬ್ಬ ಆ ಮೂರೂ ನವಿಲುಗಳನ್ನು ಗುಂಡು ಹಾರಿಸಿ ಉರುಳಿಸಿ ತನ್ನ ಗುರಿಗಾರಿಕೆಗೆ ಕೇಕೆ ಹಾಕಿ ಕುಣಿಯುತ್ತಾನೆ. ನಿಹಾಲಸಿಂಗ್ ಗರ ಬಡಿದವನಂತೆ ಸ್ತಂಭೀಭೂತನಾಗಿ ನಿಲ್ಲುತ್ತಾನೆ. ಗಝಲ್ ರಚನೆಗೆ ತೊಡಗುವ ಬಹದ್ದೂರ್ ಷಾ, ನವಿಲಿನ ಮೋಹಕ ನರ್ತನವನ್ನು ನೋಡಿ ಆನಂದಿಸುವ ನಿಹಾಲಸಿಂಗ್, ಅದೇ ನವಿಲನ್ನು ಬೇಟೆಯಾಡಿ ಉರುಳಿಸುವ ಬಿಳಿಯ ಸಿಪಾಯಿ - ಸೌಂದರ್ಯ ಹಾಗೂ ಕ್ರೌರ್ಯಗಳನ್ನು ಮುಖಾಮುಖಿ ಯಾಗಿಸುವ ಈ ಕವಿತೆ ಮಾಡುವ ಪರಿಣಾಮ ಅದ್ಭುತ. ಲಕ್ಷ್ಮಣರಾಯರ ಕಾವ್ಯವು ಬದುಕಿನ ನಿಗೂಢಗಳನ್ನು ಶೋಧಿಸುವ ದಿಕ್ಕಿನಲ್ಲಿ ದೊಡ್ಡ ಹೆಜ್ಜೆಯಿರಿಸಿದೆ. ಬಹುಶಃ ಇದು ಅವರ ನಾಳೆಯ ಕವಿತೆಯ ಹಾದಿ.

–ಡಾ. ಜಿ.ಎಸ್. ಶಿವರುದ್ರಪ್ಪ
('ಸಾರ್ವಜನಿಕ'- 2006)

ರಿಪ್ ವ್ಯಾನ್ ವಿಂಕಲ್

ಹಿಂತಿರುಗುತ್ತಿದ್ದಾನೆ ಮುದುಕ ತನ್ನೂರಿಗೆ
ನೀಳ ನಿದ್ದೆಯ ನಂತರ,
ಗೋರಿಯಿಂದೆದ್ದು ತನ್ನವರನರಸಿ ಬಂದಂತೆ
ವ್ಯಾಮೋಹ ತೀರದ ಬೆಂತರ.

ಹೊರವಾಗಿ ಬೆಳೆದು ಹೆಗಲಿಗಿಳಿಬಿದ್ದಿದೆ
ಅಲೆ ಅಲೆ ಬೆಳ್ಳಿ ತಲೆಗೂದಲು,
ಮಬ್ಬು ಗೂಡುಗಳಲ್ಲಿ ಚಡಪಡಿಸುವ ಜೋಡಿ ಕಣ್ಣು
ಎದೆ ಮಟ್ಟ ದಟ್ಟ ಹೊದರು.

ಥಂಡಿ ಕೈಯೊಂದು ಹಿಡಿದು ಹಿಂಡಿದ ಹಾಗೆ
ವಿಲಿ ವಿಲಿ ನುಲಿಯುತ್ತಿದೆ ಕರುಳು,
ಕಣ್ಣೆದುರು ಮೂಡಿ, ತಾನು ಊರು ಬಿಟ್ಟೋಡಿದ
ಆ ಕರಾಳ ಇರುಳು:

* * *

ಜಾಡಿಸಿ ಒದ್ದಂತೆ ಕವಿದಿದ್ದ ನಿದ್ದೆಯನ್ನು
ಹಠಾತ್ತನೆ ಏನೋ ಕೋಲಾಹಲ!
ಧಿಗ್ಗೆಂದು ಮೇಲೆದ್ದು ಧಡಾರನೆ ಬಾಗಿಲು ತೆರೆದು
ಹೊರಬಿದ್ದರು ಮನೆ ಮಂದಿಯೆಲ್ಲ.

ಅಲ್ಲಿ ಕಂಡದ್ದೇನು ನಿಜವೊ ದುಃಸ್ವಪ್ನವೊ?
ಧಗಧಗಿಸುತ್ತಿವೆ ಸುತ್ತ ಮನೆ ಮಾಡು!
ಕಂಡ ಕಂಡವರನ್ನು ಬೆನ್ನಟ್ಟಿ ತುಂಡರಿಸುತ್ತಿದ್ದಾರೆ
ಯಾರವರು? ಯಾವ ಸೇಡು?

ಯಾರೋ ಅಲ್ಲ, ಎಲ್ಲ ತನ್ನೂರವರೇ
ನೆರೆಹೊರೆಯ ಪರಿಚಿತ ಜನ,

ಆದರೆ ಅವರೀಗ ಜನರಂತೆ ತೋರುತ್ತಿಲ್ಲ
ಒಬ್ಬೊಬ್ಬನೂ ಒಬ್ಬ ಸೈತಾನ!

ಝುಗಝುಗ ಝುಳಪಿಸುತ್ತ ನಿಗಿನಿಗಿ ಮೊಚ್ಚು ಕೊಡಲಿ
ಬಂತಯ್ಯೋ ಇವರೆಡೆಗೂ ಲಗ್ಗೆ!
ಕಿಟಾರನೆ ಚೀರಿ ಹಾರಿ ದಿಕ್ಕಾಪಾಲಾದರು
ಚಿಂತಿಸದೆ ಇನ್ನೊಬ್ಬರ ಬಗ್ಗೆ.

ಓಡಿದಽಽ ಇವನು ಎದ್ದು ಬಿದ್ದೋಡಿದ
ಬೆನ್ನಟ್ಟಿದ ಸಾವನ್ನು ಮೀರಿ,
ದಿಗಿಲೇ ಮೈತಳೆದಂತೆ, ಏನೋ ಹಿಡಿದೆಳೆದಂತೆ
ಕಗ್ಗತ್ತಲಲ್ಲಿ ತೂರಿ.

ದಟ್ಟಕಾಡು ಹಾದನೇ? ಬೆಟ್ಟವೇರಿ ಹೋದನೇ?
ಅಡಗಿತೇ ಬೆನ್ನಟ್ಟುವ ಸದ್ದು?
ಧುತ್ತೆಂದು ಎದುರಿಗೆ ಎದ್ದು ನಿಂತವರ್‍ಯಾರು?
ಪ್ರಜ್ಞೆ ತಪ್ಪಿದ, ಕುಸಿದು ಬಿದ್ದು.

* * *

ಎಚ್ಚರಾದಾಗ ಮಂದ ಕಂದೀಲಿನ ಬೆಳಕಲ್ಲಿ
ಧಸಕ್ಕೆಂದಿತು ಇವನೆದೆ!
ಯಮದೂತರಂಥ ಆದಿವಾಸಿಗಳ ಗುಂಪೊಂದು
ಇವನನ್ನು ಆವರಿಸಿದೆ!

ಚೀರಲಾಗದ, ಎದ್ದು ಹೋರಲೂ ಆಗದಂಥ
ಅಸಾಧ್ಯ ದಣಿವು, ನಿಶ್ಶಕ್ತಿ,
ಅಸಹಾಯಕತೆಯಲ್ಲಿ ಅಂತಿಮಕ್ಷಣಕ್ಕೆ ಕಾದ
ನಿರ್ಲಿಪ್ತನಾಗಿ ಮೈ ಚೆಲ್ಲಿ.

ಆದರೇನಿದು ಆದಿವಾಸಿಗಳ ಕೈಯಲ್ಲಿ
ಭಲ್ಲೆಯಲ್ಲ ಬೀಸಣಿಗೆ!

ಮೊಚ್ಚಲ್ಲ, ಮುಲಾಮು! ಸಾವಲ್ಲ ನೇವರಿಸುವ
ನಿರ್ವ್ಯಾಜ ಪ್ರೀತಿ ಕರುಣೆ!

ಕೈಯಾರೆ ಉಣಿಸಿದರು, ತಣಿಸಿದರು ಹಸಿವನ್ನು
ಕುಡಿಸಿದರು ಯಾವುದೋ ಮದ್ದು,
ದಣಿವೆಲ್ಲ ಕಳೆದಂತೆ, ಮರೆವು ಮೈಗಿಳಿದಂತೆ
ನಿದ್ದೆಹೋದ ನೆಮ್ಮದಿ ಹೊದ್ದು.

* * *

ಹಿಂತಿರುಗುತ್ತಿದ್ದಾನೆ ಮುದುಕ ತನ್ನೂರಿಗೆ
ನಿದ್ದೆಯಿಂದ ಎಚ್ಚರಗೊಂಡು,
ಮರುಜನ್ಮವಿತ್ತ ಆ ತಾಯಿತಂದೆಯರನ್ನು
ಮೂಕ ಸಂಜ್ಞೆಗಳಿಂದ ಬೀಳ್ಕೊಂಡು.

ಬೆಟ್ಟವನ್ನಿಳಿದು, ಕಡುದಟ್ಟಕಾಡನು ಹಾದು
ನಡುಬಯಲಿನಲ್ಲಿ ನಿಂತು,
ಉದ್ವಿಗ್ನಗೊಂಡಿದ್ದಾನೆ ಮುದುಕ, ಇಗೋ
ಇನ್ನೇನು ಊರು ಬಂತು!

ಊರೇನೋ ಬಂತು, ಅಯ್ಯೋ ನನ್ನೂರೇ ಇದು?
ಏನಿದರ ದಾರುಣ ಪಾಡು!
ಕರಕಲಾದ ಹೊಲಗದ್ದೆ, ತರಿದು ಬಿದ್ದ ಗಿಡಮರ,
ಧ್ವಂಸವಾದ ಅಂಗಡಿ ಮನೆಮಾರು!

ಹಾಳು ಬಡಿಯುತ್ತಿವೆ ಬೀದಿಬೀದಿ ಗಲ್ಲಿಗಲ್ಲಿ
ಅಲ್ಲಲ್ಲಿ ಸುಳಿದ ಮಂದಿ
ಕಳ್ಳರಂತೆ ತಲೆಮರೆಸಿ ಇಲ್ಲವಾಗುತ್ತಿದ್ದಾರೆ
ನುಸುಳುತ್ತ ಸಂದಿಗೊಂದಿ.

ಊರ ನಡುವಿನ ಸಂತೆಮಾಳದಲ್ಲಿ ನಿಂತಿದೆ
ಒಂದು ಪೋಲೀಸು ಜೀಪು;
ಆಯಕಟ್ಟುಗಳಲ್ಲಿ ಆಕಳಿಸುತ್ತ ನಿಂತಿದ್ದಾರೆ
ಕೋವಿ ಹೊತ್ತ ಪೇದೆ ಹತ್ತಾರು.

ಚಿಂದಿತೊಟ್ಟ ಹುಡುಗನೊಬ್ಬ ಒಂದಾ ಮಾಡುತ್ತಿದ್ದಾನೆ
ಶಾಲೆ ಪಾಗಾರದ ಗೋಡೆಗೆ;
ಅಲ್ಲಿದೆ ಕೆಂಬಣ್ಣದಲ್ಲಿ ತರತರಾವರಿ ಬರಹ
ಜಾತಿಯಿಂದ ಮೀಸಲಾತಿವರೆಗೆ.

ಹೇಗೋ ಕಾಲೆಳೆಯುತ್ತ ಮುದುಕ ತಲುಪಿದ್ದಾನೆ
ಸೋಗೆ ಮಾಡಿನ ತನ್ನ ಗುಡಿಸಿಲು;
ಬದುಕಿ ಉಳಿದಿರಬಹುದೆ ಒಬ್ಬರಾದರೂ ಕೊನೆಗೆ
ಮನೆಯ ಸೊಡರಿಗೆ ದೀಪ ಮುಡಿಸಲು.

ಸುಟ್ಟ ಮಾಡಿನ, ಕುಸಿದುಬಿದ್ದ ಗೋಡೆಯ ಗುಡಿಲು
ಒಳಹೊರಗು ಬಯಲೋ ಬಯಲು!
ಎಲ್ಲ ಇಲ್ಲಿದ್ದಾರೆ ನನ್ನಲ್ಲಿ, ಬಾ ಬೇಗ
ಎನುವಂತೆ ಗಾಳಿ ಸುಯಿಲು.

ಕಣ್ಣುಕತ್ತಲೆ ಕವಿದು ಕುಸಿದು ಕೂತನು ಮುದುಕ
ಸೋರಿ ಹೋಯಿತು ಜೀವದಾಸೆ;
ಆಗ ಹಠಾತ್ತನೆ ಮಣ್ಣೊಡೆದು ಪುಟಿದಂತೆ
ಮುಂಬಾಳಿನೊಂದು ಮೊಳಕೆ.

ಓಡೋಡಿ ಬಂದು 'ಅಜ್ಜಾಽಽ' ಎಂದು ಬಿಗಿದಪ್ಪಿ
ಮುದ್ದಾಡಿದಳು ಒಬ್ಬ ಹುಡುಗಿ;
'ಕಂದಾಽಽ' ಎನ್ನುತ್ತ ಮೈದಡವಿದನು ಮುದುಕ
ಮತ್ತೆ ಮೈಯಲಿ ಜೀವವಾಡಿ,
ಕಣ್ಣಲ್ಲಿ ಹೊಸಬೆಳಕು ಮೂಡಿ.

ರಿಪ್ ವ್ಯಾನ್ ವಿಂಕಲ್

'ರಿಪ್ ವ್ಯಾನ್ ವಿಂಕಲ್' ಅಮೆರಿಕಾದ ರೊಮ್ಯಾಂಟಿಕ್ ಲೇಖಕ ವಾಶಿಂಗ್ಟನ್ ಐರ್ವಿಂಗ್‌ನ ಕಥೆಯೊಂದರ ಹೆಸರು. ಜರ್ಮನಿಯ ಜಾನಪದ ಕಥೆಯನ್ನು ಆಧರಿಸಿದ ರಚನೆ ಅದು. ಅಮೆರಿಕಾದ ಸ್ವಾತಂತ್ರ್ಯ ಹೋರಾಟದ ಹಿನ್ನಲೆಯಿಂದಾಗಿ ಈ ಕಥೆಗೆ ಚಾರಿತ್ರಿಕ ಮಹತ್ವ ಇದೆ. ಕಥೆ ಆರಂಭವಾಗುವ ಹೊತ್ತಿನಲ್ಲಿ ಅಮೆರಿಕಾದಲ್ಲಿ ಬ್ರಿಟೀಶ್ ವಸಾಹತು ಆಡಳಿತವಿದೆ; ಮುಗಿಯುವಷ್ಟರಲ್ಲಿ ಅಮೆರಿಕಾಕ್ಕೆ ಮರುಜನ್ಮ ಪ್ರಾಪ್ತವಾಗಿದೆ. ಇಪ್ಪತ್ತು ವರ್ಷಗಳ ರಿಪ್‌ನ ಸುದೀರ್ಘ ನಿದ್ರೆ ವಸಾಹತುಶಾಹಿಯಿಂದ ಆವರಿಸಿದ ವಿಸ್ಮೃತಿಯಂತಿದೆ. ಹುಟ್ಟಾ ಸೋಮಾರಿಯಾದ ರಿಪ್‌ನನ್ನು ಕಂಡರೆ ಜಗಳಗಂಟಿ ಹೆಂಡತಿಗೆ ಅಸಹನೆ; ಹೊರಗೆ ತನ್ನ ಸರಳತನದಿಂದಾಗಿ ಜನಾನುರಾಗಿ; ತೋಟದ ಕೆಲಸದಿಂದ, ಹೆಂಡತಿಯ ಪೀಡೆಯಿಂದ ತಪ್ಪಿಸಿಕೊಳ್ಳಲು ಅಮೆರಿಕಾ ಕ್ರಾಂತಿ ಅವನಿಗೆ ನೆಪವಾಗುತ್ತದೆ. ಹೆಗಲ ಮೇಲೆ ಕೋವಿ ಹೇರಿ, ನಾಯಿಯ ಜೊತೆ ಕಾಡಿಗೆ ಹೋದವನು ನಿದ್ದೆಗೆ ಜಾರುತ್ತಾನೆ ರಿಪ್. ಎಚ್ಚತ್ತಾಗ ಅವನು ಹಣ್ಣು ಗಡ್ಡದ ಮುದುಕ! ಊರಿಗೆ ಮರಳಿದಾಗ ಅಲ್ಲೂ ಅಸಾಧಾರಣ ಬದಲಾವಣೆಯಾಗಿದೆ. ತನ್ನಲ್ಲಾದ ಮತ್ತು ಊರಿನಲ್ಲಾದ ಬದಲಾವಣೆ ಏಕಕಾಲಕ್ಕೆ ಸ್ವಾತಂತ್ರ್ಯ ಮತ್ತು ಅಸ್ಮಿತೆಯ ಹುಡುಕಾಟವಾಗಿ ಪರಿಣಮಿಸುತ್ತದೆ. ಅಮೆರಿಕಾದ ಚರಿತ್ರೆಯಲ್ಲಿ ಡಚ್ಚರ ದನಿ ಕೇಳುತ್ತದೆ. ಬ್ರಿಟೀಶ್ ವಸಾಹತುಶಾಹಿಗಳೇ ಅಮೆರಿಕೆಯ ನವನಾಗರಿಕರಾದರೆ ಎಂಬ ಪ್ರಶ್ನೆ ಎದುರಾಗುತ್ತದೆ. ಕಥೆ ಎಚ್ಚರ–ಕನಸು, ಭೂತ–ವರ್ತಮಾನ, ವಾಸ್ತವ–ಭ್ರಮೆ, ಕ್ರಾಂತಿ–ಬಿಡುಗಡೆ ಹೀಗೆ ಹಲವು ಎಳೆಗಳ ಸಂಕೀರ್ಣ ರೂಪು ಪಡೆದುಕೊಳ್ಳುತ್ತ ರಿಪ್‌ನ ಬದುಕಿನ ರೂಪಾಂತರದಲ್ಲಿ ಚರಿತ್ರೆಯ ಒತ್ತಡದ ನಡುವೆ ಸಮಷ್ಟಿಯ ಪಲ್ಲಟದ ಚಿತ್ರವಾಗಿ ಬಿಚ್ಚಿಕೊಳ್ಳುತ್ತದೆ.

ಕವಿ ಬಿ.ಆರ್. ಲಕ್ಷ್ಮಣರಾವ್ ಐರ್ವಿಂಗ್‌ನ ಕಥಾ ವಸ್ತುವನ್ನು ಆಯ್ದು ಅದೇ ಹೆಸರಿನ ಕಥನ ಕವಿತೆಯನ್ನು ಕಟ್ಟಿದ್ದಾರೆ. ಕಟ್ಟುವ ಕ್ರಿಯೆಯಲ್ಲಿ ಅವರು ಹೊಸ ದರ್ಶನಕ್ಕಾಗಿ ಹಾತೊರೆಯುವಂತೆ ಕಥಾ ವಿವರಗಳನ್ನು ಮರು ಸಂಯೋಜಿಸಿದ್ದಾರೆ. 'ಕಥೆ ಹೇಳುವ ಶೈಲಿ ಬದಲಾದರೆ ವಸ್ತವೂ ಬದಲಾಗುತ್ತದೆ' ಎಂದು ವ್ಯಾಲೇಸ್ ಸ್ಟೀವನ್ ಹೇಳಿದ ಮಾತು ಈ ಕವಿಯ 'ಕಟ್ಟು'ವಿಕೆಗೆ ಅನ್ವಯಿಸಬಹುದೇನೊ. ಈ ರೂಪಾಂತರ ಪಠ್ಯವನ್ನು ಪ್ರತಿಸ್ಪಂದನಾತ್ಮಕ ಪ್ರಯೋಗವೆಂದೂ ಕರೆಯಬಹುದು.

ಕಥೆಯ ವಿವರಗಳನ್ನು ಕವಿತೆಯ ಸಾಲಾಗಿ ಇಡುವ ಕ್ರಮದಲ್ಲೆ ಅನುಭವದ ತೀವ್ರತೆ ಆವರಿಸಿಕೊಳ್ಳುತ್ತ ಹೋಗುತ್ತದೆ. ಲಕ್ಷ್ಮಣರಾವ್ ಅವರ ಪದ್ಯದ ಮೊದಲ

ಸ್ಟಾಂಜ್ಯಾದಲ್ಲೆ ಇಪ್ಪತ್ತು ವರ್ಷಗಳ ನಂತರ ಊರಿಗೆ ಮರಳುವ ಮುದುಕನ ಅಸಂಗತವೂ ವೈರುಧ್ಯವೂ ಆಗಿರುವ ಚಿತ್ರ ಕಾಣಿಸುತ್ತದೆ. ಇಪ್ಪತ್ತು ವರ್ಷಗಳ ನೀಳ ನಿದ್ರೆ 'ಗೋರಿ' ಮತ್ತು 'ಬೆಂತರ' ಪ್ರತಿಮೆಗಳ ಸಾಹಚರ್ಯದಿಂದ ಸಾವೇ ಅಥವ ವಿಕೃತವಾದ ಮರುಜನ್ಮವೇ ಎಂಬ ಅನುಮಾನಕ್ಕೆ ಎಡೆ ಮಾಡಿ ಕೊಡುತ್ತದೆ. ನಿದ್ರೆಯಿಂದ ಎದ್ದಾಕ್ಷಣ ಮುದುಕ ಕರಾಳ ಇರುಳಿನ ನೆನಪಿಗೆ ಜಾರುತ್ತಾನೆ. ಪರಿಚಿತ ಜನರೇ ಸೈತಾನರಾಗಿ ಕಾದಾಡುತ್ತಾರೆ. ಊರು ಕತ್ತಲಲ್ಲಿ ಹಿಂಸೆಯಿಂದ ನರಳುತ್ತದೆ. ಮುದುಕ 'ಬೆನ್ನಟ್ಟಿದ ಸಾವನ್ನು ಮೀರಿ' ಬೆಟ್ಟವೇರಿ ಪ್ರಜ್ಞೆ ತಪ್ಪಿ ಕುಸಿಯುತ್ತಾನೆ. ಕಂದೀಲಿನ ಬೆಳಕಲ್ಲಿ ಕಣ್ತೆರೆದು ನೋಡಿದರೆ ಅದು ಯಮದೂತರಂತ ಆದಿವಾಸಿಗಳ ಲೋಕ. ಅಚ್ಚರಿಯೆಂದರೆ ಅವರ ಕೈಯಲ್ಲಿ ಭಲ್ಲೆಯಲ್ಲ ಬೀಸಣಿಗೆ! ಮರುಕ್ಷಣ ನೆಮ್ಮದಿ ಹೊದ್ದು ನಿದ್ದೆ ಹೋದ ಮುದುಕ. ನಿದ್ದೆ-ಎಚ್ಚರ, ಹಿಂಸೆ-ಕರುಣೆ, ಓಡಿಸಿ ಕೊಲ್ಲುವ ಊರು-ಮರು ಜನ್ಮ ನೀಡಿ ಕಾಪಾಡಿದ ಕಾಡು ಎಂದು ಕಾಂಟ್ರಾಸ್ಟಗಳೊಂದಿಗೆ ಓಲಾಡುವ ಕವಿತೆ ಹಲವು ಕಾಲ-ದೇಶಗಳ ಲೀಲೆಯನ್ನು ಕನ್ನೆಕ್ಟ್ ಮಾಡುತ್ತ ಅರ್ಥ ವಿಸ್ತಾರಕ್ಕೆ ಕೈ ಚಾಚಿ ರೂಪಕವಾಗಿ ಬೆಳೆಯುವ ನಾಟಕೀಯ ವಿಸ್ಮಯವಾಗುತ್ತದೆ. ಇಲ್ಲಿಂದ ಮುಂದೆ ಪದ್ಯ ಮತ್ತೊಂದು ಮಜಲಿಗೆ ಹೊರಳುತ್ತದೆ.

ಮುದುಕ ಮರಳಿ ಮೂಲ ಮಣ್ಣಿಗೆ ಬರುತ್ತಾನೆ. ಸಾವಿನ ಮನೆಯಾದ ಊರನ್ನು ಕವಿ ಮುದುಕನ ಮೂಲಕ ಕಾಣಿಸುವ ಪರಿ ನೋಡಿ: 'ಒಳಹೊರಗು ಬಯಲೊ ಬಯಲು! ಎಲ್ಲ ಇಲ್ಲಿದ್ದಾರೆ ನನ್ನಲ್ಲಿ, ಬಾ ಬೇಗ ಎನ್ನುವಂತೆ ಗಾಳಿ ಸುಯಿಲು.' ಸಾಲಿನ ಧ್ವನಿ ಪದ್ಯದೊಳಗೆ ಪ್ರತಿಧ್ವನಿಸುತ್ತ ಅದರಾಚೆಗೂ ಕೇಳಿಸುತ್ತದೆಯಲ್ಲವೆ? ಪ್ರಾಚೀನ ಭಗ್ನಾವಶೇಷದಂತಿರುವ ಹಾಳೂರು ಒಮ್ಮೆಲೆ ವರ್ತಮಾನದ ಈ ಕ್ಷಣದ ಅನುಭವವಾಗುವುದು 'ಚಿಂದಿತೊಟ್ಟ ಹುಡುಗನೊಬ್ಬ ಒಂದಾ ಮಾಡುತ್ತಿದ್ದಾನೆ ಶಾಲೆ ಪಾಗಾರದ ಗೋಡೆಗೆ' ಎಂದಾಗ. ಮುದುಕನ ಜೀವದಾಸೆ ಸೋರಿ ಹೋಯಿತು ಅನ್ನುವಾಗ ಹಠಾತ್ತಾನೆ ಮಣ್ಣೊಡೆದು ಪುಟಿದ ಮುಂಬಾಳಿನ ಮೊಳಕೆಯಂತಿರುವ ಹುಡುಗಿಯೊಬ್ಬಳು ಓಡೋಡಿ ಬಂದು ಮುದುಕನನ್ನು ಬಿಗಿದಪ್ಪಿದಾಗ ಮೂಡುವ ಹೊಸ ಬೆಳಕು ಪದ್ಯಕ್ಕೆ ಸಾರ್ಥಕ ಮುಕ್ತಾಯವನ್ನು ಸಹಜವಾಗಿ ದೊರಕಿಸಿ ಬಿಡುತ್ತದೆ.

ಒಂದರ ಮುಕ್ತಾಯ ಮತ್ತೊಂದರ ಉದಯಕ್ಕೆ ನಾಂದಿಯಾಗುವಂತೆ ಮುದುಕ ನನ್ನು ಹುಡುಗಿ ಭೇಟಿಯಾಗುತ್ತಾಳೆ. ಕಳೆದುಕೊಂಡೆನೆಂದು ಭಾವಿಸಿದ ಜೀವನ ಮತ್ತು ಊರು ಹುಡುಗಿಯ ಮೂಲಕ ಮುಂದೊರೆಯುತ್ತದೆ. ವಿಷಾದದ ಹಿಂದೆಯೇ

ವಿವೇಕವಿದೆ. ಮನುಷ್ಯ ಜೀವಕ್ಕೆ ನಾಗರಿಕತೆಯ ವಿಕಾಸಕ್ಕೆ ಕೊನೆಯಿಲ್ಲ ಎಂಬ ಆಶಾವಾದದೊಂದಿಗೆ ಪದ್ಯ ವಿರಮಿಸುತ್ತದೆ.

ಲಕ್ಷ್ಮಣರಾವ್ ಅವರ ಕಾವ್ಯ ಹಗುರ ಎಂದೆನಿಸಿದರೂ ಎತ್ತರಕ್ಕೆ ಹಾರಬಲ್ಲ ಪಕ್ಷಿ. ಒಂದು ಶಬ್ದವೂ ಹೆಚ್ಚಿರದ ಅಗತ್ಯಕ್ಕಿಂತ ಕಡಿಮೆಯಿರದ ಅಚ್ಚುಕಟ್ಟಾದ ಹದನಾದ ಶಿಲ್ಪದಂತೆ ಅವರ ರಚನೆ. ಶರೀರ ಸಹಿತ ಸ್ವರ್ಗಕ್ಕೆ ಲಗ್ಗೆ ಇಡುವ ನಿರರ್ಗಳ ಸರಳತೆ ಅವರ ಕಾವ್ಯದ ತುಂಟತನ ಎನಿಸಿದರೂ ಅಲ್ಲಿ ಗಹನತೆ ಅಡಗಿರುವುದನ್ನು ಅಲ್ಲಗಳೆಯುವಂತಿಲ್ಲ.

–ಶ್ರೀಧರ ಬಳಗಾರ

ಅಮ್ಮನಿಗೆ

ಅಮ್ಮ, ಹತಾಶಳಾಗಬೇಡ
ಕಣ್ಣೀರಿಡಬೇಡ ಹೀಗೆ ಸುಮ್ಮನೆ
ಒಂದೇ ಸಮನೆ.

ನಂಬು,
ಇನ್ನೆಂದೂ ಸರಿಹೋಗದ
ಊನವೇನಲ್ಲ
ಈ ಪಾರ್ಶ್ವವಾಯು.

ಹೇಳಿದರೆ ಕೇಳಿದೆಯ?
ಉಪೇಕ್ಷೆ ಮಾಡಿದೆ
ವಂಶಪಾರಂಪರ್ಯದಿಂದ
ನಿನಗೆ ಉಡುಗೊರೆಯಾಗಿ ಬಂದ
ಅತಿರಕ್ತದೊತ್ತಡ, ಮಧುಮೇಹವನ್ನ.

ಹೇಗೆ ಬಡಿಯಿತು ನೋಡು
ಹಠಾತ್ತನೆ
ಈ ಬನ್ನ!
ಹಿಡಿಸಿ ಹಾಸಿಗೆ
ಹೀಗೆ
ದೇಹದ ಎಡಭಾಗವಿಡೀ
ಕುಸಿದು ಹೋಗಿ
ಮುಖ ಸೊಟ್ಟಗಾಗಿ.

ತಜ್ಞ ವೈದ್ಯರ ಪ್ರಕಾರ
ಇದಕ್ಕೆ ಪರಿಹಾರ
ದೃಢಸಂಕಲ್ಪ, ಸಮಚಿತ್ತ ಮತ್ತು

ಕಸರತ್ತು,
ಆದ್ದರಿಂದ, ಅಮ್ಮ, ಮತ್ತೊಮ್ಮೆ,
ನೀ ಮಗುವಾಗಿ
ಎಲ್ಲ ಮೊದಲಿಂದ ಕಲಿಯಬೇಕು
ಹೊಸದಾಗಿ.

ಎಲ್ಲಿ, ಹೀಗೆ ಮೆಲ್ಲಗೆ
ಎದ್ದು ಕೂರು.
ಎಡಗೈ ಮೇಲೆತ್ತಲು ಯತ್ನಿಸು
ಆದಷ್ಟು
ಮಡಿಸು, ಕೆಳಕ್ಕಿಳಿಸು,
ಮುಷ್ಟಿ ಬಿಗಿ ಹಿಡಿ, ಸಡಿಲಿಸು
ನನ್ನ ಕೈ ಕುಲುಕು.

ನಿಧಾನ
ಎದ್ದು ನಿಲ್ಲು, ಹ್ಞಾ ಸಾವರಿಸಿಕೊ,
ಬಲಗೈಯಿಂದ ನನ್ನ
ಹೆಗಲ ಬಳಸು.
ಈಗ ಎಡಗಾಲೂರಿ
ಒಂದೊಂದೆ ಹೆಜ್ಜೆಯಿಡು
ಮುಂದೆ.

ನೋಡಿದೆಯಾ ಮತ್ತೆ?
ಹೀಗೇ ಎಲ್ಲ
ಸರಿ ಹೋಗುತ್ತೆ
ಕ್ರಮೇಣ.

ಎಲ್ಲಿ, ಒಮ್ಮೆ ಎಂದಿನಂತೆ
ನಕ್ಕುಬಿಡು,
ನೋಡೋಣ.

ಅಮ್ಮನಿಗೆ

ರಂಪ ಹಿಡಿದ ಮಗುವನ್ನು ತಾಯಿ ರಮಿಸುವುದು ಸಂಸಾರದ ಸಾಮಾನ್ಯ ಚಿತ್ರ. ಪ್ರಸ್ತುತ ಕವಿತೆಯಲ್ಲಿ ಸಂಕಷ್ಟದಲ್ಲಿ ಕಣ್ಣೀರಿಡುತ್ತಿರುವ ಅಸಹಾಯಕ ತಾಯಿಯನ್ನು ಮಗನೊ ಮಗಳೊ ಸಂತೈಸುವ ಸಂದರ್ಭವಿದೆ. ವೈರುಧ್ಯವೆನಿಸುವ ಈ ಅನುಭವ ಲಯ ತಪ್ಪಿದ ಜೀವವನ್ನು ಸಹಜ ಸ್ಥಿತಿಗೆ ಮರಳಿಸಲು ನಡೆಸುವ ಪ್ರಯತ್ನದ ಇಣುಕು ನೋಟವಾಗಿದೆ. ಅಮ್ಮನ ಸೋತ ಜೀವವನ್ನು ಜೀವನ ಮುಖಿಯಾಗಿಸಲು ಉತ್ಸಾಹ ತುಂಬುವ ನಿವೇದನೆಯಂತೆಯೂ ಇದನ್ನು ಓದಬಹುದು. ಮಗನ ಪ್ರೋತ್ಸಾಹದ ಮಾತಿಗೆ ಉತ್ತರಿಸದ ತಾಯಿ ಕೊನೆವರೆಗೂ ಮೌನವಾಗಿರುವುದು ಓದುಗನನ್ನು ಕಾಡುತ್ತದೆ.

ತಾಯಿ ಪಾರ್ಶ್ವವಾಯುವಿನಿಂದ ಪೀಡಿತಳಾಗಿದ್ದಾಳೆ. ಅದು ವಂಶಪಾರಂಪರ್ಯ ದಿಂದ ಅವಳಿಗೆ ಉಡುಗೊರೆಯಾಗಿ ಬಂದಿದೆ. ಜೀವದ ಒಳಗೆ ಹರಿದು ಬಂದ ವಂಶ ಚರಿತ್ರೆಯ ಬಗ್ಗೆ ನಿರುಪಾಯಳಾಗಿದ್ದರೂ ಉಪೇಕ್ಷೆ ಮಾಡಬಾರದಿತ್ತು ಎಂದು ಮಗನಿಗೆ ಅನಿಸಿದೆ. ತನ್ನದಲ್ಲದ ತಪ್ಪಿಗೆ ಶಿಕ್ಷೆ ಅನುಭವಿಸುವುದು ಜಗತ್ತಿನ ನಿರ್ದಯ ನಿಯಮ ವೇನೊ. ಆದರೂ ಸರಿ ಹೋಗದ ಊನವೇನಲ್ಲ. ಬದುಕು ನಂಬಿಕೆಯ ಮೇಲೆ ನಿಂತಿದೆ ಎಂದು ನಿರೂಪಕ ತಾಯಿಯನ್ನು ಉತ್ತೇಜಿಸುತ್ತಿದ್ದಾನೆ. ದೃಢಸಂಕಲ್ಪ, ಸಮಚಿತ್ತ ಮತ್ತು ಕಸರತ್ತು ಇದಕ್ಕೆ ಪರಿಹಾರವಂತೆ. ಅಂಬೆಗಾಲಿನ ಮಗು ತನ್ನೆರೆಡು ಕಾಲುಗಳ ಮೇಲೆ ನಿಂತು ಶರೀರ ಸಮತೋಲನ ಕಾಯ್ದುಕೊಂಡು ಹೆಜ್ಜೆ ಇಡಲು ಮಾಡುವ ಸಾಹಸವನ್ನು ಅಮ್ಮ ಮೊದಲಿನಿಂದ ಆರಂಭಿಸಬೇಕಿದೆ. ಅಂದರೆ, ತಾಯಿ ಮತ್ತೆ ಮಗುವಾಗಬೇಕು. ಹೋರಾಟದಿಂದ ಜೀವಿಸುವ ಕೌಶಲ್ಯವನ್ನು ಕಲಿಯ ಬೇಕಾಗಿದೆ. ಬಾಲ್ಯದಲ್ಲಿ ಆಟವಾದದ್ದು ಈಗ ಸಂಕಟವಾಗಿದೆ. ತುಸು ಶರೀರ ಸೂತ್ರ ತಪ್ಪಿದರೆ ದಿನಚರಿಯೇ ನರಕವಾಗಿಬಿಡುತ್ತದೆ. ಮನುಷ್ಯ ಜೀವ ಹಿಡಿದು ನಿಂತಿರುವುದು ಕೊನೆಗೂ ಸ್ವಂತ ಬಲದಿಂದಾದರೂ ಪ್ರೀತಿಯ ಊರುಗೋಲು ಬೇಕಲ್ಲವೆ? ಅವಲಂಬನೆ, ಹಂಗು ಎಂದು ಕರ್ಕಶವಾದ ಆಧುನಿಕ ಕೌಟುಂಬಿಕ ವ್ಯವಸ್ಥೆಗಳಲ್ಲಿ ಮನುಷ್ಯ ಸಂಬಂಧಗಳು ಮಾತಿಲ್ಲದೆ ವಿಘಟನೆಗೊಳ್ಳುತ್ತಿರುವ ಕಾಲದಲ್ಲಿ ಈ ಕವಿತೆಯ ತಾಯಿ-ಮಗುವಿನ ನಂಟು ಆಶಾದಾಯಕ ಮಾದರಿಯಂತಿದೆ. ಕಳೆದು ಹೋದ ಬಾಲ್ಯವನ್ನು ವರ್ಡ್ಸ್‌ವರ್ಥ್ ಮಕ್ಕಳ ಕಣ್ಣಲ್ಲಿ ಮುಂದೊರೆಯುವುದನ್ನು ಕಂಡರೆ, ಈ ತಾಯಿ ತನ್ನ ಜೀವ ಶಕ್ತಿಯನ್ನು, ತನ್ನೊಳಗಿನ ಮಗುವನ್ನು ಜಾಗ್ರತಗೊಳಿಸು ತ್ತಿದ್ದಾಳಲ್ಲವೆ? ಕವಿತೆಗಿರುವ ಔಷಧೀಯ ಗುಣವೆಂದರೆ ಇದೇ ಇರಬಹುದೆ? ಅಮ್ಮ ಎಂದಿನಂತೆ ನಗಲು ಸಾಧ್ಯವಾದರೆ ಅದು ಸರಿಯೇ.

–ಶ್ರೀಧರ ಬಳಗಾರ

ಹೂವೆಂದರೆ

1

‘ಹೂವೆಂದರೆ ಏನು ಗೊತ್ತೆ?
ಹೂವು ಗಿಡದ ಯೋನಿ’
ಎಂದನು ವಿಜ್ಞಾನಿ.

ರಂಗೇರಿದಳೇಕೆ ನಾಚಿ
ಒಮ್ಮೆಲೆ ಆ ಯುವತಿ?
ಈಗ ಪುಷ್ಪವತಿ

ಕಂಡೂ ಕಾಣದಂತಿದ್ದ
ಬಾಲೆ ನಿನ್ನೆ ತನಕ,
ಇಂದು ಸೌಗಂಧಿಕಾ

ಏಕೆ ಹೀಗೆ ಮಂಕಾದ
ನಮ್ಮ ಹುಡುಗ ಜಾಣ?
ತಾಕಿತೆ ಹೂಬಾಣ?

‘ಹೂವಿಗೆಂಥ ಸೌಭಾಗ್ಯ!
ಎಷ್ಟು ದುಂಬಿ, ಚಿಟ್ಟೆ!’
ಎಂದಳೊಬ್ಬ ದಿಟ್ಟೆ

ರೇಗಿದಳು ಸ್ತ್ರೀವಾದಿ;
‘ಗಂಡಿಗೆ ಬೇಕೇನು?
ಕೇವಲ ಸಿಹಿಜೇನು.

ಹೊಟ್ಟೆಯಲ್ಲಿ ಮೊಟ್ಟೆ ಹೊತ್ತು
ಏಗಬೇಕು ನಾವು,
ಜೊತೆಗೆ ಹೆರಿಗೆ ನೋವು’

ಇನ್ನೊಬ್ಬಳು ಜಾಣೆ, ಆಕೆ–
ಗಿಲ್ಲ ಬಸಿರ ಚಿಂತೆ,
ಗುಳಿಗೆ ಇದೆಯಂತೆ

                    2
ಅವರಿವರದೆ ಮಾತಾಯಿತು,
ಕವಿಯೆ, ಹೇಳು ನೀನು,
ಹೂವೆಂದರೆ ಏನು?

ಹೆಣ್ಣಿನ ಮುಡಿ ತೇರಿನಲ್ಲಿ
ಹೂ ಉತ್ಸವಮೂರ್ತಿ,
ಒಗಟಿದು, ವಿದ್ಯಾರ್ಥಿ

ವಾಮಾಚಾರದಲ್ಲಿ ಪೂಜೆ
ಹೂವಿನಿಂದ ದೇವಿಗೆ,
ದೇವಿಯ ಹೂವಿಗೆ

ಸ್ಥಿತಿಕರ್ತನ ಹೊಕ್ಕುಳಲ್ಲಿ
ದಳ ಬಿಚ್ಚಿದೆ ಪದ್ಮ,
ಅಲ್ಲಿದ್ದಾನೆ ಬ್ರಹ್ಮ

ಯೋಗದ ತುರೀಯದಲ್ಲೂ
ಗುಟ್ಟೊಡೆದದ್ದೇನು?
ಹೂವೇ ಅಲ್ಲವೇನು?

ಕವಿ ವಿಶ್ವಾಮಿತ್ರನಿಗೂ
ಖಾತ್ರಿ ತಪೋಭಂಗ,
ಕವಿತೆ ಸ್ತ್ರೀಲಿಂಗ

ಹೂವೆಂದರೆ

ಒಳ್ಳೆಯ ಕವಿತೆಯಲ್ಲಿ ಪದಗಳು ಅರ್ಥಮಾತ್ರ ಸೂಚಿಸುತ್ತ ನಿಲ್ಲುವ ಮೈಲುಗಲ್ಲುಗಳಾಗಿರದೆ ಅರ್ಥಪರಂಪರೆಯನ್ನು ಉದ್ದಕ್ಕೂ ವಿಸ್ತರಿಸುವ ದಾರಿಯಾಗುವುದನ್ನು ನೋಡಲು ಬಿ.ಆರ್. ಲಕ್ಷ್ಮಣರಾಯರ 'ಹೂವೆಂದರೆ' ಪದ್ಯ ಓದಬೇಕು. ಕಾವ್ಯ ಲೋಕದಲ್ಲಿ ಹೂವನ್ನು ಪ್ರತಿಮೆಯಾಗಿ ಬಳಸದೆ ಇರುವ ಕವಿಯನ್ನು ಹೆಸರಿಸುವುದು ಕಷ್ಟ. ಅದೆಷ್ಟು ಸಲ ಹಾಡಿದರೂ ಗಾಯಕನಿಗೆ ತನ್ನ ಒಡಲ ಗುಟ್ಟನ್ನು ಪೂರ್ತಿ ಒಡೆಯಲು ಬಿಡದ ರಾಗದಂತೆ ಪದಪುಂಜ ಪ್ರಪಂಚವೂ ಕವಿಗೆ ಅಷ್ಟೇ ನಿಗೂಢ. ರಾಗದ ವಿನ್ಯಾಸ ವಿಸ್ತಾರವಾಗುತ್ತ ಆವೃತ್ತವನ್ನು ಸೃಷ್ಟಿಸುವಂತೆ ಈ ಕವಿತೆ ತನ್ನೊಳಗೆ ಕಾಂತವೃತ್ತವೊಂದನ್ನು ನಿರ್ಮಿಸಿಕೊಂಡಿದೆ. ಅದರ ಕಾಂತಾಕರ್ಷಣೆಗೆ ಚರಿತ್ರೆ, ಪುರಾಣ, ವಿಜ್ಞಾನ, ಸ್ತ್ರೀವಾದ ಒಳಗಾಗುತ್ತವೆ. ಹೂ-ಹೆಣ್ಣಿನ ಸಮೀಕರಣದಲ್ಲಿ ಕಾಲಾಂತರದಿಂದ ಜರುಗುತ್ತ ಬಂದ ವಾದ-ಸಂವಾದಗಳನ್ನು ಮೂರ್ತಗೊಳಿಸುತ್ತ ಸಾಗುತ್ತದೆ.

ಸೃಷ್ಟಿಯ ವಿಷಯದಲ್ಲಿ ಹೂ ಮತ್ತು ಹೆಣ್ಣಿನ ಪ್ರಾಕೃತಿಕ ಸ್ವಭಾವ ಒಂದೇ ಅಲ್ಲವೆ? ಮನುಷ್ಯ ಮತ್ತು ಪ್ರಕೃತಿಯ ನಾಟಕರಂಗದಲ್ಲಿ ಅದಲು ಬದಲಾಗುವ ಪಾತ್ರಗಳನ್ನು ಗಮನಿಸಿ: ಹೂವು ಗಿಡದ ಯೋನಿಯಾದರೆ ಅದೇ ಯುವತಿಗೆ ಪುಷ್ಪವತಿಯ ಸಂಬೋಧನೆಯಾಗುತ್ತದೆ. ಪ್ರಕೃತಿಗೆ ಹೆಣ್ಣಿನ ಅಂಗ; ಹೆಣ್ಣಿಗೆ ಪ್ರಕೃತಿಯ ರೂಪಾರೋಪಣೆ. ಮುಂದೆ ಈ ದ್ವಂದ್ವ ಪುರುಷ-ಪ್ರಕೃತಿಯ ಲೀಲೆಯಾಗಿ ಬೆಳೆಯುತ್ತದೆ. ಸೌಗಂಧಿಕಾಳ ಹೂಬಾಣ ಮಂಕಾದ ಜಾಣ ಹುಡುಗನಿಗೆ ತಾಕುವುದನ್ನು ಅದರ ಮುಂದಿನ ಸ್ಟಾಂಜದಲ್ಲಿ ಹೂವನ್ನು ಮುತ್ತುವ ದುಂಬಿ, ಚಿಟ್ಟೆಗಳ ಚಿತ್ರಕ್ಕೆ ಸಂವಾದಿಯಾಗಿ ಓದಿಕೊಂಡಾಗ ಮನುಷ್ಯ ಮತ್ತು ಪ್ರಕೃತಿಯ ಜೀವ ವ್ಯಾಪಾರ ಸಮಾನಾಂತರದಲ್ಲಿ ಅಭಿನೀತವಾಗುವುದು ಅನುಭವಕ್ಕೆ ಬರುತ್ತದೆ. ಮುಂದಿನ ಘಟ್ಟದಲ್ಲಿ ಈ ಪುಷ್ಪ ಮೀಮಾಂಸೆ ಸ್ತ್ರೀವಾದಿ ಚರ್ಚೆಯತ್ತ ಸಾಗುತ್ತದೆ. ಹೂವಿಗಿರುವ ಸ್ವಾತಂತ್ರ್ಯ, ಹೆಣ್ಣಿಗಿರುವ ಬಂಧನ ಕುರಿತಾದ ವಾದ-ಸಂವಾದ ಗಂಭೀರ ನೆಲೆಗೆ ತಲಪುವಷ್ಟರಲ್ಲಿ 'ಆಕೆಗಿಲ್ಲ ಬಸಿರ ಚಿಂತೆ, ಗುಳಿಗೆ ಇದೆಯಂತೆ' ಎಂದು ವೈನೋದಿಕ ವ್ಯಂಗ್ಯದಲ್ಲಿ ನಿಲ್ಲುತ್ತದೆ.

ಈಗ ಕವಿಯ ಸರದಿ ಹೂವೆಂದರೇನು ಎಂದು ಉತ್ತರಿಸುವುದು. ಹೂವು-ಹೆಣ್ಣಿನ ಸಂಬಂಧವನ್ನು ಕವಿತೆ ಮತ್ತೊಂದು ಆಯಾಮದಲ್ಲಿ ತೆರೆಯುತ್ತದೆ. ಹೆಣ್ಣಿನ ಮುಡಿ ತೇರಿನಲ್ಲಿ ಹೂವು ಉತ್ಸವ ಮೂರ್ತಿ; ಹೆಣ್ಣು ಮೂಲ ವಿಗ್ರಹ. ತೇರಿನ ಪ್ರತಿಮೆ

ತಕ್ಷಣವೇ ಸೃಷ್ಟಿಸುವ ಜಾತ್ರೆಯ ಸನ್ನಿವೇಶ ಕಣ್ಣಿಗೆ ಕಟ್ಟುತ್ತದೆ. ತಟ್ಟಿದಾಗ ಶಬ್ದ ಸೂಸುವ ಭಾವದ ಅಲೆಗಳು ವ್ಯಾಪಿಸುತ್ತವೆ. ಹೂವು ಮೂಲ, ಹೆಣ್ಣು ಉತ್ಸವ ಮೂರ್ತಿ ಎಂಬುದು ವಿದ್ಯಾರ್ಥಿಗೆ ಅದಲುಬದಲಾಗಿ ಒಗಟಾಗಿದೆಯೇ? ಹೀಗೆ ಪಾಠಶಾಲೆಯಲ್ಲಿ, ವಾಮಾಚಾರದಲ್ಲಿ, ಪುಷ್ಪವತಿಯಾದ ದೇವಿಯ ಪೂಜೆಯಲ್ಲಿ ಹೂವು ಸರ್ವಾಂತರ್ಯಾಮಿ ಯಾಗುತ್ತದೆ.

ಆ ಮುಂದಿನ ಹೊಕ್ಕಳ ಹೂವಿನ ಪದ ಪುರಾಣ ನೋಡಿ: ಸೃಷ್ಟಿಕರ್ತ ಬ್ರಹ್ಮನ ಜನನ ಹರಿಯ ಹೊಕ್ಕಳಲ್ಲಿ ದಳ ಬಿಚ್ಚಿದ ಪದ್ಮದಲ್ಲಿ! ಯೋಗದ ತುರೀಯಾವಸ್ಥೆಯಲ್ಲಿ ಅರಳುವುದು ಹೂವೇ. ಸ್ವರ್ಗ ಸೃಷ್ಟಿಸಬಲ್ಲ ಕವಿಯೂ ವಿಶ್ವಾಮಿತ್ರನೇ! ಮೇನಕೆಗೆ ಒಲಿದ, ಗಾಯತ್ರಿ ಮಂತ್ರ ಬರೆದ, ಸ್ವರ್ಗ ಸೃಷ್ಟಿಸಿದ ವಿಶ್ವಾಮಿತ್ರನೂ ಕವಿಯಲ್ಲವೆ? ಇಂಥ ಕವಿ–ಋಷಿಯ ತಪೋಭಂಗ ಪುಷ್ಪವತಿಯಿಂದ ಉಂಟಾದರೆ ಅಚ್ಚರಿಯಿಲ್ಲ. ಆದ್ದರಿಂದ ಕವಿತೆ ಸ್ತ್ರೀಲಿಂಗ ಎಂಬುದು ಕವಿಯ ತರ್ಕ.

–ಶ್ರೀಧರ ಬಳಗಾರ

ದ್ವಾ ಸುಪರ್ಣಾ

ಮರದ ಕೊಂಬೆಯ ಮೇಲೆ
ಎರಡು ಹಕ್ಕಿಗಳುಂಟು
ಅವಕ್ಕೆ
ಯುಗ ಯುಗಾಂತರ
ನಂಟು.

ಒಂದು ಹಕ್ಕಿ
ಹಣ್ಣನ್ನು ಕುಕ್ಕಿ ಕುಕ್ಕಿ
ತಿನ್ನುತ್ತಿದೆ
ಬಾಯಿ ಚಪ್ಪರಿಸಿ.

ಇನ್ನೊಂದು
ಕೊಕ್ಕು ಮಸೆಯುತ್ತ ಅದನ್ನೇ
ನೋಡುತ್ತಿದೆ
ಜೊಲ್ಲು ಸುರಿಸಿ.

ಆಗಾಗ
ಅದಲು ಬದಲಾಗುವುದುಂಟು
ಅವುಗಳ ಜಾಗ.

ಎರಡೂ ಹಕ್ಕಿ
ಒಟ್ಟಿಗೆ
ಹಣ್ಣು ತಿನ್ನುವುದು
ಯಾವಾಗ?

ಇದಲ್ಲ ಬೆಡಗು,
ಇದು ನಿರಂತರ
ಕೊರಗು.

ದ್ವಾ ಸುಪರ್ಣಾ

ಮುಂಡಕೋಪನಿಷತ್ತಿನಲ್ಲಿನ ಒಂದು ರೂಪಕ ಶ್ಲೋಕಗುಚ್ಛವನ್ನು ಆಧರಿಸಿ ತೀರಾ ವಿಭಿನ್ನವಾದ ಚಿತ್ರವೊಂದನ್ನು ನೀಡುವ ಕವಿತೆ ಇದು. ಮೂಲ ಕವಿತೆಯಲ್ಲಿ ಒಂದು ಮರದ ಮೇಲೆ ಎರಡು ಹಕ್ಕಿಗಳು ಗೆಣೆತನದಿಂದ ಕುಳಿತಿವೆ. ಒಂದು ಹಕ್ಕಿ ಆಚೀಚೆ ಕುಪ್ಪಳಿಸುತ್ತ ಹಣ್ಣುಗಳನ್ನು ತಿನ್ನುತ್ತಿದ್ದರೆ ಇನ್ನೊಂದು ಹಕ್ಕಿ ಅದನ್ನು ಸುಮ್ಮನೆ ನೋಡುತ್ತಿದೆ. ವಿದ್ವಾಂಸರು ಸಾಮಾನ್ಯವಾಗಿ ಈ ಸುಂದರ ಮತ್ತು ಅದ್ಭುತ ಶ್ಲೋಕದಲ್ಲಿನ ವೃಕ್ಷವನ್ನು ಮನುಷ್ಯನ ದೇಹವಾಗಿಯೂ ಹಕ್ಕಿಗಳನ್ನು ಆತ್ಮ ಮತ್ತು ಪರಮಾತ್ಮ ಅಥವಾ ಆತ್ಮ ಮತ್ತು ಅಹಂಕಾರಕ್ಕೆ ಸಂಬಂಧಿಸಿಯೂ ವ್ಯಾಖ್ಯಾನಿಸುತ್ತಾರೆ. ಆದರೆ ಇಂಥದೊಂದು ಶ್ಲೋಕವನ್ನು ಒಬ್ಬ ಕವಿ ಕೇಳಿದಾಗ ಆತನ ಕಣ್ಮುಂದೆ ಕಟ್ಟುವ ಚಿತ್ರವೇನು?

ಶ್ಲೋಕದಲ್ಲಿ ಬರುವ ಆ ಇಡೀ ಚಿತ್ರಣ ತನ್ನ ಆಧ್ಯಾತ್ಮದ ನೆಲೆಯನ್ನು ಬಿಟ್ಟು ಲೌಕಿಕದ ವಸ್ತುಸ್ಥಿತಿಯನ್ನು ಆತನಿಗೆ ಜ್ಞಾಪಿಸಿದೆ. ಆತ ಕಟುತಾರತಮ್ಯದ ಜಗತ್ತಿನಲ್ಲಿ ಬಾಳುತ್ತಿರುವವನು. ಎಂತಲೇ ಆತನಿಗೆ ಅದು ಉಳ್ಳವರು ಇಲ್ಲದವರು ಎಂಬುದಕ್ಕೆ ಬರೆದ ವ್ಯಾಖ್ಯೆಯಂತೆ ಕಾಣುತ್ತದೆ. ಹಾಗಾಗಿ ಅವನಲ್ಲದು ಹೊಸತೇ ಆದೊಂದು ನುಡಿಚಿತ್ರವನ್ನು ಬರೆಸಿದೆ. ಜಗತ್ತೆಂಬ ವೃಕ್ಷದಲ್ಲಿ ಒಂದು ಹಕ್ಕಿ ಬಾಯಿ ಚಪ್ಪರಿಸುತ್ತ ಹಣ್ಣನ್ನು ಕುಕ್ಕಿಕುಕ್ಕಿ ತಿನ್ನುತ್ತಿದೆ. ಆದರೆ ಅದನ್ನು ನೋಡುತ್ತ ಕುಳಿತ ಇನ್ನೊಂದು ಹಕ್ಕಿ? ಮೂಲದಲ್ಲಿರುವಂತೆ ಸುಮ್ಮನೆ ನೋಡುತ್ತಿಲ್ಲ. ಕೊಕ್ಕು ಮಸೆಯುತ್ತಿದೆ, ತಾನು ನೋಡುವುದು, ಇದು ತಿನ್ನುವುದು. ಇಷ್ಟೆಯೇ ಹಾಗಾದರೆ? ಆ ಜಾಗದಲ್ಲಿ ತಾನೂ ಕುಳಿತು ತಿನ್ನುವುದು ಎಂದು? ಮುಂತಾಗಿ ಚಿಂತಿಸುತ್ತ ಒಳಗೊಳಗೇ ಸಿಟ್ಟಿಗೆದ್ದಂತೆ. ಎದುರಿನ ಹಕ್ಕಿ ಹಣ್ಣು ತಿನ್ನುವುದನ್ನು ನೋಡುನೋಡುತ್ತ ಅದಕ್ಕೆ ಆಸೆಯನ್ನೂ ತಡೆಯಲಾಗುತ್ತಿಲ್ಲ. ಬಾಯಲ್ಲಿ ನೀರೂರುತ್ತಿದೆ. ಯುಗಯುಗಾಂತರದಿಂದ ಬೆಳೆದು ಬಂದ ಸ್ಥಿತಿ ಇದು.

ಅದರ ತೀವ್ರ ಆಸೆ ಹಾಗೂ ಕನಸು-ಚಿಂತನೆಯ ಫಲವೋ ಎಂಬಂತೆ ಒಮ್ಮೊಮ್ಮೆ ಈ ಚಿತ್ರ ಅದಲುಬದಲಾಗಿ ಉಣ್ಣುವ ಹಕ್ಕಿಯ ಜಾಗಕ್ಕೆ ಉಣ್ಣದ ಹಕ್ಕಿ ಬಂದು ಕುಳಿತು ಹಣ್ಣನ್ನು ತಿನ್ನುತ್ತದೆ. ಆಗ ಮೊದಲ ಆ ಹಕ್ಕಿ ಇದನ್ನು ನೋಡುತ್ತ ಸಿಟ್ಟಿಂದ ಕೊಕ್ಕು ಮಸೆಯುತ್ತದೆ. ಅಂತೂ ಒಂದು ಹಕ್ಕಿ ಹಣ್ಣು ತಿನ್ನುವುದು, ಇನ್ನೊಂದು ಹಕ್ಕಿ ಅದನ್ನು ನೋಡುತ್ತ, ಕೊಕ್ಕು ಮಸೆಯುವುದು ಹಾಗೂ ಬಾಯಲ್ಲಿ ನೀರು ಸುರಿಸುವುದು,

ಸದಾ ಇದೇ ಆಯಿತೆ? ಇದಕ್ಕೆ ಕೊನೆಯೆಲ್ಲಿ? ಎಷ್ಟು ಕಾಲ ಇದೆಲ್ಲ ಹೀಗೆಯೇ ಇರಬೇಕು? ಇರುವ ಉಣಿಸನ್ನು ಎರಡೂ ಹಕ್ಕಿಗಳು ಸಮಾನವಾಗಿ ಹಂಚಿಕೊಂಡು ಜೊತೆಯಾಗಿ ಉಣ್ಣುವುದು ಎಂದಿಗೆ? ಆ ಕಾಲ ಬರುತ್ತದೆಯೆ? ಸುಮ್ಮನೆ ಇದನ್ನೊಂದು ಬೆಡಗಿನ ಚಿತ್ರವೆಂದು ಕಣ್ಣರಳಿಸದಿರಿ. ಕಣ್ಬಿಟ್ಟು ನೋಡಿ, ವಾಸ್ತವವಾಗಿ ಇದೊಂದು ಕೊರಗಿನ ಚಿತ್ರವೇ ಸರಿ. ಆ ಕೊರಗಾದರೋ, ಸಮಾಜವನ್ನು ಆವರಿಸಿದ ಒಂದು ಚಿರಂತನ ಕೊರಗು ಎನ್ನುತ್ತಾನೆ ಕವಿ.

ಒಟ್ಟಿನಲ್ಲಿ ಕವಿ ಇಲ್ಲಿ ಕಾಣುವುದು ಸಮಾನತೆಯ ಕನಸು. ಸಹಬಾಳ್ವೆಯ ಕನಸು. ಅದನ್ನು ಆ ವೃಕ್ಷ ಮತ್ತು ಎರಡು ಹಕ್ಕಿಗಳ ರೂಪಕದ ಮೂಲಕ ವ್ಯಕ್ತಪಡಿಸುತ್ತಿದ್ದಾನೆ. ವರ್ಗಭೇದ, ಬಡವ ಬಲ್ಲಿದ ಇತ್ಯಾದಿ ವಿವಿಧ ಬಗೆಯ ಅಸಮಾನತೆಗಳೇ ತುಂಬಿರುವ ಈ ಸಮಾಜದಲ್ಲಿ ನಾವೆಲ್ಲ ಮನುಜರು, ನಾವೆಲ್ಲ ಸಮಾನರು, ಜೊತೆಗೂಡಿ ಬಾಳೋಣ ಎಂಬ ಅರಿವುಂಟಾಗುವುದು ಯಾವಾಗ? ಆ ಅರಿವು ಬರುವವರೆಗೂ ಇದೊಂದು ಮುಗಿವೇ ಇಲ್ಲದ ಕೊರಗೇ ಸರಿಯಷ್ಟೆ? – ಎನ್ನುವುದನ್ನು ಕವಿತೆ ಸರಳವಾಗಿ ಆದರೆ ದೃಢವಾಗಿ ಧ್ವನಿಸುತ್ತಿದೆ.

ತನ್ನ ಮನಸ್ಥಿತಿಗನುಸಾರ ಕವಿಯೊಬ್ಬ ಕಾಣುವ ಕೇಳುವ ಗ್ರಹಿಸುವ ಪರಿಯೂ ಸೊಬಗೂ ವಿಶಿಷ್ಟ ಎಂಬುದಕ್ಕೂ ಈ ಕವಿತೆ ಒಂದು ಉದಾಹರಣೆ ಎನ್ನಬೇಕು. ನಿತ್ಯವೂ ಕಾಣುವ ಸಾಮಾನ್ಯ ದೃಶ್ಯ ಕಡಲು ಮತ್ತು ಅದರ ಮೇಲೆ ಹಾಯುವ ಹಾಯಿದೋಣಿ. ಆದರೆ ಕವಿ ಅಡಿಗರಿಗೆ ಒಂದು ಮನಸ್ಥಿತಿಯಲ್ಲಿ ಅದು – 'ಅಳುವ ಕಡಲೊಳು ತೇಲಿ ಬರುತಲಿದೆ ನಗೆಯ ಹಾಯಿದೋಣಿ' ಯಾಗಿ ಕಾಣಲಿಲ್ಲವೆ!

–ವೈದೇಹಿ

ನೆಹರು ಜೈಲಿಗೆ ಹೋದದ್ದೇಕೆ?

ಕ್ಲಾಸಲ್ಲಿ ವಿದ್ಯಾರ್ಥಿಯೊಬ್ಬ ಕೇಳಿದ, "ಸಾರ್,
ನೆಹರು ಜೈಲಿಗೆ ಹೋದದ್ದೇಕೆ?"
ಬುದ್ಧಿವಂತರು ಬಿದ್ದುಬಿದ್ದು ನಕ್ಕರು, ಇಲ್ಲ
ಯಾಕೊ ನಗೆ ಬರಲಿಲ್ಲ ನನಗೆ.

ನೆನಪಾಯಿತು: ನೆಹರು ತಮ್ಮ ಆತ್ಮಚರಿತ್ರೆಯಲ್ಲಿ
ಬರೆದಿರುವ ಒಂದು ಘಟನೆ,
ಡೆಹರಾಡೂನ್ ಜೈಲು, ಜೈಲಲ್ಲೊಂದು ಸೆಲ್ಲು,
ಅಲ್ಲಿ ನೆಹರೂಗೆ ಏಕಾಂತ ಶಿಕ್ಷೆ.

ಹೇಳಿ ಕೇಳಿ ಮೂಳೆ ಕೊರೆವ ಚಳಿಗಾಲ,
ಜೊತೆಗೆ ಜಡಿಮಳೆ, ಥಂಡಿಗಾಳಿ.
ಕುಗ್ಗಿಹೋಯಿತು ದೇಹ, ಬಗ್ಗತೊಡಗಿತು ಸ್ಥೈರ್ಯ,
ತಾಳಲಾಗದೆ ಅಂಥ ದಾಳಿ.

"ಬೆಚ್ಚಗಿನ ಮನೆಯುಂಟು, ಮಡದಿ ಮಗಳುಂಟು,
ಯಾಕಾಗಿ ನನಗಿಂಥ ಪಾಡು?
ಸೋರಿ ಹೋಗುತ್ತಿದೆ ಏರು ಯೌವನ, ಮರುಳೇ
ಏನಾದರೇನು ಈ ನಾಡು?"

ಬರೆದುಬಿಡಲೇ ತಪ್ಪೊಪ್ಪಿಗೆಯ ಪತ್ರ?
ಪಡೆದುಬಿಡಲೇ ಬಿಡುಗಡೆ?
ಕ್ಷುದ್ರನಾಗಲೇ ಅಥವಾ ಬಹುಶಃ ಹುತಾತ್ಮ?
ಎಲ್ಲಿ ಸಲ್ಲಲಿ, ಯಾವ ಕಡೆ?"

ಗಡಗಡನೆ ನಡುಗುತ್ತ ಚಡಪಡಿಸಿದರು ನೆಹರು
ತಕ್ಕಡಿಯ ತೊನೆದಾಟದಲ್ಲಿ.

ಸಂಜೆ ಹತಾತ್ತನೆ ಮಳೆ ನಿಂತು, ಎಳೆ ಬಿಸಿಲು
ಬೆಳಗಿತ್ತು ತೊಳೆದ ಬಾನಲ್ಲಿ.

ಮಾಮೂಲಿನಂತೆ ಖೈದಿಗಳ ಹೊರಬಿಟ್ಟರು
ನಡೆದಾಡಲು ಪಾಗಾರದೊಳಗೆ.
ಹೊರಬಂದವರೇ ದಿಟ್ಟಿ ಹಾಯಿಸಿದರು ನೆಹರು
ಪ್ರೀತಿಯ ಹಿಮಾಲಯದ ಕಡೆಗೆ.

ಘಲ್ಲೆಂದು ಪುಲಕಿಸಿತು ಕಂಡ ಆ ನೋಟಕ್ಕೆ
ಕವಿಹೃದಯಿ ನೆಹರು ಮೈಮನ.
ಬಿಳಿಯ ನಿಲುವಂಗಿಯಲಿ ಧ್ಯಾನಿ ಯೋಗಿಯ ಹಾಗೆ
ಕಂಗೊಳಿಸುತಿತ್ತು ಹಿಮಸದನ.

ಮನದಲ್ಲೇ ಹಿಮಗಿರಿಗೆ ನಮಿಸಿದರು ನೆಹರು
ಶಮನವಾಯಿತು ಚಿತ್ತಕ್ಷೋಭೆ;
ದಿಟ್ಟ ಹೆಜ್ಜೆಯನಿಟ್ಟು ಸೆರೆಗೆ ಹಿಂತಿರುಗಿದರು
ತಾಪಸಿ ಗವಿ ಹೊಕ್ಕ ಹಾಗೆ.

* * *

ಹಿಮಗಿರಿಗೂ ಮೇಲೇರಿ ರಾರಾಜಿಸಿದೆ ಇಂದು
ನಮ್ಮ ಸಾಧನೆಗಳ ಪತಾಕೆ.
ಅನುರಣಿಸುತಿದೆ ಅದೇ ಪ್ರಶ್ನೆ ಮನದಲ್ಲಿ
'ನೆಹರು ಜೈಲಿಗೆ ಹೋದದ್ದೇಕೆ?'

ನೆಹರು ಜೈಲಿಗೆ ಹೋದದ್ದೇಕೆ?

ಕವನ ಆರಂಭವಾಗುವುದು ನಾಟಕೀಯವಾಗಿ. ಕ್ಲಾಸು ನಡೆಯುತ್ತಿದೆ, ವಿದ್ಯಾರ್ಥಿಯೊಬ್ಬ ಉಪಾಧ್ಯಾಯರ ಬಳಿ ಹೊರಗಣ್ಣಿಗೆ ಹುಂಬ ಎಂಬಂಥ ಪ್ರಶ್ನೆ ಕೇಳುತಿದ್ದಾನೆ. –ನೆಹರು ಜೈಲಿಗೆ ಹೋದದ್ದೇಕೆ? ಇದನ್ನು ಕೇಳಿ ಉಳಿದವರೆಲ್ಲ ಬಿದ್ದುಬಿದ್ದು ನಕ್ಕರೂ (ಉಳಿದವರೆಲ್ಲ 'ಬುದ್ಧಿವಂತರು' ಎಂಬ ವ್ಯಂಗ್ಯ ಗಮನಿಸಿ) ಕವಿಗೆ ನಗು ಬರದು. ಬದಲು ಆತನಿಗೆ ನೆಹರು ತನ್ನ ಆತ್ಮಕಥೆಯಲ್ಲಿ ಉಲ್ಲೇಖಿಸಿದ ಒಂದು ನೆನಪು ತೆರೆದುಕೊಳ್ಳುತ್ತದೆ.

ಸ್ವಾತಂತ್ರ್ಯ ಹೋರಾಟದ ದಿನಗಳವು. ತರುಣ ನೆಹರು ಡೆಹರಾಡೂನ್‌ನಲ್ಲಿ ಸೆರೆಮನೆಯಲ್ಲಿದ್ದಾರೆ. ಅದೋ ಕಡು ಚಳಿಗಾಲದ ದಿನಗಳು. ಜೊತೆಗೆ 'ಜಡಿಮಳೆ, ಥಂಡಿಗಾಳಿ'. ಬಂಧಿಯಾಗಿ ಒಳಗೇ ಇರುವ ಸ್ಥಿತಿಯಲ್ಲಿ ನೆಹರು ಅವರ ಆತ್ಮಸ್ಥೈರ್ಯ ನಿಧಾನವಾಗಿ ಕುಸಿಯತೊಡಗಿದೆ. ನಿನಗೆ ಯಾಕಾದರೂ ಇದೆಲ್ಲ ಬೇಕಿತ್ತು? ಮಡದಿ ಮತ್ತು ಮಗಳೊಂದಿಗೆ ಬೆಚ್ಚಗೆ ಮನೆಯಲ್ಲಿರುವುದು ಬಿಟ್ಟು ಹೋರಾಟಕ್ಕೆ ಯಾಕೆ ಇಳಿದೆ? ನಾಡಿಗೆ ಏನಾದರೇನು, ನಿನ್ನನ್ನು ನೋಡಿಕೋ, ದಿನಗಳು ದಾಟುತ್ತಿವೆ, ತಾರುಣ್ಯವೆಲ್ಲ ಸೋರಿ ಹೋಗುತ್ತಿದೆ. ಸುಮ್ಮನೆ ತಪ್ಪೊಪ್ಪಿಗೆಯ ಪತ್ರ ಬರೆದು ಬಿಡುಗಡೆಯಾಗಿ ವಾಪಾಸು ಹೋಗು ಎಂದು ಒಂದು ಮನಸ್ಸು ಹೇಳುತ್ತಿದೆ. ಹಾಗೆ ಮಾಡಿದಲ್ಲಿ ತಾನು ಕ್ಷುದ್ರನಾಗುವುದಿಲ್ಲವೆ? ಕ್ಷುದ್ರನಾಗಲೆ ತಾನು, ಹೋರಾಡಿ ಹುತಾತ್ಮನಾಗಲೆ – ದ್ವಂದ್ವದಲ್ಲಿ ಅವರು ಬಳಲುತಿದ್ದಾರೆ. ಮನಸ್ಸು ಉಯ್ಯಾಲೆಯಂತೆ ಒಮ್ಮೆ ಈಚೆ ಒಮ್ಮೆ ಆಚೆ ಒಲಿಯುತ್ತಿದೆ. ತಕ್ಕಡಿಯಂತೆ ತುಯ್ಯುತ್ತಿದೆ. ಇಂತಹ ಒಂದು ಸಂಜೆ–ಇದ್ದಕ್ಕಿದ್ದಂತೆ ಮಳೆ ನಿಂತಿದೆ. ಎಳೆಬಿಸಿಲು ಆಹ್ಲಾದಕರವಾಗಿ ಹರಡಿ ಬಾನೆಲ್ಲ ಶುಭ್ರಸ್ನಾನಗೈದಂತೆ ಹೊಳವಾಗಿದೆ. ಕೈದಿಗಳನ್ನು ಎಂದಿನಂತೆ ಕಾಲಾಡಿ ಬರಲೆಂದು ಹೊರಗೆ ಬಿಟ್ಟಿದ್ದಾರೆ. ಹೊರ ಬಂದ ನೆಹರು ಎದುರೇ ಇರುವ ತನ್ನ ಪ್ರೀತಿಯ ಹಿಮಾಲಯದೆಡೆಗೊಮ್ಮೆ ಸುಮ್ಮನೆ ದೃಷ್ಟಿ ಹಾಯಿಸುತ್ತಾರೆ. ಶ್ವೇತವಸನಧಾರಿಯಾಗಿ ಯೋಗಿಯಂತೆ ದಿಟ್ಟವಾಗಿ ಸ್ಥಿರವಾಗಿ ಧೀರಗಂಭೀರವಾಗಿ ಸ್ಥಿತಪ್ರಜ್ಞನಂತೆ ನಿಂತಿದೆ ಹಿಮಾಲಯ. ಅದರ ಆ ನಿಲುವನ್ನು ನೋಡುತಿದ್ದಂತೆ ನೆಹರು ರೋಮಾಂಚಗೊಳ್ಳುತ್ತಾರೆ. ಅವರ ಆತ್ಮಸ್ಥೈರ್ಯ ಮರಳುತ್ತದೆ. ಗೊಂದಲಗಳು ಕಳವಳ ಕ್ಷೋಭೆಗಳು ಮಂಜಿನಂತೆ ಮಾಯವಾಗಿ ಮನಸ್ಸು ಶುಭ್ರವಾಗುತ್ತದೆ. ದ್ವಂದ್ವವೆಲ್ಲ ಕರಗಿ ಸ್ವಾತಂತ್ರ್ಯದ ಕನಸು ಮತ್ತೆ ದಟ್ಟೈಸಿ ನೆಹರು ತಾಪಸಿಯೊಬ್ಬ ಧ್ಯಾನಕ್ಕಾಗಿ ಗವಿಯನ್ನು ಹೊಕ್ಕಂತೆ

ಮತ್ತೆ ಸೆರೆಮನೆಯ ಒಳನಡೆಯುತ್ತಾರೆ. (ಓದುಗರಿಗೆ ಇಲ್ಲಿ 'ಬ್ರೂಸ್ ಏಂಡ್ ದಿ ಸ್ಪೈಡರ್' ಕವನ–ತೆಳು ಹೋಲಿಕೆಯಲ್ಲಿ–ಸಹಜವಾಗಿ ನೆನಪಾದರೆ ಅಚ್ಚರಿಯಿಲ್ಲ).

ಮುಂದೆ ಸ್ವಾತಂತ್ರ್ಯ ದೊರಕಿ, ದೇಶವು ಹಿಮಗಿರಿಗೇ ಸಡ್ಡುಹೊಡೆದ ಸಾಧಕನಂತೆ ಪೋಸು ಕೊಡುತ್ತಿದೆ. ತನ್ನ ಸಾಧನೆಗಳ 'ಪತಾಕೆ' ಹಿಡಿದು ದಾಪುಗಾಲಿನಲ್ಲಿ ಮುನ್ನಡೆಯುತ್ತಿದೆ. ಆದರೆ ಎಲ್ಲಿಗೆ? ಸಾಧನೆಗಳ 'ಪತಾಕೆ' ಎಂಬಲ್ಲಿ ಆ ಸಾಧನೆಗಳ ಪೊಳ್ಳುತನವನ್ನು ಹುಸಿತನವನ್ನು ಪ್ರದರ್ಶನಗುಣವನ್ನು ಕವಿ ವ್ಯಂಗ್ಯವಾಗಿ ಸೂಚಿಸು ತಿದ್ದಾನೆ. ಅಯ್ಯೋ, ಈ ಹುಸಿ ಆಡಂಬರಕ್ಕಾಗಿ, ಅರ್ಥಹೀನ ಸಾಧನೆಗಾಗಿ ನೆಹರು ಜೀವನದ ಅತ್ಯಂತ ಪ್ರಮುಖಭಾಗವಾದ ತಾರುಣ್ಯವನ್ನು ಸೆರೆಮನೆಯ ಕತ್ತಲಿನಲ್ಲಿ ಕಳೆಯಬೇಕಿತ್ತೆ? ಎಂದು ಮರುಗುತ್ತಾನೆ. ಕೊನೆಯ ಸಾಲಿನ 'ನೆಹರೂ ಜೈಲಿಗೆ ಹೋದದ್ದೇಕೆ?' ಎಂಬ ಪ್ರಶ್ನೆಯಲ್ಲಿ ಈ ಪರಿತಾಪ ಹುದುಗಿದೆ. ಆರಂಭದಲ್ಲಿ ಬರುವ ಪ್ರಶ್ನೆ ವಿದ್ಯಾರ್ಥಿಯೊಬ್ಬನ ಮುಗ್ಧ ಪ್ರಶ್ನೆಯಾದರೆ ಕೊನೆಯಲ್ಲಿ ಬರುವ ಅದೇ ಪ್ರಶ್ನೆಯಲ್ಲಿ ಕವಿಯ ಪರಿತಾಪ ನೋವು ಅಚ್ಚೊತ್ತಿದೆ. ಸ್ವಾತಂತ್ರ್ಯಕ್ಕಾಗಿ ನಡೆದ ತಪಸ್ಸಮಾನ ಹೋರಾಟಗಳೆಲ್ಲ ಸ್ವತಂತ್ರ ಭಾರತದಲ್ಲಿ ಸುಖಾಸುಮ್ಮನೆ ವ್ಯರ್ಥವಾದವಲ್ಲ ಎಂಬ ಅವ್ಯಕ್ತ ವಿಷಾದದ ಛಾಯೆಯಲ್ಲಿ ಕವನ ಮುಗಿಯುತ್ತದೆ.

ಇಲ್ಲಿ ನೆಹರು ಎಂಬುದು ಕೇವಲ ನೆಹರು ಎಂಬ ವ್ಯಕ್ತಿಸೂಚಕ ಪದ ಮಾತ್ರವಷ್ಟೇಯೇ? ಅಲ್ಲ, ಅದು ಸ್ವಾತಂತ್ರ್ಯಕ್ಕಾಗಿ ಹೋರಾಡಿದ ಸಹಸ್ರಾರು ಧೀಮಂತ ಹೋರಾಟಗಾರರ ಅಭಿಜ್ಞಾನದಂತೆಯೂ ಇದೆ. ಇಡೀ ಕವನಕ್ಕೆ ತಂತಾನೆ ಒಂದು ವಿಶಾಲ ವ್ಯಾಪ್ತಿ ಪ್ರಾಪ್ತವಾಗುವುದು, ಹೀಗೆ.

–ವೈದೇಹಿ

ಕಾಲ

ಜಿಪುಣ ಅಂದ್ರೆ ಜಿಪುಣ ಈ ಕಾಲ
ಏನೇ ಗಿರವಿ ಇಟ್ರೂ
ಎಷ್ಟೇ ಬಡ್ಡಿ ಕೊಟ್ರೂ
ಹುಟ್ಟೋದಿಲ್ಲ ಒಂದು ಗಳಿಗೆ ಸಾಲ.

ಅಮ್ಮ ಯಾರೋ ಅಪ್ಪ ಯಾರೋ ಕಾಣೆ
ಸಿಕ್ಕರೂ ಅಣುವಿನ ಗುಟ್ಟು
ಪ್ರಕೃತಿಯ ಬಗೆ ಬಗೆ ಪಟ್ಟು
ಸಿಕ್ತಾ ಇಲ್ಲ ಈ ಮಹರಾಯನ ಮೂಲ.

ಒಂದೇ ಎರಡೇ ಹನ್ನೆರಡು ಕಣ್ಣು
ಇಕ್ಕೋದಿಲ್ಲ ಎವೆ
ಮಿರಿ ಮಿರಿ ಮಿರುಗುತ್ತಾವೆ
ದಿಟ್ಟಿಸುತ್ತ ಇಡೀ ಸೃಷ್ಟಿಜಾಲ

ವಂಧಿಮಾಗಧರು ಇವನಿಗೆ ಸೂರ್ಯ ಚಂದ್ರ
ಬೇರೆ ಗ್ರಹ ತಾರೆ
ಅವ್ರೂ ಕುಣೀತಾರೆ
ಹಿನ್ನೆಲೆಗುಂಟು ವಿಶ್ವದ ವಾದ್ಯಮೇಳ

ಈ ಕಬಂಧನಿಗೆ ಎಂದೂ ತುಂಬದ ಹೊಟ್ಟೆ
ದಿಗಂತ ಕೈಗಳ ಚಾಚಿ
ಸಿಕ್ಕಿದ್ದೆಲ್ಲ ಬಾಚಿ
ನುಂಗಿ ಜೀರ್ಣಿಸಿಕೊಳ್ತಾನೆ ಮನೆಹಾಳ

ದೇವರ ಮರೆತರೂ ಈತನ ಮರೆಯೋದುಂಟೆ?
ಗಂಟೆ ಬಡಿಯುತ್ತಾನೆ

ಕನ್ನಡಿ ಹಿಡಿಯುತ್ತಾನೆ
ಕಾಡುತ್ತಾನೆ ಬೆನ್ನು ಹತ್ತಿ ಬೇತಾಳ

ಹಾಡೋದೇನು ಈ ತ್ರಿವಿಕ್ರಮನ ಮಹಿಮೆ?
ಎಲ್ಲರ ನೆತ್ತಿಯ ಮೇಲೂ
ಈತನ ಪಾದದ ನೆರಳು
ದಕ್ಕುವುದಿಷ್ಟೇ ಇತಿಹಾಸದ ಪಾತಾಳ

ಮೀರುವುದೊಂದೇ ಇವನನು ಗೆಲ್ಲಲು ದಾರಿ
ಸಿಕ್ಕದೆ ರೂಢಿಯ ಕೈಲಿ
ಕಲ್ಪಿಸಿ ಹೊಸ ಹೊಸ ಶೈಲಿ
ಧಿಕ್ಕರಿಸೋಣ ಲೆಕ್ಕಾಚಾರದ ತಾಳ.

ಕಾಲ

ಕಾಲವನ್ನು ಕಾವ್ಯದಾಟದಲ್ಲಿ ಹಾಡಿ ಹೊಗಳದ ತೆಗಳದ ಚೆಂಡಿನಂತೆ ಒದೆಯದ ಕವಿಯಿಲ್ಲ. ಕಾಲಕ್ಕೆ ದೊಡ್ಡ ನಮಸ್ಕಾರ ಎನ್ನದೆ ಹೆಜ್ಜೆ ಹಾಕದವರಾದರೂ ಇರುವರೆ? ಕವಿಗಳಿಗೂ ಕವಿಯಲ್ಲದವರಿಗೂ ಕಾಲ ಎಂಬುದು ಒಂದು ನಿತ್ಯವಿಸ್ಮಯ, ಆಡಿದಷ್ಟೂ ಮುಗಿಯದ ಕೌತುಕ. ಕಾಲ ಎಂಬುದು ಎಂದು ಹುಟ್ಟಿತೋ ಪ್ರಾಯಶಃ ಅಂದಿನಿಂಲೂ ನಡೆದುಕೊಂಡೇ ಬಂದಿರುವ ವಿದ್ಯಮಾನವಿದು. ಕನ್ನಡದಲ್ಲಂತೂ ಕಾಲ ಎಂದೊಡನೆ ಥಟ್ಟಂತ ನೆನಪಾಗುವುದು ಕವಿವರ ಬೇಂದ್ರೆ; ಅವರ 'ಹಕ್ಕಿ ಹಾರುತಿದೆ, ನೋಡಿದಿರಾ?' ಪದ್ಯ.

ಹೀಗೆ ಕಾಲಕವಿಗಳ ಪರಂಪರೆಯ ಮುಂದರಿವ ಕೊಂಡಿಯಾಗಿ ಕವಿ ಲಕ್ಷ್ಮಣ ರಾವ್ ಅವರು ಕಾಲನ ಕುರಿತು ಇಲ್ಲಿ ತಮ್ಮ ವಿವಿಧ ಲಹರಿ ಹರಿಸಿದ್ದಾರೆ. ಅವರ ಪ್ರಕಾರ ಕಾಲ ಜಿಪುಣಾಗ್ರೇಸರ, ತಾನಾಗಿ ನಮಗೆ ಸಿಕ್ಕಿದ್ದೆಷ್ಟೋ ಅಷ್ಟೇ. ಅಷ್ಟರ ಮೇಲೆ ಯಾವುದೇ ಬೆಲೆಬಾಳುವುದನ್ನು ಅವನಲ್ಲಿ ಅಡವಿಟ್ಟರೂ ಧಂಡಿಯಾಗಿ ಬಡ್ಡಿಕೊಡುವೆ ಎಂದರೂ ಒಂದು ಗುಲಗಂಜಿ ತೂಕದಷ್ಟನ್ನೂ ಸಾಲ ನೀಡಲೊಪ್ಪದ ಕಠೋರ. ತನ್ನ ಆದಿ ಯಾವುದು, ಅಂತ್ಯ ಯಾವುದು ಎಂದು ತನಗೇ ತಿಳಿಯದೆ ಮುಂದರಿಯು ತ್ತಾನಲ್ಲ ಈತ, ಅಪ್ಪಅಮ್ಮ ಯಾರೆಂದೇ ತಿಳಿಯದ ಕೂಸಿನಂತೆ! ಈತನ ಮೂಲ ಕಂಡುಹಿಡಿಯಲು ಹೋಗಿ ಯಶಸ್ವಿಯಾದವರು ಇರುವರೆ? ಆ ಹನ್ನೆರಡು ಮಾಸದ ಕಣ್ಣುಗಳೋ ಎವೆಯಿಕ್ಕಿದರೆ ಕಳೆದು ಹೋಗುವೆವೆಂಬ ಆತಂಕದಲ್ಲಿ ಎವೆಯಿಕ್ಕುವುದನ್ನೇ ಮರೆತಂತಿವೆ. ಸೃಷ್ಟಿಯ ಆಗುಹೋಗುಗಳನ್ನು ಆ ತಮ್ಮ ತೆರೆದೇ ಇರುವ ಮಿನುಗು ಕಣ್ಣುಗಳಿಂದ ಹಗಲುರಾತ್ರಿ ಎನ್ನದೆ ನಿರುಕಿಸುತ್ತಲೇ ಇರುತ್ತವೆ. ರವಿ ಚಂದ್ರ ತಾರೆನೀಹಾರಿಕೆಗಳು ಆತನ ಹೊಗಳುಭಟರು ಅಷ್ಟೇ ಅಲ್ಲ, ಕಾಲನ ತಾಳಕ್ಕೆ ತಕ್ಕಂತೆ ಬ್ರಹ್ಮಾಂಡದ ಲಯವಾದ್ಯದನುಸಾರ ಥೈ ಥೈ ಎನ್ನುವವರು. ಕಬಂಧ ಕೈ ಚಾಚಿ ಸಿಕ್ಕಿದ್ದನ್ನೆಲ್ಲ ಬಾಚಿ ತನ್ನ ಎಂದೂ ತುಂಬದ ಹೊಟ್ಟೆ ತುಂಬಿಸಲು ಹೆಣಗಾಡುವ ತುಂಬಿದ್ದನ್ನು ಕ್ಷಣಮಾತ್ರದಲ್ಲಿ ಜೀರ್ಣಿಸಿಕೊಳ್ಳುವ ಈ ಕಾಲನೆಂಬವ ಮನೆಕೆಡುಕ, ಹೊಟ್ಟೆಬಾಕ.

ಸೃಷ್ಟಿಕರ್ತನನ್ನಾದರೂ ಮರೆತೇವು. ಆದರೆ ಕಾಲನನ್ನು ಮರೆಯುವಂತಿದೆಯೆ! ಸತತ ಗಂಟೆ ಬಾರಿಸಿ ಸಮಯ ಹೇಳುವ, ಕನ್ನಡಿ ಹಿಡಿದು ಕಳೆದ ಆಯುಷ್ಯದ ಲೆಕ್ಕವನ್ನು ನಮಗೇ ತೋರಿಸಿ ನಗುವ, ಎಲ್ಲಿ ಹೋದರೂ ಬೆನ್ನು ಬಿಡದ ಭೂತ ಆತ.

ಈತನ ಮಹಿಮೆ ಕುರಿತು ಏನಂತೆಲ್ಲ ಹಾಡಲಿ? ಈತನ ಹೆಜ್ಜೆ ನೆರಳಿಲ್ಲದ ನೆತ್ತಿಗಳಿವೆಯೆ? ಪದಾಘಾತವಿಲ್ಲದ ಇತಿಹಾಸವಿದೆಯೆ?

ನಮ್ಮಂಥವರು ಈತನನ್ನು ಧಿಕ್ಕರಿಸಿದ್ದಲ್ಲದೆ ಗೆಲ್ಲಲು ಸಾಧ್ಯವಿಲ್ಲ. ಆತನೇ ಕಲ್ಪಿಸಿದ ರೀತಿರೂಢಿಗಳನ್ನು ಲಕ್ಷಿಸದೆ ನಡೆವುದೊಂದೇ ಆತನನ್ನು ಜಯಿಸುವ ದಾರಿ. ಅದಕ್ಕಾಗಿ ಬದುಕಿಗೆ ಹೊಸಶೈಲಿಯನ್ನು ಕಲ್ಪಿಸಿಕೊಂಡು ಈತನಿಗೆ ಸಡ್ಡು ಹೊಡೆಯೋಣ, ಆ ಮೂಲಕ ಈತನ ತಾಳದ ಲೆಕ್ಕಾಚಾರವನ್ನೇ ತಲೆಕೆಳಗು ಮಾಡೋಣ.

ನಮ್ಮ ಸಂಸ್ಕೃತಿಯಲ್ಲಿ ನಿಂದಾಸ್ತುತಿಯ ಮೂಲಕ ದೇವತಾರಾಧನೆ ಮಾಡುವುದು ಅಪರೂಪವೇನಲ್ಲ. ಕವಿ ಲಕ್ಷ್ಮಣ ರಾವ್ ಅವರ ಕಾಲನ ಕುರಿತ ಲಹರಿ ಈ ಪರಿಯದು. ಲೇವಡಿ ಛೇಡಿಕೆ ಟೀಕೆ ಟಿಪ್ಪಣಿಗಳ ಮೂಲಕವೇ ಅವರಿಲ್ಲಿ ಕಾಲಪುರುಷನ ಆರಾಧನೆ ನಡೆಸಿದ್ದಾರೆ.

–ವೈದೇಹಿ

ಅದೇ ಹಾಡು

“ಹೇಗಿದ್ದೀಯೇ, ಟ್ವಿಂಕಲ್?”
“ಹೀಗಿದ್ದೇನೆ, ಅಂಕಲ್”

“ಲೂನಾ ಬೆನ್ನನ್ನೇರಿ
ಗಾಳೀಲೇ ಸವಾರಿ
ಬರ್ತಿದ್ಯಲ್ಲೇ, ಪೋರಿ

ಈಗ ಹೇಗಿದ್ದೀಯೇ, ಟ್ವಿಂಕಲ್?”
“ನೋಡಿ, ಹೀಗಿದ್ದೇನೆ, ಅಂಕಲ್”

“ಏನಾಯ್ತೆ ಚೂಡೀದಾರ?
ಜೀನ್ಸು, ರುದ್ರಾಕ್ಷಿ ಹಾರ?
ಬಾಯ್ ಫ್ರೆಂಡ್ಸ್ ಈಗಲೂ ಇದಾರ?

ಯಾಕೆ ಮಂಕಾದೆ, ಟ್ವಿಂಕಲ್?”
“ಓದು ಮುಗೀತಲ್ಲ, ಅಂಕಲ್”

“ಯಾವುದೊ ನೌಕರಿ ಸೇರಿದ್ಯಂತೆ?
ಯಾರನ್ನೋ ಲವ್ ಮಾಡಿದ್ಯಂತೆ?
ಇನ್ನೂ ಏನೇನೊ ಅಂತೇಕಂತೆ

ಹೌದೇನೇ ಇದು, ಟ್ವಿಂಕಲ್!?”
“ಮದುವೆ ಆಯ್ತು, ಅಂಕಲ್”

“ಹೇಗಿದ್ಯಲ್ಲೇ ಹೀಗೇಕಾದೆ?
ಮಾಡ್ ಆಗಿದ್ದೆ, ಮಡಿಕೋಲಾದೆ
ಏನದು ಅಳುಕು, ಒಳಗಿನ ಬಾಧೆ?

ಹೇಳಬಾರದೇನೇ, ಟ್ವಿಂಕಲ್?"
"ಇದ್ದದ್ದೇ ಬಿಡಿ, ಅಂಕಲ್"

"ಅತ್ತೆ ನಾದಿನಿ ಕಾಡಿಸ್ತಾರಂತೆ?
ಗಂಡನೂ ಸಹ ಪೀಡಿಸ್ತಾನಂತೆ?
ಮತ್ತೆ ಮತ್ತೆ ತೌರಿಗೆ ಓಡಿಸ್ತಾನಂತೆ?

ಸುಮ್ನಿದ್ಯೇನೇ, ಟ್ವಿಂಕಲ್?"
"ಇನ್ನೇನ್ಮಾಡ್ಲೀ, ಅಂಕಲ್?"

"ಛೇ, ಇದು ಇಂದಿನ ಹೆಣ್ಣಿಗೆ ತರವೇ?
ಚೆಲುವೆ, ನಿನಗೇನು ಗಂಡಿಗೆ ಬರವೇ?
ಗಂಡನ ಬಿಡು, ಆಗಿನ್ನೊಂದು ಮದುವೆ

ಏನಂತೀಯೇ, ಟ್ವಿಂಕಲ್?"
"ನಿಮಗೂ ಮಗನಿದ್ದಾನೆ, ಅಂಕಲ್"

ಅದೇ ಹಾಡು

ಲಕ್ಷ್ಮಣರಾವ್ ಅವರ 'ಅದೇ ಹಾಡು' ಕವನ ಕೆ.ಎಸ್. ನರಸಿಂಹಸ್ವಾಮಿ ಅವರ 'ರೈಲ್ವೇ ನಿಲ್ದಾಣದಲ್ಲಿ' ಕವನವನ್ನು ನೆನಪಿಗೆ ತರುತ್ತದೆ. ವಸ್ತುವಿನ ದೃಷ್ಟಿಯಿಂದಲ್ಲ. ಪ್ರಶ್ನೋತ್ತರ ಮಾದರಿಯ ತನ್ನ ರಚನೆಯ ರೀತಿಯಿಂದ. ಆದರೆ ಎರಡೂ ಕವನಗಳ ಸಂದರ್ಭಗಳು ಬೇರೆ. ಆಶಯಗಳೂ ಬೇರೆ ಬೇರೆ.

ಇಲ್ಲಿ ಟ್ವಿಂಕಲ್ ಮತ್ತು ಅಂಕಲ್ ನಡುವೆ ಮಾತುಕತೆ ನಡೆಯುವುದು ಬಹಳ ವರ್ಷಗಳ ನಂತರವೇನಲ್ಲ. ಪ್ರಶ್ನೆ ಉತ್ತರಗಳಲ್ಲೇ ಸವೆದಿರುವ ಕಾಲ ವ್ಯಕ್ತಗೊಳ್ಳುತ್ತದೆ. ಅಂಕಲ್ ಅವಳನ್ನು ತುಂಬ ಹತ್ತಿರದಿಂದ ಕಂಡವನು. ಪ್ರತಿಯೊಂದನ್ನೂ ಗಮನಿಸುತ್ತ ಬಂದವನು. ಇಲ್ಲಿ ವ್ಯಕ್ತಗೊಳ್ಳುವ ಮುಖ್ಯ ಸಂಗತಿಯೆಂದರೆ ಅಂಕಲ್ ಮತ್ತು ಟ್ವಿಂಕಲ್ ಮನೋಭಾವಗಳು. ಅವಳು ಯೌವನದ ಬಿಸಿ ಕಂಡವಳು. ಜೊತೆಗೆ ಅದನ್ನು ಮೀರಿ ಬುದ್ಧಿಯನ್ನು ಹದಕ್ಕೆ ತಂದುಕೊಂಡವಳು. ಅಂಕಲ್ ಮೂಲತಃ ತುಂಟ ಸ್ವಭಾವದ, ಅಷ್ಟೇ ಕಚಗುಳ ಇಡುವ ಮಾತಿನ ವೈಖರಿಯವನು. ಆದರೆ ಪ್ರಶ್ನೋತ್ತರ ಬೆಳೆದಂತೆ ಅಂಕಲ್‌ಗೆ ಅವಳ ಪರಿಸ್ಥಿತಿಯ ಅರಿವಿನ ಸುರುಳಿ ಬಿಚ್ಚಿಕೊಳ್ಳುತ್ತಾ ಹೋಗುತ್ತದೆ.

ಹೆಸರು ಸೂಚಿಸುವುದು ಅದೇ ಹಾಡು ಎಂದು. ಆದರೆ ಒಳಗಿನ ಭಾವ ಗಂಭೀರ ಮತ್ತು ಆಧುನಿಕವಾದದ್ದು. ಇಂದಿನ ಬಹುಪಾಲು ಹದಿಹರೆಯದ ಯುವತಿಯರು ಅನುಭವಿಸುವ ವರ್ತಮಾನದ ತಲ್ಲಣಗಳನ್ನು ಒಳಗೊಂಡದ್ದು. ಈ ಸಂಕ್ರಮಣ ಸ್ಥಿತಿ ಇಲ್ಲಿ ಮನೋಜ್ಞವಾಗಿ ಚಿತ್ರಿತವಾಗಿದೆ. ತನ್ನ ಅನುಭವದಿಂದ ಪಕ್ವಗೊಂಡ ಟ್ವಿಂಕಲ್ ಇಲ್ಲಿ ಅಂಕಲ್ ಪ್ರಶ್ನೆಗಳಿಗೆ ತನ್ನ ಪ್ರಶ್ನೆಗಳನ್ನೇ ಉತ್ತರದ ಬಾಣಗಳಾಗಿ ಬಳಸುತ್ತಾಳೆ. ಕವನ ಒಳಗೊಳಗೇ ಬೆಳೆಯುತ್ತದೆ. ಸಂಭ್ರಮ, ಸಡಗರ, ಕನಸು, ವಾಸ್ತವ, ವಿಷಾದ – ಎಲ್ಲವನ್ನೂ ಟ್ವಿಂಕಲ್ ಈಗಾಗಲೇ ದಾಟಿಬಿಟ್ಟಿದ್ದಾಳೆ. ಅಂಕಲ್ ದೃಷ್ಟಿಯಲ್ಲಿ ಅವಳೊಂದು ಶೋಕೇಸಿನ ಆಕರ್ಷಕ ಜೀವಂತ ಬೊಂಬೆಯಂತೆ ಕಂಡರೂ ಅವಳ ಅಂತರಂಗದ ದಾರುಣ ನೋವು ಮತ್ತು ಹತಾಶೆ ವ್ಯಕ್ತವಾಗುವುದು ಕವನದ ಕೊನೆಯ ಸಾಲಿನಲ್ಲಿ. ಅದು ಅಂಕಲ್‌ಗೆ, ಹಾಗೆಯೇ ತನ್ನ ಸುತ್ತಲಿನ ಪುರುಷ ಪ್ರಧಾನ ಸಮಾಜಕ್ಕೇ ಎಸೆದ ಸವಾಲಿನಂತಿದೆ. ಹೀಗೆ ಕವನ ತಾನಾಗಿ ಸಮಕಾಲೀನತೆಯ ಹೊಸ ಆಯಾಮವನ್ನು ಪಡೆದುಕೊಂಡು ನಮ್ಮ ಮೆಚ್ಚುಗೆಗೆ ಪಾತ್ರವಾಗುತ್ತದೆ.

–ಎಂ.ಎನ್. ವ್ಯಾಸರಾವ್

ಪ್ರಿಸಮ್

ಬಿಕ್ಕಿ ಬಿಕ್ಕಿ ಅಳುತ್ತಾನೆ
ಗೆಳೆಯ
ಹಠಾತ್ತನೆ ತೀರಿಕೊಂಡ
ಎಳೆ ವಯಸ್ಸಿನ
ತನ್ನ ಒಬ್ಬನೇ ಮಗನನ್ನು
ನೆನೆದು.

ಸೆರೆ ಬಿಗಿಯುತ್ತದೆ
ನನ್ನ ಕೊರಳು.

ಹೇಳುತ್ತಾನೆ:
'ನೀನು ಕವಿಯಾದರೆ
ನನ್ನ ಈ ಯಾತನೆಯನ್ನು
ಕವಿತೆಯಾಗಿಸು.'

ಇದೆಂಥ ಸವಾಲು?
ಗೆಳೆಯನ ದುಃಖಕ್ಕೆ
ನನ್ನ ಹೃದಯಾಂತರಾಳದ
ಅನುಕಂಪವಿದೆ, ನಿಜ.

ಹಾಗೆಂದು,
ಕವಿತೆ ಪ್ರತಿಬಿಂಬವೇ?

ಒಪ್ಪಿಕೊಳ್ಳುತ್ತೇನೆ:
ಗೆಳೆಯನ ಸಂಕಟ
ನನ್ನಲ್ಲಿ ಮೂಡಿಸಿದ ಭಾವನೆ
ಕೇವಲ ದುಃಖವಲ್ಲ.

ಮಿಗಿಲಾಗಿ,
ಅರೆಗಳಿಗೆ
ಒಳಗೊಳಗೇ ಸಮಾಧಾನ:
'ಸದ್ಯ ನನಗೆ ಹೀಗಾಗಲಿಲ್ಲ!'

ಮರುಗಳಿಗೆ
ನಾಚಿಕೆ:
'ಛೇ, ನನಗೆ ಹೀಗನ್ನಿಸಬಹುದೇ?'

ಹಿಂದೆಯೇ
ಜೀವ ಝಲ್ಲೆನಿಸುವ
ತಲ್ಲಣ: 'ದೇವರೇ!
ನನಗೂ ಹೀಗಾದರೆ?'

ಕ್ಷಮಿಸು, ಗೆಳೆಯ,
ಕವಿತೆ ಪ್ರತಿಬಿಂಬವಲ್ಲ,
ವರ್ಣ ಪಟಲ.

ಪ್ರಿಸಮ್

ಕವಿತೆಯ ಸ್ವರೂಪ ಮತ್ತು ಪರಿಣಾಮವನ್ನು ಕುರಿತು ಒಂದು ಹೊಸ ಒಳನೋಟ ಮತ್ತು ವ್ಯಾಖ್ಯೆ ನೀಡುವುದರ ಮೂಲಕ 'ಪ್ರಿಸಮ್' ಕವಿತೆ ನಮ್ಮ ಗಮನ ಸೆಳೆಯುತ್ತದೆ. 'ಕವಿತೆ ಜೀವನದ ಪ್ರತಿಬಿಂಬ' ಎನ್ನುವುದು ಸಾಮಾನ್ಯ ಗ್ರಹಿಕೆ. ಆದರೆ ಅದು ಕೇವಲ ಪ್ರತಿಬಿಂಬವಲ್ಲ, ಕವಿಯ ಅಂತರಂಗದ ಪಟ್ಟಕ(ಪ್ರಿಸಮ್)ದ ಮೂಲಕ ಅವನ ಸ್ವಾನುಭವ ಹಾದು ಬಂದಾಗ ಮೂಡುವ ಭಾವನೆಗಳ ವರ್ಣಪಟಲ ಎಂಬುದನ್ನು ಈ ಕವಿತೆ ಮನ ಮುಟ್ಟುವಂತೆ ನಿರೂಪಿಸುತ್ತದೆ.

ಕವಿಯ ಆಪ್ತಮಿತ್ರನ ಎಳೆ ವಯಸ್ಸಿನ ಮಗ ಹಟಾತ್ತನೆ ತೀರಿಕೊಂಡಾಗಿನ ಸಂದರ್ಭ ಇದರ ವಸ್ತು. ತನ್ನ ಮಗನ ಸಾವಿನಿಂದ ತನಗಾದ ಯಾತನೆಯನ್ನು ಕವಿತೆಯಾಗಿಸು ಎಂದು ಗೆಳೆಯ ಕವಿಗೆ ಸವಾಲೊಡ್ಡುತ್ತಾನೆ. ಇದರಿಂದ ಕವಿಯ ಮನಸ್ಸಿನಲ್ಲಿ ಏಳುವ ಭಾವತರಂಗಗಳು ಹಲವು ಬಗೆಯವು: ಮೊದಲಿಗೆ ಗೆಳೆಯನ ಬಗ್ಗೆ ಅನುಕಂಪ, ನಂತರ, 'ಸದ್ಯ, ನನಗೆ ಹೀಗಾಗಲಿಲ್ಲವಲ್ಲ' ಎಂಬ ನಿರಾಳತೆ. ಜೊತೆಗೆ 'ಛೇ, ನನಗೆ ಹೀಗನ್ನಿಸಬಹುದೆ?' ಎಂಬ ನಾಚಿಕೆ. ಆದರೆ ಕವಿಗೂ ತನ್ನ ಗೆಳೆಯನ ಮಗನ ವಾರಿಗೆಯ ವಯಸ್ಸಿನ ಮಗನಿದ್ದಾನೆ. ಆದ್ದರಿಂದ ಮರುಕ್ಷಣವೇ, 'ದೇವರೇ, ನನಗೂ ಹೀಗಾದರೆ!' ಎಂಬ 'ಜೀವ ಝುಲ್ಲೆನಿಸುವ ತಲ್ಲಣ' ಅವನಲ್ಲಿ ಉಂಟಾಗಿ, ಕವಿತೆಯ ಬಗೆಗಿನ ಅವನ ನಿಲುವು ಮತ್ತು ಅರಿವು ಹೊಸ ಬೆಳಕಿನಲ್ಲಿ ಅವನೆದುರು ಸಾಕ್ಷಾತ್ಕಾರಗೊಳ್ಳುತ್ತದೆ. ಗಹನವಾದ ಚಿಂತನೆ ಅಡಕವಾಗಿರುವ ಈ ಸಾಲುಗಳೊಂದಿಗೆ ಕವಿತೆ ಮುಗಿಯುತ್ತದೆ:

ಕ್ಷಮಿಸು, ಗೆಳೆಯ,
ಕವಿತೆ ಪ್ರತಿಬಿಂಬವಲ್ಲ,
ವರ್ಣಪಟಲ.

–ಎಂ.ಎನ್. ವ್ಯಾಸರಾವ್

ಕಿವಿಮಾತು

ಮೊದಲೇ ಚೆಲುವೆ, ಜೊತೆಗೆ ಯೌವನ,
ನೆಲ ಕಾಣುವುದಿಲ್ಲ, ನಿಜ.
ಈ ಒನಪು ವೈಯಾರ, ಬಿಂಕ ಬಿಗುಮಾನ,
ಇವೂ ನಿನಗೆ ಸಹಜ.

ನಿನ್ನ ಹೆತ್ತವರ ನೋಡಿ ಉತ್ತರಿಸು:
ನಿನ್ನ ಚೆಲುವು ಸ್ವಂತವೆ?
ಇನ್ನು ನಿನ್ನ ಈ ಏರು ಯೌವನ,
ಇದಾದರೂ ಅನಂತವೆ?

ಬೇರಿನಿಂದ ಪ್ರತಿ ರೆಂಬೆಯ ತುದಿಗೂ
ಕಾಣದ ಅಂತಃಸೂತ್ರ;
ಹೊರಗೆ ಮೆರೆಯುವುದು ಗಮ್ಮನೆ ಅರಳಿದ
ಬಣ್ಣದ ಹೂಗಳು ಮಾತ್ರ.

ಸಂಜೆಗೆ ಮರದಡಿ ಉದುರಿ ಬಿದ್ದಿವೆ
ರಾಶಿ ರಾಶಿ ಹೂ ಹೆಣ;
ದುಂಬಿ ಚಿಟ್ಟೆಗಳ ಪಾಳಿ ಮುಗಿದಿದೆ,
ಕೇವಲ ಇರುವೆ, ನೊಣ.

ನಿನ್ನ ಸ್ವಯಾರ್ಜಿತವೆಂದರೆ ಇಷ್ಟೇ:
ಹಾರ್ದಿಕ ಪ್ರೀತಿ, ವಿನಯ.
ಚೆಲುವೆ, ಒಮ್ಮೆ ನಿನ್ನೊಳಗೆ ನೋಡಿಕೋ,
ಅವು ನಿನ್ನಲ್ಲಿ ಇವೆಯ?

ಕಿವಿಮಾತು

'ಕಿವಿಮಾತು' ತೋರಿಕೆಗೆ ಸರಳವಾಗಿ ಕಂಡರೂ ತನ್ನ ಒಳಹೆಣಿಗೆ ಮತ್ತು ವಿಶಿಷ್ಟ ಕಾಣ್ಕೆಗಳ ಮೂಲಕ ನಮ್ಮ ಗಮನ ಸೆಳೆಯುತ್ತದೆ. ಏರುಯೌವನದ ಚೆಲುವೆಗೆ ಬಿಂಕ, ಬಿಗುಮಾನ, ದುರಹಂಕಾರ ಸಹಜವಾದದ್ದು. ಆದರೆ ಆ ದುರಹಂಕಾರ ಅಕಾರಣವೆಂದು ಕವಿ ಚೆಲುವೆಗೆ ಕಿವಿಮಾತು ಹೇಳುತ್ತಾನೆ. ಏಕೆಂದರೆ ಆ ಯುವತಿಗೆ ಆ ಚೆಲುವು ತನ್ನ ತಂದೆತಾಯಿಯಿಂದ ಆನುವಂಶಿಕವಾಗಿ ಬಳುವಳಿಯಾಗಿ ಬಂದಿರುವಂಥದೇ ಹೊರತು ಅವಳ ಸ್ವಂತ ಗಳಿಕೆಯಲ್ಲ. ಜೊತೆಗೆ ಆ ಚೆಲುವು ಅವಳ ಯೌವನಕಾಲದ ವರೆಗೆ ಮಾತ್ರ ಉಳಿದಿರುವಂಥದೇ ಹೊರತು ಅನಂತವೇನಲ್ಲ.

ಈ ಅಂಶಗಳನ್ನು ಯುವತಿಗೆ ಸ್ಪಷ್ಟಪಡಿಸಲು ಕವಿ ನಿಸರ್ಗದಿಂದ ಒಂದು ಕಾವ್ಯಪ್ರತಿಮೆಯನ್ನು ಸೃಷ್ಟಿಸಿ ಕೊಡುತ್ತಾನೆ. ಗಿಡದಲ್ಲಿ ನಮಗೆ ಎದ್ದುತೋರುವುದು ಸುಗಂಧ ಸೂಸುವ ಬಣ್ಣಬಣ್ಣದ ಸುಂದರ ಹೂವುಗಳು, ನಿಜ. ಆದರೆ ಆ ಹೂಗಳಿಗೆ ಜೀವರಸ ಎರೆದದ್ದು ಬೇರಿನಿಂದ ತುದಿಗೊಂಬೆಯವರೆಗೆ ಹರಡಿರುವ ಕಾಣದ ಅಂತಃಸೂತ್ರ. ಜೊತೆಗೆ ಆ ಹೂಗಳ ಆಯುಸ್ಸು ಏನಿದ್ದರೂ ಬೆಳಗಿನಿಂದ ಸಂಜೆಯ ವರೆಗಷ್ಟೇ. ಅವುಗಳಲ್ಲಿ ಮಕರಂದ ತುಂಬಿದ್ದಾಗ ದುಂಬಿ ಮತ್ತು ಚಿಟ್ಟೆಗಳು ಅವುಗಳನ್ನು ಮುತ್ತಿದ್ದವು. ಸಂಜೆಗೆ ಅವು ಬಾಡಿ ನೆಲಕ್ಕುರುಳಿದ ಮೇಲೆ ಇರುವೆ ಮತ್ತು ನೊಣ ಅವುಗಳನ್ನು ಮುತ್ತಿವೆ.

ಹಾಗಾದರೆ ಆ ಯುವತಿಯ ಸ್ವಯಾರ್ಜಿತವಾದರೂ ಏನು? ಅದು ಏನಿದ್ದರೂ ಅವಳ ಹಾರ್ದಿಕ ಪ್ರೀತಿ, ವಿನಯ. ಅವು ಸಂಸ್ಕಾರದ ಜೊತೆಗೆ, ಸ್ವಂತ ಗಳಿಕೆಯಿಂದ ಬರುವಂಥವು. ಹಾಗೆಯೇ ಅವಳ ಸಹಜ ಚೆಲುವಿಗೆ ಮತ್ತಷ್ಟು ಶೋಭೆ ತರುವಂಥವು. ಆದ್ದರಿಂದ ಆ ಸದ್ಗುಣಗಳನ್ನು ತನ್ನಲ್ಲಿ ಬೆಳೆಸಿಕೊಳ್ಳಲು ಯುವತಿಗೆ ಕವಿ ಕಿವಿಮಾತು ಹೇಳುತ್ತಾನೆ.

ಕವನದ ಛಂದೋಬದ್ಧ ಶಿಲ್ಪ ಮತ್ತು ಕಲಾತ್ಮಕತೆ ಕವನದ ಯಶಸ್ಸಿಗೆ ಮುಖ್ಯ ಕಾರಣಗಳಾಗಿವೆ.

–ಎಂ.ಎನ್. ವ್ಯಾಸರಾವ್

ನವಿಲು ಮತ್ತು ಮುಳ್ಳುಹಂದಿ

ನವಿಲು
ಗತ್ತಿನಿಂದ ಹೆಜ್ಜೆ ಹಾಕುತ್ತ
ಕುಣಿದರೆ ಗರಿ ಬಿಚ್ಚಿ
ರಸಿಕರು ಮನ ಮೆಚ್ಚಿ
ನೋಡುತ್ತಾರೆ,
ಕೊಂಡಾಡುತ್ತಾರೆ
ಅದರ ಪರಂಪರಾಗತ ಕಲೆ,
ಚೆಲುವು.
ನೀಡುತ್ತಾರೆ ರಾಷ್ಟ್ರಪಕ್ಷಿಯೆಂಬ
ಬಿರುದು.
ಸರಿ,
ಆದರೆ, ನವಿಲು
ಬೇಡನಿಗೆ ಸುಲಭದ ಈಡು.
ಅವನಿಗೆ ಬೇಕಾದ್ದು
ಅದರ ಬಾಡು.
ಇನ್ನು, ವ್ಯಾಪಾರಿಗೆ ಸಾಕು
ಅದರ ಬೆಲೆ
ಬಾಳುವ ಗರಿ.

ಮುಳ್ಳುಹಂದಿ
ನವಿಲಿನಂತೆ ಸುಂದರವಲ್ಲ;
ಬಿಂಕ, ಬಿನ್ನಾಣಗಳಿಲ್ಲ, ನಿಜ.
ಆದರೆ ಅದೂ ಒಮ್ಮೊಮ್ಮೆ
ಬಿಚ್ಚುತ್ತದೆ ತನ್ನ ಪುಚ್ಚ,
ಬಣ್ಣ ಬಣ್ಣದ ಮುಳ್ಳು ಬರಲು.

ಆಗ ಅದೂ ಸಹ
ತೋರುತ್ತದೆ
ಪುಟ್ಟ ನವಿಲಿನ ತರಹ.

ಆದರೆ ಅದು
ತನ್ನ ಬಣ್ಣದ ಬೀಸಣಿಗೆ ಬಿಚ್ಚುವುದು
ರಸಿಕರ ನೋಟಕ್ಕಲ್ಲ,
ಕೊಂಡಾಟಕ್ಕಲ್ಲ;
ಮೇಲೇರಿ ಬಂದ
ಶತ್ರುವಿನಿಂದ ಆತ್ಮರಕ್ಷಣೆಗೆ.
ಅದರ ಒಂದೊಂದು ಮುಳ್ಳೂ
ಒಂದು ಈಟಿ.
ಸೂಜಿಯಂತೆ ಚೂಪು,
ಉಕ್ಕಿನಷ್ಟು ಗಟ್ಟಿ.
ಹುಲಿಯಂಥ ಹುಲಿಯೂ
ಹೆದರುತ್ತದೆ
ಅದನ್ನು ಅಡ್ಡಗಟ್ಟಲು,
ಮುಟ್ಟಲು.

ಆದ್ದರಿಂದ
ನವಿಲು ಮತ್ತು ಮುಳ್ಳುಹಂದಿ
ಒಂದಾಗಲಿ.

ನವಿಲು ಮತ್ತು ಮುಳ್ಳುಹಂದಿ

ನಮ್ಮ ನಡುವಣ 'ಪ್ರೀತಿಯ'ಕವಿ ಲಕ್ಷ್ಮಣರಾವ್ ಸಾಫ್‌ಸೀದಾ ಕವಿ. ಈ ಕವಿ ನೇರ, ಸರಳ, ಸುಂದರ. ಸಾಮಾನ್ಯವಾಗಿ ಕಾವ್ಯಕ್ಕೆ ಆರೋಪಿಸಲಾಗುವ ಸಂಕೀರ್ಣತೆ, ನಿಗೂಢತೆ, ಸಂದಿಗ್ಧತೆ, ಅರ್ಥದ ಗುಟ್ಟು ಬಿಟ್ಟುಕೊಡದ ಬಿಗುಮಾನ ಇವೆಲ್ಲದರಿಂದ ಅವರ ಕಾವ್ಯ ಮುಕ್ತ. ಲಕ್ಷ್ಮಣರಾವ್ ಕವನಗಳು ನೇರವಾಗಿ ನಮ್ಮೊಡನೆ ಮಾತನಾಡುತ್ತವೆ. ಅವರದು ಕಾವ್ಯ ರಸಿಕರೊಂದಿಗೆ ಹೃದಯ ಸಂವಾದ. ಇಂಥ, ಕವಿ–ಸಹೃದಯಿಗಳೊಂದಿಗೆ ನಡೆಸುವ ಸುಲಭ ಸಂವಹನ ನರಸಿಂಹ ಸ್ವಾಮಿಯವರ 'ಮೈಸೂರು'ಮಲ್ಲಿಗೆ ಹೊರತು ಬೇರೆಲ್ಲೂ ನಮಗೆ ಕಾಣ ಸಿಗುವುದು ವಿರಳ. ಹಾಗೆಂದು ಲಕ್ಷ್ಮಣರಾವ್ ಅವರನ್ನು ಬುದ್ಧಿಗೆ ಕಸರತ್ತು ಕೊಡದ ಸುಲಭಗ್ರಾಹ್ಯ ಕವಿ ಎಂದು ತಳ್ಳಿಹಾಕಲಾಗದು. ಅವರ ಕಾವ್ಯವೂ ಅರ್ಥಗರ್ಭಿತ. ವಾಚ್ಯಾರ್ಥ, ಧ್ವನ್ಯರ್ಥಗಳ ನೆಲೆ, ಅಯಾಮಗಳಿವೆ. ಆದರೆ ಅದು ಕಾವ್ಯರಸಿಕರ ದಕ್ಕಿಸಿಕೊಳ್ಳುವ ಸಂವೇದನಾ ಶೀಲತೆ, ಸಾಮರ್ಥ್ಯಗಳಿಗನುಗುಣವಾದದ್ದು. ನಮ್ಮ ಬೊಗಸೆಯ ಪುಣ್ಯ.

ಇನ್ನು ಮುಂದೆ ಲಕ್ಷ್ಮಣರಾವ್ ಅವರ 'ನವಿಲುಗಳು' ಕವಿತೆಯತ್ತ ಗಮನ ಹರಿಸೋಣ. ನವಿಲು ಕಣ್ಮನಗಳಿಗೆ ಮುದನೀಡುವ ಮನೋಹರವಾದ ಪಕ್ಷಿ. ಕನ್ನಡ ಕವಿಗಳು ಅನೇಕರು ನವಿಲಿನ ಬಗ್ಗೆ ಬರೆದಿರಬಹುದು. ತಕ್ಷಣ ನನಗೆ ಚಂದ್ರಶೇಖರ ಕಂಬಾರರ 'ನವಿಲೇ ನವಿಲೇ' ನೆನಪಾಗುತ್ತಿದೆ. ಇದನ್ನು ನಾನು ತೌಲನಿಕ ವಿಮರ್ಶೆಯ ದೃಷ್ಟಿಯಿಂದ ಹೇಳುತ್ತಿಲ್ಲ. ಸಾಮ್ಯವನ್ನಷ್ಟೆ ಗಮನಿಸುತ್ತಿದ್ದೇನೆ. ಕಂಬಾರರ 'ನವಿಲು' ಕಥನ ಕವನ, ಅದರ ಹಾಸುಬೀಸುಗಳೂ ನವಿಲಗರಿಯ ಬಂಧುರ ಆಕರ್ಷಣೆಗಿಂತ ಹೆಚ್ಚು ವ್ಯಾಪಕವಾದುದು. ಲಕ್ಷ್ಮಣರಾಯರ ಕವನದಲ್ಲೂ ನವಿಲುಗರಿಯ, ನವಿಲಿನ ನಾಟ್ಯದ ಬಂಧುರವಿದೆ ಹಾಗೆಯೇ ಅದಕ್ಕೆ ಪ್ರತಿಯಾಗಿ ಪ್ರಾಣಿಪ್ರಪಂಚದಲ್ಲಿನ ವೈದೃಶ್ಯವೂ ಇದೆ. ಈ ಸಾದೃಶ್ಯ ವೈದೃಶ್ಯಗಳ ಗುಟ್ಟೇನು? ಗುಟ್ಟೇನೂ ಇಲ್ಲ, ಓದಿ ನೋಡಿ.

ನವಿಲು ಮತ್ತು ಮುಳ್ಳುಹಂದಿ ಈ ಕವನದ ಎರಡು ಕೇಂದ್ರ ಪ್ರತಿಮೆಗಳು. ಸೃಷ್ಟಿಯಲ್ಲಿನ ವೈದೃಶ್ಯ ವೈಲಕ್ಷಣ್ಯಗಳನ್ನು ಬಿಂಬಿಸುವ ಪ್ರತಿಮೆಗಳು. ಗಿರಿಬನ ಗಳಲ್ಲಾಡುವ ನವಿಲು ಮುಗ್ಧಮೋಹಕ ಸೌಂದರ್ಯದಿಂದಾಗಿ ಅನಾದಿಕಾಲದಿದಂದಲೂ ಮಾನವರಿಗೆ ಬಲು ಪ್ರಿಯವಾದ ಪ್ರಾಣಿ. ನವಿಲಿನ ನಾಟ್ಯಕ್ಕೆ ತಲೆದೂಗದ ರಸಿಕರಿಲ್ಲ.

ಹಾಗೆಯೇ ನವಿಲುಗರಿಯ ಆಕರ್ಷಣೆ. ಓದುವ ಮಕ್ಕಳು ಅದನ್ನು ಪುಸ್ತಕಗಳ ಹಾಳೆಗಳ ಮಧ್ಯೆ ಅದು ಮರಿಹಾಕುತ್ತದೆ ಎಂಬ ಮುಗ್ಧನಂಬಿಕೆಯಿಂದ ಇಟ್ಟುಕೊಳ್ಳುತ್ತಾರೆ. ದೊಡ್ಡವರು ನವಿಲುಗರಿಯ ವಿವಿಧ ವಿನ್ಯಾಸಗಳಿಂದ ರೂಪಿಸಿದ ಅಲಂಕರಣ ವಸ್ತುಗಳಿಂದ ಮನೆಯನ್ನು ಸಿಂಗರಿಸುತ್ತಾರೆ. ಇನ್ನು ಆಯುರ್ವೇದ ವೈದ್ಯಕೀಯ ಪ್ರಪಂಚವಂತೂ ನವಲುಗರಿಯಲ್ಲಿ ವಿವಿಧ ಔಷಧೀಯಗುಣಗಳನ್ನು ಕಂಡುಕೊಂಡಿದ್ದು ಅದನ್ನು ಚಿಕಿತ್ಸೆಗೆ ಬಳಸಲಾಗುತ್ತದೆ.ಅದಕ್ಕೆ ಮಾರಕಟ್ಟೆಯ ಕಿಮ್ಮತ್ತೂ ಇದೆ. ಹೀಗೆ ನವಿಲು ಮನಕ್ಕೆ ಮುದಕೊಡುವ ಬೆಡಗಿನ ಸೌಂದರ್ಯದ ಜೊತೆ ಹಲವು ರೀತಿಗಳಲ್ಲಿ ಮಾನವನಿಗೆ ಪ್ರಯೋಜನಕಾರಿಯಾಗಿದೆ. ಇದಕ್ಕೆಲ್ಲ ಕೋಡು ಮೂಡಿಸುವಂತೆ ನಾವು ನವಿಲಿಗೆ ರಾಷ್ಟ್ರಪಕ್ಷಿಯ ಮನ್ನಣೆ ಗೌರವಗಳನ್ನು ನೀಡಿ ಅದಕ್ಕೊಂದು ಮರ್ಯಾದೆಯ ಸ್ಥಾನವನ್ನು ಕಲ್ಪಿಸಿದ್ದೇವೆ.

ಮುಳ್ಳುಹಂದಿ ಕಾಡುಪ್ರಾಣಿ. ನವಿಲಿನ ಥರಾ ಅದನ್ನು ನಾವು ಊರಮಧ್ಯದ ಉದ್ಯಾನವನ, ಊರಂಚಿನ ಹೊಲಗದ್ದೆತೋಟಗಳಲ್ಲಿ ಕಾಣಲಾಗದು. ಹೇಳಿಕೇಳಿ ಅದು ಮುಳ್ಳುಹಂದಿ. ಅದರ ಮೈಮೇಲಿನ ಮುಳ್ಳುಗಳು ನೋಡಲು ನಯನ ಮನೋಹರ ವೇನಲ್ಲ. ಮನಸ್ಸಿಗೂ ಅಪ್ಯಾಯಮಾನಕರವಲ್ಲ. ಮಾನವಲೋಕಕ್ಕೆ ಅದರ ಪ್ರಯೋಜನ ಗಳೇನೂ ಇದ್ದಂತೆ ಕಾಣದು. ಹೀಗಾಗಿ ಜನಸಾಮಾನ್ಯರ ದೃಷ್ಟಿಯಲ್ಲಿ ಅದೊಂದು ತುಚ್ಛಪ್ರಾಣಿ. ಭಯಂಕರ ಪ್ರಾಣಿ. ನವಿಲಿನೊಂದಿಗೆ ಸಾದೃಶ್ಯಗೊಳಿಸುವಂಥ ಯಾವ ಗುಣಲಕ್ಷಣ ಸೌಂದರ್ಯ ವಿಶೇಷಗಳೂ ಮುಳ್ಳುಹಂದಿಯಲ್ಲಿಲ್ಲ.

ಆದರೆ ಕವಿಯ ಕಣ್ಣಿಗೆ ಅದರ ಅಂಗ ರಚನೆ ವಿಶೇಷ ಲಕ್ಷಣವಾಗಿ, ವಿಶೇಷ ಶಕ್ತಿಯಾಗಿ ಗೋಚರಿಸುತ್ತದೆ. ಮುಳ್ಳು ಹಂದಿಯೂ ಒಮ್ಮೊಮ್ಮೆ ರೆಕ್ಕೆ ಬಿಚ್ಚಿದಾಗ ಅದರ ಪುಚ್ಛಗಳು ಬಣ್ಣದ ಬರಲಿನಂತೆ ಕವಿಯನ್ನು ಆಕರ್ಷಿಸುತ್ತವೆ. ಆಗ ಮುಳ್ಳು ಹಂದಿ ಪುಟ್ಟ ನವಿಲಿನ ತರಹವೇ ಅನುಭೂತಿಗೆ ಬರುತ್ತದೆ. ಆದರೆ ನವಿಲಲ್ಲ. ಅದು ಪುಚ್ಛ ಬಿಚ್ಚುವುದೂ ಆತ್ಮರಕ್ಷಣೆಗೆ. ಇನ್ನು ನಮ್ಮ ಕಣ್ಣಿಗೆ ಕಾಣುವ ಅದರ ಮುಳ್ಳು ಸೂಜಿಯಂತೆ ಚೂಪು, ಉಕ್ಕಿನಷ್ಟು ಗಟ್ಟಿ. ಈ ಶಕ್ತಿಗೆ ಹುಲಿಯೂ ಹೆದರುತ್ತದೆ. ಹೀಗೆ ಮುಳ್ಳುಹಂದಿ ತನ್ನದೇ ಆದ ಶಕ್ತಿಸೌಂದರ್ಯಗಳಿಂದಾಗಿ ನವಿಲಿಗಿಂತ ವೈದೃಶ್ಯ ಮಯವಾದ ಪ್ರಾಣಿ.

ಕವಿಯ ಕಾಣ್ಕೆ ಇರುವುದು ನವಿಲು–ಮುಳ್ಳುಹಂದಿಗಳ ಸಂಯೋಗದಲ್ಲಿ. ನವಿಲು ಸೌಂದರ್ಯದ ರೂಪಕವಾದರೆ ಮುಳ್ಳುಹಂದಿ ಶಕ್ತಿಯ ರೂಪಕ. ಒಂದು ತನ್ನ

ಸೌಂದರ್ಯದಿಂದ ಆಕರ್ಷಕ. ಮತ್ತೊಂದು ಸೂಜಿಯಂತೆ ಚುಚ್ಚುವ ಮೈಯ್ಯಿಂದಾಗಿ
ವಿಕರ್ಷಕ. ಆದರೆ ಈ ವಿಕರ್ಷಣೆಯಲ್ಲೂ ಉಕ್ಕಿನಂಥ ಶಕ್ತಿ ಇದೆ. ಇದು ಬದುಕಿನ
ಅಸಂಗತ. ಆದರೆ ಇಂಥ ಶಕ್ತಿ–ಸೌಂದರ್ಯಗಳ ಸಂಯೋಗದಿಂದ ಏನಾಗಬಹುದು?
ನವಿಲು ಮತ್ತು ಮುಳ್ಳುಹಂದಿ ಒಂದಾಗಬೇಕು ಎಂಬ ಕವಿಯ ಹೇಳಿಕೆಯಿಂದ
ಕವನ ಮುಕ್ತಾಯಗೊಳ್ಳುತ್ತದಾದರೂ ಅದರ ಧ್ವನಿ ಏನಿದ್ದೀತು ಎಂಬುದು ರಸಿಕರ
ಅಭಿರುಚಿ, ರಸಾಭಿಜ್ಞತೆಗಳಿಗೆ ಮುಕ್ತವಾದದ್ದು.

–ಜಿ.ಎನ್. ರಂಗನಾಥರಾವ್

ನನ್ನ ಗಾಂಧಿ

ಮಲಗಿದ್ದೆ ಜ್ವರದಿಂದ ನಿತ್ರಾಣನಾಗಿ
ಹಾಸಿಗೆಯಲ್ಲಿ ಕಣ್ಣುಮುಚ್ಚಿ,
ಯಾವುದೋ ತಂಪು ಕೈ ಹಣೆ ನೀವಿದಂತಾಗಿ
ಕಣ್ಣುಬಿಟ್ಟೆ ಗಕ್ಕನೆ ಬೆಚ್ಚಿ.

ನೋಡಿದರೆ, ಅರರೇ! ಸಾಕ್ಷಾತ್ ಗಾಂಧೀಜಿ!
ಏಳಲೆತ್ನಿಸಿದೆ ಸಂಭ್ರಮಿಸಿ;
ಭುಜ ಹಿಡಿದು ನನ್ನ ತಡೆದರು ಗಾಂಧೀಜಿ,
ಮತ್ತೆ ಮಲಗಿಸಿದರು ರಮಿಸಿ

ಕೇಳಿದರು: "ಎಲ್ಲಿ, ಯಾರೂ ಕಾಣ್ತಾ ಇಲ್ಲವಲ್ಲ?"
ಅಂದೆ: "ನೋಡ್ತಾ ಇರಬಹುದು ಟೀವಿ."
ಹಾಗೋ ಎಂದು ನಕ್ಕು, ಅಡಿಗೆ ಮನೆಗೆ ಹೋದರು
ಮಾಡಿ ತಂದರು ಸ್ವತಃ ಕಾಫಿ

ಗಾಂಧಿ ಮಾಡಿದ ಕಾಫಿ ಧನ್ಯತೆಯಿಂದ ಸವಿಯುತ್ತ
ಶುರು ಮಾಡಿದೆ ನನ್ನ ವರದಿ
"ಏನು ಹೇಳಲಿ, ಮಹಾತ್ಮ, ನೀವು ಹೋದ ಮೇಲೆ
ಈ ದೇಶದ ಪರಿಸ್ಥಿತಿ...."

ರೇಗಿದರು ಗಾಂಧಿ "ನಿಲ್ಲಿಸು, ನಿನ್ನ ದಮ್ಮಯ್ಯ
ಸಾಕಾಗಿದೆ ಕೇಳಿ ಕೇಳಿ;
ದೇಶದ ಪರಿಸ್ಥಿತಿಯ ಮಾತು ಹಾಗಿರಲಿ
ಮೊದಲು ತಿಳಿಸು ನಿನ್ನ ಸ್ಥಿತಿಗತಿ.

ಏನು ಓದ್ತಾ ಇದಾನೆ ನಿನ್ನ ಮಗರಾಯ?
ಯಾವಾಗ ಮಗಳ ಮದುವೆ?
ಅಂದ ಹಾಗೆ, ನಿನ್ನ ತಂದೆ ಹೇಗಿದ್ದಾರೆ?
ವಯಸ್ಸಾಗಿರಬೇಕು ಅವರಿಗೆ.

ಅವರ ಚಿಕ್ಕಂದಿನಲ್ಲಿ ನಾನವರನ್ನು ಕಂಡದ್ದು,
ತುಂಬಾ ಕಟ್ಟುನಿಟ್ಟು ಮನುಷ್ಯ.
ಈಗಲೂ ಹಾಗೇ ನನ್ನ ಬಯ್ತಾ ಇರ್ತಾರಾ?
"ಗಾಂಧಿಯಿಂದಲೇ ಹಾಳಾದದ್ದು ಇಂಡಿಯ"

ಒಂದರ್ಥದಲ್ಲಿ ಅವರಂದದ್ದೇ ನಿಜವಾಯ್ತು,
ಅದೇ ಇಂದಿಗೂ ನನ್ನ ಕೊರಗು;
ನಾನು ಬಯಸಿದ್ದೊಂದು, ಆದದ್ದೇ ಮತ್ತೊಂದು,
ಪ್ರತಿಯೊಂದೂ ತಿರುಗು ಮುರುಗು.

ಅದೆಲ್ಲ ಹಾಗಿರಲಿ, ಈಗ ಹೇಳುವಂಥವನಾಗು,
ಹೇಗೆ ಸಾಗಿದೆ ಕಾವ್ಯಕೃಷಿ?
ಮೊದಲಿನಂತೆ ಈಗಲೂ ಅಲ್ಲೇ ನಿಂತಿದೆಯ,
ನೀಡುತ್ತ ಕೇವಲ ಖುಷಿ?

ಗಂಭೀರನಾಗು, ನೀ ಇನ್ನಾದರೂ ಮಾಗು,
ಈ ಚೇಷ್ಟೆ ಎಲ್ಲಿ ತನಕ?
ಏನಾದರೂ ಆಗು, ಆದರೆ, ಕೈ ಮುಗೀತೀನಿ,
ನೀನಾಗಬೇಡ ಸಿನಿಕ.

ನಾನಿನ್ನು ಬರ್ತೇನೆ, ಬೇಗ ಚೇತರಿಸಿಕೊ
ತಕ್ಕ ಔಷಧಿ ಪಥ್ಯದೊಂದಿಗೆ;
ಮನೆಯಲ್ಲಿ ಎಲ್ಲರನ್ನೂ ಕೇಳಿದೆನೆಂದು ಹೇಳು,
ಮುಖ್ಯವಾಗಿ ನಿನ್ನ ತಂದೆಗೆ"

ಎಂದವರೇ, ಕೋಲೂರುತ್ತ ಹೊರಟುಹೋದರು ಗಾಂಧಿ,
ಮತ್ತೊಮ್ಮೆ ಹಣೆಯ ನೀವಿ;
ಇನ್ನೂ ಯಾರ್ಯಾರನ್ನು ಕಾಣಬೇಕಿತ್ತೋ ಏನೋ
ಆ ಹೃದಯವಂತ ಜೀವಿ.

ನನ್ನ ಗಾಂಧಿ

ಅಭಿಮಾನಿಗಳು ಲಕ್ಷ್ಮಣ ರಾವ್ ಅವರಿಗೆ 'ಜಾಲಿ-ಪೋಲಿ' ಎಂದೆಲ್ಲ ಅಭಿಧಾನ ಗಳನ್ನು ಕೊಟ್ಟಿರುವುದುಂಟು. ರಸಿಕರನ್ನು ಖುಷಿಪಡಿಸುವ ಆ ರಮ್ಯತೆಗಳೆಲ್ಲ ಮೇಲ್ಪದರದ ಸಕ್ಕರೆಲೇಪಿತ ಸಿಹಿಸವಿಗಳಷ್ಟೇ. ಆಳದಲ್ಲಿ ಅವರೊಳಗೆ ಮೌಲ್ಯಗಳ ಕಾಳಜಿ ಇರುವ ಕವಿ ನಮಗೆ ಪ್ರತ್ಯಕ್ಷನಾಗುತ್ತಾನೆ. ಪ್ರೀತಿ, ಸಹಿಷ್ಣುತೆ, ಸಹಬಾಳ್ವೆ, ಮಾನವ ಕಾರುಣ್ಯದಂಥ ಜೀವನ ಮೌಲ್ಯಗಳನ್ನು ಅದಮ್ಯ ಜೀವನಾಸಕ್ತಿ ಮತ್ತು ಶ್ರದ್ಧೆಗಳಿಂದ ಶೋಧಿಸುತ್ತಾ, ಅಂಥ ಮೌಲ್ಯಗಳಿಗಾಗಿ ತವಕಿಸುತ್ತಾ, ತಡಕಾಡುತ್ತಾ ಬೆಳೆದಿರುವ ಕವಿ ಅವರು. ಈ ಶೋಧದ ತಳದಲ್ಲಿ ಮಿರುಗುವ ಚಿನ್ನದಗೆರೆಯನ್ನು ಕಾಣುವ ಭರವಸೆಯ-ಆಶಾವಾದಿ ಅವರು. ಕನ್ನಡ ವಿಮರ್ಶೆ ಇದನ್ನು ಗಮನಿಸದೇ ಇಲ್ಲ. "ವೈಯಕ್ತಿಕ, ಸಾಮಾಜಿಕ, ಸಾಂಸ್ಕೃತಿಕ ಸಂಗತಿಗಳು ಏಕ ಬಿಂದುವಿನಲ್ಲಿ ಕೂಡಿಕೊಳ್ಳುವುದರ ಮೂಲಕ ಲಕ್ಷ್ಮಣ ರಾವ್ ಕಾವ್ಯ ಹೊಸಹುಟ್ಟು ಪಡೆಯುತ್ತದೆ ಎನ್ನುತ್ತಾರೆ ಖ್ಯಾತ ವಿಮರ್ಶಕ ನರಹಳ್ಳಿ ಬಾಲಸುಬ್ರಹ್ಮಣ್ಯ. ಮೌಲ್ಯ ಪರ ಕಾಳಜಿಯ ಚಿಂತನಶೀಲ ಕಾವ್ಯದ ಒಂದೆರಡು ಮಾದರಿಯಾಗಿ 'ನನ್ನ ಗಾಂಧಿ', 'ಎಡೆ'ಯಂಥ ಕವನಗಳನ್ನು ನೋಡಬಹುದು.

ಯುಗ ಪುರುಷ ಗಾಂಧಿಯನ್ನು ಅರಿಯುವ ಪ್ರಯತ್ನ ನಮ್ಮ ದೇಶದಲ್ಲಿ ನಿರಂತರವಾಗಿ ನಡೆದಿದೆ. ಸಂಶೋಧಕರು, ಚರಿತ್ರೆಕಾರರಿಂದ ಹಿಡಿದು ರಾಜಕಾರಣಿ ಗಳು, ಜನಸಾಮಾನ್ಯರವರೆಗೆ ನಡೆದಿರುವ ಗಾಂಧಿ ಎಂಬ ಮಹಾತ್ಮನ ಪರಾಮರ್ಶೆ ಅವರವರ ಅಪೇಕ್ಷೆ, ಲಾಭನಷ್ಟಗಳ ತಃಖ್ತೆಯಲ್ಲಿ ನಡೆದಿದೆ. ಲಕ್ಷ್ಮಣ ರಾವ್ ಅವರ ಕವನದ ನಾಯಕನಿಗೂ ಗಾಂಧಿ ಬಗ್ಗೆ ಸಾಮಾನ್ಯಜ್ಞಾನಕ್ಕೆ ಮೋಸವಿಲ್ಲದಷ್ಟು ತಿಳಿವಳಿಕೆಯಿದೆ. ಕವನದ ಹೆಸರಿನಲ್ಲೇ ಇಂಥದೊಂದು ಇಂಗಿತವಿದೆ. ಹಾಸಿಗೆಯಲ್ಲಿ ಕಣ್ಣುಮುಚ್ಚಿ ಮಲಗಿದ್ದಾಗ ಕನಸಿನಲ್ಲಿ ಎಂಬಂತೆ ನಾಯಕನಿಗೆ ಗಾಂಧಿಯ ದರ್ಶನ ವಾಗುತ್ತದೆ. ಅದೂ ಜ್ವರದಿಂದ ತಪ್ತನಾಗಿರುವ ಸ್ಥಿತಿಯಲ್ಲಿ. ತಾಪ ಇಳಿಸುವ "ತಂಪು ಕೈ". ದೇಶ ವಿಭಜನೆಯ ಕಾಲದಲ್ಲಿ ನೊಂದುಬೆಂದವರೆಲ್ಲರಿಗೂ ಆಸರೆಯಾದ, ಅವರ ಕಣ್ಣೀರು ಒರೆಸಿದ ಗಾಂಧೀಜಿಯವರ ಸಾಂತ್ವನದ ಸ್ಪರ್ಶದ ಮಹತ್ವ ನೆನಪಾಗಿ ಕವನ ವ್ಯಕ್ತಿಗತ ನೆಲೆಯಿಂದ ಸಾರ್ವತ್ರಿಕ ನೆಲೆಗೆ ಹೊರಳಿ ದೇಶದಲ್ಲಿನ ಹಲವಾರು ತಾಪಗಳು ನಮ್ಮ ಮನಃಪಟಲದಲ್ಲಿ ಸುಳಿಯುತ್ತವೆ.

ಜ್ವರದಿಂದ ಬಳಲುತ್ತಿರುವ ನಾಯಕ ಅಚಾನಕವಾಗಿ ಬಂದೊದಗಿದ ಈ

ಸಾಂತ್ವನದ ಸ್ಪರ್ಶದಿಂದ ಬೆಚ್ಚಿಬಿದ್ದಾಗ ಗಾಂಧಿ "ಎಲ್ಲಿ ಯಾರೂ ಕಾಣ್ತಾ ಇಲ್ಲವಲ್ಲ?" ಎಂದು ತಮ್ಮ ಸ್ವಭಾವಕ್ಕನುಗುಣವಾಗಿ ದೇಶಬಾಂಧವರ ಯೋಗಕ್ಷೇಮ ವಿಚಾರಿಸುತ್ತಾರೆ. "ನೋಡ್ತಾ ಇರಬಹುದು ಟೀವಿ" ಎಂಬ ಉತ್ತರದ ಹಿಂದಿನ ಧ್ವನಿ ಸ್ಪಷ್ಟ. ಕರ್ತವ್ಯ ಹೊಣೆಗಾರಿಕೆಗಳನ್ನು ಮರೆತ 'ದೇಶಭಕ್ತರಿಗೆ' ಇದಕ್ಕೂ ಮಿಗಿಲಾದ ಘನಕಾರ್ಯ ಮತ್ತೊಂದಿರಲಾರದು. ತಮ್ಮ ದೇಶದ ಈ ಸ್ಥಿತಿಗೆ ಗಾಂಧಿ ನಗೆಯಷ್ಟೆ ಪ್ರತಿಕ್ರಿಯೆ. ಆದರೆ ಗಾಂಧಿ ಕರ್ತವ್ಯ ಮರೆಯಲಾರರು. ಶುಶ್ರೂಷೆ, ಸಾಂತ್ವನಗಳ ಮಹತ್ವ ಅರಿತ ಮಹಾನುಭಾವ ಅವರು. ಗಾಂಧಿ ಮಾಡಿಕೊಟ್ಟ ಕಾಫಿ ಗುಟುಕರಿಸುತ್ತಲೇ, ಗಾಂಧಿ ಹೋದಮೇಲೆ ದೇಶ ಕೆಟ್ಹೋಯ್ತು ಎಂಬ ಹಳೆ ತಲೆಗಳ ಗ್ರಾಮಾಫೋನ್ ಶುರುವಾಗುತ್ತೆ. "ನಿಲ್ಲಿಸು, ನಿನ್ನ ಪರಿಸ್ಥಿತಿ ಹೇಳು" ಎನ್ನುವ ಮೂಲಕ ಕರ್ತವ್ಯಗಳನ್ನು ನೆನಪಿಸುತ್ತಾರೆ. ತಂದೆಯ ಯೋಗಕ್ಷೇಮ ವಿಚಾರಿಸುತ್ತಾರೆ.

"ಗಾಂಧಿಯಿಂದಲೇ ಹಾಳಾದದ್ದು ಇಂಡಿಯಾ" ಎಂಬ ಸಿನಿಕ ಮಾತುಗಳು "ಒಂದರ್ಥದಲ್ಲಿ ಅವರಂದದ್ದೇ ನಿಜವಾಯ್ತು" ಎನ್ನುವ ಬಾಪು ನಂತರದ ಭಾರತದ ಸ್ಥಿತಿಗತಿಗಳಿಗೆ ಕನ್ನಡಿ ಹಿಡಿಯುತ್ತವೆ. ಮುಂದಿನ ಸಂಭಾಷಣೆ ಕಾವ್ಯಕೃಷಿ, ಖುಷಿ ಕಾವ್ಯಗಳತ್ತ ವಾಲುತ್ತದೆ. ಮಾತು ಕೃತಿ ಯಾವುದರಲ್ಲೂ ಸಿನಿಕತನ ಸಲ್ಲದು ಎಂಬ ಸಂದೇಶ ನೀಡಿ ಗಾಂಧೀಜಿ ಕನಸಿನಿಂದ ನಿರ್ಗಮಿಸುತ್ತಾರೆ. ಔಷಧಿಪಥ್ಯ ಮಾಡುವುದನ್ನು, ಬೇಗ ಚೇತರಿಸಿಕೊಳ್ಳಬೇಕಾದ ಆಗತ್ಯವನ್ನು ಖಡಾಖಂಡಿತವಾಗಿ ನೆನಪಿಸಿಯೇ ನಿರ್ಗಮಿಸುತ್ತಾರೆ. ನಿರ್ಗಮಿಸುವಾಗ ತಮ್ಮ ಟೀಕಾಕಾರರನ್ನು ಮರೆಯುವುದಿಲ್ಲ. "ಮನೆಯಲ್ಲಿ ಎಲ್ಲರನ್ನೂ ಕೇಳಿದೆನೆಂದು ಹೇಳು, ಮುಖ್ಯವಾಗಿ ನಿನ್ನ ತಂದೆಗೆ".

ಹೀಗೆ, ವೈಯಕ್ತಿಕ ನೆಲೆಯಿಂದ ಗಾಂಧಿ ಮೌಲ್ಯಗಳ ಕನವರಿಕೆ ಧಾಟಿಯಲ್ಲಿ ಆರಂಭವಾಗುವ ಕವನ ಬರಬರುತ್ತಾ ಸಾಂಕೇತಿಕತೆ ಪಡೆದುಕೊಂಡು ಓದುಗರನ್ನು ದೇಶದ ದಡಕ್ಕೆ ತಂದು ಮುಟ್ಟಿಸುತ್ತದೆ. ಗಾಂಧಿ ಕನಸಿನ ಹಳವಂಡವಷ್ಟೆ ಆಗಿಬಿಟ್ಟರೆ....? ಹಳವಂಡ ಪದದ ಅರ್ಥವ್ಯಾಪ್ತಿ ಸೀಮಿತವಾದುದಲ್ಲ. ಎಂದೇ ಬೇರೆಬೇರೆ ಆಯಾಮ ಗಳಲ್ಲೂ 'ನನ್ನ ಗಾಂಧಿ' ಓದು ಸಾಧ್ಯ. ಕವನವೊಂದರ ಹಲವು ಸಾಧ್ಯತೆಗಳು ಅದರ ಸಾರ್ಥಕತೆಯ ದಿಕ್ಸೂಚಿ ಎಂದು ಹೇಳಲು ಸಂತೋಷವಾಗುತ್ತದೆ.

–ಜಿ.ಎನ್. ರಂಗನಾಥರಾವ್

ಎಡೆ

ಎತ್ತರೆತ್ತರದ
ಬಾನ ಬಿತ್ತರದ ವಿಮಾನ
ಗರುಡನಿಗೆ
ಮನೆಯಲ್ಲಿ ಎಡೆಯಿಲ್ಲ.

ಗಿರಿ ಮರಡಿಯಲ್ಲಿ
ಗರಿ ಬಿಚ್ಚಿ ಕುಣಿಯುವ ಸೋಗೆ
ನವಿಲಿಗೆ
ಮನೆಯಲ್ಲಿ ಎಡೆಯಿಲ್ಲ.

ಕೊಳದಲ್ಲಿ ಬಿಳಿಕಮಲ
ಬ್ಯಾಲೆಯಾಡುವ ಬಾಲೆ
ಹಂಸಕ್ಕೆ
ಮನೆಯಲ್ಲಿ ಎಡೆಯಿಲ್ಲ.

ಚಿಗಿತ ಮಾಮರದಲ್ಲಿ
ಸ್ವಗತ ಗಾನದ ಮುಖೇಡಿ
ಕೋಗಿಲೆಗೆ
ಮನೆಯಲ್ಲಿ ಎಡೆಯಿಲ್ಲ.

ಓಲೆ ಹೊತ್ತೊಯ್ದು
ಮಾರೋಲೆ ತಪ್ಪದೆ ತರುವ
ಪಾರಿವಾಳಕ್ಕೆ
ಮನೆಯಲ್ಲಿ ಎಡೆಯಿಲ್ಲ.

ಕಲಿಸಿದ್ದ ಕಲಿವ
ಮಾರುಲಿವ ಗಿಳಿರಾಮನಿಗೆ

ಪಂಜರದಲ್ಲಷ್ಟೇ,
ಮನೆಯಲ್ಲಿ ಎಡೆಯಿಲ್ಲ.

ಪುಟ ಪುಟನೆ ಪುಟಿವ
ಪುರ್ರೆಂದು ಹಾರುವ ಪುಟಾಣಿ
ಗುಬ್ಬಿಗಷ್ಟೇ
ಮನೆಯಲ್ಲಿ ಎಡೆ
ಎಲ್ಲಾ ಕಡೆ.

ಬಾ ನನ್ನ ಗುಬ್ಬಚ್ಚಿ
ಕೋ ಅಕ್ಕಿ ಕಾಳು
ಮನೆ ಮನೆ ಸಮಾಚಾರ
ಈ ಕವಿಗೆ ಹೇಳು.

ಎಡೆ

'ನವಿಲು ಮತ್ತು ಮುಳ್ಳುಹಂದಿ' ಕವಿತೆಯಂತೆ 'ಎಡೆ'ಯೂ ಒಂದು ಪ್ರತಿಮಾತ್ಮಕವಾದ ಅರ್ಥಗರ್ಭಿತ ಕವನ. 'ನವಿಲು...' ಕವಿತೆಯಲ್ಲಿ ನವಿಲು ಮತ್ತು ಮುಳ್ಳುಹಂದಿ ಪ್ರತಿಮೆಗಳನ್ನು ಪಕ್ಕಪಕ್ಕ ಇರಿಸಿ ಅವುಗಳ ಆಕರ್ಷಣೆ ಮತ್ತು ವಿಕರ್ಷಣೆ ಗಳನ್ನು ಬಿಂಬಿಸುತ್ತಲೇ ಸೌಂದರ್ಯ ಮತ್ತು ಶಕ್ತಿ ಇವರೆಡರ ಸಂಯೋಗದ ಸಾಧ್ಯತೆಯನ್ನು ಸೂಚಿಸಿ ಕವಿ ಹೊಸದೊಂದಕ್ಕೆ ಕೈ ಚಾಚುತ್ತಾರೆ. 'ಎಡೆ' ನಮ್ಮ ಸುತ್ತಲ ಪ್ರಕೃತಿ ಮತ್ತು ಪರಿಸರಗಳಲ್ಲಿನ ಪಕ್ಷಿಗಳನ್ನು ಕುರಿತ ಹೇಳಿಕೆಯ ಧಾಟಿಯ ಕವಿತೆ. ನೀಲ ಗಗನದಲ್ಲಿ ಚಿತ್ತಾರ ಬರೆದಂತೆ ಹಾರುವ ಹಕ್ಕಿಗಳಂತೆಯೇ ಇಲ್ಲೂ ಪಕ್ಷಿಗಳು ಸಾಲುಗಟ್ಟಿ ಒಂದಾದ ನಂತರ ಒಂದು ನಮ್ಮ ಕಣ್ಣಮುಂದೆ ರೆಕ್ಕೆ ಬಿಚ್ಚಿ ಫಡಫಡಿಸುತ್ತವೆ. ಹಾರುತ್ತಲೇ ಇರುತ್ತವೆ. ಏಕೆಂದರೆ ಅವುಗಳಿಗೆ ಎಡೆಯಿಲ್ಲ. ಇದಿಷ್ಟು ವಾಚ್ಯಾರ್ಥದ ಸರಹದ್ದಿನೊಳಗಣ ಅರ್ಥ. ಎಂಟು ಪದ್ಯಗಳ ಈ ಕವಿತೆಯಲ್ಲಿ ನಾಲ್ಕು ಪದ್ಯಗಳು ಎಡೆಯಿಲ್ಲ ಎಂಬ ಚರಣದಿಂದ ಮುಕ್ತಾಯಗೊಳ್ಳುತ್ತವೆ. ಹೀಗಾಗಿ ಏಕೆ ಎಡೆಯಿಲ್ಲ ಎಂದು ಕೇಳುವಂತಾಗುತ್ತದೆ

ಎಡೆ ಎನ್ನುವುದಕ್ಕೆ ತಾವು, ಸ್ಥಳ, ಜಾಗ ಈ ಅರ್ಥಗಳ ಜೊತೆಗೆ ಅವಕಾಶ ನೆಲೆ ಎಂಬ ಅರ್ಥಗಳೂ ಇವೆ. ನಮ್ಮ ವರ್ತಮಾನದ ಬದುಕಿನಲ್ಲಿ ಹಲವು ಹನ್ನೊಂದು ಪರಂಪರಾನುಗತ ಜೀವನಮೌಲ್ಯಗಳಿಗೆ ಎಡೆಯಿಲ್ಲದಂತಾಗಿರುವ ಅತಂತ್ರ ಸ್ಥಿತಿಯ ಧ್ವನಿಯೂ ಅಚಾನಕ್ಕಾಗಿ 'ಎಡೆ'ಗೆ ಪ್ರಾಪ್ತವಾಗುತ್ತದೆ. ಇಲ್ಲಿ ಕವಿ ಚಿತ್ರಿಸುವ ಹಕ್ಕಿಗಳು ವಸ್ತು ಪ್ರತೀಕಗಳು.ಗರುಡ, ನವಿಲು, ಹಂಸ, ಕೋಗಿಲೆ, ಪಾರಿವಾಳ ಗಿಳಿ ಈ ಎಲ್ಲ ಪಕ್ಷಿಗಳೂ ಆರ್ಷೇಯವಾದ ಕೆಲವು ಜೀವನ ಮೌಲ್ಯಗಳ ಸಂಕೇತಗಳು. ಮಾನವನ ಬದುಕನ್ನು ಹಸನುಗೊಳಿಸುವ ಆದರ್ಶಪ್ರಾಯವಾದ ಈ ಜೀವನ ಮೌಲ್ಯಗಳಿಗೆ ಇಂದಿನ ಬದುಕಲ್ಲಿ ಏಕೆ ಎಡೆಯಿಲ್ಲ ಎನ್ನುವುದೇ ಕವಿತೆಯ ಕೇಂದ್ರ. ವಸ್ತು ಪ್ರತಿರೂಪ ಗಳಾಗಿ ಪಕ್ಷಿಗಳನ್ನು ಚಿತ್ರಿಸುವ ಮೂಲಕ ಕವಿ ಈ ಪ್ರಶ್ನೆಯನ್ನೊಡ್ಡುತ್ತಾರೆ. 'ಪುಟಪುಟನೆ ಪುಟಿವ, ಪುರ್‍ರೆಂದು ಹಾರುವ ಗುಬ್ಬಿಗಷ್ಟೆ ಮನೆಯಲ್ಲಿ ಎಡೆ'–ಇದು ಆಶ್ಚರ್ಯರಾಗಿ ಕವಿ ಕಂಡುಕೊಳ್ಳುವ ಸತ್ಯ. ಪುಟ್ಟ ಹಕ್ಕಿ ಗುಬ್ಬಚ್ಚಿಯನ್ನು 'ಮನೆಮನೆ ಸಮಾಚಾರ ತಿಳಿಸುವ ವಾರ್ತಾದೂತನಾಗು ಬಾ ಎಂದು ಆವಾಹನೆ ಮಾಡುವುದರೊಂದಿಗೆ ಕವಿತೆ ಮುಗಿಯುತ್ತದೆ. ಈ ಧಿಡೀರ್ ಸತ್ಯದರ್ಶನ ಮಹತ್ತರವಾದುದಕ್ಕೆ ಕೈಚಾಚಿ ಅದು

ಸಿಗದೆ ಕನಿಷ್ಠತೇಜನಾಗಿಯೇ ಧನ್ಯತೆ ಕಾಣುವುದರ ಸೂಚನೆಯೂ ಇದ್ದೀತು. ಓ.ಎಲ್ ನಾಗಭೂಷಣಸ್ವಾಮಿ ಹೇಳುವಂತೆ "ಯಾರ ಮನೆಗಾದರೂ ಪ್ರವೇಶಿಸಬಲ್ಲ ಪುಟ್ಟ ಹಕ್ಕಿ, ಚಿರಪರಿಚಿತ ಅನ್ನಿಸುವ ಚಿಲಿಪಿಲಿ."ಯಾಗುವ ಸೀಮಿತ ಯಶಸ್ಸಿನಲ್ಲೇ ಕವಿ ತೃಪ್ತನೇ? ಗಂಭೀರವಾದ 'ಎಡೆ'ಇಲ್ಲದ ಪ್ರಶ್ನೆಯನ್ನೆತ್ತುವ ಕವಿತೆ ಹಟಾತ್ತನೆ ಗುಬ್ಬಿಗೆ ಮಾತ್ರ ಎಡೆಯಿದೆ ಎನ್ನುವ ಮೂಲಕ ಏನನ್ನು ಹೇಳಬಯಸುತ್ತದೆ ಎಂಬುದು ರಸಿಕರಿಗೆ ಬಿಟ್ಟದ್ದು.

–ಜಿ.ಎನ್. ರಂಗನಾಥರಾವ್

ಗೆಲಿಲಿಯೊ

ನಾನಲ್ಲ ಶಿಲುಬೆಗೇರಿದ ದಿವ್ಯ ಪುರುಷ,
ವಿಷ ಕುಡಿದ ಕೆಚ್ಚೆದೆಯ ಧೀರ;
ನಾನಲ್ಲ ಕರ್ಪೂರದಂತುರಿದ ಸಂತ,
ಬಿಚ್ಚುಗತ್ತಿಯ ಬಂಡುಕೋರ.

ನಾನೊಬ್ಬ ಸಾಮಾನ್ಯ ಗಣಿತಶಾಸ್ತ್ರಜ್ಞ,
ಬಾಂದಳದ ಸಂಶೋಧಕ;
ದೂರದರ್ಶಕದಿಂದ ಕೊಂಚ ತಲೆತಿರುಕ,
ಆದರೂ ಅಂಜುಬುರುಕ.

ಚಿತ್ರಹಿಂಸೆ, ಮರಣದಂಡನೆ ಎಂದದ್ದೇ
ತತ್ತರಿಸಿದೆ ಭೀತಿಗೊಂಡು;
ಒಪ್ಪಿಕೊಂಡುಬಿಟ್ಟೆ ಸಾರ್ವಜನಿಕವಾಗಿ
ಸುಳ್ಳನ್ನೇ ಸತ್ಯವೆಂದು.

ಮೂರ್ಖರ ಸಂತೆಯಲ್ಲಿ ಸತ್ಯ ಪ್ರತಿಪಾದನೆ
ಕಣಜಗಳ ಕೆಣಕಿದಂತೆ;
ನನ್ನ ಬಲಿದಾನಕ್ಕೆ ಈ ಕಾಲ ಈ ದೇಶ
ತಕ್ಕದ್ದಲ್ಲ, ಎಂದುಕೊಂಡೆ.

ನನಗೆ ಬೇಕಿತ್ತು ನನ್ನ ಏಕಾಂತ, ಅಧ್ಯಯನ,
ದೂರದರ್ಶಕ, ಇರುಳ ಗಗನ;
ನಾ ಬದುಕಬೇಕಿತ್ತು ಇನ್ನಷ್ಟು ಸ್ಪಷ್ಟವಾಗಿ
ತಿಳಿಯಲು ಖಗೋಳವನ್ನ.

ನನಗೆ ಗೊತ್ತಿದೆ: ನನ್ನ ಹೇಡಿತನದಿಂದ
ಆಯ್ತು ಸತ್ಯಕ್ಕೆ ಅಪಚಾರ,

ವಿಳಂಬಗೊಂಡಿತು ವಿಜ್ಞಾನದ ಪ್ರಗತಿ
ಬಲಗೊಂಡು ಮತ್ತೆ ಅವಿಚಾರ.

ಆದರೆ ಇದಂತೂ ನಿಜ: ಸುಳ್ಳಿಂದ ಉಳಿದರೂ
ಸ್ವಾರ್ಥಕ್ಕಲ್ಲ ನನ್ನ ಬದುಕು;
ನಿಜದ ಶೋಧನೆಗೆ ಪ್ರತಿಪಾದನೆಗೆ ಪ್ರತಿಕ್ಷಣ
ಆಗಿದೆ ಈ ಬಾಳು ಮುಡಿಪು.

ಗುಟ್ಟಾಗಿ ಬರೆದಿಟ್ಟ ನನ್ನ ಗ್ರಂಥಗಳೆಲ್ಲ
ಹೋಗಿವೆ ಈ ಗಡಿ ದಾಟಿ ವಲಸೆ;
ವೃದ್ಧಿಯಾಗಿ ವಿವೇಕ, ಸುಳ್ಳನ್ನಿಕ್ಕಿಮೆಟ್ಟಿ, ನಿಜ
ಗೆದ್ದೀತು ಇಂದಲ್ಲ ನಾಳೆ.

ನಾನೀಗ ಮುದುಕ, ಹೊರಗಣ್ಣು ಕುರುಡಾದರೂ
ಒಳಗಣ್ಣ ತೆರೆಯ ಮೇಲೆ,
ಬೆಳಗುತ್ತಿದೆ ನಾನು ಕಂಡ ಹೊಸ ಬ್ರಹ್ಮಾಂಡ;
ಸಾಕು ನನಗೀ ಧನ್ಯತೆ.

ಗೆಲಿಲಿಯೊ

ಲಕ್ಷ್ಮಣರಾವ್ ಅವರ ಕಾವ್ಯ ಆದರ್ಶಗಳ ಆಮಿಷವನ್ನು ನಮ್ಮ ಮುಂದೆ ಹರಡುವುದಿಲ್ಲ. ಹಿಮಗಿರಿಯ ತಡಿಯ ಆಸೆ ಹೊತ್ತು ಅದಕ್ಕಾಗಿ ತೀವ್ರ ಹಂಬಲದಿಂದ ಧಗಧಗಿಸಿ, ಕೊನೆಗೆ ಹಿಮಗಿರಿಯ ರೈಲನ್ನು ತಪ್ಪಿಸಿಕೊಂಡು ನಿರಾಸೆಯಿಂದ ಅತ್ತು, ಅನುಕಂಪಕ್ಕೋ ಅಥವಾ ಲೇವಡಿಗೋ ಒಳಗಾಗುವ ಆದರ್ಶದ ರೂಪಕ ಲಕ್ಷ್ಮಣರಾವ್ ಅವರ ಕಾವ್ಯಕ್ಕೆ ಹೊರತಾದುದು. ಹಾಗೆಂದರೆ, ಗೊಮ್ಮಟನಂತಹ ರೂಪಕಗಳು ಇವರ ಕಾವ್ಯಕ್ಕೆ ಸಂಪೂರ್ಣವಾಗಿ ಹೊರತಾದವುಗಳು ಎಂತಲ್ಲ. ಅವರ ಕಾವ್ಯದಲ್ಲಿ ಗೊಮ್ಮಟ ಮತ್ತು ಅವನ ಭೂಮತೆ ಬರುವುದು ಸಾಮಾನ್ಯನೊಬ್ಬನ ಕಣ್ಣೋಟಕ್ಕೆ ಒಳಪಟ್ಟುಕೊಂಡೇ. ದೀರ್ಘದೇಹಿಯಾದ ಗಲಿವರನ್ನು ತೀವ್ರವಾಗಿ ಆರಾಧಿಸುವ 'ಲಿಲಿಪುಟ್ಟಿಯ ಹಂಬಲ'ದ ಕಥನದಂತೆಯೇ ಗೊಮ್ಮಟನ ಭೂಮತ್ವವೂ ಸಾಮಾನ್ಯನ ಭಕ್ತಿಯ ನೋಟದಂತೆ ಇವರ ಕಾವ್ಯದಲ್ಲಿ ಫಲಿಸಬಹುದು. ಈ ಆರಾಧನೆ – ಭಕ್ತಿಗಳ ನೋಟಕರಿಗೆ ಅವರದೇ ಆದ, ತಮ್ಮ ನೋಟಕ್ಕೆ ಬದ್ಧವಾದ, ಭೂಮತ್ವಕ್ಕೆ ಹೊರತಾದ, ಸ್ವತಂತ್ರ ಅಸ್ತಿತ್ವ ಇರುತ್ತದೆ. ಅವರ ಬದುಕು ಅವರದು. ವಿಮರ್ಶಕರು 'ಮಂಡೇನ್' ಎಂದು ಯಾವುದನ್ನು ನಿಕೃಷ್ಟವಾಗಿ ಕಾಣುತ್ತಾರಲ್ಲ, ಅದು ಲಕ್ಷ್ಣರಾವ್ ಅವರಿಗೆ ನಿಕೃಷ್ಟವಾದದ್ದು ಅಲ್ಲ. ಅದು ಅವರಿಗೆ ಬದುಕಿನ ಸತ್ಯ – ಸಹಜ ಅಸ್ಮಿತೆ– ಅಸ್ತಿತ್ವ. ಇವರ ಕಾವ್ಯದಲ್ಲಿ ಸಾಮಾನ್ಯವೇ ಬದುಕುವುದು, ಸಾಮಾನ್ಯವೇ ಬೆಳೆದು ವಿಕಾಸ ಹೊಂದುವುದು; ಸಾಮಾನ್ಯವಿಲ್ಲದೆ ಭೂಮವಿಲ್ಲ, ಭವ್ಯತೆಯಿಲ್ಲ!

ಲಕ್ಷ್ಮಣರಾವ್ ಅವರ ಇಂಥ ಕಾವ್ಯ ದೃಷ್ಟಿಯು ಗೆಲಿಲಿಯೊನನ್ನು ಇಲ್ಲಿ ಕಂಡರಿಸಿದೆ. 'ಗೆಲಿಲಿಯೊ' ಬ್ರೆಕ್ಟ್‌ನ 'ಹೈಮ್ಮೆಮೆಟಿಕ್' ನೋಟದಲ್ಲಿ ಒಬ್ಬ ದುರಂತ ನಾಯಕನಂತೆ ಕಾಣುತ್ತಾನೆ. ಅವನ 'ಗೆಲಿಲಿಯೊ' ನಾಟಕದ ಗಮನಕೇಂದ್ರ ಇರುವುದು, ಗೆಲಿಲಿಯೊನ ಸುತ್ತಮುತ್ತಲಿನ ಸಮಾಜೊ–ಧಾರ್ಮಿಕ, ರಾಜಕೀಯ ವಾತಾವರಣದ ಮೇಲೆ. ಈ ನಾಟಕದಲ್ಲಿ ಗೆಲಿಲಿಯೊ ಒಂದು ಸ್ಟಾಟಿಕ್ (ಚಲನರಹಿತ) ರೂಪಕವಾಗುತ್ತಾನೆ. ಆದರೆ ಲಕ್ಷ್ಮಣರಾವ್ ಅವರ 'ಗೆಲಿಲಿಯೊ' ಕವಿತೆಯಲ್ಲಿ ಗೆಲಿಲಿಯೊ ಒಬ್ಬ ನಮ್ಮ ನಿಮ್ಮಂತೆ ಬದುಕು ಮಾಡಿಕೊಂಡಿರುವ ಒಬ್ಬ ಸಾಮಾನ್ಯ, ಆದರೆ ಪ್ರತಿಭಾನ್ವಿತನಾದ ವ್ಯಕ್ತಿ. ಇಂಥ ವ್ಯಕ್ತಿ ಯಾವುದೋ, ತನ್ನ ಸಾವಿನಿಂದಲೂ ಸಾಧನೆಗೊಳ್ಳದ, ಆದರ್ಶಕ್ಕಾಗಿ, ತನ್ನ ಬದುಕನ್ನು ಬಲಿಕೊಡಬೇಕೇ ಎನ್ನುವ ಜ್ವಲಂತ ಪ್ರಶ್ನೆಯನ್ನು ಈ ಕವಿತೆ ನಮ್ಮ ಮುಂದಿಡುತ್ತದೆ.

ಕವಿತೆಯಲ್ಲಿ ಒಂದುಕಡೆ ಗೆಲಿಲಿಯೊ ತನ್ನದು ಹೇಡಿತನ ಎಂದು ತನ್ನನ್ನು ತಾನು ಜರಿದುಕೊಳ್ಳುತ್ತಾನೆ. ಆದರೆ ಅವನು ಅದಾಗಲೇ ಖಗೋಳ ಕುರಿತಾದ ತನ್ನ ಬರೆಹಗಳನ್ನೆಲ್ಲ, ತನ್ನ ದೇಶದಾಚೆಯ ವಿಶ್ವಕ್ಕೆ ದಾಟಿಸಿಬಿಟ್ಟಿರುವುದರಿಂದ, ತನ್ನ ಕೆಲಸವನ್ನು ಸಾಧಿಸಿದಂತಾಗಿದೆ. ಹೀಗಿರುವಾಗ, ಆದರ್ಶಕ್ಕಾಗಿ ತನ್ನ ಜೀವವನ್ನು ತ್ಯಾಗ ಮಾಡಿದ ಎನ್ನುವ ಧೀರೋದಾತ್ತತೆಯ ನಿಲುವಿಗೆ ಸಲ್ಲಲು ಸಾಯಲು ಒಪ್ಪಬೇಕಿತ್ತೇ ಎನ್ನಿಸುತ್ತದೆ.

ಲಕ್ಷ್ಮಣರಾವ್ ಅವರಿಗೆ ಗೆಲಿಲಿಯೊ ಕುರಿತಂತೆ ಹೇಳಲು ಇನ್ನೆರಡು ರೀತಿಯ ಅವಕಾಶಗಳಿದ್ದವು. ಒಂದು: ಆಗಲೇ ಹೇಳಿದ, ಬ್ರೆಕ್ಟ್ ಹೂಡಿಕೊಂಡಂತೆ ಗೆಲಿಲಿಯೊನನ್ನು ದುರಂತ ನಾಯಕನನ್ನಾಗಿಸಿ ಅವನ ಸುತ್ತಲಿನ ರಾಜಕೀಯ ಸಮಾಜೊ-ಧಾರ್ಮಿಕ ಆವರಣವನ್ನು ತೀವ್ರ ಟೀಕೆಗೆ ಒಡ್ಡುವುದು. ಮತ್ತು ಇನ್ನೊಂದು ರೀತಿ: ಗೆಲಿಲಿಯೊನನ್ನು ಅಪ್ರಾಮಾಣಿಕ ಜೀವಿ ಎಂತೆನ್ನುವ ರೀತಿಯ ತೀವ್ರ ಟೀಕೆಗೆ ಒಡ್ಡುವುದು. ಕನ್ನಡದಲ್ಲಿ ಎರಡನೆಯ ರೀತಿಯಲ್ಲಿ ಸಾಕಷ್ಟು ಹಿಪಾಕ್ರಸಿಯ ಕಾವ್ಯ ಬಂದಿದೆ. ಆದರೆ ಲಕ್ಷ್ಮಣರಾವ್ ಈ ಎರಡೂ ರೀತಿಯನ್ನು ನಿರಾಕರಿಸಿ, ಗೆಲಿಲಿಯೊನ ಸಾಮಾನ್ಯತೆಯನ್ನು ಎತ್ತಿಹಿಡಿಯುತ್ತ ತಮ್ಮ ಪ್ರಾಮಾಣಿಕತೆಯನ್ನು ಮೆರೆದಿದ್ದಾರೆ.

–ರಾಘವೇಂದ್ರ ಪಾಟೀಲ

ಬಿಡುಗಡೆ

ಈಜಿಪ್ಟಿನ ನರಪಿಶಾಚಿ ಫೇರೊ ವಿರುದ್ಧ
ಮೋಸೆಸ್ ಹೋರಾಡಿದ
ಪಟ್ಟು ಹಿಡಿದು;
ಗಳಿಸಿಕೊಟ್ಟ ತನ್ನ ಬಡಪಾಯಿ ಜನರಿಗೆ
ಜೀತದಿಂದ ಬಿಡುಗಡೆ,
ಜನ ಅಡ್ಡ ಬಿದ್ದರು.

'ಬನ್ನಿ, ಹೋಗೋಣ ಈ ನರಕದಿಂದ ದೂರ
ನಮ್ಮ ದೇವರು ತೋರುವ ತಾಣಕ್ಕೆ,
ನಮ್ಮದೇ ಸಾಮ್ರಾಜ್ಯ ನಿರ್ಮಾಣಕ್ಕೆ' ಎಂದ.
ಜನ ಜೈಜೈ ಎನ್ನುತ್ತ
ಹಿಂಬಾಲಿಸಿದರು.

ಬಂತು ಬೆನ್ನಟ್ಟಿ ಶತ್ರು ಸೈನ್ಯ,
ಎದುರಿಗೋ ಕುದಿವ ಕಡಲು;
ಮುನ್ನಡೆದ ಮೋಸೆಸ್ ನಿರ್ಭೀತಿಯಿಂದ
ಕಡಲಾಯ್ತು ಎರಡು ಹೋಳು.
ದಂಗಾದ ಜನ
"ಆಹಾ, ಪವಾಡ!" ಎಂದರು.

ಮುಂದೆ ಕಾದಿತ್ತು ನಡೆದಷ್ಟೂ ಮರುಭೂಮಿ
ಬಾಯಾರಿ ಬಳಲಿದ ಜನ
'ಈಜಿಪ್ಟೇ ವಾಸಿ, ಹಿಂತಿರುಗೋಣ' ಎಂದರು
ಉತ್ಸಾಹ ಆವಿಯಾಗಿ.
ಮೋಸೆಸ್ ತನ್ನ ದಂಡದಿಂದ ಒಂದು ಬಂಡೆಗೆ ಬಡಿದ
ಸಿಹಿ ನೀರು ಚಿಮ್ಮಿತು.

ಇನ್ನಷ್ಟು ಮುಂದೆ
ತಂದಿದ್ದ ಆಹಾರ ತಿಂದು ಮುಗಿದು
ಹಸಿದು ಕಂಗಾಲಾದ ಮಂದಿ
'ಈಜಿಪ್ಟೇ ವಾಸಿ, ಹಿಂತಿರುಗೋಣ' ಎಂದರು.
ಮೋಸೆಸ್ ಕಣ್ಣು ಮುಚ್ಚಿ
ದೇವರಿಗೆ ಸಲ್ಲಿಸಿದ ತನ್ನ ಮನವಿ.
ಅನ್ನ ಬಂತು.

ಈಗ
ಆರಾಮ ತಿಂದುಂಡ ಸೋಮಾರಿ ಮಂದಿ
ತಲೆಗೊಂದು ಥರವಾದರು.
ಮೋಸೆಸ್ ದೇವರ ಹತ್ತು ಕಟ್ಟಾಜ್ಞೆ ತಂದ
ಕಲ್ಲು ಹಲಗೆಗಳಲ್ಲಿ
ಬೆಟ್ಟದಿಂದ.
ಜನ ಧಿಕ್ಕರಿಸಿದರು.

ಶರಣಾದರು
ಮತ್ತೆ ಹಳೆಯ ದೇವರುಗಳಿಗೆ,
ಶುರು ಹಚ್ಚಿದರು
ಮೂರ್ತಿ ಪೂಜೆ,
ಮುಖಂಡನ ಬದಲಾವಣೆಗೆ
ಒಳಗೊಳಗೇ ಹುನ್ನಾರ,
ಮೋಸೆಸ್ ಖಿನ್ನನಾದ.

ಆದರೂ
ಛಲಬಿಡದೆ ಹುಡುಕಿದ
ಸೂಕ್ತ ಸ್ಥಳ:
ಎರೆಮಣ್ಣು ನೆಲವಿತ್ತು;
ಜೊತೆಗೆ ನದಿ ಜಲವಿತ್ತು;

'ಇಲ್ಲಿ ನೆಲೆಸೋಣ
ದುಡಿಯೋಣ
ಕಟ್ಟೋಣ ನಮ್ಮ ಹೊಸ ನಾಡು' ಎಂದ.
ಜನ ನಕ್ಕರು.

'ನಿನಗೇನು ಕುರುಡೆ?
ಇಲ್ಲಿ ಈಗಾಗಲೇ ಬೀಡು ಬಿಟ್ಟಿದ್ದಾರೆ
ನಮಗಿಂತ ಬಲಶಾಲಿ ಮಂದಿ,
ಹಿಡಿದು ಸದೆ ಬಡಿದಾರು,
ಈಜಿಪ್ಟೇ ವಾಸಿ, ಹಿಂತಿರುಗೋಣ' ಎಂದರು.
ಗಂಟು ಮೂಟೆ ಕಟ್ಟಿ.

ಹೀಗೆಂದ ಮೋಸೆಸ್
ಕಡೆಗೆ
ಕೈಚೆಲ್ಲಿ:
'ನಿಮ್ಮ ಬಿಡುಗಡೆ
ಇನ್ನು
ನಿಮ್ಮ ಕೈಯಲ್ಲಿ'.

ಬಿಡುಗಡೆ

ಸಾಮಾನ್ಯ ಜನ ಮತ್ತು ಅವರ ಜೀವನವನ್ನು ಕಾವ್ಯದ ಕೇವಲ ಅಥವಾ ಮುಖ್ಯ ವಸ್ತುವಾಗಿ ಸ್ವೀಕರಿಸುವ ಕವಿ ಆ ಜನಸಾಮಾನ್ಯರನ್ನು ಬರೀ ವೈಭವಿಸುವ ಅಥವಾ ವಿಜೃಂಭಿಸುವ ಕ್ರಿಯೆಯಲ್ಲಿ ತೊಡಗುತ್ತಾನೆ ಎಂದು ಭಾವಿಸಬೇಕಾಗಿಲ್ಲ. ಅವರೊಂದಿಗೆ ಜೀವಂತಿಕೆಯ ಯಾವೆಲ್ಲ ರೀತಿಯ ಮಾನುಷ – ಭಾವುಕ, ಬೌದ್ಧಿಕ ಸಂಬಂಧಗಳು ಇವೆಯೋ, ಕವಿ ಅವೆಲ್ಲವುಗಳನ್ನು ತನ್ನ ಕಾವ್ಯ ವಸ್ತುವಿನ ಬಗೆಗೆ ತೋರುತ್ತಾನೆ. 'ಬಿಡುಗಡೆ' ಲಕ್ಷ್ಮಣರಾವ್ ತಮ್ಮ ಕಾವ್ಯದ ಪ್ರಧಾನ ವಸ್ತುವಾದ ಸಾಮಾನ್ಯರೆಂಬ ಈ ಜನದ ಬಗೆಗೆ ತಾಳುವ ಸಿಟ್ಟು, ಕನಿಕರಗಳ ಸಮ್ಮಿಶ್ರವನ್ನು ತೋರುತ್ತದೆ.

ಈಜಿಪ್ತಿನ ಬಡ ಜನತೆ ಅತ್ಯಂತ ಕ್ರೂರನಾದ ಫೆರೋನ ದಬ್ಬಾಳಿಕೆಯ ಆಳ್ವಿಕೆಗೆ ಸಿಕ್ಕಿ, ಗುಲಾಮಗಿರಿಗೆ ಈಡಾದವರು. ಆಗ ಮೋಸೆಸ್ ಫೆರೋನೊಂದಿಗೆ ಹೋರಾಡಿ ಈ ದಮನಿತರನ್ನು ವಿಮೋಚನೆಗೊಳಿಸುತ್ತಾನೆ. ಅವರಿಗೆ ಶಾಶ್ವತವಾದ ಸ್ವಾತಂತ್ರ್ಯದ ಉಸಿರು ದೊರಕಿಸಲು ಮೋಸೆಸ್ ಅವರನ್ನು ಬೇರೆಡೆಗೆ ಕರೆದೊಯ್ಯುತ್ತಾನೆ. ಆ ದಮನಿತ ಸಾಮಾನ್ಯ ಜನರನ್ನು ಕಾಪಾಡಲು ಮೋಸೆಸ್ ಮೂರು ಬಾರಿ ಪವಾಡವನ್ನು ನಡೆಸುತ್ತಾನೆ. ಅವರ ವಲಸೆಗೆ ಕಡಲು ಸೀಳಿಕೊಂಡು ದಾರಿ ಬಿಡುವಂತೆ ಮಾಡಿದ್ದು; ಕಲ್ಲನ್ನು ದಂಡದಿಂದ ಹೊಡೆದು ಕುಡಿಯುವ ನೀರನ್ನು ದೊರಕಿಸಿದ್ದು ಮತ್ತು ದೇವರಿಂದ ಅನ್ನವನ್ನು ದೊರಕಿಸಿ ಕೊಟ್ಟದ್ದು. ಆದರೆ, ಶ್ರಮವಿಲ್ಲದೆ ಇವೆಲ್ಲವುಗಳನ್ನು ಪಡೆದ ಆ ಜನರು ಮೈಗಳ್ಳರಾದರು. ತಮಗೆ ಇಷ್ಟೆಲ್ಲವನ್ನು ದೊರಕಿಸಿ ಕೊಟ್ಟ ಮೋಸೆಸ್‌ನನ್ನೇ ಅವರು ನಿರಾಕರಿಸಿದರು. ಅವನ ಬಗೆಗೆ ದ್ರೋಹ ಚಿಂತನೆ ನಡೆಸುತ್ತ ತಮಗೆ ಹೊಸ ನಾಯಕನೊಬ್ಬನನ್ನು ಹುಡುಕುವುದಕ್ಕೂ ಉದ್ಯುಕ್ತರಾದರು. ಆಗ ಮೋಸೆಸ್ ಅಸಹಾಯಕನಾಗಿ, ಕೈಚಲ್ಲಿ, 'ನಿಮ್ಮ ಬಿಡುಗಡೆ ಇನ್ನು ನಿಮ್ಮ ಕೈಯಲ್ಲಿ' ಎಂದು ಅವರನ್ನು ಬೀಳ್ಕೊಡುತ್ತಾನೆ. ಜನ ಗಂಟು ಮೂಟೆ ಕಟ್ಟಿಕೊಂಡು ಪುನಃ ತಮ್ಮ ಶೋಷಣೆಯ ಹಳೆಯ ನೆಲೆಗೆ ಮರಳುತ್ತಾರೆ.

ನನ್ನದೊಂದು ಬಿಡಿಸಲಾಗದ ಪ್ರಮೇಯವಿದೆ : ಬುದ್ಧ ಬಂದ, ಬಸವ ಬಂದ, ಅನೇಕ ಸಂತರುಗಳು ಬಂದರು. ಆನಂತರ ರಾಮಕೃಷ್ಣ ಪರಮಹಂಸ, ವಿವೇಕಾನಂದ, ಮಹಾತ್ಮಾ ಗಾಂಧಿ, ಅಂಬೇಡ್ಕರ್..., ಪಶ್ಚಿಮದಲ್ಲಿ, ಕ್ರಿಸ್ತ, ಪೈಗಂಬರ್, ಮಾರ್ಟಿನ್ ಲೂಥರ್ ಕಿಂಗ್, ಅಬ್ರಹಾಂ ಲಿಂಕನ್...ಈ ಎಲ್ಲ ದೈವಿಕ ಜೀವಿಗಳು, ಸಮಾಜ

ಸುಧಾರಕರು ಬಂದು ಜನತೆಗೆ ಹೊಸ ತಿಳುವಳಿಕೆಗಳನ್ನು – ಶೋಷಣೆರಹಿತ, ಆರೋಗ್ಯಪೂರ್ಣ ಹೊಸ ಸಾಮಾಜಿಕ ಸಂಬಂಧಗಳ ವಿನ್ಯಾಸಗಳನ್ನು ಪ್ರಚುರ ಪಡಿಸಿದರು. ಆದರೆ, ಜನರ ಬದುಕು ಹಸನವಾಯಿತು ಎಂದು ಅವರು ನೆಮ್ಮದಿಯ ಉಸಿರು ಬಿಡುವಷ್ಟೊತ್ತಿಗೇ, ಜನ-ಸಮಾಜ ತಾನು ತಿಳಿದ ಹೊಸ ತತ್ವಗಳನ್ನು – ಹೊಸ ಸಂಬಂಧಗಳನ್ನು ಕಳಚಿ ಹಾಕಿ, ಹೊಸ ಸಾಮಾಜಿಕ ಸಂಬಂಧಗಳನ್ನು ತೊಡೆದುಕೊಂಡು ಮತ್ತೆ ಹಳೆಯ ಶೋಷಣೆಯ ವಿನ್ಯಾಸದತ್ತ ಧಾವಿಸಿದ್ದವು. ಲಕ್ಷ್ಮಣರಾವ್ ಅವರ 'ಬಿಡುಗಡೆ' ಪದ್ಯವು ಈ ಪ್ರಮೇಯದ ಇನ್ನೊಂದು ನಿರೂಪಣೆ ಅನ್ನಿಸುತ್ತದೆ. ಬಹುಶಃ ಸಮಾಜದ ಮೂಲ ಸ್ವರೂಪ, ಅದರ ಜಿನೋಟೈಪ್ ಇಂತಿರುತ್ತಿರಬೇಕು ಎನ್ನಿಸುತ್ತದೆ : ಒಂದಿಷ್ಟು ಜನ ಒದೆಯುವವರಿರಬೇಕು ಮತ್ತು ಇನ್ನೊಂದಿಷ್ಟು ಜನ ಒದೆಸಿಕೊಳ್ಳುವವರಿರಬೇಕು! ಅವನು ಒದೆಸಿಕೊಳ್ಳುವಾಗ ಇವನಿಗೆ ಮನರಂಜನೆ? ಇವನು ಒದೆಸಿಕೊಳ್ಳುವಾಗ ಅವನಿಗೆ ಮನರಂಜನೆ! ಇನ್ನು ಒದೆಯುವವನಿಗೆ ನಿತ್ಯ ಮನರಂಜನೆ. ಪಾಪ! ಮೋಸೆಸ್‌ನ ಪ್ರಯೋಗ ನಿರರ್ಥಕಗೊಳ್ಳುತ್ತದೆ.

ಬಿಡುಗಡೆ ಕವಿತೆ ತನಗೆ ಗೊತ್ತಿಲ್ಲದಂತೆಯೇ ಒಂದು ತೀವ್ರ ವಿಷಾದದ ಭಾವವನ್ನು ಕಟ್ಟಿ ನಿಲ್ಲಿಸುತ್ತದೆ.

–ರಾಘವೇಂದ್ರ ಪಾಟೀಲ

ಇವಳು ನದಿಯಲ್ಲ

ಇವಳು ನದಿಯಲ್ಲ:
ಕಣ್ಣೆದುರೆ ಪ್ರತಿ ಕ್ಷಣ
ಹೊಸ ನೀರು ಹೊಸ ವೇಷ ಹೊಸ ಪಾತ್ರ
ಹೊಸ ತುಳುಕು ಬಳುಕುಗಳ
ಬಿನ್ನಾಣಗಿತ್ತಿ ಇವಳಲ್ಲ,
ಇವಳು ನದಿಯಲ್ಲ.

ಬರಸೆಳೆದು ಬಿಗಿದಪ್ಪಿ
ತಿರುವಿ ಗಿರಗಿರ
ತಳಕ್ಕೆಳೆದು ಮುಳುಗಿಸುವ
ಒಳಸುಳಿಗಳಿಲ್ಲಿಲ್ಲ,
ಇವಳು ನದಿಯಲ್ಲ.

ಮಾತು ಮುರಿದರೆ ನನ್ನ ತೊರೆದು
ಸಂಬಂಧ ಹರಿದು
ಸರಿದು ಹೋಗುವ ಸರಿತೆ ಇವಳಲ್ಲ,
ಇವಳು ನದಿಯಲ್ಲ.

ಕಾಣದ ಕಡಲಿನ ಕಡೆಗೆ
ಚೆನ್ನಮಲ್ಲಿಕಾರ್ಜುನನ ಎಡೆಗೆ
ತುಡಿವ ಹಾತೊರೆವ ತೊರೆ ಇವಳಲ್ಲ,
ಇವಳು ನದಿಯಲ್ಲ.

* * *

ಇವಳೊಂದು ಪುಟ್ಟ ಕೊಳ:
ತನ್ನ ಹರವಿಗೆ
ದಕ್ಕಿದಷ್ಟು

ಸುತ್ತಲಿನ ಗಿಡ ಮರ ಬೆಟ್ಟ ಆಕಾಶ
ಹಗಲು ರವಿ ಮುಗಿಲು
ಇರುಳಲ್ಲಿ ಚಿಕ್ಕೆ ಚಂದ್ರಾಮರನು
ಮುಕ್ಕಾಗದಂತೆ ಪ್ರತಿಬಿಂಬಿಸುವ
ಕನ್ನಡಿ,
ಇವಳೊಂದು ಪುಟ್ಟ ಕೊಳ.

ಗೋಜುಗೋಜಲು ಬಳ್ಳಿನಾಳಗಳು
ಒಡಲಲ್ಲಿ;
ಗಾಯಗೊಳಿಸಿದ ಚೂಪು ಕಲ್ಲುಗಳು
ತಳದಲ್ಲಿ;
ನರುಗಂಪು ಸೂಸುತ್ತ ಅರಳಿದ ಕೆಂದಾವರೆ
ಮೇಲ್ಪದರದಲ್ಲಿ.
ಗಹನ, ಕಾಣಲು ಸರಳ,
ಇವಳೊಂದು ಪುಟ್ಟ ಕೊಳ.

ನಿರಾತಂಕದಿಂದ ನಾ ಈಜಾಡಲು,
ಮಕ್ಕಳುಮರಿ ದೋಣಿಯಲ್ಲಿ
ವಿಹಾರ ಮಾಡಲು,
ನಮ್ಮ ಹೂಹಣ್ಣು ತೋಟಕ್ಕೆ
ನೀರೂಡಲು,
ಸದಾ ಸಿದ್ಧ ಸಮೃದ್ಧ ಜೀವ ಜಲ,
ಇವಳೊಂದು ಪುಟ್ಟ ಕೊಳ.

ಇವಳು ನದಿಯಲ್ಲ

ಸಾಮಾನ್ಯತೆ ಯಾವಾಗಲೂ ಅತಿಗಳನ್ನು ನಿವಾರಿಸಿಕೊಂಡು, ಅವೆರಡರ ನಡುವಿನ ಹಿತವನ್ನು ಕಂಡುಕೊಳ್ಳತ್ತದೆ. 'ಇವಳು ನದಿಯಲ್ಲ' ಕವಿತೆಯ ಕಾವ್ಯ ನಾಯಕ ಇಂಥ ಹಿತಕರವಾದ ನಿರಾಳತೆಯನ್ನು ಸಂಭ್ರಮಿಸುತ್ತಾನೆ. ಈ ಕಾವ್ಯ ನಾಯಕ ಅಬ್ಬರ, ಏರು – ಇಳಿವುಗಳನ್ನು ಬಯಸುವವನಲ್ಲ. ಹರಿಯುತ್ತ ನಿತ್ಯ ಹೊಸತಾಗುವುದೂ ಇವನಿಗೆ ಬೇಕಿಲ್ಲ. ಹರಿವು ಆಕರ್ಷಕವಾದರೂ ದಾರಿಯಲ್ಲಿ ಎಲ್ಲಿ ಪ್ರಪಾತಗಳು ಬರುತ್ತವೆ, ಎಲ್ಲಿ ಕಂದರ ಕೊರಕಲುಗಳ ಬರುತ್ತವೆಯೋ ಎನ್ನುವ ಭಯ. ಎಂತಲೇ ಇವನಿಗೆ ನಿಶ್ಚಲ, ನಿರಾತಂಕದ ಪುಟ್ಟ ಹೊಂಡ ಸಾಕು!

ನದಿ 'ಸ್ಥಳೀಯ'ದ ಆಚೆಗೆ ಹೋಗುವುದು. ಅದು ಇಡೀ ದೇಶಕ್ಕೆ ಸಲ್ಲುವತ್ತ ಚಲಿಸುವುದು. ಆದರೆ, ಸದ್ಯದ ವರ್ತಮಾನ ಮತ್ತು ತನ್ನ ಮನೆಯಂಗಳದ – ಕಾಲ ದೇಶಗಳು ಮಾತ್ರ ಪ್ರಧಾನವಾಗುವ ಸಾಮಾನ್ಯನಿಗೆ ತನ್ನವಳು ನದಿಯಾಗಿ ತನ್ನಳವಿನ ಆಚೆಗೆ ಹರಿಯುವುದು ಬೇಕಿಲ್ಲ.

ಲಕ್ಷ್ಮಣರಾವ್ ನದಿಯನ್ನು ಕುರಿತು ಅನೇಕ ರೂಪಕಗಳ ಸರಣಿಯನ್ನು (ರೂಪಕಮಾಲಾ) ವಿನ್ಯಾಸಗೊಳಿಸುತ್ತ, ನದಿಯ ಗಹನ ಗಂಭೀರತೆಯನ್ನು ಹೇಳುತ್ತಲೇ ವರ್ತಮಾನದ ಕಾಲಕ್ಕೆ ಮತ್ತು ಮನೆಯಂಗಳದ ಸ್ಥಳೀಯತೆಗೆ ಬದ್ಧನಾದ ವ್ಯಕ್ತಿಯ ಸಾಪೇಕ್ಷದಲ್ಲಿ ಈ ಗಹನತೆ ಮತ್ತು ಗಂಭೀರತೆಗಳು ನೇತ್ಯಾತ್ಮಕ ಗೊಳ್ಳುವುದನ್ನು ಸೂಚಿಸುತ್ತಾರೆ. ನದಿಯಲ್ಲಿನ ಸುಳಿ ಮುಂತಾದವುಗಳು ವ್ಯಕ್ತಿಯನ್ನು ಮುಳುಗಿಸಿಹಾಕಿಬಿಡುವ ಭಯವಿದೆ. ಇಂಥ ನೆಲೆಯಲ್ಲಿ ವ್ಯಕ್ತಿ ಬಯಸುವುದು ಪುಟ್ಟ ಕೊಳವನ್ನು.

ಹೀಗೆ ಲಕ್ಷ್ಮಣರಾವ್ ಕುಟುಂಬದ ನೆಲೆಯಲ್ಲಿ ಪೋಷಕವಾಗುವ ಮೌಲ್ಯಗಳು ಯಾವವು ಎನ್ನುವ ಪ್ರಶ್ನೆಯನ್ನು ನಮ್ಮ ಪ್ರಜ್ಞೆಗೆ ತರುತ್ತಾರೆ. ವಿಶಾಲ ಸಮಾಜದ ಆದ್ಯತೆ ಮತ್ತು ಅವಶ್ಯಕತೆಗಳು ಬೇರೆ ಮತ್ತು ವ್ಯಕ್ತಿಯೊಬ್ಬನ ಆದ್ಯತೆ ಅವಶ್ಯಕತೆಗಳು ಬೇರೆ ಎನ್ನುವುದನ್ನು ಈ ಕವಿತೆ ಹೊಳೆಯಿಸುತ್ತದೆ. ಕುಟುಂಬಗಳು ಕಟ್ಟಿಕೊಳ್ಳುವುದು ಮತ್ತು ನಿರಾಳವಾಗಿ ಸಾಗುವುದು ಅವುಗಳು ಸಾಧಿಸುವ ಸ್ವಾರ್ಥದ ನೆಲೆಯಲ್ಲಿಯೇ ಎನ್ನುವುದು ಸ್ವಾರಸ್ಯಕರವಾದ ಸಂಗತಿಯಾಗಿದೆ.

ಈ ಕವಿತೆ ಕೇವಲ ಕೌಟುಂಬಿಕ ನೆಲೆಗೆ ಮಾತ್ರ ಸೀಮಿತಗೊಳ್ಳುವುದಿಲ್ಲ. ಇದು ಕವಿಯು ಕಾವ್ಯಕ್ರಿಯೆಯಲ್ಲಿ ತೊಡಗಿಕೊಳ್ಳುವ ಕುರಿತಾದ, ತನ್ನ ಕಾವ್ಯವು ಸಾಧಿಸಬೇಕಾದ ಆಳ-ವಿಸ್ತಾರಗಳನ್ನು ಕುರಿತಾದ ನಿರೀಕ್ಷೆಗಳನ್ನೂ ಹೇಳುತ್ತದೆ. ಕಾವ್ಯ ಲಕ್ಷ್ಮಣರಾವ್‌ಗೆ ತಿರುಗಣಿಯ ಮಡುವಲ್ಲ. ಅದು ಲಕ್ಷ್ಮಣನ ಮೂತಿನ ಜೀವಂತಿಕೆಯ ಭರವಸೆಯ ಸಂಚಯ. ತಾನು ಉದ್ದೇಶಿಸುವ ಸಾಮಾನ್ಯರ ಅಳವಿಗೆ ದೊರೆಯುವಂತಹದು. ಅವರ ಬದುಕಿನ ಸಾಮಾನ್ಯತೆಗೆ ಒಗ್ಗುವಂತಹದು.

–ರಾಘವೇಂದ್ರ ಪಾಟೀಲ

ಈಗ

ಹೆಡೆಯೆತ್ತಿ ಆಡೋ, ನಾಗ.
ಆ ಕಾಲ ಮುಗೀತಣ್ಣ ಈಗ.

ನಾಗಕನ್ನೆಯರ ಬೆನ್ನಟ್ಟಿ
ಅವರೆದೆ ಕದಗಳ ತಟ್ಟಿ
ಬೆದೆಗೊಂದು ಜೋಡಿಯ ಕೂಡಿ
ಹುರಿಗೊಂಡು ಹೊರಳಿ ಎಣೆಯಾಡಿ

ಹೆಡೆಯೆತ್ತಿ ಆಡೋ, ನಾಗ.
ಆ ಕಾಲ ಮುಗೀತಣ್ಣ ಈಗ.

ಕೆಣಕಿದರೆ ಬುಸ್ಸೆಂದು ಸೆಟೆದು
ರಪ್ಪೆಂದು ಹೆಡೆಯಿಂದ ಬಡಿದು
ಕೊಟ್ಟು ವಿಷದ ಚುಚ್ಚುಮದ್ದು
ಅಡಗಿಸಿ ಹಗೆಗಳ ಸದ್ದು

ಹೆಡೆಯೆತ್ತಿ ಆಡೋ, ನಾಗ.
ಆ ಕಾಲ ಮುಗೀತಣ್ಣ ಈಗ.

ಮಾಸಿದ ಪೊರೆಯನ್ನು ಬಿಟ್ಟು
ಹೊಸ ಪೀತಾಂಬರ ತೊಟ್ಟು
ಯಾವ ಹದ್ದಿಗೂ ಸಿಗದೆ ಸರಿದು
ಮುಗಿಲಿನ ಮಿಂಚಂತೆ ಸುಳಿದು

ಹೆಡೆಯೆತ್ತಿ ಆಡೋ, ನಾಗ.
ಆ ಕಾಲ ಮುಗೀತಣ್ಣ ಈಗ.

ಜೀವ ಮುಟ್ಟಿದೆ ಬಾಳ ರೇವು
ಸ್ವಂತ ಏಕಾಂತದ ತಾವು
ಹೆಡೆಮಣಿ ಬೆಳಕಲ್ಲಿ ಧ್ಯಾನ
ಗುಪ್ತನಿಧಿಯ ಜೋಪಾನ.

ಈಗ

ಬಿಡಿ ಕವನದ ವಿಶ್ಲೇಷಣೆಯಲ್ಲಿ ಕೆಲವು ತೊಡಕುಗಳಿರುತ್ತವೆ. ದೀರ್ಘಕಾಲದ ಪಯಣದಲ್ಲಿ ಬರವಣಿಗೆಯನ್ನು ತನ್ನ ಸ್ವಧರ್ಮವನ್ನಾಗಿ ಮಾಡಿಕೊಂಡ ಕವಿಯ ಬಿಡಿ ರಚನೆಗಳಲ್ಲೂ ಅವನ ವ್ಯಕ್ತಿತ್ವ, ಕಾವ್ಯಧರ್ಮ, ಮೌಲಿಕ ಕಾಳಜಿಗಳು ಇಣುಕು ಹಾಕುತ್ತಿರುತ್ತವೆ. ಆ ಎಲ್ಲ ರಚನೆಗಳಲ್ಲೂ ಸಾಕ್ಷಾತ್ಕಾರ ಒಂದೇ ಮಟ್ಟದಲ್ಲಿ ಇಲ್ಲದಿರುವುದು ಸಹಜ. ಆದರೆ ನಾನು ಬಿಡಿ ಕವನವನ್ನು ವಿಶ್ಲೇಷಿಸುವಾಗ ಒಟ್ಟು ಕಾವ್ಯಧರ್ಮ, ರಚನಾಸ್ವರೂಪ, ಆಶಯಗಳನ್ನು ಮರೆಯಬಾರದು.

* * *

'ಈಗ' ಕವನವನ್ನು ಲೈಂಗಿಕ ಪಾತಳಿಗಳ ನೆಲೆಯಲ್ಲೇ ಗ್ರಹಿಸಲು ಪ್ರಯತ್ನಿಸಲಾಗಿದೆ. ಇದು ಕವನವು ಮೇಲುನೋಟಕ್ಕೆ ಕಾಣುವ ರೀತಿ. ಈ ಪಾತಳಿಯಲ್ಲದೆ ಕವನಕ್ಕೆ ಇನ್ನೊಂದು ನೆಲೆಯೂ ಇದೆ.

ಕವನವು ಕಳೆದುಹೋದ 'ಭೂತ'ದ ಸಂಭ್ರಮ, ವಿಸ್ತಾರ, ತೀವ್ರತೆ ಎಲ್ಲವನ್ನೂ ಮತ್ತೆ ಮತ್ತೆ ನೆನಪಿಸುತ್ತಲೇ ಇನ್ನೆಂದೂ ಆ ಕಾಲ ಮರುಕಳಿಸದು ಎಂಬುದನ್ನು ಕೂಡ ಪುನರುಕ್ತಿಯ ಲಯದಲ್ಲಿ ಸೂಚಿಸುತ್ತದೆ. ಕಳೆದುಹೋದದ್ದರ ಮತ್ತು ಮರುಕಳಿಸಲಾಗದ್ದರ ನೆನಪು ಯಾವಾಗಲೂ ತೀವ್ರವಾಗಿರುತ್ತದೆ ಹಾಗೂ ಎಲ್ಲ ವಿವರಗಳು, ವಾಸನೆಗಳು ಅಕ್ಷರಶಃ ಮತ್ತೆ ಮತ್ತೆ ಒತ್ತಿಕೊಂಡು ಬರುತ್ತಿರುತ್ತವೆ. ಈ ಕವನದಲ್ಲಿ ಕೂಡ ಆಗಿರುವುದು ಇದೇ.

ಕವನದ ಕೊನೆಯ ಸ್ಟಾಂಜಾ ಭೂತದ/ ಯೌವನದ ಸಂಭ್ರಮ, ತೀವ್ರತೆಯೆಲ್ಲ ಮುಗಿದುಹೋಗಿದ್ದರೂ ಅದೆಲ್ಲಕ್ಕಿಂತ ಮುಖ್ಯವಾದದ್ದು ಏಕಾಂತದ ಧ್ಯಾನದಲ್ಲಿ ಪಡೆಯಬೇಕಾದದ್ದು ಮತ್ತು ಹಾಗೆ ಪಡೆದದ್ದನ್ನು ಜೋಪಾನವಾಗಿ ಇಟ್ಟುಕೊಳ್ಳಬೇಕಾದ್ದರ ಅವಶ್ಯಕತೆಯನ್ನು ಸೂಚಿಸುತ್ತದೆ.

'ಜೀವ ಮುಟ್ಟಿದೆ ಬಾಳ ರೇವು' ತುಂಬಾ ಸೊಗಸಾದ ಸಾಲು. 'ಜೀವ' ಮತ್ತು 'ಬಾಳು' ಪದಗಳಿಗೆ ಇರುವ ಅನೇಕ ಸ್ತರಗಳು, ಅರ್ಥಗಳು ಈ ಸ್ಟಾಂಜಾದ ಆಧ್ಯಾತ್ಮಿಕ ಛಾಯೆಯನ್ನು ಮತ್ತಷ್ಟು ನಿಚ್ಚಳವಾಗಿಸುತ್ತವೆ.

ಕಳೆದುಹೋದದ್ದರ ಬಗ್ಗೆ ನೆನಪು ಎಷ್ಟೇ ತೀವ್ರವಾಗಿದ್ದರೂ ಅದರ ಬಗ್ಗೆ ಇಲ್ಲಿ

ವ್ಯಾಕುಲತೆಯಿಲ್ಲ. ಹಿಂದೆ ಆಕರ್ಷಕವಾಗಿ, ತೀವ್ರವಾಗಿ, ವೈಭವಯುತವಾಗಿ ಕಂಡಿದ್ದರೂ, ಅದು ತನ್ನ ಸ್ವಭಾವದಲ್ಲೇ (ಕಾಲದ ಸ್ವಭಾವದಲ್ಲೇ) ನಿರಂತರವಾಗಿ ಉಳಿಯಲಾರದು. ಹಾಗೆಂದು ಕಾಲಧರ್ಮವನ್ನು ವಿಷಾದದಿಂದ ಒಪ್ಪಿಕೊಳ್ಳಬೇಕಾಗಿಲ್ಲ. ಮುಖ್ಯವಾದ್ದು ಇನ್ನು ಅಂತರಂಗದಲ್ಲಿ, ಏಕಾಂತದಲ್ಲಿ ಇದೆ. ಅದನ್ನು ಪಡೆದು ಜೋಪಾನ ಮಾಡಬೇಕು. ಹೀಗಾಗಿ ಒಟ್ಟು ಕವನದ ನಿಲುವು ಅರ್ಥಪೂರ್ಣ. ಲೈಂಗಿಕ ಪ್ರತೀಕದ ಆಶಯವನ್ನು ಹಿಡಿದೇ ಓದಿದರೂ ಕವನ ಈ ಅರ್ಥ ಮತ್ತು ಭಾವವನ್ನು ಸ್ಫುರಿಸುತ್ತದೆ.

–ಕೆ. ಸತ್ಯನಾರಾಯಣ

ಯೂಲಿಸಿಸ್

1

ಅಗೊ ಅಗೋ, ಗೆಳೆಯರೇ, ಅದೇ ಆ ದ್ವೀಪ,
ಪಕ್ಷಿಕನ್ಯೆಯರ ಬೀಡು.
ತೇಲಿ ಬರುತ್ತಿದೆ ಕೇಳಿ ಸಣ್ಣಗೆ ಆಲಾಪ
ಹಿಡಿದು ಈ ನೌಕೆಯ ಜಾಡು.

ಕಂಡಿತೇ ಆ ಕೋಡುಗಲ್ಲ ತುದಿಯಲ್ಲಿ
ರೆಕ್ಕೆಗಳ ಬಿಚ್ಚಿಕೊಂಡು,
ಒಕ್ಕೊರಲಿನಿಂದ ದನಿಯೆತ್ತಿ ಹಾಡುತ್ತಿರುವ
ನಗ್ನ ಚೆಲುವೆಯರ ಹಿಂಡು.

ತೀರದುದ್ದಕ್ಕೂ ಹೇಗೆ ಚೆಲ್ಲಿಬಿದ್ದಿವೆ ನೋಡಿ
ಮಾನವರ ಅಸ್ಥಿ ಪಂಜರ,
ಆ ಗಾನಕ್ಕೆ ವಶರಾಗಿ ನಿದ್ರಾಹಾರ ತೊರೆದು
ಈ ಲೋಕವನ್ನೇ ಮರೆತವರ.

ಬಿಗಿದುಕಟ್ಟಿ ನನ್ನನ್ನು ಕೂವೆ ಕಂಬಕ್ಕೆ,
ತುಂಬಿಕೊಳ್ಳಿ ಕಿವಿಗಳಲ್ಲಿ ಮಯಣ.
ನಾ ಸವಿಯಬೇಕು ಇಲ್ಲಿಂದಲೇ ಆ ಮೋಹಕ ಗಾನ,
ನಿಲ್ಲಿಸದೆ ಊರತ್ತ ಪಯಣ.

ಬಿಚ್ಚಬೇಡಿ ನನ್ನನ್ನು ನಾ ಅಂಗಲಾಚಿದರೂ,
ತೆರೆಯಬೇಡಿ ಗಾನಕ್ಕೆ ನಿಮ್ಮ ಕಿವಿಗಳ.
ಒಮ್ಮೆ ಮರುಳಾದರೆ ಆ ನಾದದ ಸೆಳೆತಕ್ಕೆ
ಕಾಣಲಾರೆವು ಮತ್ತೆ ನಮ್ಮ ತಾಯ್ನೆಲ.

2

ವೀರನೆ ಬಾ, ಹಮ್ಮೀರನೆ ಬಾ
ಈ ಗಾನದ ಗುಡಿಗೆ;
ಇಲ್ಲಿದೆ ಅಪೂರ್ವ ನಾದಸುಧೆ, ಬಾ
ಹೊಸ ಲೋಕದ ತಡಿಗೆ.

ಏಕೆ ದೊರೆ, ಈ ಮುಚ್ಚುಮರೆ, ಬಾ
ಗಾನ ವಿಮಾನವನೇರು;
ಭವ ನೀಗಿ, ಗರಿ ಹಗುರಾಗಿ,
ಅನುಭಾವ ತುರೀಯವ ಸೇರು.

ನಾ ನಾ ನಾದವೆ ನಾಲಿಗೆ ಸವಿಯಲು
ದಿವದ ಮಕರಂದವ;
ಗಾನಯೋಗ ಸೋಪಾನ ತಲುಪಲು
ಸಚ್ಚಿದಾನಂದವ.

ಬಿಟ್ಟರೆ ಸಿಕ್ಕದ ಅವಕಾಶ, ಬಾ
ಕಟ್ಟುಗಳನು ಕಳಚಿ;
ಸ್ವರದ ಮೂಲಕ ಪರಾತ್ಪರವರಿಯಲು
ಇಹವನು ಧಿಕ್ಕರಿಸಿ.

3

ಎಂಥ ದಿವ್ಯ ಧ್ವನಿ! ದಿವ್ಯ ನಾದ, ಆಹಾ,
ಅಂತರಾತ್ಮವ ಸೆಳೆದಿದೆ!
ಬೇಡ ಹೆಂಡತಿ ಮಗ ಮನೆಮಾರು, ಕಣ್ಣೆದುರೆ
ನಿಜದ ನೆಲೆ ಮೈ ತಳೆದಿದೆ.

ಹೋಗಬೇಕು, ನಾ ಹೋಗಲೇ ಬೇಕು,
ಆ ಅಲೌಕಿಕ ಕರೆಗೆ ಓಗೊಟ್ಟು;

ಹೋಗಗೊಡಿ, ಗೆಳೆಯರೆ, ಬೇಡುವೆನು ಕೈಮುಗಿದು,
ಬಿಚ್ಚಿ ಕಟ್ಟುಗಳ ದಯವಿಟ್ಟು,

ಮೀರಲೊಲ್ಲರು ನನ್ನ ಕಟ್ಟಾಜ್ಞೆ ಅನುಚರರು
ಮರುಗಲೊಲ್ಲರು, ಅಯ್ಯೋ, ಮೊರೆಗೆ!
ನಾನೇ ನಿರ್ಮಿಸಿಕೊಂಡ ಭವಪಾಶ ಬಂಧವಿದು,
ಮುಕ್ತಿಯುಂಟೇ ನನ್ನ ಸೆರೆಗೆ?

ಯೂಲಿಸಿಸ್

'ಯೂಲಿಸಿಸ್' ಕವನದ ಹಿನ್ನೆಲೆಯಾಗಿ ಗ್ರೀಕ್ ಪುರಾಣದ ಕಥೆಯಿದೆ. ಕವನವು ಆಧುನಿಕ ಮನುಷ್ಯ ನಿರಂತರವಾಗಿ ಅನುಭವಿಸುವ ಇಹ-ಪರದ ಆಕರ್ಷಣೆ ಮತ್ತು ವಿಕರ್ಷಣೆ ನಡುವೆ ಇರುವ ತೊಳಲಾಟವನ್ನು ಹೇಳುತ್ತದೆ. ಇನ್ನೊಂದು ಸ್ತರದಲ್ಲಿ ಇದನ್ನು ಇಂದ್ರಿಯಗಳ ಸೆಳೆತ ಮತ್ತು ಅದನ್ನು ಮೀರಿದ ಪಾರಲೌಕಿಕ ಆಕರ್ಷಣೆಯ ನಡುವಿನ ತೊಳಲಾಟವಾಗಿಯೂ ಕೂಡ ವಿಶ್ಲೇಷಿಸಬಹುದು. ಈ ಲೌಕಿಕದ್ದೇ ಆಗಲೀ, ಆ ಲೋಕದ್ದೇ ಆಗಲೀ ಎರಡೂ ಮನುಷ್ಯನಿಗೆ ಬೇಕು. ಯಾವಾಗ ಬೇಕು, ಎಷ್ಟು ಆಳದಲ್ಲಿ ಬೇಕು, ಎಷ್ಟು ಕಾಲ ಬೇಕು ಎಂಬುದನ್ನು ಪ್ರತಿಯೊಬ್ಬ ಮನುಷ್ಯ ತಾನೇ ನಿರ್ಧರಿಸಬೇಕು. ಈ ನಿರ್ಧಾರಕ್ಕಿರುವ ಇನ್ನೊಂದು ಕಷ್ಟವೆಂದರೆ ಎರಡೂ ಆಕರ್ಷಣೆಗಳಿಗಿರುವ ಶಕ್ತಿ ಮನುಷ್ಯನಿಗೆ ಗೊತ್ತು. ಹಾಗೆಯೇ ಅವನಿಗೆ ಎರಡನ್ನೂ ಕುರಿತು ಇರುವ ದೌರ್ಬಲ್ಯ-ಆಕರ್ಷಣೆಗಳ ಸ್ವರೂಪವೂ ಗೊತ್ತು. ಕವನ ಈ ಎಲ್ಲ ಕಷ್ಟಗಳನ್ನು, ತೊಳಲಾಟಗಳನ್ನು ಗುರುತಿಸುತ್ತದೆ. ಹಾಗೆಯೇ ಇದು ಒಂದು ಸಲ ನಡೆದುಹೋಗುವ ನಾಟಕವಲ್ಲ. ದಿನನಿತ್ಯವೂ ನಡೆಯುವಂಥದ್ದು. ಇದು ಜೀವನಪಯಣದ ಅನಿವಾರ್ಯ ಅಂಗ ಎಂಬುದನ್ನು ಗುರುತಿಸುತ್ತದೆ. ಕವನದ ಆಶಯವನ್ನು ಪಯಣದ ಪ್ರಕ್ರಿಯೆಯ ಭಾಗವಾಗಿಯೇ ಮಂಡಿಸಲಾಗಿದೆಯಷ್ಟೇ.

ಕವನದ ನಾಯಕ ಮೋಹಕಗಾನವನ್ನು ಬಯಸುತ್ತಾನೆ ('ಸವಿಯಬೇಕು'). ಈ ಗಾನದ, ಈ ಧ್ವನಿಯ ಆಕರ್ಷಣೆ ಮೇಲುಸ್ತರದ್ದಲ್ಲ. 'ಅಂತರಾತ್ಮ'ವನ್ನು ಕೂಡ ಸೆಳೆಯುವಂಥದ್ದು. ಇದಕ್ಕೆ ಸೋಲಬಾರದೆಂದು 'ಕಟ್ಟುಪಾಡಿಗೆ' ತಾನೇ ಒಳಗಾಗುತ್ತಾನೆ. ಆದರೆ ಆ ಕಟ್ಟನ್ನು ಗೆಳೆಯರು ಬಿಚ್ಚಬೇಕೆಂದು ಬೇಡುವುದು ಮಾತ್ರವಲ್ಲ, ಪ್ರಾರ್ಥಿಸುತ್ತಾನೆ ಕೂಡ. ಹೀಗೆ ಬೇಡುತ್ತಿರುವವನೇ, ಪ್ರಾರ್ಥಿಸುತ್ತಿರುವವನೇ ಹಿಂದೆ ತನ್ನ ಒಡನಾಡಿಗಳನ್ನು ಗಾನದ ಪ್ರಭಾವಕ್ಕೆ ಒಳಗಾಗಬಾರದೆಂದು ಎಚ್ಚರಿಸಿದ್ದವನು. ತನ್ನ ಒಡನಾಡಿಗಳು 'ದಿವ್ಯ'ದ ಗಾನಕ್ಕೆ, ಆ ಲೋಕದಲ್ಲಿರುವ ಇತರ ಸಂಭ್ರಮಗಳಿಗೆ ಒಳಗಾಗಬಾರದೆಂದು ಎಚ್ಚರಿಸುತ್ತಿದ್ದವನು ಮತ್ತು ಅವರೆಲ್ಲ ಸ್ವಂತ ನೆಲದ ಕಡೆಗೆ ಹೋಗಬೇಕೆಂದು ಬಯಸುತ್ತಿರುವವನು.

ಕವನದ ಎರಡನೆಯ ಭಾಗದಲ್ಲಿ ದಿವ್ಯಲೋಕಕ್ಕೆ, ಗಾನಕ್ಕೆ ಆಹ್ವಾನವಿರುವುದು ನಾಯಕನಿಗೆ ಮಾತ್ರ (ಇದು ಕವನದ ಉದ್ದೇಶ/ ಆಶಯ ತೀವ್ರವಾಗಲೆಂದು ಕೂಡ ಇರಬಹುದು). ಈ ಆಹ್ವಾನಕ್ಕೆ ಆತ ಒಪ್ಪಿದಂತಿದೆ (ಅದು ಅವನ ಅಂತರಂಗದ

ಬಯಕೆಯೂ ಹೌದಷ್ಟೇ!). ಆದರೆ ಯಾರೂ ಅವನಿಗೆ 'ಇಹ'ದ 'ಇಲ್ಲಿ'ಯ ಕಟ್ಟುಗಳನ್ನು ಬಿಚ್ಚಲು ಕಳಚಿಕೊಳ್ಳಲು ನೆರವಾಗುತ್ತಿಲ್ಲ. ದಿವ್ಯಗಾನವು ಎಷ್ಟೇ ನಾದಮಯವಾಗಿದ್ದರೂ, ಎಷ್ಟೇ ಆಕರ್ಷಕವಾಗಿದ್ದರೂ 'ನಾನೇ ನಿರ್ಮಿಸಿಕೊಂಡ ಭವಪಾಶ ಬಂಧ'ದಿಂದ ಮುಕ್ತಿಯಿಲ್ಲವೆಂಬ ಹತಾಶೆಯೂ ಇದೆ. ಮುಕ್ತಿ ಸಾಧ್ಯವೇ ಎಂಬ ಪ್ರಶ್ನೆ ಕೇಳಿಕೊಳ್ಳುವಲ್ಲಿ ಹತಾಶೆ-ಬಂಧನಗಳ ನಡುವೆ, ಇವೆರಡನ್ನು ಮೀರಿಯೂ ಇರುವ ಒಂದು ಸಾಧ್ಯತೆಯ ಸೂಚನೆಯೂ ಇದೆ.

ಹೀಗೆ ಕವನವು ಇಹ-ಪರದ ನಡುವೆ ಮನುಷ್ಯನಿಗಿರುವ ಆಕರ್ಷಣೆ-ವಿಕರ್ಷಣೆಗಳನ್ನು ಕಪ್ಪು-ಬಿಳುಪು ಬಣ್ಣಗಳಲ್ಲಿ ಮಾತ್ರ ನೋಡದೆ ಬೇರೆ ಬೇರೆ ಸ್ತರಗಳಲ್ಲಿ ಸಂಕೀರ್ಣವಾಗಿ ನೋಡಲು ಪ್ರಯತ್ನಿಸುತ್ತದೆ. ಲಕ್ಷ್ಮಣರಾವ್ 'ಇಹ'ಕ್ಕೆ, 'ಇಂದ್ರಿಯ ಪ್ರಪಂಚ'ಕ್ಕೆ ಮಾತ್ರವೇ ಬದ್ಧರಾದವರು ಎಂಬ ಲಾಗಾಯ್ತಿನ ಮಾತಿನ ಹಿನ್ನೆಲೆಯಲ್ಲಿ ಈ ಕವನವು ಸೂಚಿಸುವ ಹಲವು ಸ್ತರಗಳು ನನಗೆ ಬಿ.ಆರ್.ಎಲ್.ರವರ ಒಟ್ಟು ಕಾವ್ಯ ಪ್ರಪಂಚದ ಹಿನ್ನೆಲೆಯಲ್ಲೂ ಮುಖ್ಯವಾಗಿ ಕಂಡವು.

-ಕೆ. ಸತ್ಯನಾರಾಯಣ

ಅವ್ಯಕ್ತ

ಎಷ್ಟೊಂದು ಏದುಸಿರು
ಎಷ್ಟು ನಿಟ್ಟುಸಿರು
ನಾನು ಉಸಿರಾಡುತ್ತಿರುವ
ಈ ಗಾಳಿಯಲ್ಲಿ!

ಎಷ್ಟೊಂದು ಕಣ್ಣೀರು
ಎಷ್ಟು ಬೆವರು
ನಾನು ಕುಡಿಯುತ್ತಿರುವ
ಈ ನೀರಿನಲ್ಲಿ!

ಎಷ್ಟೊಂದು ಬೇಗುದಿ
ಎಷ್ಟು ಬಡಬಾನಲ
ನನ್ನ ಸೋಕುತ್ತಿರುವ
ಈ ಶಾಖದಲ್ಲಿ!

ಎಷ್ಟೆಲ್ಲ ಅಬ್ಬರ
ಎಷ್ಟು ಗೊಬ್ಬರ
ನನಗೆ ಅನ್ನ ನೀಡುತ್ತಿರುವ
ಈ ಮಣ್ಣಿನಲ್ಲಿ!

ಎಷ್ಟು ಕಾಣದ ಅಲೆ
ವಿಶ್ವವ್ಯಾಪಕ ಬಲೆ
ನನಗೆ ಅವಕಾಶ ಕೊಟ್ಟ
ಈ ಆಕಾಶದಲ್ಲಿ!

ಕೃತಜ್ಞತೆ
ಪಂಚಭೂತಗಳಿಗೆ:
ಇಡೀ ಜಗತ್ತನ್ನು ನನಗೆ
ನನ್ನನ್ನು ಇಡೀ ಜಗತ್ತಿಗೆ
ಜೋಡಿಸಿದ್ದಕ್ಕೆ
ಹೀಗೆ
ಗೊತ್ತೇ ಆಗದ ಹಾಗೆ.

ಅವ್ಯಕ್ತ

'ಅವ್ಯಕ್ತ' ಕವನವು ಬದುಕನ್ನು ನೋಡುವ ಮತ್ತು ಸ್ವೀಕರಿಸುವ ಕವಿಯ ನೆಲೆಗಳು ಯಾವುವು ಎಂಬುದನ್ನು 'ಈಗ' ಕವನಕ್ಕಿಂತ ವಿಸ್ತಾರವಾದ, ಆಳವಾದ ರೀತಿಯಲ್ಲಿ ಸೂಚಿಸುತ್ತದೆ. ಜೀವನದ ವಿಸ್ತಾರವೇ ಹೇಗಿದೆಯೆಂದರೆ ನಾವು ಮೇಲುನೋಟಕ್ಕೆ ಗ್ರಹಿಸುತ್ತಿರುವ, ಸ್ವೀಕರಿಸುತ್ತಿರುವ ನೆಲೆಗಳ ಆಳದಲ್ಲೇ ಅಂತರಂಗದಲ್ಲಿ ವಿರುದ್ಧವಾದ, ವಿಷಾದದ ನೆಲೆಗಳು ಇವೆಯೆಂಬ ಸೂಚನೆಯಿಂದ. ಗಾಳಿಯೊಳಗೆ ಏದುಸಿರು ನಿಟ್ಟುಸಿರು, ಶಾಖದಲ್ಲಿ ಬೇಗುದಿ ಬಡಬಾನಲ, ಮಣ್ಣಿನಲ್ಲಿ ಅಬ್ಬರ ಗೊಬ್ಬರ – ಇದು ವಿರೋಧಾಭಾಸವಲ್ಲ. ವಿಷಾದದ ನೆಲೆಯೂ ಅಲ್ಲ. ಜೀವನದ/ ಪ್ರಕೃತಿಯ ವಿನ್ಯಾಸ ಇರುವುದೇ ಹೀಗೆ. ವ್ಯಾಪಕವಾದ ಈ ಜೀವನದ 'ಬಲೆ'ಯಲ್ಲಿ ಇಂತಹ ಇನ್ನೂ ಎಷ್ಟೋ ಅಲೆಗಳು ಸೇರಿಕೊಂಡಿವೆ.

'ಹುಲು' ಮನುಷ್ಯರಾದ ನಮ್ಮ ಸ್ಥಾನವೇನು, ಪಾತ್ರವೇನು ಇಂತಹ ವಿನ್ಯಾಸದಲ್ಲಿ? ಪಂಚಭೂತಗಳಿಂದಾದ ಈ ದೇಹದ ಮೂಲಕ ನಮ್ಮನ್ನು ಈ ವಿನ್ಯಾಸಕ್ಕೆ ಜೋಡಿಸಲಾಗಿದೆ. ಇದಕ್ಕಾಗಿ ನಾವು ಪಂಚಭೂತಗಳಿಗೆ ಕೃತಜ್ಞರಾಗಿರಬೇಕೆಂದು ಕವಿಯ ನಿಲುವು ಮತ್ತು ಬೆರಗು ಕೂಡ.

ಲಕ್ಷ್ಮಣರಾವ್ ಎಲ್ಲರಿಗೂ ತಿಳಿದಿರುವ ಹಾಗೆ ನಾಸ್ತಿಕ ಮನೋಭಾವದವರು. ಆದರೆ ಇದು ಒಣ ನಾಸ್ತಿಕತೆಯಲ್ಲ. ಈ ಕವಿಗೆ ಜೀವನಶ್ರದ್ಧೆಯೂ ಇದೆ. ಅದು ಒಟ್ಟು ಸೃಷ್ಟಿಯ ಬಗ್ಗೆ ಮತ್ತು ತನ್ನ ಬಗ್ಗೆ ಇರುವ ಬೆರಗು ಮತ್ತು ವಿನಯದಲ್ಲಿ ನಮಗೆ ಗೊತ್ತಾಗುತ್ತದೆ. ನಾಸ್ತಿಕರ, ನಿರೀಶ್ವರವಾದಿಗಳ ಶ್ರದ್ಧೆ ಮತ್ತು ತಿಳುವಳಿಕೆಯಲ್ಲಿ ಎಲ್ಲಿಯ ತನಕ ಈ ಬೆರಗು ಮತ್ತು ವಿನಯ ಇರುತ್ತದೋ ಅಲ್ಲಿಯ ತನಕ ಅದು ಜೀವಂತಿಕೆಯಿಂದ ಕೂಡಿರುತ್ತದೆ ಮತ್ತು ಹೊರ ಜಗತ್ತಿನಲ್ಲಿ ಕೂಡ ಜೀವಂತಿಕೆಯನ್ನು ಗುರುತಿಸುತ್ತಿರುತ್ತದೆ.

ಪಂಚಭೂತಗಳಿಗೆ ಕೃತಜ್ಞತೆ ಸರಿ. ಆದರೆ ಈ ಪಂಚಭೂತಗಳು ನಮ್ಮ ದೇಹದಲ್ಲಿ ಸೇರುವ ರೀತಿಯಲ್ಲಿ ಒಂದು ರೀತಿಯ ನಿಗೂಢತೆ ಇದೆಯಲ್ಲ. ವಿಶ್ವಚೈತನ್ಯದ ಒಂದು ತುಣುಕು, ಒಂದು ದಿವ್ಯಕ್ಷಣದಲ್ಲಿ ಗರ್ಭದೊಳಗೆ ಇರುವ ಪಿಂಡದಲ್ಲಿ ಪ್ರವೇಶಿಸಿದ ನಂತರ ಪ್ರಜ್ಞೆಯು ಹಂತ ಹಂತವಾಗಿ ಬೆಳೆಯುತ್ತದೆಂದು ಹೇಳುತ್ತಾರೆ. ಪಂಚಭೂತಗಳ ಪಾತ್ರದ ಬಗ್ಗೆ ತಕರಾರಿಲ್ಲ. ಆದರೂ ಆ ಇನ್ನೊಂದು ಅಂಶದ ಬಗ್ಗೆಯೂ ಓದುಗರ ಗಮನ ಸೆಳೆಯಬೇಕನ್ನಿಸಿತು.

–ಕೆ. ಸತ್ಯನಾರಾಯಣ

ಸ್ಥಿತಿ

ಹಾರಿ ಬಂತೊಂದು ಪಾರಿವಾಳ
ನೇರ ನನ್ನ ಬಳಿಗೆ.
ಅಚ್ಚ ಬಿಳಿ ಬಣ್ಣ, ಕೆಂಪು ಮಣಿಕಣ್ಣು,
ಹವಳದ ಪಾದಗಳು.

ರೆಕ್ಕೆಯ ಪಟಪಟ ಬಡಿಯುತ್ತ
ಹೀಗೆ ಚೀರಿಟ್ಟಿತು:
'ಬೆನ್ನಟ್ಟಿದೆ ಕಿರಾತ ಗಿಡುಗ,
ದಮ್ಮಯ್ಯ, ರಕ್ಷಿಸು.'

ಎದೆಯ ಕದ ತೆರೆದೆ, 'ಬಾ ಬೇಗ,
ಒಳಗೆ ಬಚ್ಚಿಟ್ಟುಕೊ'
ಗಕ್ಕನೆ ಒಳಹೊಕ್ಕಿತು ಪಾರಿವಾಳ,
ದಢಾರನೆ ಕದ ಮುಚ್ಚಿ,

ಅಗಳಿಯ ಜಡಿಯಿತು ಒಳಗಿಂದ.
ಇಬ್ಬರಿಗೂ ನೆಮ್ಮದಿ!
'ನೆಮ್ಮದಿ' ಎಂದೆನೆ? ಅಂದಿನಿಂದ ಇಗೊ
ಹೀಗಿದೆ ನನ್ನ ಸ್ಥಿತಿ:

ಮನೆಯಿಂದ ಹೊರಗೆ ನಾನಡಿಯಿಟ್ಟರೆ
ಡವಗುಟ್ಟುತ್ತದೆ ಎದೆ!
ಎದೆಯೋ, ಹಾಳು ಪಾರಿವಾಳವೋ,
ಒಂದೂ ತಿಳಿಯದಿದೆ.

ಸ್ಥಿತಿ

ಪಾರಿವಾಳ, ಗಿಡುಗ, ಕವಿ ಮತ್ತು ಹೊರ ಪ್ರಪಂಚ– ಈ ಸಂಬಂಧ ಮತ್ತು ವೈರುಧ್ಯಗಳ ಬಿಕ್ಕಟ್ಟಿನಲ್ಲಿ ಕವಿತೆ ಅವತರಿಸುತ್ತದೆ. ಪಾರಿವಾಳ ಕವಿಯತ್ತ ಹಾರಿ ಬಂದಾಗ, ಆತ ಅದರ ಚೆಂದಕ್ಕೆ – 'ಅಚ್ಚ ಬಿಳಿ ಬಣ್ಣ, ಕೆಂಪು ಮಣಿಕಣ್ಣು, ಹವಳದ ಪಾದಗಳು' – ಮಾರುಹೋಗುತ್ತಾನೆ. ಅದು ನೇರವಾಗಿ ಅವನ ಬಳಿಗೇ ಬಂದಾಗ ಪುಲಕಿತ ನಾಗಿರಲೂ ಸಾಕು. ಆದರೆ ಕವಿಯ ಸಂತೋಷಕ್ಕೆ ಅಡ್ಡಿಯಾಗುವಂಥ, ವ್ಯತಿರಿಕ್ತ ವಾಗುವಂಥ ಪ್ರಸಂಗ ನಡೆಯುತ್ತದೆ. ಆ ಪಾರಿವಾಳವನ್ನು 'ಕಿರಾತ ಗಿಡುಗ' ಬೆನ್ನಟ್ಟಿದೆ. ಭಯಭೀತಿಯಿಂದ ಪಾರಿವಾಳ ಕವಿಯ ಮೊರೆ ಹೋಗುತ್ತದೆ. 'ದಮ್ಮಯ್ಯ, ರಕ್ಷಿಸು' ಎಂದು ಆಶ್ರಯ ಮತ್ತು ಅಭಯ ಕೋರುತ್ತದೆ. ಗಿಡುಗ ಮತ್ತು ಪಾರಿವಾಳದ ನಡುವೆ ವಿಕರ್ಷಣೆ ಇದ್ದರೆ, ಕವಿ ಮತ್ತು ಪಾರಿವಾಳದ ನಡುವೆ ಆಕರ್ಷಣೆ ಇದೆ. ಕವಿಗೆ ಪಾರಿವಾಳದ ಮೇಲಿನ ಆಕರ್ಷಣೆಯ ಜೊತೆಗೆ ಅನುಕಂಪವೂ ಸೇರಿಕೊಳ್ಳುತ್ತದೆ. ಈ ಅನುಕಂಪದಿಂದಾಗಿ ಆತ ತನ್ನ ಎದೆಯ ಕದ ತೆರೆದು ಅದಕ್ಕೆ ಆಶ್ರಯ ಕೊಡುತ್ತಾನೆ. ಅದು ಒಳ ಹೊಕ್ಕಿದ್ದೇ ಧಡಾರನೆ ಕದ ಮುಚ್ಚುತ್ತದೆ. ಅಷ್ಟೇ ಅಲ್ಲದೆ ಹೊರಗಿನ ಕ್ರೌರ್ಯ ಒಳ ಪ್ರವೇಶಿಸದಂತೆ 'ಅಗುಳಿಯ ಜಡಿಯಿತು ಒಳಗಿಂದ'. ಆಗ ಕೆಲ ಕಾಲ ಇಬ್ಬರಿಗೂ ನೆಮ್ಮದಿ. ಆ ಕ್ಷಣಕ್ಕೆ ಆತನಿಗೆ ಸಾರ್ಥಕ ಭಾವ ಬಂದಿರಬೇಕು. ಆದರೆ ಈ ಸಂಬಂಧ ಸರಳವಾದದ್ದಲ್ಲ.

ಮೊದಲ ನುಡಿಯಲ್ಲಿ ಕವಿ ಪಾರಿವಾಳದ ಅಂದಚೆಂದಕ್ಕೆ ಮನಸೋತು ಅದನ್ನು ಮುಕ್ತವಾಗಿ ಬಣ್ಣಿಸಿದರೆ ಕೊನೆಯ ನುಡಿಯಲ್ಲಿ 'ಹಾಳು ಪಾರಿವಾಳ' ಎನ್ನುತ್ತಾನೆ. ಕವಿತೆ ರೊಮ್ಯಾಂಟಿಕ್ ನೆಲೆಯಲ್ಲೇ ಉಳಿಯುವುದಿಲ್ಲ. ಕವಿ ಅದರಿಂದ ಆಕರ್ಷಿತನಾಗಿ, ಆ ಬಳಿಕ ಅದರ ಮೊರೆ ಕೇಳಿ, ರಕ್ಷಣೆ ನೀಡುವುದು ರಮ್ಯ ಭಾವನೆ ಉಂಟುಮಾಡು ವುದೇನೋ ನಿಜ. ಕವಿತೆ ಇಲ್ಲಿಗೇ ಮುಗಿದಿದ್ದರೆ ಅಂಥ ಒಂದು ಆದರ್ಶ ರಮ್ಯ ವ್ಯವಸ್ಥೆಗೇ ನಿಂತುಬಿಡುತ್ತಿತ್ತು. ಆದರೆ ತಿವಿಯುವ ವಾಸ್ತವವೇ ಬೇರೆ. ಕವಿತೆ ಮುಗಿಯುವುದು ಹೀಗೆ:

'ನೆಮ್ಮದಿ' ಎಂದೆನೆ? ಅಂದಿನಿಂದ ಇಗೊ
ಹೀಗಿದೆ ನನ್ನ ಸ್ಥಿತಿ;
ಮನೆಯಿಂದ ಹೊರಗೆ ನಾನಡಿಯಿಟ್ಟರೆ
ಡವಗುಟ್ಟುತ್ತದೆ ಎದೆ!

ಎದೆಯೋ, ಹಾಳು ಪಾರಿವಾಳವೋ!
ಒಂದೂ ತಿಳಿಯದಿದೆ.

ಪಾರಿವಾಳ ಕವಿಯ ನೆಮ್ಮದಿಯನ್ನು ಕಲಕಿಬಿಟ್ಟಿದೆ. ಕವಿತೆಯಲ್ಲಿ ಬೆಳವಣಿಗೆ ಇದೆ. ಆರಂಭದ ಸ್ಥಿತಿಗೂ ಮುಕ್ತಾಯದ ಸ್ಥಿತಿಗೂ ಸಾಕಷ್ಟು ವ್ಯತ್ಯಾಸ ಇದೆ. ಪ್ರೀತಿ ಮತ್ತು ಅನುಕಂಪಕ್ಕೆ ಪಕ್ಕಾಗಿ ಕವಿ ಆಶ್ರಯವೇನೋ ಕೊಟ್ಟುಬಿಟ್ಟ. ಆದರೆ ಅದನ್ನು ಸತತ ಕಾಪಾಡುವುದು ಹೇಗೆ? ಆತ ಮನೆಯಿಂದ ಹೊರ ಹೋದಾಗ ಕಿರಾತ ಬರಬಹುದಲ್ಲ! ಅಥವಾ ತಾನೇ ಕಿರಾತ ಆಗಬಹುದಲ್ಲ! ಹೊರಗಿನ ಸಮಾಜ ಎದುರಿಸುವುದು ಹೇಗೆ? ಇದನ್ನೆಲ್ಲ ಬಹಳ ಸೂಚ್ಯವಾಗಿಸಿದ್ದಾನೆ ಕವಿ. ಮೇಲ್ನೋಟಕ್ಕೆ ಸರಳ ಮತ್ತು ಸುಲಭ ಓದು ಆಗಿದ್ದರೂ ಕವಿತೆ ತನ್ನ ಧ್ವನಿಶಕ್ತಿಯಿಂದಾಗಿ ಗಾಢವಾಗುತ್ತದೆ. ಕವಿತೆ ಸಂಕೀರ್ಣತೆಯನ್ನು, ಆಕರ್ಷಣೆ-ವಿಕರ್ಷಣೆ, ಕ್ರೌರ್ಯ-ಅನುಕಂಪ ಇವುಗಳೊಂದಿಗೆ ಪಡೆದುಕೊಳ್ಳುತ್ತದೆ. ಕವಿಯ ಸ್ಥಿತಿ ಆತಂಕದಿಂದ ಕೂಡಿದೆ. ಚಿಕ್ಕ ಚಿಕ್ಕ ಪದಗಳಿಂದ ಅನುಭವವನ್ನು ಸಾಕಷ್ಟು ಸೂಚ್ಯಗೊಳಿಸಿ, ಸಂಕೀರ್ಣವಾಗಿಸುವಲ್ಲಿ ಕವಿತೆಯ ಯಶಸ್ಸಿದೆ.

–ಮಲ್ಲಿಕಾರ್ಜುನ ಹಿರೇಮಠ

ರೂಪಾಂತರ

ಮರವಂತೆಯ ಕಡಲ ತೀರಕ್ಕೆ
ಸಂಜೆ
ವಿಹಾರಕ್ಕೆ ಬಂದ
ನನ್ನ ಕಂಡೊಡನೆ
ಬಣ್ಣಬಣ್ಣದ ಅಲೆಗಳು
ಓಡೋಡಿ ಬಂದವು
ಮುದ್ದಿನ ಸಾಕುನಾಯಿಗಳಂತೆ.
ಹೇಹೇ ಎನ್ನುವಷ್ಟರಲ್ಲಿ ಜಿಗಿದು
ಮೈಮೇಲೆರಗಿ, ಮೈ ಕೈ ನೆಕ್ಕಿ
ಒದ್ದೆ ಎಂಜಲು!

ಅವುಗಳ ಪ್ರೀತಿಯ ದಾಳಿಗೆ
ಜೋಲಿ ತಪ್ಪಿ, ಓಲಾಡಿ,
ಸಾವರಿಸಿಕೊಳ್ಳುವಷ್ಟರಲ್ಲಿ,
ತಮ್ಮ ತರಕು ನಾಲಿಗೆಗಳಿಂದ
ನನ್ನ ಪಾದಗಳ ಸವರಿ,
ಹಿಂದಕ್ಕೋಡಿದವು;
ಅನತಿ ದೂರ, ಅರೆಕ್ಷಣ
ಕುಕ್ಕುರುಗಾಲಲ್ಲಿ ಕೂತಂತೆ ಮಾಡಿ,
ಮತ್ತೆ ಮುನ್ನುಗಿದವು ನನ್ನತ್ತ
ಇನ್ನೊಂದು ಚೆಲ್ಲಾಟದ ಹಲ್ಲೆಗೆ.
ಹೀಗೇ ಮುಂದುವರಿಯಿತು
ಸಮಯದ ಪರಿವೆ ಇಲ್ಲದೆ
ಅಲೆಗಳ ನಿಲ್ಲದ ಲಗ್ಗೆ,
ಉಕ್ಕುಕ್ಕಿಸಿ ನನ್ನಲ್ಲಿ
ಉಲ್ಲಾಸದ ಬುಗ್ಗೆ.

* * *

ಕತ್ತಲಿಳಿಯತೊಡಗಿದಂತೆ
ಇದೇನು ಬಂತು ಕೇಡು!

ಸಾಕುನಾಯಿಗಳೀಗ
ಕಪ್ಪು ಬೇಟೆನಾಯಿಗಳಂತೆ
ಗುರ್ರೆಂದು ಗುರುಗುಟ್ಟಿ,
ದುರುಗುಟ್ಟಿ ನೋಡುತ್ತ,
ಕೋರೆದಾಡೆಗಳನ್ನು ಫಳಫಳ ಝಳಪಿಸುತ್ತ,
ಮುನ್ನುಗ್ಗಿ ಬರುತ್ತಿವೆ
ಮೈ ಮೇಲೆ ಜಿಗಿಯಲು,
ಕೊರಳನ್ನು ಸಿಗಿಯಲು,
ಹೊಟ್ಟೆಯನ್ನು ಬಗೆಯಲು,
ದರದರ ದೂರ ಎಳೆದೊಯ್ದು
ನನ್ನ ಹರಿಹರಿದು ಮುಕ್ಕಲು.

ತಲ್ಲಣಿಸಿದೆ!

ಸರ್ರೆಂದು ಹಿಂತಿರುಗಿ,
ಎದ್ದುಬಿದ್ದೋಡಿದೆ
ಏದುಸಿರು ಬಿಡುತ್ತ
ಸುರಕ್ಷಿತ ದೂರಕ್ಕೆ.

ಬೆನ್ನ ಹಿಂದೆ
ಸಮುದ್ರ
ಗೊಳ್ಳೆಂದು ನಕ್ಕಿತು.

ರೂಪಾಂತರ

'ಸ್ಥಿತಿ' ಕವಿತೆಯ ಆಶಯವೇ ಇಲ್ಲೂ ಮುಂದುವರಿಯುತ್ತದೆ. ಅಲ್ಲಿ ಕವಿಗೆ ಪಾರಿವಾಳದ ಆಕರ್ಷಣೆ, ಮೋಹ ಆವರಿಸಿದರೆ, ಇಲ್ಲಿ ಕಡಲ ತೀರದ ಬಣ್ಣ ಬಣ್ಣದ ಅಲೆಗಳು ಗುಂಗು ಹಿಡಿಸುತ್ತವೆ. ಹಕ್ಕಿ ಹಕ್ಕಿಯಷ್ಟೇ ಅಲ್ಲ, ಅಲೆಗಳು ಬರೀ ಅಲೆಗಳಲ್ಲ. ಅದು ನಮ್ಮ ಊಹೆ, ಕಲ್ಪನೆಗೆ ಬಿಟ್ಟದ್ದು. ಇರಲಿ, ಕವಿ ಚೆಲುವು ಮತ್ತು ಸೊಬಗನ್ನು ಸವಿಯುವ ಮನೋಭಾವದವನು. ಆದರೆ ಇಲ್ಲೂ ಸೊಬಗಿನ ಅಲೆಗಳು ಹಾಗೆಯೇ ಉಳಿಯುವುದಿಲ್ಲ. ರಾತ್ರಿಯಾಗುತ್ತಿದ್ದಂತೆ ಅವು ಭೀಕರವಾಗುತ್ತವೆ. ಇಂಥ ಒಂದು ರೂಪಾಂತರದ ಪ್ರಕ್ರಿಯೆಯನ್ನು ಕವಿತೆ ವಿವ್ಯಸ್ತಗೊಳಿಸುತ್ತದೆ.

ಕವಿತೆ ಎರಡು ಭಾಗಗಳಲ್ಲಿದೆ. ಕಡಲತೀರದಲ್ಲಿ ಸಂಜೆ ವಿಹಾರಕ್ಕೆ ಬಂದ ಕವಿಯನ್ನು ಕಂಡಾಕ್ಷಣ ಬಣ್ಣಬಣ್ಣದ ಅಲೆಗಳು ಬಂದು ಅವನನ್ನು ಮುತ್ತುತ್ತವೆ: 'ಮುದ್ದಿನ ಸಾಕುನಾಯಿಗಳಂತೆ'. ಸಾಕುನಾಯಿಗಳ ಪ್ರತಿಮೆ ಅವುಗಳ ಮುದ್ದಿನ ಚೆಲ್ಲಾಟದ ಚಿತ್ರವನ್ನು ನಮಗೆ ಕೊಡುತ್ತದೆ. ಕವಿ ಬಯಸಿದ್ದಕ್ಕಿಂತ ಹೆಚ್ಚಿಗೆಯೇ ('ಹೇ ಹೇ ಎನ್ನುವಷ್ಟರಲ್ಲಿ ಜಿಗಿದು/ ಮೈ ಮೇಲೆರಗಿ, ಮೈಕೈ ನೆಕ್ಕಿ/ ಒದ್ದೆ ಎಂಜಲು!') ಲಲ್ಲೆಗರೆಯುತ್ತವೆ. 'ಮೈಕೈ ನೆಕ್ಕಿ' ಎನ್ನುವಲ್ಲಿ ಅವುಗಳ ಸ್ಪರ್ಶಸುಖ, ಮುದ್ದಾಟದ ಚಿತ್ರ ಮೂಡಿಬರುತ್ತದೆ. ಅವುಗಳ ಪ್ರೀತಿಯ ದಾಳಿಗೆ ಆತ ಅಲ್ಲಾಡುತ್ತಾನೆ; ಸ್ತಿಮಿತ ಕಳೆದುಕೊಳ್ಳುತ್ತಾನೆ. ಅವು ಹಿಂದಕ್ಕೆ ಹೋಗಿ ಮತ್ತೆ ಬಂದು ಚೆಲ್ಲಾಟದ ಹಲ್ಲೆ ಮಾಡುತ್ತವೆ. ಕವಿ ಅವುಗಳಿಗೆ 'ಹೇ ಹೇ ' ಅಂದರೂ ಒಳಗೊಳಗೇ ಖುಷಿ ಪಡುತ್ತಾನೆ; ಅವುಗಳ ಲಗ್ಗೆಯ ಸುಖವನ್ನು ಅನುಭವಿಸುತ್ತಾನೆ. 'ಉಲ್ಲಾಸದ ಬುಗ್ಗೆಯನ್ನು ಉಕ್ಕುಕ್ಕಿಸುತ್ತವೆ' ಎನ್ನುವಲ್ಲಿ ಇದು ಸ್ಪಷ್ಟಗೊಳ್ಳುತ್ತದೆ. ಆತನ ಆನಂದಕ್ಕೆ ಪಾರವೇ ಇಲ್ಲ. ಕವಿಯ ಆನಂದಮಯ ವ್ಯಕ್ತಿತ್ವವೊಂದು ಇಲ್ಲಿ ಮೂಡಿ ಬರುತ್ತದೆ.

ಎರಡನೆಯ ಭಾಗದಲ್ಲಿ ಈ ಅಲೆಗಳ ಇನ್ನೊಂದು ಮುಖದ ಚಿತ್ರ ಸಿಗುತ್ತದೆ. ಸಂಜೆಯ ವಿಹಾರದ ಸಮಯದಲ್ಲಿ ಸಾಕುನಾಯಿಗಳಂತಿದ್ದ ಅಲೆಗಳು ರಾತ್ರಿಯಾಗುತ್ತಿದ್ದಂತೆ 'ಕಪ್ಪು ಬೇಟೆನಾಯಿಗಳಂತೆ ಗುರುಗುಟ್ಟಿ ದುರುಗುಟ್ಟಿ' ನೋಡುತ್ತವೆ. ಆ ಪ್ರೀತಿ, ಆ ಲಲ್ಲೆ, ಆ ಮುದ್ದಾಟ ಈಗಿಲ್ಲ. ಈ ಅಲೆಗಳ ಸ್ವರೂಪವೇ ಬೇರೆ. ಹೀಗೆ ಅಲೆಗಳು ಬರೀ ಆನಂದ ಉಕ್ಕಿಸುವುದಿಲ್ಲ; ಭಯಭೀತಿಗಳನ್ನೂ ಹುಟ್ಟಿಸುತ್ತವೆ. 'ನನ್ನ ಹರಿಹರಿದು ಮುಕ್ಕಲು' ಹವಣಿಸುತ್ತವೆ ಎನ್ನುತ್ತಾನೆ ಕವಿ. ಹೀಗೆ ಕವಿ ಅಲೆಗಳ ಎರಡು

ಮುಖಗಳನ್ನೂ ಕಾಣಿಸುತ್ತಾನೆ. ಬರೀ ಸುಖ ಸಂತೋಷಗಳ ಅನುಭವವೇ ಇರುವುದಿಲ್ಲ; ಯಾವುವು ನಮ್ಮ ಸುಖ ಸಂತೋಷಗಳಿಗೆ ಕಾರಣವಾಗಿರುತ್ತವೋ ಅವೇ ನಮ್ಮನ್ನು ಸ್ವಾಹಾ ಮಾಡಿಬಿಡುವಷ್ಟು ಭಯ ಭೀತಿ ತಲ್ಲಣ ಸಹ ಉಂಟುಮಾಡುತ್ತವೆ. ಕವಿಯ ಈ ಫಜೀತಿಯನ್ನು ಕಂಡು 'ಸಮುದ್ರ / ಗೊಳ್ಳೆಂದು ನಕ್ಕಿತು!' ಹೀಗೆ ಈ ಕವಿತೆ ಬದುಕಿನ ಒಮ್ಮುಖದ ಚಿತ್ರವನ್ನು ಕೊಡದೆ, ಅದರ ಸಂಕೀರ್ಣತೆ ಹಾಗೂ ಸಮಗ್ರತೆ ಯನ್ನು ಹಿಡಿಯಲು ತವಕಿಸುತ್ತದೆ. 'ಸಮುದ್ರ' ಎಂದರೆ ಅಪರಂಪಾರವಾಗಿರುವ ಬದುಕೇ ಕವಿಯನ್ನು ಅಪಹಾಸ್ಯಗೊಳಿಸುತ್ತದೆ.

–ಮಲ್ಲಿಕಾರ್ಜುನ ಹಿರೇಮಠ

ನಂಬಿಕೆ

ಬಂದಿದ್ದರಂತೆ ಇವರ ಮನೆಗೆ ಶಿರಡಿ ಸಾಯಿಬಾಬ
ತಾವಾಗಿ ಒಂದು ಸಂಜೆ.
ಮಾತಾಡುತ್ತಾರಂತೆ ಇವರು ನೇರ ದೇವರೊಂದಿಗೆ
ತಮಗೆ ಬೇಕನ್ನಿಸಿದಾಗ.
ದಾಟಿಸಿದ್ದಾರಂತೆ ತಮ್ಮ ತೀರಿಕೊಂಡ ತಾಯಿಗೆ
ವೈತರಣೀ ನದಿಯನ್ನು.

ಹೀಗೆಲ್ಲ ಹೇಳಿದ್ದು ಒಬ್ಬ ಶ್ರೀಶ್ರೀಶ್ರೀ ಆಗಿದ್ದರೆ
ನಕ್ಕುಬಿಡುತ್ತಿದ್ದೆ,
ಒಬ್ಬ ಸಾತ್ವಿಕ ವ್ಯಕ್ತಿ.
ಸುಳ್ಳುಗಾರರಲ್ಲ, ಇಲ್ಲ ಕಿಂಚಿತ್ತೂ ವಂಚನೆ,
ಪರೋಪಕಾರಿ.
ಎಷ್ಟೋ ಮಂದಿಯ ಏನೆಲ್ಲ ಕಷ್ಟಕೋಟಲೆ
ಪರಿಹರಿಸಿದ್ದಾರೆ.
ದಾರಿ ತಪ್ಪಿದವರಿಗೆ, ದಾರಿ ಕಾಣದವರಿಗೆ
ಸರಿದಾರಿ ತೋರಿದ್ದಾರೆ,
ಧೈರ್ಯ ತುಂಬಿದ್ದಾರೆ.
ಆಳದಲ್ಲಿ ನಿರ್ಲಿಪ್ತ, ಅಧ್ಯಾತ್ಮ ವಿಹಾರಿ,
ಹೊರಗೆ ಸಂಸಾರಿ.
ಉದ್ಯೋಗದ ಬಿಡುವಿನಲ್ಲಿ ಸಾಮೂಹಿಕ ಭಜನೆ,
ಧ್ಯಾನ, ಉಪಾಸನೆ;
ಅಚಲ ದೈವಭಕ್ತಿ.

'ನಂಬಿ ಕೆಟ್ಟವರಿಲ್ಲ, ಒಮ್ಮೆ ನೀವೂ ನಂಬಿ ನೋಡಿ'
ಅಂದರು ನನಗೆ.
ನನ್ನ ಮಟ್ಟಿಗೆ
ದೇವರಂಥ ಇಂಥವರು ಸಾಕು,
ದೇವರೇಕೆ ಬೇಕು?

ನಂಬಿಕೆ

ನಂಬಿಕೆ ಮತ್ತು ಸಂದೇಹಗಳ ವೈರುಧ್ಯ ಮತ್ತು ಸಂಘರ್ಷದಲ್ಲಿ ಕವಿ ಒಂದು ನಿಲುಗಡೆಗೆ ಬರುವ ಪ್ರಕ್ರಿಯೆಯನ್ನು 'ನಂಬಿಕೆ' ಕವಿತೆ ಸಾದರ ಪಡಿಸುತ್ತದೆ. ಕವಿಯ ಧೋರಣೆ ಅಥವಾ ನಿಲುವು ಇಲ್ಲಿ ವ್ಯಕ್ತವಾಗಿದೆ.

ದೇವರ ಬಗೆಗಿನ ಜಿಜ್ಞಾಸೆ ಯಾವುತ್ತೂ ನಡೆದದ್ದೇ. ಕವಿಗೆ ದೇವರ ಇರುವಿಕೆಯ ಬಗೆಗೆ ವಾಗ್ವಾದ, ಚರ್ಚೆ ಇಷ್ಟವಿಲ್ಲ. 'ದೇವರೆಂದರೆ ಒಂದು ಒಗಟು/ ಬಿಡಿಸಲು ಹೋದಷ್ಟೂ ಜಿಗುಟು' ಎಂದು ಅವರೇ ತಮ್ಮ ಒಂದು ಹನಿಗವನದಲ್ಲಿ ಹೇಳಿ ಕೊಂಡಿದ್ದಾರೆ.

ದೇವರಿದ್ದರೆ ಎಲ್ಲಿ ಎಂಬ ಅನ್ವೇಷಣೆಯನ್ನು ಇಲ್ಲಿ ಕವಿತೆ ನಡೆಸುತ್ತದೆ. ಮೊದಲ ನುಡಿಯಲ್ಲಿ ಕವಿ ತನ್ನ ಪರಿಚಯದ ಒಬ್ಬ ವ್ಯಕ್ತಿಯ ನಂಬಿಕೆಯನ್ನು ಕುರಿತು ಸಾಕಷ್ಟು ಅಂತರ ಕಾಯ್ದುಕೊಂಡು ಹೇಳುತ್ತಾನೆ. ಆ ವ್ಯಕ್ತಿಗೆ ಸಾಯಿಬಾಬನಲ್ಲಿ ಶ್ರದ್ಧೆ ಇದೆ. ಆತ ದೇವರೊಂದಿಗೆ ನೇರವಾಗಿ ಮಾತಾಡುವುದನ್ನು, ತನ್ನ ತೀರಿಕೊಂಡ ತಾಯಿಗೆ ವೈತರಣೀ ನದಿ ದಾಟಿಸಿದ್ದನ್ನು ಕವಿ ನಮಗೆ ನಿವೇದಿಸುತ್ತಾನೆ. 'ಬಂದಿದ್ದರಂತೆ', 'ಮಾತಾಡುತ್ತಾರಂತೆ', 'ದಾಟಿಸಿದ್ದಾರಂತೆ'– ಎಂಬುದಾಗಿ ಕವಿ ನಿರೂಪಿಸುವಲ್ಲಿಯೇ ತಿಳಿಯುತ್ತದೆ ಕವಿಗೆ ಇದರಲ್ಲೆಲ್ಲ ನಂಬಿಕೆ ಇಲ್ಲ ಎಂದು. ಕವಿ ಸಂದೇಹವಾದಿಯಾಗಿ ನಮಗೆ ಕಾಣುತ್ತಾನೆ. ಅವನ ಪಾರ್ಶ್ವ ವ್ಯಕ್ತಿತ್ವ ಇಲ್ಲಿ ಮೂಡಿಬರುತ್ತದೆ.

ಯಾರೋ ಒಬ್ಬ ಶ್ರೀಶ್ರೀಶ್ರೀ ಹೀಗೆಲ್ಲ ಬುರುಡೆ ಬಿಟ್ಟಿದ್ದರೆ ಕವಿ ನಕ್ಕುಬಿಡಬಹುದಿತ್ತು. ಆದರೆ ಹೀಗೆಲ್ಲ ಹೇಳುತ್ತಿರುವಾತ ಒಬ್ಬ ಅಪ್ಪಟ ಪ್ರಾಮಾಣಿಕ ಸಾತ್ವಿಕ ವ್ಯಕ್ತಿ.

ಮುಂದಿನ ಎರಡು ನುಡಿಗಳು ಈ ವ್ಯಕ್ತಿಯ ವ್ಯಕ್ತಿತ್ವವನ್ನು ರೂಪಿಸಿಕೊಡುತ್ತವೆ. ಈತ ಒಬ್ಬ 'ಸಾತ್ವಿಕ ವ್ಯಕ್ತಿ'; ಸುಳ್ಳುಗಾರ ಅಲ್ಲ; ಕಿಂಚಿತ್ತೂ ವಂಚನೆ ಮಾಡಿದವನಲ್ಲ. ಪರೋಪಕಾರಿ; ದಾರಿ ತಪ್ಪಿದವರಿಗೆ ದಾರಿ ತೋರಿಸುವ ಗುರು; ನಿರ್ಲಿಪ್ತ; ಸಂಸಾರ ದಲ್ಲಿದ್ದೂ ಅಧ್ಯಾತ್ಮ ಅರಸುವವ; ಧ್ಯಾನ, ಉಪಾಸನೆ, ಅಚಲ ದೈವಭಕ್ತಿ ಉಳ್ಳವ. ಕವಿಗೆ ಆತನ ಈ ವ್ಯಕ್ತಿತ್ವದಲ್ಲಿ ನಂಬಿಕೆ ಇದೆ. ಆದರೆ ಆ ವ್ಯಕ್ತಿ ಹೇಳುವುದೇನೆಂದರೆ, ದೇವರನ್ನು 'ನಂಬಿ ಕೆಟ್ಟವರಿಲ್ಲ, ನೀವೂ ಒಮ್ಮೆ ನಂಬಿ ನೋಡಿ' ಎಂದು. ಇಲ್ಲಿ ಕವಿಗೆ ಪೀಕಲಾಟ. ಆದರೆ ಈ ಸಾತ್ವಿಕನ ನಂಬಿಕೆಯೇ ತನ್ನದೂ ಆಗಬೇಕಿಲ್ಲ ಎಂದು ಕವಿ ಸ್ಪಷ್ಟವಾಗಿ ಅರಿತಿದ್ದಾನೆ.

ನನ್ನ ಮಟ್ಟಿಗೆ
ದೇವರಂಥ ಇಂಥವರು ಸಾಕು,
ದೇವರೇಕೆ ಬೇಕು?

ಒಬ್ಬನ ನಂಬಿಕೆ ಇನ್ನೊಬ್ಬನಿಗೆ ಅಪನಂಬಿಕೆ ಅಥವಾ ಮೂಢನಂಬಿಕೆಯಾಗಿ ತೋರಬಹುದು. ಅವರವರ ನಂಬಿಕೆ ಅವರವರಿಗೆ ಬಿಟ್ಟದ್ದು. ಕವಿಗೆ ಮಹತ್ವದ್ದಾಗುವುದು ಆ ವ್ಯಕ್ತಿಯ ಸಾತ್ವಿಕತೆ. ಕವಿ ಅಲ್ಲಿ ದೇವರನ್ನು ಕಾಣುತ್ತಾನೆ, ಮಣಿಯುತ್ತಾನೆ. ಆದರೆ ಆ ಸಾತ್ವಿಕ ವ್ಯಕ್ತಿ 'ನಂಬಿ, ನೋಡಿ' ಎನ್ನುವುದರಲ್ಲಿ ಕವಿಗೆ ನಂಬಿಕೆ ಇಲ್ಲ. ಕವಿಗೆ ಬಾಗುವುದೂ ಗೊತ್ತು, ಬಾಗದಿರುವುದೂ ಗೊತ್ತು. ಕವಿ ಸಂದೇಹವಾದಿಯೇನಲ್ಲ; ಮನುಷ್ಯತ್ವದ ಘನತೆಯಲ್ಲಿ ಅವನಿಗೆ ವಿಶ್ವಾಸವಿದೆ. ಅದನ್ನು ಗೌರವಿಸುತ್ತಾನೆ; ದೇವರಿದ್ದರೆ ಇಲ್ಲೇ ಎಂದು ಭಾವಿಸುತ್ತಾನೆ ಹಾಗೂ ವಿಶ್ವಾಸ ತಳೆಯುತ್ತಾನೆ. ಸಾತ್ವಿಕ ವ್ಯಕ್ತಿಯ ಗುಣಗಳನ್ನು ಗೌರವಿಸುವ ಕವಿಯ ಪ್ರಾಮಾಣಿಕ ವ್ಯಕ್ತಿತ್ವವೂ ಇಲ್ಲಿ ಒಡಮೂಡುತ್ತದೆ. 'ನನ್ನ ಮಟ್ಟಿಗೆ'- ಎನ್ನುವಲ್ಲಿ ವೃಥಾ ಚರ್ಚೆ, ವಾಗ್ವಾದಗಳನ್ನು ನಿರಾಕರಿಸುತ್ತ, 'ನನ್ನ ನಿಲುವು ಇಷ್ಟು, ಇದು ನನ್ನ ನಂಬಿಕೆ, ನನ್ನ ಧೋರಣೆ' ಎಂಬುದು ಸೂಚಿತವಾಗಿದೆ. ಬಹುಶಃ 'ನನ್ನ ಕಾವ್ಯದ ಮಟ್ಟು ಇದು' ಎಂದೂ ಹೇಳಿದಂತಿದೆ. ಕವಿಯ ಧೋರಣೆ ಮತ್ತು ಅದನ್ನು ಮಂಡಿಸುವ ರೀತಿ- ಎರಡೂ ಓದುಗನ ಪ್ರೀತಿ, ವಿಶ್ವಾಸಗಳನ್ನು ಗಳಿಸುತ್ತವೆ.

–ಮಲ್ಲಿಕಾರ್ಜುನ ಹಿರೇಮಠ

ಕಬಂಧ

ಒಂದೊಮ್ಮೆ ಸುಂದರ ಗಂಧರ್ವನಂತಿದ್ದ
ಈ ನಮ್ಮ ಮುದ್ದು ನಗರ,
ಇಂದು ಶಾಪಗ್ರಸ್ತ ಹೆಳವ
ನರಭಕ್ಷಕ
ಭೀಕರ ಕಬಂಧಾಸುರ.

ಇದರ ತಲೆ, ಹೃದಯ
ತಳಕ್ಕೆ ಮೆಟ್ಟಿಹೋಗಿ
ಈಗ ಇದೊಂದು ಬೃಹತ್ ಹೊಟ್ಟೆ,
ಚಾಚಿ ತೋಳುಗಳನ್ನು
ಮೈಲಿಗಟ್ಟಲೆ
ಸಿಕ್ಕ ಸಿಕ್ಕ ಹಳ್ಳಿ, ಪಟ್ಟಣ
ಬಾಚಿ ಮುಕ್ಕುತ್ತಿದೆ.

ನಿರ್ನಾಮವಾಗಿವೆ
ಇದಕ್ಕೆ ಆಹುತಿಯಾಗಿ
ಎಷ್ಟೊಂದು ಹೊಲ ಗದ್ದೆ, ಕಾಡು ಮೇಡು,
ಹೂ ಚಿಟ್ಟೆ, ಖಗ ಮೃಗ,
ಸುವ್ವಿ ಸೋಬಾನೆ,
ಸುಕುಮಾರ ಭಾವನೆಗಳು!

ಹೊಟ್ಟೆಭಾರಕ್ಕೆ ಹೊರಳಾಡುತ್ತ ಕಾಣುತ್ತೆ
ರೀಲು ರೀಲು ದುಃಸ್ವಪ್ನಮಾಲೆ.
ಕಿರಲಿ ಅಪಸ್ವರದಲ್ಲಿ ತತ್ತರಿಸಿ ತೊನೆಯುತ್ತೆ
ಧಗಧಗಿಸಿ ಕಾಮಜ್ವಾಲೆ.

ಕೂತಲ್ಲೇ ಇದರ ಮಲ ಮೂತ್ರ, ದುರ್ನಾತ,
ಗಿಜಿಗುಡುವ ಸೊಳ್ಳೆ ನೊಣ ನೊರಜು.
ವೊಯಕ್ಕೆಂದು ಆಗಾಗ ಕಕ್ಕಿಕೊಳ್ಳುತ್ತದೆ
ಲೋಳೆ ಲೋಳೆ ಶ್ಲೇಷ್ಮ, ನೆತ್ತರು.

ಬುಸಬುಸ ತೇಕುತ್ತ ಉಸಿರಾಡುತ್ತದೆ
ಧೂಳು, ಅನಿಲ, ದಟ್ಟ ಹೊಗೆ.
ಪರಪರ ಮೈ ಕೆರೆಯುತ್ತ ಚೀರಾಡುತ್ತದೆ
ಸರಸರ ಹರಿದಾಡುವ
ಸಾಲು ಸಾಲು ಕಟ್ಟಿರುವೆ
ನುಸಿ ಹೇನು ತಿಗಣೆ
ಉರಿ ತುರಿಕೆಗೆ.

ಸಿಟ್ಟು ನೆತ್ತಿಗೇರಿ, ಇಗೋ
ಚಾಚುತ್ತಿದೆ ತೋಳು,
ಅಪ್ಪಳಿಸುತ್ತಿದೆ ನೆಲವ,
ಬೆದಕಾಡುತ್ತಿದೆ ಏನೆಲ್ಲವನ್ನೂ!
'ನೀವೇ ಕಾರಣ ನನ್ನ ದುರ್ಗತಿಗೆ' ಎನ್ನುತ್ತ
ಬೆನ್ನಟ್ಟಿದೆ ನನ್ನ, ನಿಮ್ಮನ್ನೂ!

ಅಯ್ಯೋ, ಇದರ ತೋಳುಗಳ
ಕಡಿಯುವವರ್‍ಯಾರು?
ಇದರ ಸಂಸ್ಕಾರ ಯಾರಿಂದ?
ರಾಮರಾಮಾ!
ಉಂಟೆ ಇದಕ್ಕೆ ವಿಶಾಪ?
ಮತ್ತೆ ಮೊದಲಿನ ರೂಪ?
ನಮಗೆ ನೆಮ್ಮದಿ,
ಆರಾಮ?

ಕಬಂಧ

ನಾವು ಸ್ಮಾರ್ಟ್ ಆಗುವ ಹಂಬಲದವರು. ನಮ್ಮ ನಗರಗಳು ಸ್ಮಾರ್ಟ್ ಆಗಬೇಕೆಂದು ಬಯಸುವವರು. ಪುಟ್ಟ ಹಳ್ಳಿಗಳಿಗೂ ಕೂಡ ಮಹಾನಗರದ ಕನಸು. ಮಹಾನಗರಕ್ಕೋ ಬೆಳೆಯುವ ದುರಾಸೆ. ಮೈತುಂಬಿಕೊಳ್ಳುವ, ಬೆಳೆಯುವ, ಬೆಳೆದು ಎಲ್ಲವನ್ನೂ ಒಳಗೊಳ್ಳುವ, ಒಳಗೊಳ್ಳುವ ಮೂಲಕ ತನ್ನದಾಗಿಸಿಕೊಳ್ಳುವ ಆಸೆ. ಇದರ ಕುರಿತ ಧ್ಯಾನವೇ ಕಬಂಧ ಎಂಬ ಕವಿತೆ.

ಚಾಚಿದಷ್ಟೂ ಉದ್ದವಾಗುವ ಬಾಹುಗಳುಳ್ಳ ಕಬಂಧ ಎಂಬ ರಾಕ್ಷಸನನ್ನು ಮಹಾನಗರಕ್ಕೆ ರೂಪಕವನ್ನಾಗಿಸಿಕೊಂಡು ಲಕ್ಷ್ಮಣರಾವ್, ಮಹಾನಗರದ ಅವನತಿ ಯನ್ನು ಹೇಳುತ್ತಾ ಹೋಗುತ್ತಾರೆ. ಅಭಿವೃದ್ಧಿಯೆಂಬ ಜೆಸಿಬಿಯ ಬಾಹುಗಳು, ರಾಜಕಾರಣಿಗಳ ದುರಾಶೆಯ ಬಾಹುಗಳು, ಮಧ್ಯಮವರ್ಗದವರ ಸುಖಜೀವನದ ಹಂಬಲದ ಬಾಹುಗಳು, ವಾಸ್ತವವನ್ನು ಮೀರಲು ಹವಣಿಸುವ ಮನಸ್ಸುಗಳ ಕೈಗಳು, ಕನಸುಗಳ ಬೆಳೆಯುತ್ತಲೇ ಇರುವ ತೋಳುಗಳು, ಭ್ರಷ್ಟಾಚಾರ, ದುರಾಸೆ, ರಾಜಕಾರಣ, ತೋರಿಕೆ, ಹುಚ್ಚು ಆಸೆಗಳ ಬಾಹುಗಳೆಲ್ಲ ಹೇಗೆ ಒಂದು ನಗರವನ್ನು ಉಸಿರುಗಟ್ಟಿಸುತ್ತಾ ನಿಧಾನವಾಗಿ ಕೊಲ್ಲುತ್ತಾ ಬರುತ್ತವೆ ಅನ್ನುವುದರ ಚಿತ್ರಣ ಈ ಕವಿತೆಯೊಳಗಿದೆ.

ಕಬಂಧನಿಗೆ ಚಲನೆಯಿಲ್ಲ. ಆತ ತನ್ನ ಕೈಗಳನ್ನು ಮಾತ್ರ ಚಾಚುತ್ತಾ ಹೋಗಬಲ್ಲ. ಅವನ ಅಸ್ತಿತ್ವವೆಂದರೆ ಅವನ ಬಾಹುಗಳಷ್ಟೇ. ಮಹಾನಗರ ಕೂಡ ಬಿದ್ದಲ್ಲೆ ಬಿದ್ದಿರುವ ಹೆಳವನಾಗಿದ್ದರೂ ಬಾಹುಗಳು ಮಾತ್ರ ಬಲಶಾಲಿ. ದುರಂತವೆಂದರೆ ಮಹಾನಗರಕ್ಕೆ ತಲೆಯಿಲ್ಲ, ಇರುವುದು ಬರೀ ಹೊಟ್ಟೆ. ಹೊಟ್ಟೆ ಅನ್ನುವುದನ್ನು ಸಾರವಿಲ್ಲದ ಹೊಟ್ಟು, ಹೊಟ್ಟೆ ಅಂತಲೂ ತಿಳಿಯುವುದು ಸಾಧ್ಯ. ಹಳ್ಳಿ, ಪಟ್ಟಣಗಳನ್ನು ಮುಕ್ಕುವ ಅದರ ಆಸೆಯನ್ನು ನೋಡಿದಾಗ ವೈಎನ್ಕೆ ಅವರ ಸರ್ವಭಕ್ಷಕ ಪದ್ಯ ಕೂಡ ನೆನಪಾಗದೇ ಇರದು.

ಹಸಿದ ಹೊಟ್ಟೆ ಕೇವಲ ತನ್ನ ಹಸಿವನ್ನು ಹಿಂಗಿಸಿಕೊಳ್ಳಲು ತಿನ್ನುತ್ತದೆ. ಮಹಾ ನಗರದ ಹಸಿವು ಕೇವಲ ಹೊಟ್ಟೆಯದ್ದಲ್ಲ. ಅದಕ್ಕೆ ಎಲ್ಲವನ್ನೂ ತನ್ನದನ್ನಾಗಿಸಿಕೊಳ್ಳುವ, ಏಕರೂಪವಾಗಿಸುವ ಹಸಿವು. ಹೀಗಾಗಿ ಅದು ಸುಕೋಮಲ ಭಾವನೆ, ಹಾಡು, ಜನಪದ, ಕಾವ್ಯ, ಕನಸುಗಳನ್ನೆಲ್ಲ ತಿಂದುಬಿಡುತ್ತದೆ. ಕೊನೆಗೆ ಅಲ್ಲಿ ಉಳಿಯುವುದು ಬರೀ ದುಃಸ್ವಪ್ನ ಮಾತ್ರ. ಅಲ್ಲಿ ಕಾಮಕ್ಕೂ ಅಪಸ್ವರ, ದೇಹವೋ ರೋಗಿಷ್ಟ. ಎಲ್ಲವೂ ಕೂತಲ್ಲೇ ಆಗಿ ಅದರ ಬುಡ ದುರ್ನಾತದ ಕೂಪ.

ಅದಕ್ಕೆ ಈ ಸ್ಥಿತಿ ತಂದಿಟ್ಟವರು ನಾವೇ ಅನ್ನುವುದನ್ನು ಹೇಳುವಲ್ಲಿಗೆ ಕವಿತೆ ಮತ್ತೊಂದು ಮಜಲನ್ನು ತಲುಪುತ್ತದೆ. ಶಾಪಗ್ರಸ್ತ ನಗರದ ಶಾಪ ಯಾರು? ಅದರ ಪ್ರಜೆಗಳೇ? ನಾವು ನೀವೇ? ನಮ್ಮ ಕನಸುಗಳು, ಆಸೆಗಳು, ದುರಾಸೆಗಳನ್ನೆಲ್ಲ ನಾವು ಮಹಾನಗರದ ಕಬಂಧ ಬಾಹುವಿಗೆ ಒಪ್ಪಿಸಿಬಿಟ್ಟಿದ್ದೇವಾ?

ಹಾಗಿದ್ದರೆ ಇದರ ತೋಳುಗಳ
ಕಡಿಯುವವರು ಯಾರು?

ಈ ಪ್ರಶ್ನೆಯೊಂದಿಗೆ ಕವಿತೆ ಕೊನೆಯಾಗುತ್ತದೆ. ಅದರ ತೋಳುಗಳನ್ನು ಕಡಿಯುವ ಮೂಲಕ ನಾವು ನಮ್ಮ ತೋಳುಗಳನ್ನೂ ಕಡಿದುಕೊಳ್ಳುತ್ತೇವಾ? ನಾವು ಕೊಂಚರಾಗಿಬಿಡುತ್ತೇವಾ? ಕೈಗಳೇ ನಮ್ಮ ಸರ್ವಸ್ವವೂ ಆಗಿಬಿಟ್ಟಿದೆಯಾ? ಐಷಾರಾಮಕ್ಕೆ ಚಾಚುವ ಕೈಗಳು, ದುಡಿಮೆಗೆ ಸವೆಯುವ ಕೈಗಳು, ದೋಚಲು ಸಿದ್ಧವಾಗಿರುವ ಕೈಗಳು. ಮೈಯೆಂಬುದು ನಮಗೀಗ ಅನಿವಾರ್ಯ ಅಲ್ಲ. ಎಲ್ಲವೂ ಕೈಯಲ್ಲೇ, ಕೈಯ ಬೆರಳುಗಳ ತುದಿಯಲ್ಲೇ.

ನಾವು ಚಾಚುತ್ತಿರುವುದು ಕೈಯನ್ನೇ, ಬೆರಳನ್ನೇ.... ಹೀಗೆ ಕಬಂಧನ ರೂಪಕ ವಿಸ್ತಾರವಾಗುತ್ತಾ ಹೋಗುತ್ತದೆ.

–ಜೋಗಿ

ಜಿಜ್ಞಾಸೆ

ಹರಿ ಮತ್ತು ಗಿರಿ, ಅವಳಿ ಜವಳಿ,
ಒಬ್ಬರಿನ್ನೊಬ್ಬರ ತದ್ರೂಪಿ;
ಕಂಡವರಿಗೆಲ್ಲ ಅಚ್ಚರಿಯೋ ಅಚ್ಚರಿ!
'ಇದೆಂಥ ಜೆರಾಕ್ಸ್ ಕಾಪಿ!'

ದುರ್ದೈವದಿಂದ, ಪುಟ್ಟಮಕ್ಕಳಾಗಿದ್ದಾಗಲೇ
ಇವರಲ್ಲೊಬ್ಬ ಮೃತಪಟ್ಟ;
ಸತ್ತವನ್ಯಾರು? ಹರಿಯೋ? ಗಿರಿಯೋ?
ಸ್ವತಃ ಹೆತ್ತವರಿಗೂ ಅಸ್ಪಷ್ಟ

ಹರಿಯೇ ಇರಬೇಕೆಂದು ಹೇಗೋ ಅಂದಾಜಿಸಿ,
ಉಳಿದವ ಗಿರಿ ಎಂದುಕೊಂಡರು;
ಹೀಗಾಗಿ ಉಳಿದವನ ಪಾಲಾಗಿ ಉಳಿಯಿತು
ಗಿರಿ ಎಂಬ ಹೆಸರು.

ಗಿರಿ ಕನ್ನಡಿ ನೋಡಿಕೊಂಡಾಗಲೆಲ್ಲ ಅಲ್ಲಿ
ಕಂಡಂತಾಗುತ್ತಿತ್ತು ಹರಿ;
ಹರಿ ಹೇಳುತ್ತಿದ್ದ, 'ಲೋ ಗಿರಿ,
ಚೆನ್ನಾಗಿ ಓದು, ಬರಿ'.

ತಪ್ಪು ಮಾಡಿದಾಗ ಗಿರಿ, ಅನ್ನುತ್ತಿದ್ದ ಹರಿ,
'ಅದು ತಪ್ಪಲ್ಲವೇನೋ, ಮರಿ?'
ಗಿರಿ ಅವನ ಮಾತಿಗೆ ಹಾಕುತ್ತಿದ್ದ ಕತ್ತರಿ,
'ಈ ಕಾಲಕ್ಕೆ ಇದೇ ಸರಿ'.

ಮುಂದೆ ಗಿರಿ ಖ್ಯಾತ ಕಲಾವಿದನಾಗಿ ಬೆಳೆದ;
ಪಡೆದ ಹಲವು ಪ್ರಶಸ್ತಿಗಳ ಗರಿ;

ಆದರೆ ಅವನ ಮನಸ್ಸನ್ನು ಒಳಗೇ ಕೊರೆಯುತ್ತಿತ್ತು
ಸದಾ ಒಂದು ಕಿರಿಕಿರಿ.

'ನಾನು ಗಿರಿಯೇ ಆಗಿದ್ದರೆ ಸರಿ, ಹಾಗಲ್ಲದೆ
ನಾ ನಿಜಕ್ಕೂ ಆಗಿದ್ದರೆ ಹರಿ,
ಕಷ್ಟ ಪಟ್ಟು ನಾ ಗಳಿಸಿದ ಈ ಹೆಸರು, ಪ್ರತಿಷ್ಠೆ,
ನನಗೇ ಇಲ್ಲವಾಯ್ತಲ್ಲರಿ!'

ಹರಿಯ ಈ ಪರಿಯ ಕಿರಿಕಿರಿಯ ಪರಿಹರಿಸಲು
ನಿರ್ಧರಿಸಿದ ಕೊನೆಗೆ ಗಿರಿ;
ಕನ್ನಡಿಯ ಮುಂದೆ ಹರಿಗೆದುರಾಗಿ ನಿಂತು
ಮಾಡಿಕೊಂಡ ಹರಾಕಿರಿ.

ಜಿಜ್ಞಾಸೆ

ಶ್ರೇಷ್ಠ ಕವಿತೆಯ ಗುಣ ಆಂಬಿಗ್ಯುಟಿ ಅನ್ನುತ್ತಾರೆ. ಟು ಬಿ ಆರ್ ನಾಟ್ ಟು ಬಿ ಎಂಬುದು ಕವಿತೆಯ ಮೂಲದ್ರವ್ಯ. ಇದು ಹೀಗೆಯೇ ಎಂದು ಹೇಳಿದರೆ ಹೇಳಿಕೆಯಾಗಿ ದಿವಂಗತವಾಗುವ ಕವಿತೆ, ತನ್ನ ಮೌನದಲ್ಲಿ ಚಿರಾಯುವಾಗುತ್ತದೆ.

ಅಂಥ ಕವಿತೆಗಳನ್ನು ಬಿ.ಆರ್. ಲಕ್ಷ್ಮಣರಾವ್ ತಮ್ಮಷ್ಟಕ್ಕೆ ತಾವೇ ಬರೆಯುತ್ತಲೇ ಬಂದಿದ್ದಾರೆ. ಅವರ ಜಿಜ್ಞಾಸೆ ಕವಿತೆ ಕೂಡ ಆ ಸಾಲಿಗೆ ಸೇರುವಂಥದ್ದು. ಅದು ಹರಿ ಮತ್ತು ಗಿರಿಯ ದ್ವಂದ್ವವನ್ನು ಹೇಳುತ್ತಲೇ ದೇಹ ಮತ್ತು ಆತ್ಮ, ತೋರಿಕೆ ಮತ್ತು ನಿಜ, ಬಹಿರಂಗ ಮತ್ತು ಅಂತರಂಗದ ನಡುವಿನ ತುಮುಲವನ್ನು ನಮ್ಮ ಮುಂದಿಡುತ್ತಾ ಹೋಗುತ್ತದೆ.

ನಮ್ಮೊಳಗಿನ ನಾವು ಹೇಗೆ ನಮ್ಮನ್ನು ಕಾಡುತ್ತಾ ಹೋಗುತ್ತದೆ. ಹೊರಗಿನ ಜಗತ್ತಿಗೆ ಸಾಹಸಿಯೂ ಪ್ರತಿಭಾವಂತನೂ ಸಜ್ಜನನೂ ಆಗಿರುವ ವ್ಯಕ್ತಿಯ ಮತ್ತೊಂದು ವ್ಯಕ್ತಿತ್ವ ಯಾವುದು? ಆ ವ್ಯಕ್ತಿತ್ವ ಅವನನ್ನು ಹೇಗೆ ಮತ್ತೆ ಮತ್ತೆ ಆತ್ಮಾವಲೋಕನ ಮಾಡಿಕೊಳ್ಳುವಂತೆ ಪ್ರೇರೇಪಿಸುತ್ತಾ ಹೋಗುತ್ತದೆ ಅನ್ನುವುದನ್ನೆಲ್ಲ ಜಿಜ್ಞಾಸೆ ಕವಿತೆ ತೆರೆದಿಡುತ್ತದೆ.

ಮೇಲ್ನೋಟಕ್ಕೆ ತಮಾಷೆಯೇ ಮೈವೆತ್ತಂತೆ ಕಾಣಿಸುವ ಪದ್ಯ ಇದು. ಅದು ಲಕ್ಷ್ಮಣರಾಯರ ಶಕ್ತಿಯೂ ಹೌದು. ಅವರು ಅತ್ಯಂತ ಗಂಭೀರವಾದ ಸತ್ಯಗಳನ್ನು ಕೂಡ ತಮಾಷೆಯಾಗಿಯೇ ದಾಟಿಸಬಲ್ಲ ಕವಿ. ಹರಿ ಮತ್ತು ಗಿರಿ ಎಂಬ ಅವಳಿಗಳ ಪೈಕಿ ಒಬ್ಬ ಸತ್ತು ಹೋಗಿ, ಮತ್ತೊಬ್ಬ ಬದುಕಿ, ಕೊನೆಗೂ ಸತ್ತಿರುವವನು ಯಾರು, ಬದುಕಿರುವವನು ಯಾರು ಎಂಬ ಪ್ರಶ್ನೆ ಬದುಕಿರುವವನನ್ನು ಕಾಡತೊಡಗಿ, ನಾನು ಅವನೋ, ನಾನೋ ಎಂಬ ತಾತ್ವಿಕ ಪ್ರಶ್ನೆಯೊಂದು ಮೂಡಿ, ಕೊನೆಗೆ ತಾನೇ ಅವನಾಗುವ, ಅವನೇ ತಾನಾಗುವ ವಿಶಿಷ್ಟ ಗಳಿಗೆಯಲ್ಲಿ ಕವಿತೆ ಧ್ಯಾನಸ್ಥವಾಗುತ್ತದೆ.

ದ್ವೈತ ಮತ್ತು ಅದ್ವೈತದ ತಾತ್ವಿಕ ಜಿಜ್ಞಾಸೆಯನ್ನೂ ಈ ಪದ್ಯದಲ್ಲಿ ಕಾಣಬಹುದು. ಸತ್ತು ಹೋಗಿರುವವನು ಹೇಗೆ ನಮ್ಮೊಳಗೆ ಬದುಕಿಯೇ ಇರುತ್ತಾನೆ ಅನ್ನುವುದನ್ನೂ ಕವಿತೆ ಸಮರ್ಥವಾಗಿ ಹೇಳುತ್ತದೆ. ನಮ್ಮ ಕಣ್ಣೆದುರು ಕಳೆದುಹೋಗಿರುವವರ ಮೊತ್ತವಾಗಿ ನಾವು ರೂಪುಗೊಳ್ಳುವ ಬಗೆಯನ್ನೂ ಈ ಕವಿತೆ ಮನದಟ್ಟುಮಾಡಿಸುತ್ತದೆ. ಅಷ್ಟಕ್ಕೂ ಬದುಕಿರುವುದು ಹರಿ ಮತ್ತು ಗಿರಿ ಎಂಬ ಎರಡು ಹೆಸರುಗಳಲ್ಲಿ ಒಂದು ಎನ್ನುವುದನ್ನೂ ಹೇಳುತ್ತಲೇ, ಆ ಹೆಸರು ಮತ್ತೊಬ್ಬನ ಪಾಲಾಗುತ್ತಿದ್ದಂತೆ, ಆಗುವ ನೋವು, ಸಂಕಟ,

ತನ್ನ ಹೆಸರಿಲ್ಲದೆಯೇ ಸಾಯಬೇಕಾದ ದುಃಖ, ಆ ಹೆಸರಿಗಾಗಿಯೇ ಸಾಯುವ ಅನಿವಾರ್ಯ ಕರ್ಮ, ಹೆಸರಿಲ್ಲದೇ ಹೋದರೆ ಹೆಸರಿನ ಹಂಗಿಲ್ಲದೇ ಹೋದರೆ ನಾವು ಸಂತೋಷವಾಗಿರುತ್ತಿದ್ದೆವೇನೋ ಎಂಬ ಗುಮಾನಿ– ಎಲ್ಲವನ್ನೂ ಹೇಳುತ್ತಾ ಹೇಳುತ್ತಾ ಈ ಕವಿತೆ ಅಂತ್ಯದಲ್ಲಿ ಮತ್ತೊಂದು ಸ್ತರಕ್ಕೆ ಏರಿಬಿಡುವ ಪವಾಡವೂ ಈ ಕವಿತೆಯಲ್ಲಿ ಜರಗುತ್ತದೆ.

ಹರಾಕಿರಿ ಎಂಬುದು ಮೂಲತಃ ಜಪಾನಿ ವಿಧಿ. ಸೋತು ಶರಣಾಗುವ ಬದಲು ಸಾಯುವುದೇ ಮೇಲು ಎಂಬ ಸರಳ ಸೂತ್ರದ ಸಂಕೀರ್ಣ ಅರ್ಥವಂತಿಕೆಯ ಈ ವಿಧಿಯನ್ನು ಲಕ್ಷ್ಮಣರಾವ್ ಜಿಜ್ಞಾಸೆ ಪದ್ಯದ ಕೊನೆಯಲ್ಲಿ ತರುವ ಮೂಲಕ, ನಮ್ಮೊಳಗೆ ನಮಗೇ ಗೊತ್ತಿಲ್ಲದ ಹಾಗೆ ಸಂಭವಿಸುವ ಸಾವನ್ನು ಕೂಡ ಸೂಚಿಸುವ ಮೂಲಕ ಕವಿತೆ ಗಾಢವಾಗುವಂತೆ ಮಾಡುತ್ತಾರೆ.

ಟು ಬಿ– ಇರುವುದು, ನಾಟ್ ಟು ಬಿ– ಇಲ್ಲದೇ ಇರುವುದು. ಟುಬಿ ನಾಟ್, ಟುಬಿ– ಇದ್ದರೂ ಇಲ್ಲದಂತಿರುವುದು– ಈ ಮೂರೂ ಸ್ಥಿತಿಗಳನ್ನು ಕವಿತೆ ಸೂಚ್ಯವಾಗಿ ಹೇಳುವ ಪರಿ ಈ ಕವನದ ಸಾರ್ಥಕತೆಗೆ ಸಾಕ್ಷಿ.

–ಜೋಗಿ

ಹೀಗೇ ಒಬ್ಬನ ಮೃತ್ಯುಪತ್ರ

ದಯವಿಟ್ಟು ಸುಟ್ಟುಬಿಡಿ
ನನ್ನ ಹೆಣವನ್ನು
ನಾ ಸತ್ತ ಕೂಡಲೇ:

ನನ್ನ ಕಣ್ಣು
ನುಚ್ಚುನೂರಾದ ಕನ್ನಡಿ,
ಹೃದಯ
ಕೊಳೆತ ಕಲ್ಲಂಗಡಿ,
ಪುಪ್ಪಸ
ಹೊಗೆಗೂಡು,
ಕರುಳು
ತನಗೆ ತಾನೇ ಉರುಲು,
ಎಷ್ಟೋ ಮಂದಿಗೆ ಕೈ
ಕೊಟ್ಟ ಕೈ,
ಕಾಲು
ದಿಕ್ಕಾಪಾಲು,
ಇನ್ನು ಮಿದುಳು
ಅದರ ಕತೆ ಕೇಳಬೇಡಿ.

ದಾನದ ಮಾತಿರಲಿ,
ಗುಜರಿಗೂ ಹಾಕಬೇಡಿ.

ದಯವಿಟ್ಟು ಸುಟ್ಟುಬಿಡಿ
ನನ್ನ ಹೆಣವನ್ನು
ನಾ ಸತ್ತ ಕೂಡಲೇ.

ಹೀಗೇ ಒಬ್ಬನ ಮೃತ್ಯುಪತ್ರ

ಇವತ್ತು ಎಲ್ಲವನ್ನೂ ದಾನ ಮಾಡಿ ಎಂದು ಹೇಳುವ ಕಾಲ. ಕಣ್ಣು, ಅಂಗಾಂಗ ದಾನ ಮಾಡುವುದು ಒಂದು ದೊಡ್ಡ ದಂಧೆಯೇ ಆಗಿಬಿಟ್ಟಿದೆ. ಅದನ್ನು ಮಹಾದಾನ ಎಂದೇ ವರ್ಣಿಸುವುದಕ್ಕೆ ಬಹುರಾಷ್ಟ್ರೀಯ ಜಾಲವೇ ಅಣಿಯಾಗಿ ನಿಂತಂತಿದೆ. ಅವಯವಗಳನ್ನು ದಾನ ಮಾಡಿದವನು ಮಹಾಪುರುಷನೆಂಬಂತೆ ಬಿಂಬಿಸಲಾಗುತ್ತಿದೆ.

ಇದನ್ನು ಈ ಕವಿತೆ ತಣ್ಣಗೆ ಗೇಲಿ ಮಾಡುತ್ತಿದೆ. ನನ್ನಲ್ಲಿ ದಾನ ಮಾಡುವುದಕ್ಕೆ ಅರ್ಹವಾದದ್ದೇನೂ ಇಲ್ಲ. ಯಾಕೆಂದರೆ ನಾನು ಸಾರ್ಥಕ ಜೀವನ ನಡೆಸಿಯೇ ಇಲ್ಲ. ಹೀಗಾಗಿ ನನ್ನ ಯಾವ ಅಂಗಾಂಗಗಳನ್ನೂ ದಾನ ಮಾಡಬೇಡಿ. ಅವಕ್ಕೆ ಅವು ಯೋಗ್ಯವಲ್ಲ ಎಂಬ ಸರಳ ಸಾಲುಗಳಲ್ಲಿ ಲಕ್ಷ್ಮಣರಾವ್ ನಮ್ಮ ಸ್ವಭಾವಕ್ಕೆ ಕನ್ನಡಿ ಹಿಡಿಯುತ್ತಾರೆ.

ನಾವು ಹೇಗೆ ನಮ್ಮ ದೇಹವನ್ನು ದುರ್ಬಳಕೆ ಮಾಡಿಕೊಳ್ಳುತ್ತಾ ಬಂದಿದ್ದೇವೆ. ಹೇಗೆ ಅದನ್ನು ಬಳಸಿಕೊಂಡು ಇಹದ ಸುಖಲೋಲುಪತೆ ಸ್ವಾರ್ಥ ಮತ್ಸರ ಕಾಮಾದಿ ಆಶೆಗಳನ್ನು ಪೂರೈಸಿಕೊಳ್ಳಲು ನೋಡಿದ್ದೇವೆ. ಹೇಗೆ ಬದುಕಿದ್ದಾಗ ಛಿದ್ರವಾಗುತ್ತಾ ಸಾಗಿದ್ದೇವೆ. ನಿಜವಾದ ಸಾರ್ಥಕತೆ ಯಾವುದು ಹಾಗಿದ್ದರೆ. ಸತ್ತ ಮೇಲೆ ಅಂಗಾಂಗಳ ದಾನ ಮಾಡುವುದೋ, ಬದುಕಿದ್ದಾಗ ಅವುಗಳ ಮೂಲಕ ಸಂತೋಷ ನೀಡುವುದೋ ಎಂಬ ಮಹತ್ವದ ಪ್ರಶ್ನೆಯನ್ನು ಈ ಸರಳ ಕವಿತೆ ತನ್ನೊಳಗೆ ಬಚ್ಚಿಟ್ಟುಕೊಂಡಿದೆ.

ಎಷ್ಟೋ ಮಂದಿಗೆ ಕೈ
ಕೊಟ್ಟ ಕೈ
ಕಾಲು
ದಿಕ್ಕಾಪಾಲು
ಹೃದಯ ಕೊಳೆತ
ಕಲ್ಲಂಗಡಿ

ಎಂಬುದು ಆಧುನಿಕ ಮನುಷ್ಯನ ಸಂಕಟ ಮತ್ತು ಸ್ಥಿತಿ ಎರಡನ್ನೂ ಸಮರ್ಥವಾಗಿ ಹೇಳುತ್ತದೆ. ನಮ್ಮ ಔದಾರ್ಯದ ಬೊಗಳೆಗಳೆಲ್ಲ ಹೇಗೆ ಪೊಳ್ಳು ಎಂಬುದನ್ನು ಹೇಳುವ ಈ ಕವಿತೆ, ಅತ್ಯಂತ ಆಧುನಿಕವಾದದ್ದು ಕೂಡ.

–ಜೋಗಿ

ಇವಳಿದ್ದಾಳೆ

1

ಇವಳಿದ್ದಾಳೆ:
ಮುಂಜಾನೆಯೇ ಎದ್ದು, ಮನೆಯ ಅಂಗಳ ತೊಳೆದು,
ರಂಗೋಲಿ ಬಿಡಿಸಿ, ಹೆಗಲ ಬಳಸಿ
ಒಳಕ್ಕೆ ಕರೆತರಲು
ಹೊಚ್ಚ ಹೊಸ ಹಗಲನ್ನು.

ಇವಳಿದ್ದಾಳೆ:
ಘಮಘಮ ಬಿಸಿಬಿಸಿ
ಕಹಿ ಕಾಫಿ ಕೊಟ್ಟು
ಸನ್ನದ್ಧಗೊಳಿಸಲು ನನ್ನನ್ನು
ದಿನಪತ್ರಿಕೆಯ ಅಕರಾಳ ವಿಕರಾಳ
ಸುದ್ದಿಗಳಿಗೆ.

ಇವಳಿದ್ದಾಳೆ:
ಆಗಾಗ ಚಿಕ್ಕ ಪುಟ್ಟ ಜಗಳವಾಡಿ
ತಿಕ್ಕಿ ತೊಳೆಯಲು
ಜಿಡ್ಡು ಮಸಿಗಟ್ಟಿದ ನಮ್ಮಿಬ್ಬರ
ಒಳಗನ್ನು.

ಇವಳಿದ್ದಾಳೆ:
ತನ್ನ ದೇವರಮನೆಯ ದೇವದೇವಿಯರ,
ಸಾಧುಸಂತರ ನೂಕುನುಗ್ಗಲಿನಲ್ಲಿ
ಕಾಲ್ತುಳಿತಕ್ಕೆ ಸಿಕ್ಕಿ ನಜ್ಜುಗುಜ್ಜಾದ
ನನ್ನ ಘನಘೋರ ವಿಚಾರವಾದವನ್ನು
ದಾಖಲಿಸಲು ಆಸ್ಪತ್ರೆಗೆ.

ಇವಳಿದ್ದಾಳೆ:
ಆಗಿಂದಾಗ್ಗೆ ಬಂದು ಕಾಣುವ ನಮ್ಮ ಮಕ್ಕಳನ್ನು
ನನ್ನೊಂದಿಗೆ ಎದುರುಗೊಳ್ಳಲು
ಕಂಪ್ಯೂಟರ್ ತೆರೆಯ ಮೇಲೆ.

ಇವಳಿದ್ದಾಳೆ:
ದೂರದರ್ಶನದಲ್ಲಿ ದೈನಿಕ ಧಾರಾವಾಹಿಗಳು
ಧಾರಾಳವಾಗಿ ಉಳಿದಿವೆ
ಕಣ್ಣೀರಧಾರೆಗಳೊಂದಿಗೆ
ಪಸೆಯಾರದೆ.

ಇವಳಿದ್ದಾಳೆ:
ರಾತ್ರಿ ನನ್ನ ಮಗ್ಗುಲಲ್ಲಿ
ಸಣ್ಣಗೆ ಗೊರಕೆ ಸದ್ದಿಗೆ,
ಕನಸಿರದ ನಿದ್ದೆಗೆ.

2

ಇವಳಿದ್ದಾಳೆ:
ಎಂದೇ ಇಂದಿಗೂ ನನ್ನ ಪಂಚೇಂದ್ರಿಯಗಳು
ಎಂದಿನ ಧಿಮಾಕಿನಲ್ಲಿವೆ
ಪಟುತ್ವ ಕುಗ್ಗಿದ್ದರೂ.

ಇವಳಿದ್ದಾಳೆ:
ಕಾಲಕಾಲಕ್ಕೆ ಮಳೆಬೆಳೆ ಆಗುತ್ತಿದೆ
ನನ್ನೆದೆಯ ಹೊಲದಲ್ಲಿ.

ಇವಳಿದ್ದಾಳೆ:
ನನ್ನಂತೆ ಅಲ್ಲಲ್ಲಿ ಅಪಸ್ವರ,
ಅಪಶ್ರುತಿಗಳೊಂದಿಗೆ

ಕಿಂಚಿದೂನವಾಗಿ,
ಯುಗಳಗಾನವಾಗಿ.

ಇವಳಿದ್ದಾಳೆ:
ಬಹುಪಾಲು ಎಲ್ಲರ ಮನೆಯಲ್ಲೂ
ತನ್ನ ಪಾಡಿಗೆ ತಾನು
ಕಾಣದ
ಪ್ರಾಣವಾಯುವಿನಂತೆ.

ಇವಳಿದ್ದಾಳೆ

'ನನ್ನ ಮಟ್ಟಿಗೆ' ಎಂಬ ಬಿ.ಆರ್. ಲಕ್ಷ್ಮಣರಾವ್ ಅವರ ಇತ್ತೀಚಿನ ಕವನ ಸಂಕಲನದಿಂದ ಆರಿಸಿಕೊಂಡಿರುವ 'ಇವಳಿದ್ದಾಳೆ' ಕವನ, ಅವರ 'ಇವಳು ನದಿಯಲ್ಲ' ಎಂಬ ಕವಿತೆಯ ಮುಂದುವರಿದ ಭಾಗದಂತಿದೆ. ಇಲ್ಲಿಯೂ ಅವರು ತಮ್ಮ ಮಡದಿಯ ಸಾಮಾನ್ಯವಾದರೂ ಅರ್ಥಪೂರ್ಣವಾದ ವ್ಯಕಿತ್ವವನ್ನು ಎಳೆ ಎಳೆಯಾಗಿ ಬಿಡಿಸಿಟ್ಟಿದ್ದಾರೆ. ಈ ಕವನದಲ್ಲಿ ಲಕ್ಷ್ಮಣರಾವ್ ಅವರ ಇತರ ಯಶಸ್ವಿ ಕವನಗಳಲ್ಲಿ ಕಾಣುವ ಪ್ರಾಸಗಳ ಚಕಮಕಿ, ಮುದ ನೀಡುವ ಲಯ, ಶ್ಲೇಷೆ, ತಿಳಿಹಾಸ್ಯ, ವ್ಯಂಗ್ಯ, ವಿಡಂಬನೆಗಳಿಲ್ಲ. ಕವಿತೆಯ ಶೈಲಿ ತುಂಬಾ ಸರಳವಾಗಿದ್ದರೂ ಅದು ಬೀರುವ ಪರಿಣಾಮ ಗಾಢವಾದುದು. ಈ ಬಗೆಯ ಕವಿತೆಗಳನ್ನು ರಚಿಸುವುದೆಂದರೆ ಹಗ್ಗದ ಮೇಲಿನ ನಡಿಗೆಯ ಹಾಗೆ. ತುಸುವೆ ಸಮತೋಲ ತಪ್ಪಿದರೂ ಕವನ ವಾಚ್ಯವಾಗಿ ಸಾಧಾರಣ ಹೇಳಿಕೆಯಾಗುವ ಅಪಾಯವಿರುತ್ತದೆ. ಆದರೆ 'ಇವಳಿದ್ದಾಳೆ' ಕವನದಲ್ಲಿ ಹಾಗಾಗಿಲ್ಲ. ಈ ಕವಿತೆ ಯಾವುದೆ ಅಬ್ಬರವಿಲ್ಲದೆ, ಚಿಕ್ಕಚಿಕ್ಕ ವಿವರಗಳ ಮೂಲಕವೆ ಗೃಹಿಣಿಯೊಬ್ಬಳ ವ್ಯಕ್ತಿತ್ವವನ್ನು ಚಿತ್ರಿಸುತ್ತದೆ. ಸಂಸಾರದಲ್ಲಿ ಅವಳು ನಿರ್ವಹಿಸುವ ಪಾತ್ರವನ್ನು ತೋರಿಸುತ್ತದೆ. ಕಹಿ ಕಾಫಿ, ಗೊರಕೆ ದಂಪತಿಗೆ ವಯಸ್ಸಾಗಿರುವುದನ್ನು ಸೂಚಿಸಿದರೆ ಕಂಪ್ಯೂಟರ್ ಪರದೆಯ ಮೇಲೆ ಕಾಣಿಸಿಕೊಳ್ಳುವ ಮಕ್ಕಳು, ವೃದ್ಧ ದಂಪತಿಗಳಿಬ್ಬರೇ ಮಕ್ಕಳಿಂದ ದೂರ ಇರುವುದನ್ನು ಧ್ವನಿಸುತ್ತದೆ.

ಇವಳಿದ್ದಾಳೆ:
ದೂರದರ್ಶನದಲ್ಲಿ ದೈನಿಕ ಧಾರಾವಾಹಿಗಳು
ಧಾರಾಳವಾಗಿ ಉಳಿದಿವೆ
ಕಣ್ಣೀರ ಧಾರೆಗಳೊಂದಿಗೆ
ಪಸೆಯಾರದೆ.

ಎಂಬ ಸಾಲುಗಳು ಟಿವಿ ಸೀರಿಯಲ್‌ಗಳು ಹೇಗೆ ಗೃಹಿಣಿಯರನ್ನು ಅವಲಂಬಿಸಿವೆ ಎಂಬ ವಾಸ್ತವವನ್ನು ಬಿಂಬಿಸುತ್ತವೆ. ಕವಿ ಇವಳಿರುವುದರಿಂದಲೇ ತನ್ನ ಪಂಚೇಂದ್ರಿಯಗಳು ಎಂದಿನ ಧಿಮಾಕಿನಲ್ಲಿವೆ ಮತ್ತು ಎದೆ ಹೊಲದಲ್ಲಿ ಕಾಲಕಾಲಕ್ಕೆ ಮಳೆ ಬೆಳೆಯಾಗುತ್ತಿದೆ ಎಂದು ಹೇಳುವ ಮೂಲಕ ತಾನು ಅವಳ ಮೇಲೆ ಸಂಪೂರ್ಣವಾಗಿ ಅವಲಂಬಿತನಾಗಿರುವುದನ್ನು ಸೂಚಿಸುತ್ತಾನೆ. ಕವಿತೆಯ ಉದ್ದಕ್ಕೂ ಗಾಢವಾದ ವಿಷಾದ ತುಂಬಿಕೊಂಡಿರುವುದು ಓದುಗನ ಗಮನಕ್ಕೆ ಬರುತ್ತದೆ. ಇಡೀ

ಕವಿತೆಗೆ ಹೊಸ ಆಯಾಮ ನೀಡಿ ಅದನ್ನು ವೈಯಕ್ತಿಕ ಸ್ತರದಿಂದ ಸಾರ್ವಜನಿಕ ನೆಲೆಗೆ ಏರಿಸುವುದು ಕವನದ ಕೊನೆಯ ಸ್ಟಾಂಜಾ. ಅದು ಹೀಗಿದೆ:

ಇವಳಿದ್ದಾಳೆ:
ಬಹುಪಾಲು ಎಲ್ಲರ ಮನೆಯಲ್ಲೂ
ತನ್ನ ಪಾಡಿಗೆ ತಾನು
ಕಾಣದ
ಪ್ರಾಣವಾಯುವಿನಂತೆ.

'ಎಲ್ಲ ಯಶಸ್ವಿ ಪುರುಷರ ಹಿಂದೆ ಒಬ್ಬ ಮಹಿಳೆ ಇರುತ್ತಾಳೆ' ಎಂಬುದು ಎಷ್ಟು ನಿಜವೋ ಹೆಚ್ಚಾಗಿ ಆಕೆ ತೆರೆಯ ಮರೆಯಲ್ಲೇ ಇರುತ್ತಾಳೆ ಎಂಬುದೂ ಸತ್ಯ. ಇದನ್ನು ಅತ್ಯಂತ ಹೃದ್ಯವಾಗಿ, ಪರಿಣಾಮಕಾರಿಯಾಗಿ ಹೇಳುವ ಕವಿತೆ 'ಇವಳಿದ್ದಾಳೆ'.

–ಎಚ್. ಡುಂಡಿರಾಜ್

ಹುಳ

ಹುಳ
ಅದರ ಉಪಟಳ
ಬಹಳ.

ಹಣ್ಣು ಧಾನ್ಯ ತರಕಾರಿ
ಬೆಳೆಗೆ ಬಿದ್ದ ಹುಳಕ್ಕಿಂತ
ನಮ್ಮ ತಲೆಗೆ ಬಿದ್ದ ಹುಳ
ಹೆಚ್ಚು ಕಳವಳಕಾರಿ,
ಹೆಮ್ಮಾರಿ.

ಕುಳ ಭಾರಿಯಾದಷ್ಟೂ
ಹುಳದ ಪಾತ್ರ ಜಾಸ್ತಿ,
ನೆಮ್ಮದಿ ನಾಸ್ತಿ:

ಶ್ರೀರಾಮಚಂದ್ರನಿಗೆ ಹತ್ತು ತಲೆಯ ಹುಳ,
ಕರ್ಣನಿಗೆ ಕುಂತಿ ಛೂಬಿಟ್ಟಂಥ ಹುಳ,
ದ್ರೌಪದಿಗೆ ಸೆರಗಿನ ಕೆಂಡದಂಥ ಹುಳ,
ಹಿಟ್ಲರನಿಗೆ ಪರಿಶುದ್ಧ ಸುಣ್ಣದಂಥ ಹುಳ,

ಪುರಾಣ ಇತಿಹಾಸ ಒತ್ತಟ್ಟಿಗಿರಲಿ,
ಇಂದಿನ ಉದಾಹರಣೆ ನಮ್ಮ ಪ್ರಧಾನಿ,
ಮುಖ್ಯಮಂತ್ರಿ, ಅಂಬಾನಿ ಇತ್ಯಾದಿ
ದೊಡ್ಡ ಯಾದಿ.

ಇನ್ನು ನಮ್ಮಂಥ ಸಾಮಾನ್ಯರಿಗೂ
ತಟ್ಟದೇ ಬಿಟ್ಟಿಲ್ಲ
ಈ ಹುಳದ ವ್ಯಾಧಿ:

ಗಂಡ ಹೆಂಡಿರಿಗೆ
ಸ್ವಪ್ರತಿಷ್ಠೆಯ ಸ್ವಾರ್ಥದ ಹುಳ,
ದಾಂಪತ್ಯ ದ್ವಿದಳ.

ಯುವ ಜನತೆಗೆ
ಅಮೆರಿಕದ ಅಮರಾವತಿಯ ಹುಳ
ವೃದ್ಧಿಸಿದೆ
ವೃದ್ಧಾಶ್ರಮಗಳ.

ಹೆಣ್ಣು ಮಕ್ಕಳಿಗೆ
ಕಂಡಲ್ಲಿ ಅತ್ಯಾಚಾರದ ಹುಳ,
ಸ್ವಂತ ತಂದೆ ಮೈಮುಟ್ಟಿದರೂ
ತಳಮಳ.

ವ್ಯವಸ್ಥೆಗೆ
ವ್ಯಾಪಕ ಭ್ರಷ್ಟಾಚಾರದ ಹುಳ,
ಸುದ್ದಿ ಮಾಧ್ಯಮಗಳಿಗೆ
ಕವಳ.

ಉಗ್ರಗಾಮಿಗಳಿಗೆ
ಉರಿಗಣ್ಣ ಮತಾಂಧತೆಯ ಹುಳ,
ವಿಹ್ವಲ
ಇಡೀ ಮನುಕುಲ.

ಒಟ್ಟಾರೆ
ಅಗೋಚರ ಚರಿಸುವ ನಿಷ್ಕರುಣಿ
ಕಾಲವೆಂಬ ಹುಳ,
ತಿಂದು ಅಂದಗೆಡಿಸುತ್ತಿದೆ ನಮ್ಮ
ಚಿತ್ರಪಟಗಳ.

ಹುಳ

ಒಬ್ಬ ಉತ್ತಮ ಕವಿ ತನ್ನದೇ ಆದ ಶೈಲಿಯೊಂದನ್ನು ಸೃಷ್ಟಿಸಿಕೊಂಡಿರುತ್ತಾನೆ. ಅಂಥ ಕವಿ ರಚಿಸಿದ ಕವಿತೆಯನ್ನು ಓದಿದಾಗ ಅದರಲ್ಲಿ ಕವಿಯ ಹೆಸರಿಲ್ಲದಿದ್ದರೂ ಇಂಥವರೇ ಬರೆದದ್ದು ಎಂದು ಸುಲಭವಾಗಿ ಹೇಳಬಹುದು. ಕನ್ನಡದ ಆಧುನಿಕ ಕವಿಗಳಲ್ಲಿ ಕುವೆಂಪು, ಬೇಂದ್ರೆ, ಅಡಿಗ, ಎಕ್ಕುಂಡಿ, ಕೆಎಸ್‌ನ, ನಿಸಾರ್, ಕಂಬಾರ, ಎಚ್‌ಎಸ್‌ವಿ, ಬಿಆರ್‌ಎಲ್ ಮುಂತಾದ ಬೆರಳೆಣಿಕೆಯಷ್ಟು ಕವಿಗಳು ತಮ್ಮದೇ ಆದ ವಿಶಿಷ್ಟ ಶೈಲಿಯನ್ನು ರೂಢಿಸಿಕೊಂಡಿದ್ದಾರೆ. ಚಿಕ್ಕಚಿಕ್ಕ ಸಾಲುಗಳ, ಸಹಜ ಪ್ರಾಸ ಹಾಗೂ ಲಯದಿಂದ ಕೂಡಿದ, ಲವಲವಿಕೆಯ ಧಾಟಿಯ ಕವನಗಳು ಕವಿ ಬಿ.ಆರ್. ಲಕ್ಷ್ಮಣರಾವ್ ಅವರ ಟ್ರೇಡ್ ಮಾರ್ಕ್ ಅನ್ನಬಹುದು.

'ತಲೆಗೆ ಹುಳ ಬಿಡುವುದು' ಎಂಬುದು ನಮಗೆಲ್ಲರಿಗೂ ತಿಳಿದಿರುವ ಒಂದು ಹಳೆಯ ನುಡಿಗಟ್ಟು. ಕವಿ ಇದನ್ನು ತಳಹದಿಯಾಗಿ ಇಟ್ಟುಕೊಂಡು ಕವಿತೆಯನ್ನು ಕಟ್ಟಿದ ಪರಿ ಬೆರಗು ಮೂಡಿಸುತ್ತದೆ. ಪ್ರಾರಂಭದಲ್ಲಿ ಪುರಾಣ ಹಾಗೂ ಚರಿತ್ರೆಯಲ್ಲಿ ಶ್ರೀರಾಮ, ಕರ್ಣ, ದ್ರೌಪದಿ, ಜರ್ಮನಿಯ ಹಿಟ್ಲರ್ ಇವರನ್ನೆಲ್ಲ ಕಾಡಿದ ವಿವಿಧ ತರದ ಹುಳಗಳ ಬಗ್ಗೆ ಪ್ರಸ್ತಾಪಿಸುವ ಕವಿ, ನಂತರ ವರ್ತಮಾನದ ಪ್ರಧಾನಿ, ಮುಖ್ಯಮಂತ್ರಿ, ಅಂಬಾನಿ ಮುಂತಾದವರ ತಲೆ ಹೊಕ್ಕು ಕಾಡಿದ ಹುಳಗಳ ಬಗ್ಗೆ ಹೇಳಿ ಪಟ್ಟಿ ದೊಡ್ಡದಿದೆ ಅನ್ನುತ್ತಾರೆ. ರಾವಣನನ್ನು ಹತ್ತು ತಲೆಯ ಹುಳ ಎಂದು ವರ್ಣಿಸಿದ್ದು ತಮಾಷೆಯಾಗಿದೆ.

ಇಲ್ಲಿಯವರೆಗೆ ಲಘು ಧಾಟಿಯಲ್ಲಿ ಸಾಗುವ ಕವಿತೆ–

> ಇನ್ನು ನಮ್ಮಂಥ ಸಾಮಾನ್ಯರಿಗೂ
> ತಟ್ಟದೆ ಬಿಟ್ಟಿಲ್ಲ
> ಈ ಹುಳದ ವ್ಯಾಧಿ:

ಎನ್ನುವಲ್ಲಿಂದ ಗಂಭೀರವಾಗುತ್ತ ಹೋಗುತ್ತದೆ. ಇಂದಿನ ಸಮಾಜವನ್ನು ಕಾಡುತ್ತಿರುವ ವಿಚ್ಛೇದನ, ಮಕ್ಕಳು ವಿದೇಶಗಳಿಗೆ ಹೋಗುತ್ತಿರುವುದರಿಂದ ಹೆಚ್ಚುತ್ತಿರುವ ವೃದ್ಧಾಶ್ರಮಗಳು, ಅತ್ಯಾಚಾರ, ಭ್ರಷ್ಟಾಚಾರ ಮತ್ತು ಇವುಗಳನ್ನು ವಾಹಿನಿಗಳು ಟಿಆರ್‌ಪಿಗಾಗಿ ಮತ್ತು ಪತ್ರಿಕೆಗಳು ಪ್ರಸಾರ ಸಂಖ್ಯೆ ಹೆಚ್ಚಿಸಲು ಬಳಸಿಕೊಳ್ಳುವ ಪರಿ ಇವುಗಳನ್ನೆಲ್ಲ ನಮ್ಮ ಮನಃಪಟಲದ ಮೇಲೆ ಮೂಡಿಸುತ್ತದೆ. ಕವಿತೆಯ ಕೊನೆ ಅನಿರೀಕ್ಷಿತವಾಗಿದ್ದು ಓದುಗ ಬೆಚ್ಚಿ ಬೀಳುವಂತೆ ಮಾಡುತ್ತದೆ. ಒಳ್ಳೆಯ ಕವಿತೆ ಖುಶಿಯಲ್ಲಿ ಆರಂಭವಾಗಿ ಚಿಂತನೆಯಲ್ಲಿ ಮುಕ್ತಾಯಗೊಳ್ಳುತ್ತದೆ ಎಂಬುದಕ್ಕೆ ಉದಾಹರಣೆ ಬಿ.ಆರ್.ಎಲ್ ಅವರ 'ಹುಳ'.

–ಎಚ್. ಡುಂಡಿರಾಜ್

ಹಿನ್ನೋಟದ ಕನ್ನಡಿ

ನನ್ನ ವಾಹನದ ಎರಡೂ ಬದಿಗಿದೆ
ಹಿನ್ನೋಟದ ಕನ್ನಡಿ.
ನಾನೋ ನಿಧಾನಸ್ಥ, ಜೊತೆಗೆ
ವಯಸ್ಸೂ ಆಯ್ತು, ಬಿಡಿ.

ಎದುರು ಬರುವುದನ್ನು
ಕಾಣಲು ಇವೆ ಕಣ್ಣು,
ಕೊಂಚ ಮಂಜಾದರೂ,
ಹಿಂದೆ ಬರುವ ಮಂದಿಯದ್ದೇ
ತೊಂದರೆ;
ಪೋಂ ಪೋಂ ಹಾರನ್ನು!

ಅವರ ಆತುರ ಅವರಿಗೆ.
ಅರ್ಥವಾಗುತ್ತೆ ನನಗೆ;
ಯಾರಿಗೆ ಇಷ್ಟವಾದೀತು ಹೇಳಿ
ನನ್ನ ಆಮೆ–ನಡಿಗೆ?
ಆದ್ದರಿಂದ ನನ್ನ ವಾಹನ ಸದಾ
ರಸ್ತೆಯ ಎಡಬದಿಗೆ.

ಹಿಂದೊಮ್ಮೆ ನನಗೂ ಇತ್ತು
ಆ ವೇಗದ ಗೊರಸು;
ಎಲ್ಲರನ್ನೂ ಹಿಂದಿಕ್ಕಿ, ಮುನ್ನುಗ್ಗಿ,
ಗುರಿ ಮುಟ್ಟುವ ತುರುಸು.

ಮುನ್ನೋಟಕ್ಕಿಂತ ಆಗ
ಹಿನ್ನೋಟವೆ ಮಿಗಿಲು;

ಎಲ್ಲಿ ಹಿಂದೆ ಬಿದ್ದೇನೋ
ಎನ್ನುವ ದಿಗಿಲು!

ಈಗ ನನ್ನ ಚಾಲನೆ
ಕೇವಲ ಖುಷಿಗಾಗಿ:
ಯಾರೊಂದಿಗೂ ಸ್ಪರ್ಧೆಯಿಲ್ಲ,
ಯಾವುದೇ ಧಾವಂತವಿಲ್ಲ;
ಸಂಗೀತವ ಆಲಿಸುತ್ತ,
ಸುತ್ತಮುತ್ತಲಿನ ನೋಟ
ಸುಮ್ಮನೆ ಅವಲೋಕಿಸುತ್ತ,
ನನ್ನದೇ ಗತಿಯಲ್ಲಿ ಮುಂದೆ
ಸಾಗಿದ್ದೇ ಗುರಿಯಾಗಿ
ಸಾಗುವ ಸಲುವಾಗಿ.

ಹಿನ್ನೋಟದ ಕನ್ನಡಿ

ಕವಿಯೊಬ್ಬ ತನ್ನ ಕಾವ್ಯದ ಉದ್ದೇಶ, ಧೋರಣೆ ಮತ್ತು ಕವಿತೆ ಹೇಗಿರಬೇಕೆಂಬ ಕುರಿತು ತನ್ನ ಅನಿಸಿಕೆಗಳನ್ನು ಕವಿತೆಯ ಮೂಲಕವೆ ವ್ಯಕ್ತಪಡಿಸುವುದು ಎಲ್ಲ ಕಾಲದ ಮುಖ್ಯ ಕವಿಗಳಲ್ಲೂ ಕಂಡು ಬರುತ್ತದೆ. ಇಂಥ ಕವಿತೆಗಳ ಅಧ್ಯಯನ ಆ ಕವಿಯ ಕವನಗಳ ಆಸ್ವಾದನೆಗೆ ಸಹಾಯಕವಾಗುತ್ತದೆ. ಇವುಗಳನ್ನು ಕವಿಯೊಬ್ಬನ ಮ್ಯಾನಿಫೆಸ್ಟೊ ಕವನಗಳು ಎನ್ನಬಹುದು. ಕವಿ ಬಿ.ಆರ್. ಲಕ್ಷ್ಮಣರಾವ್ ಈ ಬಗೆಯ ಕವನಗಳನ್ನು ಹೆಚ್ಚಿನ ಸಂಖ್ಯೆಯಲ್ಲಿ ಬರೆದಿದ್ದಾರೆ. ಕಾವ್ಯ ಮೀಮಾಂಸೆಯಂಥ ಗಂಭೀರ ವಿಷಯವನ್ನು ಒಳಗೊಂಡರೂ ಅವು ಅವರ ಇತರ ಕವನಗಳಷ್ಟೇ ಕಲಾತ್ಮಕವಾಗಿವೆ. 'ಹಿನ್ನೋಟದಕನ್ನಡಿ' ಬಿ.ಆರ್.ಎಲ್ ಇತ್ತೀಚೆಗೆ ಬರೆದ ಒಂದು ಸೊಗಸಾದ ಮ್ಯಾನಿಫೆಸ್ಟೋ ಕವನ. ಇದು ತನ್ನ ಕಾವ್ಯ ಮತ್ತು ಬದುಕು ಎರಡರ ಬಗೆಗೂ ಕವಿಯ ಧೋರಣೆಯನ್ನು ಸೂಚಿಸುವಂತಿದೆ. ಇದೀಗ ಎಪ್ಪತ್ತರ ಹರಯದಲ್ಲಿರುವ ಕವಿ ತಮ್ಮ ಕಾವ್ಯ ಕೃಷಿ ಮತ್ತು ಬದುಕು ಎರಡನ್ನೂ ಹಿಂದಿರುಗಿ ನೋಡಿದಾಗ ಮೂಡಿದ ಸಂತೃಪ್ತಿಯ ಭಾವ ಈ ಕವಿತೆಯಲ್ಲಿ ಮನೋಜ್ಞವಾಗಿ ವ್ಯಕ್ತವಾಗಿದೆ.

ನನ್ನದು ಆಮೆ ನಡಿಗೆ, ಕಣ್ಣು ಕೊಂಚ ಮಂಜಾಗಿದೆ ಎನ್ನುವ ಕವಿ ತನಗೆ ವಯಸ್ಸಾಗಿದೆ ಅನ್ನುವುದನ್ನು ಯಾವುದೇ ಸಂಕೋಚವಿಲ್ಲದೆ ಒಪ್ಪಿಕೊಂಡಿದ್ದಾನೆ. ಜೊತೆಗೆ ಯಾರೊಂದಿಗೂ ಸ್ಪರ್ಧೆಗಿಳಿಯದೆ, ಯಾವುದೇ ಧಾವಂತವಿಲ್ಲದೆ ರಸ್ತೆಯ ಎಡಬದಿಯಲ್ಲಿ ಸಂಗೀತ ಆಲಿಸುತ್ತ, ಸುತ್ತಲಿನ ನೋಟವನ್ನು ಸುಮ್ಮನೆ ಅವಲೋಕಿಸುತ್ತ ತನ್ನದೇ ಗತಿಯಲ್ಲಿ ಖುಷಿಗಾಗಿ ಸಾಗುವುದೇ ತನಗೀಗ ಇಷ್ಟ ಎಂದು ಹೇಳುತ್ತಿದ್ದಾನೆ. ಹೀಗಾಗಿ ಹಿನ್ನೋಟದ ಕನ್ನಡಿಯನ್ನು ನೋಡದೆ, ಹಿಂದೆ ಬರುತ್ತಿರುವ ವಾಹನಗಳ ಹಾರನ್ನಿಗೆ ತಲೆಕೆಡಿಸಿಕೊಳ್ಳದೆ ಮುಂದೆ ಸಾಗುತ್ತೇನೆ ಅನ್ನುತ್ತಾನೆ. ಕಾವ್ಯ ಹಾಗೂ ಬದುಕು ಎರಡಕ್ಕೂ ಅನ್ವಯಿಸಬಹುದಾದ ಕವಿಯ ಈ ನಿಲುವು ಅತ್ಯಂತ ಆರೋಗ್ಯಕರವಾಗಿರುವುದರಿಂದ ಓದುಗರಿಗೆ ಪ್ರಿಯವಾಗುತ್ತದೆ.

ಕವಿಯ ಈಗಿನ ಧೋರಣೆ ಹೀಗಿದ್ದರೂ ಹಿಂದೊಮ್ಮೆ ಆತನಿಗೂ ಎಲ್ಲರ ಹಾಗೆ ವೇಗದ ಗೊರಸು, ಮುನ್ನುಗ್ಗಿ ಗುರಿ ಮುಟ್ಟುವ ತುರುಸು ಇತ್ತು ಎಂಬುದನ್ನೂ ಕವಿ ಹೇಳಿಕೊಂಡಿರುವುದನ್ನು ಗಮನಿಸಬೇಕು. ಈ ಬಗೆಯ ಪಾರದರ್ಶಕತೆ ಮತ್ತು ಪ್ರಾಮಾಣಿಕತೆ ಲಕ್ಷ್ಮಣರಾವ್ ಕಾವ್ಯದ ವೈಶಿಷ್ಟ್ಯ. ಆರಂಭದ ದಿನಗಳಲ್ಲಿ ಬೆಂಗಳೂರೆಂಬ

ಲಾಬಿ ಮೂಲದಿಂದ ದೂರ ಹಾಗೂ ಅಕಡೆಮಿಕ್ ವಲಯದ ಹೊರಗಿದ್ದ ಬಿ.ಆರ್.ಎಲ್,
ಕವಿಯಾಗಿ ಗುರುತಿಸಿಕೊಳ್ಳಲು ಸಮಕಾಲೀನರೊಂದಿಗೆ ಸ್ಪರ್ಧೆಗಿಳಿಯಲೇ ಬೇಕಿತ್ತು.
ತನ್ನ ಅನನ್ಯ ಪ್ರತಿಭೆಯ ಮೂಲಕ ಬಹುಬೇಗ ಕವಿಯಾಗಿ ಜನಮನ್ನಣೆ ಗಳಿಸಿದ
ಅವರು ವಿಮರ್ಶಕರ ಮೆಚ್ಚುಗೆಯನ್ನೂ ಗಳಿಸಿದರು. ಕಾವ್ಯ ಏಕಕಾಲಕ್ಕೆ ಜನಪ್ರಿಯವೂ
ಶ್ರೇಷ್ಠವೂ ಆಗಬಲ್ಲುದು ಎಂದು ತೋರಿಸಿಕೊಟ್ಟರು. ತುಂಟ ಕವಿ, ಪೋಲಿ ಕವಿ
ಎಂಬ ಹಣೆಪಟ್ಟಿಗೆ (ಇದೂ ಮೆಚ್ಚುಗೆಯಿಂದಲೇ ಬಂದದ್ದು) ತಲೆಕೆಡಿಸಿಕೊಳ್ಳದೆ, ಕಾವ್ಯ
ಚಳುವಳಿಗಳ ಗದ್ದಲದಲ್ಲಿ ಕಳೆದು ಹೋಗದೆ ಬಿ.ಆರ್.ಎಲ್ ಕಾವ್ಯ ಮಾಗುತ್ತ ಬಂದಿದೆ.
ಅದೀಗ ತಲುಪಿರುವ ಪರಿಪಕ್ವತೆಯ ಹಂತವನ್ನು ಸೂಚಿಸುವ ಕವಿತೆ 'ಹಿನ್ನೋಟದ
ಕನ್ನಡಿ'

–ಎಚ್. ಡುಂಡಿರಾಜ್

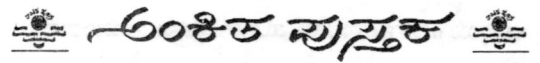

ಅಂಕಿತ ಪುಸ್ತಕ

53, ಗಾಂಧಿಬಜಾರ್ ಮುಖ್ಯರಸ್ತೆ, ಬಸವನಗುಡಿ, ಬೆಂಗಳೂರು-560 004.
ಫೋನ್ : 2661 7100

ಅಂಕಿತ ಪುಸ್ತಕ ಪ್ರಕಟಿಸಿರುವ ಅನುವಾದ ಹಾಗೂ ಸಂಪಾದಿತ ಕೃತಿಗಳು

○ ಮೀಡಿಯ (ನಾಟಕ) ಯುರಿಪಿಡಿಸ್ / ಅನು: ಡಾ॥ ಕೆ. ಮರುಳಸಿದ್ದಪ್ಪ	40/-
○ *ಆಕ್ತಂಗಿಯರು (ನಾಟಕ) ಚೀಕಾವ್ / ಅನು: ಓ.ಎಲ್. ನಾಗಭೂಷಣ ಸ್ವಾಮಿ	40/-
○ 1084ರ ತಾಯಿ (ಕಾದಂಬರಿ) / ಮಹಾಶ್ವೇತಾದೇವಿ, ಅನು: ಎಚ್.ಎಸ್.ಶ್ರೀಮತಿ	60/-
○ *ರುದಾಲಿ (ಕಾದಂಬರಿ) / ಮಹಾಶ್ವೇತಾದೇವಿ, ಅನು: ಎಚ್.ಎಸ್. ಶ್ರೀಮತಿ	25/-
○ ನಾ ಮೆಚ್ಚಿದ ಪುಸ್ತಕ / ಸಂ: ಡಾ. ಕೆ.ಎಸ್. ಉಮಾಪತಿ	60/-
○ ಜನಪದ ಗೀತೆಗಳು / ಸಂ: ಎನ್. ಪ್ರಭಾ	50/-
○ ನಗೆಪಾಟಲು (ನಗೆಹನಿಗಳು) / ಸಂ: 'ಅಂಕಿತ'	40/-
○ *ಹೆರೋಡೊತನ ಸಮರ ಕಥೆಗಳು / ಅನು: ಡಾ.ಎಚ್.ವಿ. ರಂಗಾಚಾರ್	350/-
○ ಯಯಾತಿ (ಕಾದಂಬರಿ)ವಿ.ಎಸ್. ಖಾಂಡೇಕರ್ / ಅನು: ವಿ.ಎಂ. ಇನಾಂದಾರ್	250/-
○ ಬದುಕಿನ ನಗುವಿನ ಶಕ್ತಿ(ಸಿದ್ಧಲಿಂಗಯ್ಯನವರ ಸಾಹಿತ್ಯ ಕುರಿತ ವಿಮರ್ಶೆ) / ಸಂ: ದಂಡಪ್ಪ	150/-
○ ಟಾಲ್ಸ್ಟಾಯ್ ಆಮ ಮಹಾಪ್ರಸ್ಥಾನ ಮತ್ತು ಇತರ ಕಥೆಗಳು / ಅನು: ಜಿ.ಎನ್. ರಂಗನಾಥರಾವ್	80/-
○ ಓ ಹೆನ್ರಿ ಕಥೆಗಳು / ಅನು: ಜಿ.ಎನ್. ರಂಗನಾಥ ರಾವ್	80/-
○ *ಜ್ಞಾನರಥ (ಕಥೆಗಳು) ಸುಬ್ರಹ್ಮಣ್ಯ ಭಾರತಿ / ಅನು: ಬಿ.ಜಿ.ಎಲ್. ಸ್ವಾಮಿ	70/-
○ ಕೈಲಾಸಂ Jokು ... Songು... (ನಗೆ ಹನಿಗಳು) / ಸಂ: ಬಿ.ಎಸ್. ಕೇಶವರಾವ್	40/-
○ *ಅಡವಿ (ಕಾದಂಬರಿ) / ವಸಂತರಾವ್ ದೇಶಪಾಂಡೆ ಅನು: ಮಾಸ್ತಿ ಕೆ. ಆರ್. ಕೃಷ್ಣಪ್ಪ	90/-
○ ಪುರಂದರದಾಸರ ಜನಪ್ರಿಯ ಕೀರ್ತನೆಗಳು / ಸಂ: ಶ್ರೀನಿವಾಸ ಹಾವನೂರ, ಹೊ.ರಾ.ಸ.	150/-
○ ಚಂದಿರನಲ್ಲಿಉಳಿದ ಮೊಲ(ಪ್ರಬಂಧಗಳು) / ಸ್ವಾಮಿನಾಥ ಅಯ್ಯರ್ /ಅನು: ಬಿ.ಜಿ.ಎಲ್.ಸ್ವಾಮಿ	120/-
○ ಸಾವಿರಾರು ಕೀರ್ತನೆಗಳು / ಸಂ: ಪ್ರೊ. ಎ.ವಿ. ನಾವಡ, ಗಾಯತ್ರಿ, ನಾವಡ	350/-
○ *ರೋಮಿಯೋ ಜೂಲಿಯೆಟ್ (ನಾಟಕ)/ಶೇಕ್ಸ್ಪಿಯರ್ ಅನು:ಜಿ. ಎನ್.ರಂಗನಾಥರಾವ್	95/-
○ ಬೇಟಿ ಬುಲೆಟ್ಟು, ಬಾಂಬ್ಸು: ಭಗವದ್ಗೀತೆ (ಹಾಸ್ಯ) / ಸಂ: ಬಿ.ಎಸ್. ಕೇಶವರಾವ್	120/-
○ ದಾಶರಥಿ ದೀಕ್ಷಿತರ ಆಯ್ದ ನಗೆಬರಹಗಳು / ಸಂ: ವೈ.ಎನ್. ಗುಂಡೂರಾವ್	80/-
○ ನಗೆ ಕೊರೆವಣಿಗೆ (ಹಾಸ್ಯ ಪ್ರಬಂಧಗಳು) / ಸಂ: ಎಸ್. ರಾಮಮೂರ್ತಿ	70/-
○ ಆಂಟನಿ–ಕ್ಲಿಯೋಪಾತ್ರ (ನಾಟಕ) / ವಿಲಿಯಂ ಶೇಕ್ಸ್ಪಿಯರ್ ಅನು: ಜಿ.ಎನ್.ರಂಗನಾಥರಾವ್	120/-
○ *ಚೆಲ್ಲಿಚೆರಿನ ದಾರಿ (ಕನ್ನಡ ಕಾವ್ಯದ ಅನುಸಂಧಾನ) / ಸಂ: ಜಿ.ಎಸ್. ಕಾಪಸೆ ಜಿ.ಎಂ. ಹೆಗಡೆ	450/-
○ ಸ್ಕಲ್ಮಂತ್ರ (ಕಾದಂಬರಿ) / ಎಲಿಯಟ್ ಪ್ಯಾಟಿಸನ್, ಅನು: ಬೇಲೂರು ಸುದರ್ಶನ್	170/-